சுற்றுச்சூழலியல்
உலகம் தழுவிய வரலாறு

சுற்றுச்சூழலியல்

உலகம் தழுவிய வரலாறு

ஆங்கில மூலம்:

ராமச்சந்திர குஹா

தமிழில்:

பொன். சின்னத்தம்பி முருகேசன்

எதிர் வெளியீடு

சுற்றுச்சூழலியல்
உலகம் தழுவிய வரலாறு
ஆசிரியர்: ராமச்சந்திர குஹா
தமிழில்: பொன். சின்னத்தம்பி முருகேசன்

முதல் பதிப்பு: ஜூன் 2016
இரண்டாம் பதிப்பு: ஜனவரி 2018

எதிர் வெளியீடு,
96, நியூ ஸ்கீம் ரோடு, பொள்ளாச்சி – 642002
தொலைபேசி: 04259 – 226012, 99425 11302

வடிவமைப்பு: ஜீவமணி

விலை: ரூ. 400

suttruch Soozhaliyal
ulagam thazhuviya varalaru
Author: Ramachandra Guha

Copyright © Ramachandra Guha editions du Seuil, 2006
Tamil Edition Copyright © With Ethir Veliyeedu
Rights obtained from Ramachandra Guha.

Translated by: Pon. Chinnathambi Murugesan
First Edition: June 2016
Second Edition: January 2018

Layout: Jeevamani
Proof Reader: Thambi

Published by
Ethir Veliyeedu, 96, New Scheme Road, Pollachi - 2.
email: ethirveliyedu@gmail.com
www.ethirveliyeedu.com

ISBN: 978-93-84646-49-3
Cover Design: Vijayan
Printed at Manipal Technologies Limited, Manipal

All rights reserved. No part of this book may be reprinted or reproduced or utilised in any form or by any electronic, mechanical or other means, now known or hereafter invented, including photocopying and recording, or in any information storage or retrieval system, without permission in writing from the Publisher.

ராமச்சந்திர குஹா

உத்திராஞ்சல் மாநிலம், டேராடூனில் ராம் தாஸ் குஹா தம்பதியினருக்கு 1958 ஆம் ஆண்டு, ஏப்ரல் 29 ஆம் நாள் பிறந்தார். அவருடைய தந்தையார் வனவியல் ஆய்வு நிறுவனத்தில் இயக்குநராகப் பணியாற்றினார்; தாயார் பள்ளி ஆசிரியை.

டூன் பள்ளியில் பள்ளிக் கல்வியையும், புதுதில்லி, புனித ஸ்டீபன் கல்லூரியில் பட்டப் படிப்பினையும், தில்லி பொருளாதாரக் கல்வியகத்தில் (Delhi School of Economics) பட்ட மேற்படிப்பினையும் முடித்த பின்னர், கொல்கத்தா இந்திய மேலாண்மை நிறுவனத்தில் (IIM-Indian Institute of Management) மேலாண்மைக் கல்வி பயின்றார்.

இந்தியாவில் மட்டுமன்றி ஐரோப்பிய, அமெரிக்க நாடுகளின் பல்வேறு பல்கலைக் கழகங்களில் பணியாற்றினார்.

வரலாற்றியல், சமூகவியல், சுற்றுச்சூழலியல் மேதையான அவர் பல, பட்டங்களையும் பரிசுகளையும் பெற்றவர். அவருடைய பேச்சாற்றலும் எழுத்தாற்றலும் உலகெங்கினும் அவருக்குப் புகழ் தேடிக் கொடுத்தது. இந்திய அரசு அவருக்கு பத்மபூசன் பட்டம் வழங்கிப் பெருமை கொண்டது. 2011 ஆம் ஆண்டு சாகித்ய அகாடமி விருது அவருக்கு வழங்கப்பட்டது. யேல் பல்கலைக் கழகம் அவருக்கு முனைவர் பட்டம் வழங்கிச் சிறப்பித்தது.

பள்ளிப் பருவத்திலேயே இதழியலில் ஆர்வம் கொண்ட குஹா எண்ணற்ற ஆய்வுக் கட்டுரைகளை உலகறிந்த பல இதழ்களில் வெளியிட்டுள்ளார். மாதவ் காட்கில் போன்றோருடன் இணைந்தும் தனித்தும் அவர் வெளியிட்டுள்ள பல நூல்களுள் India After Gandhi, Gandhi Before India ஆகிய நூல்கள் தனிச்சிறப்பு வாய்ந்தவை.

அவர் தனது மனைவி சுஜாதா கேசவனுடனும் இரு பிள்ளைகளுடனும் பெங்களூருவில் வசித்து வருகிறார்.

பொன். சின்னத்தம்பி முருகேசன்

திண்டுக்கல் மாவட்டம், மேலக்கோட்டை எனும் அம்பாத்துறை கிராமம் பிறந்த ஊர்.

2004 இல் இவரின் முதல் மொழிபெயர்ப்பு முயற்சியாக 'இயற்பியலின் தாவோ' எனும் நூல் வெளிவந்தது. இந்நூல் திருப்பூர் தமிழ்ச் சங்கத்தின் இலக்கிய விருதையும் தமிழ்நாடு அரசின் சிறந்த மொழிபெயர்ப்பு நூலுக்கான பரிசையும் பெற்றது.

வேர்கள், என் பெயர் பட்டேல் பை, ரஸவாதி, உலகப் பேருரைகள், போர்க்கலை, முதல் விடுதலைப்போர், மார்க்கோபோலோ பயணக் குறிப்புகள், யுவான் சுவாங் இந்தியப் பயணம் (மூன்று தொகுதிகள்) போன்ற இவையெல்லாம் இவரது மொழியாக்கத்தில் வெளிவந்த நூல்கள்.

இவர் 2012 ஆம் வருடத்திற்கான நல்லி – திசை எட்டும் மொழியாக்க விருதினைப் பெற்றுள்ளார்.

இப்பதிப்பிற்கான நூன்முகம்

2012 ஆம் ஆண்டு செப்டம்பர் மாதத்தில், உலகமெங்கிலும் (குறிப்பாக அமெரிக்க ஐக்கிய நாடுகளில்) உள்ள சுற்றுச்சூழலியல் இயக்கத்தினர் ரெய்ச்சல் கார்சன் இயற்றிய வெறிச்சோடிய இளவேனில் (Silent Spring) எனும் நூல் வெளியிடப்பட்ட ஐம்பதாம் ஆண்டு விழாவைக் கொண்டாடினர். அந்நூல், ஒழுங்கமைக்கப்படாத பொருளாதார வளர்ச்சியால் மனிதனின் நலவாழ்விற்கும் ஒட்டுமொத்த இயற்கை அமைப்புமுறைக்கும் ஏற்படுத்திய அச்சுறுத்தல்களை வெளிச்சமிட்டுக் காட்டியது. அத்தகைய விளைவுகளைப் பற்றி அந்நூல் வலியுறுத்தியிருந்த விதம் ஐரோப்பிய, வடஅமெரிக்க நாடுகள் எங்கிலும் மக்கள் செல்வாக்குப் பெற்ற தலையாய இயக்கங்களைத் தோற்றுவித்தது.

2013 ஆம் ஆண்டு மார்ச்சு மாதத்தில், உலகெங்கிலும் (குறிப்பாக இந்தியாவில்) உள்ள சுற்றுச்சூழலியல் இயக்கத்தினர், மரவணிக ஒப்பந்ததாரர்கள் காடுகளில் மரங்களை வெட்டியழித்ததை எதிர்த்து இமாலயப் பகுதிவாழ் விவசாயிகள் தோற்றுவித்த சிப்கோ அந்தோலன் இயக்கத்தின் நாற்பதாம் ஆண்டு விழாவைக் கொண்டாடினர். 1970, 1980 ஆம் ஆண்டுகளில் நிலவிய காட்டுவளம், மீன்வளம், மேய்ச்சல் நிலப்பகுதிகள் ஆகியவற்றிற்கு எதிரான போக்குகளையும், பேரளவிலான அணைகள் கட்டப்படுவதால் மக்களுடைய வாழ்வாதார நிலப்பகுதிகளுக்கு விளைவிக்கப்பட்ட ஊறுகளையும், திறந்தவெளிச் சுரங்கங்களால் ஏற்படக்கூடிய சமூகவியல் மற்றும் சுற்றுச்சூழலியல் தீமைகளையும் எதிர்த்து பரந்துபட்ட நோக்கங்களைக் கொண்ட அமைப்பாக சிப்கோ செயலாற்றியது.

மேலை நாடுகளில், விலங்கினங்களுக்கும் விலங்கினங்கள் மற்றும் தாவர இனங்களின் இயற்கையான வாழ்விடங்களுக்கும்

விளைவிக்கப்பட்ட பேராபத்திலிருந்து காப்பாற்றப்பட வேண்டும் என்கிற ஆவலின் காரணமாக சுற்றுச்சூழலியல் இயக்கங்கள் வேர்பிடித்தன. ஆனால், இந்தியாவில் மனித இனத்தின் இருப்புநிலையையே காப்பாற்றிக் கொள்ள வேண்டும் என்கிற கட்டாயத்தால் அவை எழுச்சி கொண்டன. இது சமூக நீதியையும் மனிதயினத்தின் நிலைபேற்றினையும் மேம்படுத்த வேண்டிய இன்றியமையாமையைக் கருத்திற்கொண்டு உதித்த ஏழை எளிய மக்களின் சுற்றுச்சூழலியல். இயற்கை வள ஆதாரங்கள் பயன்படுத்தப்படுகின்ற தற்போதைய முறை தாயக மக்களுக்குப் பாதகங்களை விளைவித்ததுடன் ஒட்டுமொத்த இயற்கைச் சூழமைவுகளையே வேரறுக்கின்றது என சிப்கோ போன்ற இயக்கங்கள் முறையிட்டன. அவ்வாறாக, வணிகச் சுரண்டல்களுக்காகக் காடுகளை அரசே தாரைவார்த்ததைக் கண்டு விவசாயிகள் பதறினர்; தொழிற்சாலைகளுக்காகவும் பொறியியற் கல்லூரிகளுக்காகவும் தமது மேய்ச்சல் நிலங்கள் கபளீகரம் செய்யப்பட்டதைக் கண்ட கால்நடைப் பண்ணையாளர்கள் குமைந்தனர்; புனல் மின்உற்பத்தித் திட்டங்களால் தமது விளைநிலங்களும் குடியிருப்புகளும் பறிக்கப்பட்டதைக் கண்டு பழங்குடியின மக்கள் கதறினர்; மீன்பிடிப்பதொன்றையே தமது வாழ்வாதாரமாகக் கொண்டிருந்த மீனவர்கள் பூதாகரமான விசைப்படகுகளால் வெளியேற்றப்பட்டனர்.

'வெறிச்சோடிய இளவேனில்' நூலைத் தொடர்ந்து இ.எஃப். சூமெக்கர் இயற்றிய 'சிறியதே அழகு' *(Small is Beautiful)* போன்ற செல்வாக்குப் பெற்ற நூல்கள் வெளிவரத் தொடங்கின. அதே சமயத்தில், சிப்கோவைத் தொடர்ந்து சுற்றுச்சூழலின் கேட்டிற்குக் காரணமான பல்வேறு பரிமாணங்களை எதிர்த்து பிரேசிலில் சிகோ மென்டெஸ் தோற்றுவித்த இரப்பர் தோட்டத் தொழிலாளர்கள் இயக்கமும் கிழக்கு ஆப்பிரிக்கப் பகுதிகளில் வாங்கரி மத்தாயின் மரம் நடும் இயக்கங்களும் ஏழை மக்களுக்கான சுற்றுச்சூழலியல் இயக்கங்களாகப் பரிணமித்தன. அத்தகைய நூல்களும் அவற்றால் வெடித்தெழுந்த போராட்டங்களும் தற்பொழுது 'நிலைபேற்றிற்குரிய வளர்ச்சி' *(Sustainable Development)* என்றழைக்கப்படுகின்ற கருத்தாக்கத்தின் பொருளாழம் குறித்தும் பரிமாணங்கள் குறித்தும் பரவலான விவாதங்களைத் தோற்றுவித்துள்ளன.

சிப்கோ அந்தோலன்-1985 ஆம் ஆண்டு நான் மேற்கொண்ட முனைவர் பட்டத்திற்கான ஆய்வுக்குரிய பொருண்மையாக அமைந்தது. அடுத்த பதினைந்து ஆண்டுகளுக்கும் மேலாக நான் அயல்நாடுகளில் பரவலான பயணம் மேற்கொண்டேன். ஜெர்மனியிலும் அமெரிக்காவிலும் தனித்தனியே ஓராண்டிற்கும் மேற்பட்ட காலத்தைச் செலவிட்டேன். அவ்வமயம் ஐரோப்பாவின் ஏனைய நாடுகளுக்கும் ஆப்பிரிக்க, லத்தீன் அமெரிக்க நாடுகளுக்கும் பலமுறை சென்று திரும்பினேன். மேதையர், மாணவர்கள், ஆர்வலர்களுடன் நிகழ்த்திய சந்திப்புகளும், இந்தியாவிற்கு வெளியே வெளியிடப்பட்ட செறிவார்ந்த நூல்களையும் கட்டுரைகளையும் கற்பதற்குக் கிடைத்த வாய்ப்புகளும் சுற்றுச்சூழல் குறித்த கருத்தியல்களையும் இயக்கங்களையும் ஒப்பீட்டு முறையில் ஆராய்வதற்கான ஆர்வத்தினை ஆழப்படுத்தின.

'சுற்றுச்சூழலியல்: உலகம் தழுவிய வரலாறு' (Environmentalism: A Global History) எனும் இந்நூல் அத்தகைய சுற்றுப் பயணங்கள், ஆய்வுகளின் பயனாக விளைந்ததாகும். இந்நூலில், 1950, 1960 ஆகிய பதின்ஆண்டுகளை 'உயிரின வாழ்க்கைச் சூழல் ஆய்வு பற்றிய அறியாமைக் காலம்' (Age of Ecological Innocence) என்று விவரித்துள்ளேன். இரண்டாம் உலகப் போருக்குப் பின்னர், மேலை நாடுகள் தொழிலியல் மறுகட்டமைப்பில் கருத்தூன்றிச் செயல்பட்டன. அந்நிய ஆதிக்கத்தினின்று புதிதாக விடுதலை பெற்றிருந்த நாடுகளும் பொருளாதாரத்தில் முன்னேறிய நாடுகளைப் பின்பற்ற வேண்டிய கட்டாயத்திற்கு ஆளாயின. சுற்றுச்சூழல் குறித்த பொறுப்புகளையும் கடமைகளையும் பற்றி வலியுறுத்துவதற்கான வாய்ப்புகள் அமையப்பெறவில்லை. இருப்பினும், உயிரின வாழ்க்கைச் சூழல் சீரழிந்தமைக்கான சான்றுகள் கண்கூடாகத் திரட்சி பெற்று வந்தன. சிப்கோ இயக்கமும் 'வெறிச்சோடிய இளவேனில்' எனும் நூலும் அந்நிலையைப் பறைசாற்றுவதற்கான இரண்டு எளிய எடுத்துக்காட்டுகள் மட்டிலுமே.

1970, 1980 ஆம் ஆண்டுகளில், சுற்றுச்சூழல் குறித்த பிரச்சினைகள் பெருங்கவலைக்குரியனவாகப் பரவலாகக் கருதப்பட்டன. 1980 ஆம் ஆண்டு இந்திய அரசு சுற்றுச்சூழல் துறையை நிறுவியது. சில ஆண்டுகளுக்குள்

அது முழுமையானதொரு அமைச்சகமாகப் பரிணமித்தது. மாசுக்கட்டுப்பாட்டிற்காகவும் இயற்கை வனங்களைப் பேணிக் காப்பதற்காகவும் சட்டங்கள் இயற்றப்பட்டன. நீர்வளத்தையும் வனவளத்தையும் மேலாண்மை செய்வதற்கான சமுதாய அமைப்புமுறைகளை மீட்டமைப்பது குறித்த பேச்சும் கூட எழுந்தது.

கடுமையானவையும் விட்டுக் கொடுக்காதனவுமான பணிகளின் வாயிலாக இந்திய சுற்றுச்சூழலியல் இயக்கம் ஓரளவிலான பசுமையாக்குதலை அரசுக் கொள்கையாகக் கொணரப் பெற்றது. சிப்கோ அந்தோலன் போன்ற எழுச்சிமிக்க போராட்டங்களின் தாக்கத்தால் நாட்டின் வனப்பாதுகாப்புக் கொள்கைகள் உள்ளூர் மக்கள் சமுதாயங்களுக்கும் உயிரின வாழ்க்கைச் சூழல் பன்முகப்படுவதற்கும் பெரிதும் உகந்த முறையில் வகுக்கப்பட்டுள்ளன. பனாரசைச் சேர்ந்த பேராசிரியத் துறவி ஒருவரால் வழிநடத்தப்பட்ட இயக்கம் ஒன்று கங்கைநதிப் பாதுகாப்புச் செயல் திட்டத்தை அரசு வகுப்பதற்கான கட்டாயத்தை ஏற்படுத்தியது. அத்திட்டம் ஏனைய நீர்வள ஆதாரங்களையும் மீட்டமைப்பதற்கான முன்னோடியாக மாசுபட்ட புனித நீரைத் தூய்மைப்படுத்துவதை நோக்கமாகக் கொண்டுள்ளது. பெருமளவிலான புனல் மின் உற்பத்தித் திட்டங்கள் குறித்த அறிவியல், சமூகவியல் சார்ந்த திறனாய்வாளர்களுடைய அரும்பணி நீர்வள மேலாண்மைக்கான பரவலாக்கப்பட்டனவும் அழிவு விளைவிக்காதனவுமான மாற்றுமுறைகளைப் பற்றி ஆழ்ந்து சிந்திக்கத் தூண்டியுள்ளன.

அதே சமயத்தில் ஏழை, எளிய மக்களுக்கான சுற்றுச்சூழலியல் பள்ளி, கல்லூரி பாடத்திட்டங்களிலும் இடம்பெறத் தொடங்கியுள்ளது. சிப்கோ, நர்மதா நதிப் பாதுகாப்பு இயக்கங்களைப் போலவே மத்திய இந்தியாவில் லட்சக்கணக்கான மக்களை இடம்பெயரச் செய்தனவும் பெருமளவிலான வளமிக்க இயற்கை வனப்பகுதிகளை மூழ்கடித்தனவுமான பெரும் அணைகளுக்கு எதிரான போராட்டம் போன்றவற்றை நடத்திய காந்திய வழியிலான அகிம்சை இயக்கங்கள் பாடநூல்களில் இடம்பெற்றுள்ளன. சுற்றுச்சூழல் சார்ந்த சமூகவியலையும் வரலாற்றையும் பற்றிய பயிற்சி வகுப்புகளைப் பல்கலைக்கழகங்கள் நடத்தின. சுற்றுச்சூழல்

குறித்த விழிப்புணர்வு ஒருவழியாக மத்திய வர்க்கத்தினரிடையே ஊடுருவத் தொடங்கியுள்ளது.

II

'**சு**ற்றுச்சூழலியல் - உலகம் தழுவிய வரலாறு' 1990 ஆம் ஆண்டுகளில் ஆய்வு மேற்கொள்ளப்பட்டு இயற்றப்பட்டது. அப்பதின் ஆண்டுக் காலத்தில் உலக அளவில் பெர்லின் சுவர் தகர்க்கப்பட்டு பிரிந்திருந்த ஜெர்மனி இணைந்தது; இந்திய நாட்டில் புதியதும் சந்தை நட்புமுறையிலானதுமான பொருளாதார வளர்ச்சி வகைமாதிரி கைக்கொள்ளப்பட்டது. அரசின் கட்டுப்பாடுகள் தகர்க்கப்பட்டமை ஒருவாறாக வரவேற்பு பெற்றது. உரிமம் - அனுமதி - ஒதுக்கீடு முறைகள் கோலோச்சிய காலம் மறைந்து புதுமைப் படைப்புகளும் தொழில்முனைவு முயற்சிகளும் ஊக்கம் பெற்றன. 1992 ஆம் ஆண்டு ஜூலை மாதத்தில், சந்தைப் பொருளாதாரம் திறந்துவிடப்பட்டு சரியாக ஓராண்டிற்குப் பின்னர், 'சுற்றுச்சூழலியலும் புதிய பொருளாதாரக் கொள்கைகளும்' எனும் தலைப்பில் அப்போதைய நிதியமைச்சர் முனைவர். மன்மோகன்சிங் உரை நிகழ்த்தினார். சுற்றுச்சூழலைப் பாதுகாக்கும் பொருட்டு தொழிற்சாலைகள்தோறும் கைக்கொள்ளப்பட வேண்டிய உறுதிப்பாடு மிக்க தரங்களை வலியுறுத்தியும், அத்தகைய தரங்கள் நிறைவேற்றப்பட்டதற்கான உறுதி ஆவணங்களை அளிக்குமாறு தொழிற்சாலைகளைக் கட்டாயப்படுத்தியும், அத்தகைய வரம்புகள் கைக்கொள்ளப்பட்டமையைச் சரிபார்ப்பதற்கும் தொழிற்சாலைக் கட்டமைப்புகளைத் தணிக்கை மேற்கொள்வதற்கும் வலியதோர் அமைப்பு நிறுவப்படுமென்றும், ஏற்றுக் கொள்ளப்பட்ட சுற்றுச்சூழலியல் தரங்களையும் வரம்புகளையும் நிறைவேற்றாத ஆலைகளுக்குக் கடுமையான தண்டனைகள் விதிக்கப்படும் என்றும் சிங் முழங்கினார்.

சிங் தனது உரையில், அரசு அலுவலர்கள் மேற்கொண்டு வந்த தொழிற்சாலைகள் சார்ந்த ஒழுங்குமுறைகள் முடிவுகட்டப்படும் நிலையில், கிடைத்தற்கரிய நிருவாக மனிதவள ஆதாரங்களான அவர்கள் பெருமளவில் விடுவிக்கப்படுவர் என்றும், அவர்களை ஊரக வளர்ச்சி, கல்வி, மக்கள் நல்வாழ்வு, சுற்றுச்சூழல் பாதுகாப்பு போன்ற தேசியக் கட்டுமானப் பணிகளில் ஈடுபடுத்திக்

கொள்ளலாம் என்றும் குறிப்பிட்டார். 1991 ஆம் ஆண்டு ஜூலை மாதத்தில் அறிமுகப்படுத்தப்பட்ட புதிய பொருளாதாரக் கொள்கைகள் வறுமைக் குறைப்பு, நமது சுற்றுச்சூழல் பாதுகாப்பு ஆகிய இரண்டிற்கும் முடுக்கிவிடப்பட்ட செயலூக்கத்திற்கான ஆற்றல்மிக்க உந்துசக்திகளாக விளங்கும் என்று தான் மிகுந்த நம்பிக்கை கொண்டுள்ளதாகக் கூறி நிதியமைச்சர் தனது உரையை நிறைவு செய்தார்.

சிங்கினுடைய நன்னம்பிக்கை பொய்த்துப் போனது. சுற்றுச்சூழல் நிலைபேறு பொருளாதாரத் தாராளவாதத்தின் முகாமையான பலிகடா ஆக்கப்பட்டது. கடந்த இரண்டு பதின் ஆண்டுகளில் இந்தியாவின் நிலப்பகுதிகளும், வனங்களும், நதிகளும், வளிமண்டலமும் திட்டமிடப்பட்ட தாக்குதல்களுக்கு ஆளாக்கப்பட்டன. இந்தியா ஒரு நாடு, ஒரு நாகரிகத்தைக் கொண்டது என்கிற முறையில் எவ்விதமான தொலைநோக்குப் பார்வையுமின்றி புதிய தொழிற்சாலைகளும், சுரங்கங்களும், நகரங்களும் உருவாக்கப்படுவதற்கு தங்கு தடையற்ற விதத்தில் அனுமதி வழங்கப்பட்டது.

இந்தியா போன்ற நெருக்கடி மிகுந்த மக்கள்தொகை கொண்ட நாட்டைப் பொறுத்தவரை, சுற்றுச்சூழலியல் பிரச்சினைகள் உயிரின வாழ்க்கைச் சூழல் மற்றும் மனிதயின வாழ்க்கை ஆகிய இரு பரிமாணங்களைக் கொண்டவை. இயற்கையான வனங்களை அழித்து அகற்றிவிட்டு அந்நிய உயிரினங்களை உட்புக விடுவதால், மண்வளம் பாழ்படுத்தப்படுவதுடன் கிராமப்புற மக்களுக்கு எரிபொருள், கால்நடைகளுக்கான தீவனம், கைத்தொழில்களுக்கான மூலப் பொருட்கள் ஆகியவை கிடைப்பதற்கான வாய்ப்புகள் பறிக்கப்படுகின்றன. சுரங்கத் தொழிற்சாலைத் திட்டங்கள் முறையாக ஒழுங்கமைக்கப்பட்டு, உகந்த தொழில்நுட்பங்களைக் கொண்டு செயல்படுத்தப்படாவிடில், மலைப்பகுதிகள் நாசமாக்கப்படுவதுடன் ஆறுகள் மாசுபடுத்தப்பட்டு அவற்றின் போக்குகளில் வாழ்கின்ற கிராமப்புற மக்களுக்குப் பயன்படாமல் போவன. இந்நோக்கில், இந்தியாவைப் பொறுத்தவரை சுற்றுச்சூழல் கண்ணுங்கருத்துமாகப் பேணப்பட வேண்டிய தென்பது ஏதோ ஆடம்பரமான பேச்சல்ல; மனித இனத்தின், ஏன், நாட்டினுடைய உயிர்த்துடிப்பிற்கு அடிப்படையானது.

1970 ஆம் ஆண்டுகளிலும், 1980 ஆம் ஆண்டுகளிலும் இந்திய சுற்றுச்சூழலியல் இயக்கங்கள் கொண்டிருந்த முகாமையான அகப்பார்வை இதுவே. அறிவியல் ஆய்வுகளும் அரசுக் கொள்கையும் உயிர்ப்பூட்டப் பெற்றன. இருப்பினும், பொருளாதாரத் தாராளவாதப் போக்குக் கைக்கொள்ளப்பட்டதிலிருந்து, சுற்றுச்சூழல் பாதுகாப்பு அரண்கள் முழுமுனைப்புடன் தகர்க்கப்பட்டன. சுற்றுச்சூழல் மற்றும் வனப் பாதுகாப்பு அமைச்சகம் அழிவு விளைவிக்கக் கூடிய திட்டங்களுக்குத் தங்குதடையின்றி அனுமதி அளித்தது. ஏற்றுக் கொள்ளப்பட்ட சுற்றுச்சூழல் பாதுகாப்பு நடவடிக்கைகளை மேற்கொள்ளத் தவறிய தொழிற்சாலைகளுக்குத் தண்டனை விதிப்பது நடைமுறைப் படுத்தப்படவில்லை. சட்டப்படி, ஒவ்வொரு திட்டத்திற்கும் சுற்றுச்சூழலியல் தாக்கம் குறித்த அறிக்கை தயாரிக்கப்பட வேண்டும். 2011 ஆம் ஆண்டு மார்ச்சு மாதத்தில் அப்போதைய சுற்றுச்சூழல் அமைச்சர் ஜெய்ராம் ரமேஷ் ஒப்புக் கொண்டதைப் போல அந்தச் சட்டக்கூறு கேலிக்கூத்தான ஒன்று. ஏனெனில், திட்டத்தைச் செயல்படுத்துகின்ற நபரே அத்தகைய அறிக்கையையும் தயாரிக்க வேண்டிய நிலைமை!

ஒரு சமயத்தில், முகாமையான ஊடகங்கள், ஆங்கிலத்திலும் இந்திய மொழிகளிலும், சுற்றுச்சூழல் பாதுகாப்பு குறித்த விழிப்புணர்வினை மக்கள் மத்தியில் பரவலாகக் கொண்டு செல்வதற்கான உந்து சக்தியாகச் செயலாற்றின. 1970, 1980 ஆம் ஆண்டுகளில் அனில் அகர்வால், பாரத் தோக்ரா, கல்பனா சர்மா, தேரில் டிமோன்டே, உஷா ராய், சேகர் பதக், நாகேஷ் ஹெக்டே போன்ற செய்தியாளர்கள் காடுகள் அழிப்பு, உயிரினங்கள் இழப்பு, நீராதாரங்கள் பாழ்படுத்தப்படுதல், நிலைபேறுடைய எரிசக்திக் கொள்கைகள் ஆகியவை குறித்து விரிவாக எழுதி வந்தனர். ஆனால், 1990 ஆம் ஆண்டுகளில் பொருளாதார வளர்ச்சி முடுக்கம் பெற்றது. அதே சமயத்தில் சுற்றுச்சூழல் பாதுகாப்பு பின்னுக்குத் தள்ளப்பட்டது. செல்வாக்குமிக்க எழுத்தாளர்கள் நர்மதா இயக்கத் தலைவர் மேதா பட்கர் போன்றோரை இழிவுபடுத்தி எழுதத் தொடங்கினர். இந்தியாவை பின்தங்கிய நிலையில் வைத்திருக்க விரும்புகின்ற பழமைவாத இடதுசாரி என்று அவரை அவர்கள் குற்றம் சுமத்தினர். உலக வல்லரசுகளுடன் இந்தியா இணைவதை விரும்பாத உலகத்துடன்

ஒட்ட ஒழுக அறியாதவர்கள் என்றும் நலக்கேடர்கள் என்றும் சுற்றுச்சூழலியலாளர்கள் படம்பிடித்துக் காட்டப்பட்டனர். ஏராளமான இதழ்கள் தம்முடைய சுற்றுச்சூழலியல் தொடர்பாளர்களை பணிநீக்கம் செய்தன அல்லது அவர்களை பங்கு வணிகச் சந்தை குறித்த செய்திகளைத் திரட்டுவதற்கு அனுப்பி வைத்தன.

இந்தியர்களாகிய நாம் உயிரின வாழ்க்கைச் சூழலியல் கவனமற்ற அகந்தைக் காலம் என்று சொல்லத்தக்க காலத்தின் மத்தியில் வாழ்கிறோம். அரிய விலக்குகளைத் தவிர அரசியல்வாதிகள் அனைவருமே சுற்றுச்சூழலியல் அக்கறைகளுக்கு கடுமையான எதிர்ப்பாளர்களாக உள்ளனர். காரணம், ஒருபுறம் அவர்கள் ஐந்தாண்டுகளுக்கொருமுறை சந்திக்கக்கூடிய தேர்தல்களைப் பற்றி மட்டுமே சிந்திப்பவர்களாக இருக்கின்றனர். மறுபுறம் சுரங்கத் தொழில், எரிசக்தி உற்பத்தித் தொழில் அதிபர்களுக்கு கடப்பாடுடையவர்களாகச் செயல்படுகின்றனர். வள ஆதாரங்களை ஒட்டச் சுரண்டக் கூடிய அத்தகைய தொழில்கள் இந்தியாவில் இன்றைக்கு பெருத்த ஆதாயங்களில் கொழிக்கின்றன; அதே சமயத்தில் நீராதார, மண்வளப் பகுதிகளுக்கும் வன வளங்களுக்கும் நீண்ட காலப் பாதிப்புகளையும் பெருமளவில் ஏற்படுத்துகின்றன.

சுற்றுச்சூழலியலாளர்கள் தற்போது தாக்கப்பட்டு வருகின்றனர். ஏனெனில், அரசின் கட்டுப்பாடுகள் அனைத்தும் தகர்க்கப்பட்டுவிட்ட நிலையில் அவர்கள் மட்டிலுமே அழுத்தமான கேள்விகளை எழுப்பி வருகின்றனர். புதியதொரு ஆலைக்கு ஆதாரமான நீர் அல்லது நிலம் எங்கிருந்து பெறப்படக் கூடும்? புதியதொரு சுரங்கம் உருவாக்கப்படும்போது காற்றின் தன்மைக்கும் வனங்களின் நிலைமைக்கும் மனித வாழ்க்கைக்கும் ஏற்படக்கூடிய விளைவுகள் யாவை? பெருமளவிலான புனல் மின் உற்பத்தி ஆலைகளை நிறுவுவதற்கு புவியியல் முறைப்படி உறுதியற்ற இமாலய மலை உச்சிகள் தகுந்தனவா? சுற்றுச்சூழலியல் தாக்கம் குறித்த அறிக்கையினை தொழில் நிறுவனங்களே தயாரிக்கின்ற முறை மக்களாட்சியில் பொறுத்துக் கொள்ளக்கூடிய ஒன்றா? தாராளவாத அடிப்படையிலான வளர்ச்சி மட்டிலுமே நகர்ப்புறத்திற்கும் நாட்டுப்புறத்திற்கும்

இடையிலான சமமின்மையை மேலும் கடுமையாக்கப் போகிறதா?

சீனாவைப் போலவே இந்தியாவும் மேற்கத்திய நாடுகளைக் கண்மூடித்தனமாகப் பின்பற்றி பெருவாரியான துய்ப்போர் சமுதாயத்தை உருவாக்குவதற்கு முற்படுகிறது. அத்தகைய சமுதாய மக்கள் அனைவரும் தமக்கு உரிமைப்பட்ட மகிழ்வுந்துகளில் பயணிக்கலாம்; தமக்கு உரிமைப்பட்ட சீர்வளி அமைக்கப்பட்ட மாளிகைகளில் குடியிருக்கலாம்; படாடோபமான உணவகங்களில் உண்ணலாம்; ஒவ்வொரு வார விடுப்பு நாட்களிலும் குடும்பத்தோடு இன்புலா செல்லலாம். இந்நூலில் மகாத்மா காந்தி சுட்டிக்காட்டிய அச்சுறுத்தல்களைக் குறிப்பிட்டுள்ளேன். "பிரித்தானிய, அமெரிக்க தொழிலாக்க முன்மாதிரிகளை இந்தியா கைக்கொள்ளுமானால் வெட்டுக்கிளிகள் மேய்ந்த விளைநிலமாக உலகமே சீரழிக்கப்பட்டுவிடும். மேற்கத்திய நாடுகள் ஐரோப்பாவிற்கு வெளியில் வாழ்ந்த மனித இனங்கள் அனைத்தையும் தம்முடைய சுரண்டல் நோக்கங்களுக்காக ஏற்கனவே கூறுபோட்டு விட்டனர். புதிதாகக் கண்டறிவதற்கென்று நாடு எதுவும் இல்லை" என்று கூறிய காந்தி குறிப்பாக ஒரு கேள்வியை எழுப்பினார்: "மேற்கத்திய நாடுகளை கண்மூடித்தனமாக இந்தியா பின்பற்றுமேயானால் அதனுடைய எதிர்காலம் என்னவாகும்?"

காந்தி வறுமையைப் பெருமைப்படுத்தவில்லை; இந்திய மக்களுக்கு கண்ணியம் வாய்ந்த கல்வியும், மதிப்பளிக்கத்தக்க வேலைவாய்ப்பும், பாதுகாப்பான உறைவிடமும், பற்றாக் குறையினின்றும் நோயினின்றும் விடுதலையும் தேவை என்பதை அறிந்திருந்தார். அதைப்போலவே, சிப்கோ இயக்கத்தின் நிறுவனரான சாண்டி பிரசாத் பட் போன்ற இந்தியாவின் மிகச்சிறந்த சுற்றுச்சூழலியலாளர்கள் உலகியல் மெய்மைகளை நன்கறிந்த தெளிந்த மதி படைத்தவர்களாகத் திகழ்கின்றனர். அவர்கள் கடந்த காலத்திற்குத் திரும்ப வேண்டுமெனக் கூறவில்லை. எதிர்காலத்தின் தேவைகளுக்கு அழிவு தேடிக் கொள்ளாமல் நிகழ்காலக் கோரல்களை எதிர்கொள்ளும் விதத்திலான சமுதாயத்தையும் பொருளாதாரத்தையும் பேணிக் காக்க வேண்டும் என்கின்றனர்.

இந்தியாவும் சீனாவும் தம்முடைய பொருளாதார நிலைமைகள் வளர, வளர இவ்வுலகினை வெட்டுக்கிளிகள் மேய்ந்த விளைநிலத்தைப் போல பாழ்படுத்திவிடக் கூடுமா? இத்தகைய நாடுகளும் அவர்தம் மக்களும் இன்றைக்கு எதிர்கொள்ளக் கூடிய கேள்வி, மிக அரிதாக எழுப்பப்பட்டால் கூட, இதுதான்!

இந்தியாவிலும் சீனாவிலும் பொருளாதார எழுச்சியின் விளைவாக மூன்று வகையான சுற்றுச்சூழலியல் சவால்கள் எதிர்நிற்கின்றன. முதலாவதாக, உலக அளவில், ஆலைக்கழிவுகள் வெளியேற்றும் வாயுக்களால் விரைவாகவும் மீட்கவொண்ணா விதத்திலும் ஏற்பட்டுள்ள பருவநிலை மாற்றத்தின் அச்சுறுத்தல். தொழில்வயப்படுத்துவதில் முன்னோடிகளான மேற்கத்திய நாடுகள் தாம் தோற்றநிலைக் குற்றவாளிகள் என்றபோதிலும், ஆசியாவின் இருபெரும் நாடுகளும் தாம் இழந்த காலத்தை ஈடுசெய்யும் விதத்தில் முனைந்துள்ளனர். இரண்டாவதாக, புவிக்கோளப் பகுதி அல்லது கண்டம் என்கிற அளவில் எடுத்துக்கொண்டால், இந்திய, சீன நாடுகளின் எழுச்சி அவர்தம் தேசிய எல்லைகளுக்கு அப்பாலும் சுற்றுச்சூழலியல் தாக்கங்களை ஏற்படுத்துகின்றன. மேற்கத்திய நாடுகள் சிறிது காலம் தமது அருவருக்கத்தக்க தொழில்களை தெற்கு நோக்கி மாற்றியமைக்கும் பணிகளில் ஈடுபட்டன. அதற்கான செலவினங்களை எளியனவும் வலிமையற்றனவுமான நாடுகள் மீது திணித்தன. அதே விதத்தில் இந்திய, சீன ஏற்றுமதிகளை ஏனைய நாடுகளிலுள்ள நுகர்வோர் மென்மேலும் கூடுதலாகச் சுமப்பர்.

அத்தகைய நாடுகள் தமக்குத் தாமே விளைவித்துக் கொள்ளக் கூடிய சுற்றுச்சூழலியல் பாதிப்புகள் மூன்றாவது சவால். உலகிலேயே சீன நகரங்களில்தான் காற்றின் மாசு வீதம் உச்சநிலையை அடைந்துள்ளது. கங்கை, யமுனை போன்ற நதிகள் பயனிழந்து போயின. அண்மைக் காலங்களில், இந்தியாவும் சீனாவும் நிலத்தடி நீர் வளம் பெருவாரியாகக் குன்றிப்போனதையும், உயிரினப் பல்வகைமை இழப்பையும் வனங்கள் அழிக்கப்பட்டதையும், மீன்வளம் குறைந்து போனதையும் கண்கூடாகக் கண்டன.

இந்தியாவில் சுற்றுச்சூழல் நெருக்கடிக்கான இரண்டு தீர்வுகள் இருப்பில் உள்ளன. ஒன்று, உரிய காலத்தில் மிகுந்த செல்வ வளத்துடன் தூய்மைப்படுத்திக் கொள்வதற்கான நிதியைப் பெற்றிருப்போம் என்கிற நம்பிக்கை அல்லது அவ்வாறு நிகழ வேண்டும் என்கிற தொழுகை. மற்றொன்று, உயிரின வாழ்க்கைச் சூழல் சீரழிந்து போனமை நவீனத்துவத்தினுடைய மிகப்பெரிய தோல்வி என்பதைக் கண்டறிந்து கொள்கின்ற தெளிவு. முதலாவது தீர்வு நுகரும் வர்க்கங்களுடைய குணாம்சத்தைச் சார்ந்தது. இரண்டாவது, சாகுபடி நிலம் குறித்த புத்தார்வக் கற்பனையாளர்களைச் சார்ந்தது. இந்தியர்கள் அனைவரும் கிராமப்புறங்களிலேயே வாழ வேண்டும் என்றும் உண்மையில், பெரும்பாலான இந்தியர்கள் தத்தமது கிராமங்களில் வாழ்வதில் மகிழ்ச்சி கொள்கின்றனர் என்றும் அவர்கள் நம்புகின்றனர்.

இரண்டு தீர்வுகளுமே பெரிதும் தவறான சிந்தனையில் உதித்தவை. கிராமப்புற புத்தார்வ கற்பனையாளர்களுக்கு மாறாக, நாட்டுப்புறத்தார் மத்தியிலான வாழ்க்கை அருவருப்பானது, நாகரிகமற்றது, பற்றாக்குறை மிக்கது என்கிற சிந்தனையும் உண்டு. கல்லாலான கட்டிடங்களுக்குப் பதிலாக மண்குடிசைகளையும், தூய்மையான குழாய் நீருக்குப் பதிலாக கிணற்று நீரையும், நிலையான பேரொளி வீசுகின்ற குழல் விளக்குகளுக்குப் பதிலாக மண்ணெண்ணெய் விளக்குகளையும், ஈருளை மோட்டார் வண்டிகளுக்குப் பதிலாக மிதிவண்டிகளையும் பெரும்பாலான கிராம மக்கள் மகிழ்ச்சியுடன் பரிமாறிக் கொள்ளக் கூடும்.

பெரும்பாலான இந்திய மக்களுடைய வாழ்க்கைத்தரம் மேம்பாடடைய இயலும்; மேம்பாடடைய வேண்டும். அதே சமயத்தில் வளங் கொழிக்கும் இந்தியர்கள் பெரும்பாலானோருடைய வாழ்க்கைத்தரம் மட்டுப்படுத்தப்பட வேண்டும். இம்மண்ணில் ஏழை எளியோர் முன்வைக்கக் கூடிய கோரல்கள் அவர்களால் விலக்கப்படக்கூடிய இனங்களுடன் ஒப்பீடு காண முடியாத அளவிற்குத் தாழ்வாக உள்ளது. அதே சமயத்தில் மகிழ்வுந்துகளுடனும் கடன் அட்டைகளுடனும் உலவுவோருடைய கோரல்கள் மிதமிஞ்சிய வகையில் உயர்ந்துள்ளன. இந்திய மக்களுடைய படித்தரங்களில் அடிமட்டத்திலுள்ளோருக்கு வாழ்க்கைக்கான ஆதாரங்களைப் பெறுவதற்கான வாய்ப்பினை மேம்பாடடையச் செய்வதற்கும்

உயர் மட்டங்களில் உள்ளோருடைய மிதமிஞ்சிய கோரல்களைக் கட்டுப்படுத்துவதற்குமான வழிவகைகளைக் காணும் வகையில் அறிவுப்பூர்வமானதும், தொலைநோக்குடையதும், நிலைபேறுடையதுமான வளர்ச்சி யுக்திகளை வகுக்க வேண்டியுள்ளது.

1980, 1990 ஆம் ஆண்டுகளில், சுற்றுச்சூழலியல் இயக்கங்களின் மிகச் சிறந்த சிந்தனையாளர்கள் அறிவியலுடன் நிலைபேற்றுத் தன்மையை இணைப்பதை இலக்காகக் கொண்டிருந்தனர். சுற்றுச்சூழல் பாதிப்புகளை விளைவிக்காத வகைகளில் பொருளாதார உற்பத்தித்திறனை மேம்படுத்துவதற்கு ஏற்ற வனவள, எரிசக்திவள, நீர்வள மற்றும் போக்குவரத்து வசதிக் கொள்கைகளை வகுத்து செயல்படுத்துவதற்குப் பாடுபட்டனர். மேற்கத்திய நாடுகளுக்கு உள்ளதைப் போல ஏனைய நாடுகளைக் கொள்ளையடித்து தமது தொழில் வளங்களைப் பெருக்கிக் கொள்வதற்கான குடியேற்ற நாடுகள் இந்தியாவிற்கு இல்லை என்கிற அறிவுத் தெளிவுடன் அவர்கள் செயல்பட்டனர்.

நமது சுற்றுச்சூழல் அறிஞர்களுடைய வரும்முன் காக்கிற தொலைநோக்குப் பார்வை கொண்ட முயற்சிகளை அறிவுத்திறனும் அக்கறையும் கொண்ட அரசியல் தலைவர்கள் மேலும் கூர்மைப்படுத்தியிருக்க வேண்டும். அதற்கு மாறாக, அறிவுப்பூர்வமானதும், மெய்ம்மைகளை அடிப்படையாகக் கொண்டதுமான அறிவியல் ஆய்வு இன்றைக்கு மிகுந்த வெறுப்புடன் அரசியல் வர்க்கத்தினரால் புறக்கணிக்கப்படுகிறது. கருத்துத் தெரிவிப்பதில் இந்தியாவின் தலைசிறந்த இதழான Economic and Political Weekly இந்திய சுற்றுச்சூழல் அமைச்சகம் பெருந்தொழில் நிறுவனங்களுடைய நலன்களை முழுமையாக ஆதரிக்கின்ற போக்கினைக் கைக்கொண்டுள்ளது என்று குறிப்பிட்டுள்ளது. மாநிலங்களில் நிலைமை அதனினும் மோசமாக உள்ளது.

இன்றைக்கு இந்தியா சுற்றுச்சூழலியலைப் பொறுத்தவரை குப்பைத் தொட்டியாகிப் போனது. வளிமண்டலமெங்கணும் மாசு, பயனிழந்த நதிகள், தாழ்ந்துகொண்டே போகின்ற நிலத்தடி நீர்மட்டம், நாளுக்கு நாள் பெருகிக் கொண்டிருக்கின்ற சீரமைக்கப்படாத கழிவுகள், காணாமற்போன காடுகள் என

சுற்றுச்சூழல் பெருமளவில் பாதிக்கப்பட்டுள்ளது. அதே சமயத்தில், கவனக்குறைவுடன் செயல்படுத்தப்படுகின்ற அழிவுமிக்க திட்டங்களால் பழங்குடியினரும் விவசாய மக்களும் தமது நிலங்களிலிருந்து தொடர்ந்து வெளியேற்றப்படுகின்றனர்.

குறுகிய கண்ணோட்டம் கொண்ட தேர்தல் அரசியல் போக்கும், மக்கள் நலக் கொள்கைகள் மீது வள ஆதாரங்களை ஒட்டச் சுரண்டுகின்ற தொழிற்சாலைகள் செலுத்திவரும் செல்வாக்கும், ஊடகங்களுடைய வெறுப்புணர்வும் அனைத்தும் ஒன்றிணைந்து சுற்றுச்சூழலியல் பிரச்சினைகள்பால் கொள்ள வேண்டிய கவனத்தைக் குறைத்து வருகின்றன. இருந்த போதிலும், இத்தகைய உயிரின வாழ்க்கைச் சூழலியல் கவனமற்ற அகந்தைக் காலம் கடந்துபோகும் என்கிற நம்பிக்கை எனக்கு நிறைய உண்டு. புதிய தலைமுறை அறிஞர்களும் ஆர்வலர்களும் 'நிலைபேறுடைமை' என்கிற சொல்லின் முழுமையான பொருளில் செயல்படுத்தக்கூடிய பொருளாதார, சமுதாயக் கட்டமைப்பினை உருவாக்குவதற்குப் பாடுபடுவர். இந்நூல், உலகெங்கணுமிருந்து திரட்டப்பட்டுள்ள எடுத்துக்காட்டுகளாலும், பின்பற்றத்தக்க முன்மாதிரிகளாலும் அவர்களுக்கு உரமூட்டும் அல்லது ஏதேனும் ஒரு விதத்தில் ஆதரவாக அமையும்!

ஆசிரியரின் நூன்முகம்

இந்நூலின் வேர்கள், 1980 ஆம் ஆண்டுகளின் மத்தியில் யேல் பல்கலைக்கழகத்தில் யான் பணியாற்றிக் கழித்த பெருமையும் குதூகலமும் மிக்க ஈராண்டுகளை நோக்கிப் படர்கின்றன. இந்தியாவில் நான் மேற்கொண்ட பணிகளின் அடிப்படையில், சுற்றுச்சூழல் என்பது முகாமையாக சமூக நீதிக்கானதொரு பிரச்சினையாக உளங்கொண்டேன். வல்லமைமிக்கோரைப் போலவே ஏழை, எளியோரும் இயற்கையின் பலன்களின் மீது உரிமை கொண்டாட அனுமதிக்கப்பட வேண்டும். ஆனால், அமெரிக்காவில் ஆசிரியப் பணியாற்றி வாழ்ந்து கொண்டிருந்த நான், முற்றிலும் மாறுபட்ட சுற்றுச்சூழலியலை நேருக்கு நேர் எதிர் கொள்ள வேண்டியவனானேன். அது மனித இனத்தின் உரிமையிலிருந்து, விலங்குகள், தாவரங்கள், காடுவாழ் உயிரினங்களின் உரிமைகளை நோக்கிக் கவனத்தைத் திசை திருப்பியது. அந்நாளிலிருந்தே உலகளாவிய சுற்றுச்சூழலியல் இயக்கங்களுக்குள் நிலவிய பல்வகைமையின்பால் ஈர்க்கப்பட்டேன். இந்நூல், அத்தகைய பல்வகைமையினை உருவாக்குவதிலும் வடிவமைப்பதிலும் வெவ்வேறு வகைப்பட்ட பண்பாட்டியல் மற்றும் தேசிய மரபுகள் ஆற்றுகின்ற பங்குபணியினைத் துருவி ஆராய்கிறது.

1987 ஆம் ஆண்டு அமெரிக்காவிலிருந்து இந்தியா திரும்பினேன். ஆயினும், அமெரிக்க சுற்றுச்சூழலியலின்பால் எனது அணுக்கத்தைப் புதுப்பித்துக் கொள்வதற்கும் எனது புரிதலை மேலும் ஆழப்படுத்திக் கொள்வதற்கும் பலமுறை சென்று திரும்பினேன். அண்மையில், 1994-1995 ஆம் கல்வி ஆண்டினை நான் ஜெர்மனியில் கழித்தேன். அந்நாடு, ஐரோப்பிய நாடுகளுள் சுற்றுச்சூழலியல் பிரச்சினைகளுக்குத் தீர்வு காண்பதில் தலையாயது என்பதில் ஐயமில்லை. ஜெர்மானியப் பசுமை

என்கிற இயக்கத்தின் தாயகம். அத்தகையதோர் எதிர்ப்பு இயக்கம் அரசியல் கட்சியாகப் பரிணமித்தது. *1994* ஆம் ஆண்டு லத்தீன் அமெரிக்காவிற்கும், *1996* ஆம் ஆண்டு ருஷ்யாவிற்கும், *1997* ஆம் ஆண்டு தென்னாப்பிரிக்காவிற்கும் மேற்கொண்ட குறுகிய காலப் பயணங்கள் அப்பகுதிகளில் நிலவிய சுற்றுச்சூழலியல் பிரச்சினைகளையும், அவற்றைத் தீர்ப்பதற்கான சாத்தியக் கூறுகளையும் பற்றிய அகப்பார்வையை நல்கின.

குறுங்காலத்தனவும் நெடுங்காலத்தனவுமான அத்தகைய பயணங்கள் அறிவுத்தளச் சூறையாடல்களைப் போன்றவை. விருந்தோம்பல் பண்பு கொண்ட பல்கலைக்கழகங்களும் ஈடுபாட்டுணர்வுமிக்க அறக்கட்டளைகளும் துணைநின்றன. அவை உலக நாடுகளிடையே நிலவிய அறிந்தேற்கப்படாத மேதைமைக் கட்டுப்பாடுகளில் ஒன்றை எதிர்கொள்வதற்கு உதவின. ஏனெனில், இவ்வுலகம் கட்டமைக்கப்பட்டுள்ள விதத்தின்படி, பிரேசில் நாட்டுக்காரர்கள் பிரேசிலைப் பற்றி எழுதலாம், நைஜீரியர்கள் நைஜீரியாவைப் பற்றி எழுதலாம், வங்காளதேசத்தைப் பற்றி வங்காளதேச அறிஞர்கள் எழுதலாம். ஆனால், முரண்பாடுகளையும் ஒப்புமைகளையும் பற்றிய நூல்கள், ஒரு குறிப்பிட்ட நாட்டுக்குள் எல்லைகட்டிக் கொள்ளாமல் உலக மொத்தத்தையும் ஆய்வுத்தளமாகக் கொண்ட நூல்கள் ஐரோப்பாவிலும் அமெரிக்க ஐக்கிய நாடுகளிலும் உள்ள மிகப் பெரிய, வளமிக்க பல்கலைக்கழகங்களின் வசதிபடைத்த கோட்டைகளிலிருந்து மட்டுமே எழுதப்பட வேண்டும். இத்தகைய தப்பெண்ணம் பண்பாட்டியல் சார்புடையதோ இனவாதச் சார்புடையதோ அல்ல; ஆனால், முற்றிலும் புவிஅமைப்பியல் சார்ந்தது. சுற்றுச்சூழலியல், பெண்ணியம், தாராளவாதம், மதத்தீவிரவாதம் என எத்தலைப்பினதானாலும் உலகந் தழுவிய வரலாறுகள் அனைத்தும் பொதுவாக, புவிக்கோளத்தின் வடபகுதியில் ஆசிரியப் பணியாற்றுவோரின் கைவண்ணமாகவே திகழ்கின்றன. உலகந் தழுவிய வரலாறு குறித்து எழுதுவதென்பது கொலம்பியாவிலுள்ள பொகோதா நகரில் வாழுகின்ற பிரித்தானிய வழித்தோன்றலான மேதை ஒருவருக்கு ஆகக் கடினமானது; அதே சமயத்தில் இந்தியானாபோலிஷ் நகரில் வசிக்கின்ற இந்திய மேதை ஒருவருக்கு மிகவும் எளிதானது.

ஆகவே, எனது நன்றியுணர்வினை முதன்முதலாக யேல் பல்கலைக்கழகத்தில் உள்ள வனவியல் மற்றும் சுற்றுச்சூழலியல் ஆய்விற்கான கல்லூரிக்கு உரித்தாக்கிக் கொள்கிறேன். யேல் பல்கலையில் என்னுடன் பணியாற்றிய இரு பேராசிரியர்களான பில் பர்ச், ஜோ மில்லர், இரு மாணவர்கள் மைக் பெல், ஜோயெல் செடான் ஆகியோர், அதுவரை என்னை முழுமையாக ஆட்கொண்டிருந்த தாயக வரலாறு மற்றும் அரசியலுக்கு அப்பாலும் எனது ஆய்வுமுயற்சிகள் விரிவடைவதற்கு ஊக்கமளித்தனர். சாந்தா பார்பராவிலுள்ள கலிஃபோர்னியா பல்கலைக்கழகம் காலமுறைப்படி அடுத்து இடம்பெறுகிறது. 1989 ஆம் ஆண்டு, ஸ்டீவன் மேன்லே ஒன்பதாம் ஆண்டு நினைவு உரை நிகழ்த்துவதற்கு அப்பல்கலை எனக்கு அழைப்பு விடுத்தது. சுற்றுச்சூழலியல் பிரச்சினைகளின் ஒப்பியல் பான்மைகளைப் பற்றி ஆழமான ஆய்வுகள் மேற்கொள்வதற்கு அந்த வாய்ப்புப் பெரிதும் உதவியது. அவ்வுரையின்போது முன்வைக்கப்பட்ட கருத்துகள் பெர்லின், விஸ்ஸென்ஸ்ஸாஃப்ட்ஸ்கோலெக்கில் நான் கழித்த ஓராண்டு காலத்திற்கான உறுதிவாய்ந்த செயலறிவுத் தளமாக அமைந்தது. அங்கிருந்த நூலகத்தின் அளப்பரிய திறம்படைத்த பணியாளர்கள் கிடைத்தற்கரியனவும் பரவலாக அறியப்படாதனவுமான நூல்களைப் பெருவாரியாக எனக்குத் தேடி எடுத்துக் கொடுத்தனர். பெர்கெலேயிலுள்ள கலிபோர்னியா பல்கலைக்கழகம், நியூயார்க்கிலுள்ள ஹேரி, ஃபிராங்க் கக்கென்ஹெம் அறக்கட்டளை, நியூயார்க்கிலுள்ள சமூக அறிவியல் ஆய்வுக் குழுமம், புதுதில்லியிலுள்ள நேரு நினைவு அருங்காட்சியகம் மற்றும் நூலகம் ஆகியவை எனது ஆய்வுக்குரிய தரவுகளைத் தேடுவதில் எனக்கு உதவிய ஏனைய நிறுவனங்கள். அவர்கள் அனைவருக்கும் எனது நன்றியைத் தெரிவித்துக் கொள்கிறேன்.

இந்நூலில் அடங்கியுள்ள மையக்கருத்துகளும் விவாதங்களும் உலகெங்கணுமுள்ள நாடுகளில் மேற்கொள்ளப்பட்ட எண்ணற்ற கருத்துப் பரிமாற்றங்கள் வாயிலாக உருப்பெற்றுள்ளன. சுற்றுச்சூழலியலின் பல்வகைமைப் பண்பாட்டியல் பான்மைகளைச் செழுமைப்படுத்திய, ஈகுவடாரையும் கியூபாவையும் தன்னியல்பான உறைவிடமாகக் கொண்ட ஸ்பானியரான ஜுவான் மார்டினஸ் ஆலியர், லிட்டில் இங்கிலாந்தியருடன் மிக எளிதாகக் கலந்துறவாடுகின்ற

ரோடிலாந்தியரான மைக் பெல், குஜராத்தியரான மகாத்மா காந்தியின் கொள்கைகளில் ஆழ்ந்த அகப்பார்வையை வளர்த்துக் கொண்ட பகுத்தறிவாளரான பவேரிய நாட்டு வோல்ஃபாங் சாஷ் ஆகிய மூன்று மேதையருடைய பேரார்வம் எனக்கு அளவிடற்கரிய படிப்பினையை நல்கியுள்ளது. கடுமையாகவோ மென்மையாகவோ, ஆனால் எப்போதும் பயனுள்ளவையாக நான் விவாதங்களை மேற்கொண்ட ஐரோப்பிய, அமெரிக்க நண்பர்கள் மேலும் பலர் உள்ளனர். இன்னும் சிலர் எனக்குப் பயனுள்ள வகையில் குறுந்தகவல்களையும் ஆதாரங்களையும் நல்கினர். வில்லியம் பெய்னார்ட், டேவிட் புரோகன்ஷா, ஜே. பீட்டர் புரோசியஸ், லூயிஸ்.போர்ட்மேன், ஆன்ட்ரூ ஹரெல், ஆனே காலந்த், மார்கிட் மேயர், ஆனே நேஸ், பால் ரிச்சர்ட்ஸ், டேவிட் ரோதென்பெர்க், கேதெரின் ஸ்னைடர், கரோல் வாரென், டொனால்ட் வொர்ஸ்டர் ஆகியோருக்கும் இங்கே நன்றி தெரிவித்துக் கொள்கிறேன். மீண்டும் யேல் பல்கலையைச் சேர்ந்த கே. சிவராமகிருஷ்ணனுக்கு குறிப்பாக நன்றிக்கடன் பட்டுள்ளேன். அவர் இந்தியாவில் எனக்குக் கிடைத்தற்கரிய நூல்களையும் கட்டுரைகளையும் வளங்குன்றாமல் வாரிவழங்கினார்.

இந்திய சுற்றுச்சூழலியல் இயக்கங்களைச் சேர்ந்த மாணவர்களுக்கும் மேதைகளுக்கும், உடன் பணியாற்றிய நட்புக் குழுமத்திற்கும் பெரிதும் நன்றிக்கடன் பட்டுள்ளேன். அஞ்சான் கோஷ், மாதவ் காட்கில், சிவ் விஸ்வனாதன் ஆகியோருடன் பல்லாண்டுகள் நிகழ்த்திய கலந்துரையாடல்கள் உலகத்தின் உணர்ச்சியற்ற ஒளியில் இந்தியாவையும் இந்தியாவின் இதமான சுடரொளியில் உலகினையும் தெள்ளத் தெளிவாகக் காண்பதற்குப் பெரிதும் உதவின. அமிதா பவிஸ்கர், ஆசிஷ் கோதாரி, மகேஷ் ரங்கராஜன், நந்தினி சுந்தர் போன்ற இளம் சகாக்களின் கவிதைகளும் புத்தார்வமும் எனக்கு சவாலாகவும் உந்துசக்தியாகவும் விளங்கின. புகழ்பெற்ற மூத்த அறிஞரான ஆன்ட்ரே பெதெய்ல், அனுபவமிக்க சுற்றுச்சூழலியல் நிர்வாகியான கேசவ் தேசிராசு இந்நூலின் முந்தைய வரைவினை படித்து, பயனுள்ள வகையில் ஆய்வுரைகளை நல்கினர். மூலப்படியின் மீது மதிப்பிடற்கரிய ஆய்வுரைகளை நல்கிய கீழ்க்கண்ட திறனாய்வாளர்களுக்கு நான் கடப்பாடுடையேன்: சொனாமா அரசுப் பல்கலைக்கழகத்தைச்

சேர்ந்த ரண்டால் தோஷென், புனித ஓலாஃப் கல்லூரியின் ராபெர்ட் என்டென்மான், சிப்பென்பெர்க் பல்கலையைச் சேர்ந்த வெரா ரோபென், தென் ஜார்ஜியா பல்கலைக்கழகத்தின் கேதி ஸ்கிட்மோர், சாம் ஹேஸ்டன் அரசுப் பல்கலையைச் சேர்ந்த ஸ்ட்ரேசி ஸ்டீல். நியூயார்க், அடிசன் வெஸ்லி லாங்மேன் பதிப்பகத்தின் பாம் கோர்டன், புது தில்லி, ஆக்ஸ்ஃபோர்டு யுனிவெர்சிட்டி பிரெஸ் ருக்குன் அத்வானி ஆகிய எனது பதிப்பாசிரியர்களுக்கு நன்றி தெரிவித்துக்கொள்ள விழைகிறேன்.

ஆனால், உறுதியாக, இக்கட்டுரைத் தொடரின் பதிப்பாசிரியர் தான் இந்நூல் வெளியிடப்படுவதற்குக் காரணமாகத் திகழ்ந்தார்; பேசப்பட்டவை, கேட்கப்பட்டவை அனைத்தையும் பெரிதும் நம்பத்தக்க அச்சக ஊடகத்தை நோக்கிச் செல்லமாக இடித்துத் திருப்பினார். மைக்கேல் அதாஸ் உலகம் தழுவிய சுற்றுச்சூழல் குறித்து எழுதுமாறு எனக்கு அழைப்புவிடுத்தார். ஒன்றன் பின் ஒன்றாக எனக்கு வகுக்கப்பட்ட கால வரம்புகளை நான் தவறவிட்ட போதிலும் நம்பிக்கையுடன் காத்திருந்தார். அதன் பின்னர், நூலின் மூலப்படி பகுதிகளாகச் சென்றடைந்தபோது, மிகத்திறமையுடன் ஆய்ந்தளிக்கப்பட்ட ஆய்வுரைகளுடன் திருப்பி அனுப்பினார். அவருடைய அரும்பணிகளுக்காக நன்றி தெரிவித்துக் கொள்வதில் பெரும்மகிழ்வடைகிறேன்; யேல் பல்கலையில் அவரை முதன்முறையாகச் சந்தித்த மகிழ்ச்சியான நாட்களை எண்ணிப் பேருவுவகை கொள்கிறேன்.

பொருளடக்கம்

பகுதி 1
சுற்றுச்சூழலியல் - முதல் அலை 27

1. பசுமையாக்கல் 29
2. விளைநிலங்களை மீட்போம்! 45
3. ஆய்வறிவு சார்ந்த நிலைபெயராமைக் கோட்பாடு 74
4. இயற்கையோடு இயைபு காணும்
   கோட்பாட்டின் வளர்ச்சி 108

பகுதி 2
சுற்றுச்சூழலியல் - இரண்டாம் அலை 137

- உயிரின வாழ்க்கைச் சூழலியல் 139

5. செல்வவளம் மிக்கோரின்
   உயிரின வாழ்க்கைச் சூழலியல் 149
6. தெற்கத்திய நாடுகளின் சவால் 206
7. சோசலிசமும் சுற்றுச்சூழலியலும்
   அல்லது அதன் பின்னடைவும் 250
8. உலகம் ஒன்றா? இரண்டா? 274

பகுதி 1

சுற்றுச்சூழலியல்

முதல் அலை

1
பசுமையாக்கல்

1960 ஆம் ஆண்டுகளில் சுற்றுச்சூழலியல் இயக்கம் தோன்றியது. அது தனது போக்கில் தேக்கத்தைக் கண்டது. அப்பதின் ஆண்டுகளில் உருவெடுத்த ஏனைய எதிர்ப்பு வெளிப்பாடுகளான போரொழிப்பு, மாற்றுப் பண்பாடு, குடிமையியல் உரிமைகள் போன்ற இயக்கங்கள் ஒன்றால் காணாமற் போயின, ஒன்றால் திசைமாறின; ஆனால், பசுமை அலை தணிவதற்கான அறிகுறியேதும் தென்படவில்லை. அது விட்டகல மறுத்தது. அத்துடன், சிலர் கூறுவதைப் போல வளர்ச்சியடையவும் மறுத்தது; தனது வீரியத்தையும் திணிவையும் தக்கவைத்துக் கொண்டது; என்றும் இளமை குன்றாத சமூக இயக்கத்திற்குரிய பொறுமையின்மையுடனும் தாங்கொண்ணாத் தவிப்புடனும் இயங்கி வருகிறது. அறுபதாம் ஆண்டுகளில் தோற்றமெடுத்த இயக்கங்கள் அனைத்திலும் தனித்து விளங்குகின்ற இவ்வியக்கம் ஒரே சீராக அதிகாரத்தையும், நன்மதிப்பையும், பெரிதும் இன்றியமையாததான மக்கள் செல்வாக்கையும் பெற்று வருகிறது.

பரவலான பொதுமக்கள் ஆதரவு ஒருபுறமிருக்க, சுற்றுச் சூழலியல் இயக்கத்தின் வெற்றி, அதனுடைய முயற்சியால் பாதுகாக்கப்பட்ட வனங்களிலும் இயற்கையாக உயிரினங்கள் வாழ் பகுதிகளிலும் பிரதிபலிக்கிறது. வேறெங்கிலும் இல்லாத அளவிற்கு அமெரிக்க ஐக்கிய நாடுகளில் திறம்பட பழைய சட்டங்கள் நீக்கப்படுவதற்கும் புதிய சட்டங்கள் இயற்றப்படுவதற்கும் உந்து சக்தியாகத் திகழ்ந்துள்ளது. இந்நாட்டில், தன்னியல்பான அரசு நடவடிக்கைகள் என்பதைக் காட்டிலும், சுற்றுச்சூழலியலாளர்களுடைய வற்புறுத்தல்களால்,

தேசியப் பூங்காக்கள் பரவலாக ஏற்படுத்தப்பட்டு பெரும்பாலானவை சிறப்பாகப் பேணப்படுகின்றன. வளர்ச்சி என்கிற பெயரில் அச்சுறுத்தப்பட்டு வந்த இயற்கை உயிரினங்கள் வாழ் பகுதிகளில் பெரும்பாலானவற்றைப் பாதுகாக்கப் பெற்ற பின்னர், அமெரிக்க சுற்றுச்சூழலியல் இயக்கம் தனது கவனத்தை தொழில்மயமாக்குதலின் துணை உற்பத்திப் பொருட்களான தீங்குவிளைவிக்கக் கூடிய காற்று, நீர் மாசுபடுதல், நச்சுத்தன்மை கொண்டனவும் கதிரியக்கப் பண்பு கொண்டவையுமான கழிவுகள் ஆகியவற்றைக் கட்டுப்படுத்துவதில் செலுத்தி வருகிறது. இங்கேயும் இயக்கத்தினுடைய வெற்றி வெளிப்படையாகப் புலப்படுகிறது. எழுபதிற்கும் மேற்பட்ட பாதுகாப்பு நடவடிக்கைகள் பாராளுமன்றத்தால் சட்டமாக்கப்பட்டுள்ளன. அவற்றுள், 1969 ஆம் ஆண்டைய தேசிய சுற்றுச்சூழல் பாதுகாப்புச் சட்டம், ஏனைய நாடுகளில் குறைந்த அளவு தரங்களையேனும் செயல்படுத்துமாறு தமது அரசுகளை வற்புறுத்தி வருகின்ற சுற்றுச்சூழலியலாளர்கள் பொறாமை கொள்ளும் அளவிற்கு அனைத்தும் தழுவிய முழுவடிவிலானதொரு சட்டமாகச் செயல்படுகிறது.

சுற்றுச்சூழல் பாதுகாப்பு நடவடிக்கைகளை மேலும் கடுமையாக்க வேண்டும் என்று மூன்றில் இரண்டு பங்கிற்கும் மேற்பட்ட மக்கள் ஆதரவு தெரிவிப்பதாகக் கருத்துக் கணிப்புகள் தொடர்ந்து தெரிவிக்கின்றன. அதன் பொருட்டு தமது கடின உழைப்பின் வாயிலாக ஈட்டிய டாலர்கள் சிலவற்றைக்கூட இழப்பதற்கு அணியமாக இருப்பதாகவும் தெரிவித்துள்ளனர். அதே வேளையில், பசுமை இயக்கத்தின் நிகழ்ச்சிப் போக்குகள் உள்ளூர், மாநில, தேசியத் தேர்தல்களின் விளைவுகளில் செல்வாக்குச் செலுத்தி வருகின்றன. இரு கட்சிகளையும் சார்ந்த அரசியலாளர்கள் விடாமுயற்சியுடன் தம்மைப் பசுமை ஆதரவாளர்களாக முன்னிறுத்தியும் பசுமைத் தொகுதிகளைப் பண்படுத்தியும் செயலாற்றுகின்றனர். "நாங்களனைவரும் இப்போது சுற்றுச்சூழலியலாளர்கள்" என்று முழங்கினார் குடியரசுக் கட்சி அதிபரான ஜார்ஜ் புஷ்! சமநிலையில் புவி (Earth in the Balance) எனும் பெருமளவில் விற்பனை கண்டதும் சுற்றுச்சூழல் ஊசலாட்டத்தை முழுமையாக ஆய்ந்தளித்ததுமான நூலினை இயற்றிய அல்கோர் சற்றும் சளைக்காத மக்களாட்சிக் கட்சியினரால் துணை அதிபராக முன்னிறுத்தப்பட்டார். அரசியல்

அறிவியலாளர் ரிச்சர்ட் ஆன்ட்ரூஸ் குறிப்பிட்டுள்ளதைப் போல, சுற்றுச்சூழலியல் இயக்கங்களின் செல்வாக்கு, இயல்புமீறிய அளவில் இயற்றப்பட்டுள்ள சட்டங்கள், ஒழுங்குமுறை விதிகள், வரவு, செலவுத்திட்டத்தில் நிதி ஒதுக்கீடுகள், அதைப் போலவே தொடர்ந்து நிலவுகின்ற ஊடகங்களின் கவனம் ஆகியவற்றின் வாயிலாக, அரசின் அனைத்து மட்டங்களிலும் தெள்ளத் தெளிவாக விளக்கிக் காட்டப்படுகின்றன. நியூயார்க் டைம்ஸ் இதழின் பதிப்பாசிரியர், இயக்கத்தின் வெகுவாகப் பாராட்டுப் பெறுகின்ற வெற்றியாக, "தேசியக் கொடியைப் போலவும், தாய்மையைப் போலவும், ஆப்பிள் பணியாரத்தைப் போலவும் தேசியப் பூங்காக்கள் பெரும்பாலான அமெரிக்கர்களுக்குப் புனிதமானவை" என்று எழுதியுள்ளார்.

தேசியக் கொடியைப் போல் என்றில்லாவிட்டாலும், ஆப்பிள் பணியாரத்தைப் போல, தேசியப் பூங்காக்கள் தெள்ளத் தெளிவான விதத்தில் அமெரிக்கத் தன்மை கொண்டவை; ஆனால் தனித்துவம் வாய்ந்தவை அல்ல. அங்குள்ள உயிரின வகைகள், உயிரினங்களின் இருப்பிடங்கள் ஆகியவற்றின் எழிலையும் பல்வகைமையையும் பொறுத்தவரை, தான்சேனியாவிலுள்ள செரெங்கெட்டி, வியோமிங்கில் உள்ள யெல்லோஸ்டோனைக் காட்டிலும் மிகுந்த புகழ்பெற்றது; கிழக்கத்திய இந்தியாவிலுள்ள மானாஸ் குறைந்த அளவு கலிபோர்னியாவிலுள்ள யோஸ்மைட்டிற்கு இணையானது. உண்மையில், சுற்றுச்சூழலியல் மெய்ப்பிக்கத்தக்க விதத்தில் உலகளாவிய இயக்கமாகப் பரிணமித்துள்ளது; வலிமையில் கூடுதல், குறைவு இருந்தபோதிலும் உலகெங்கணுமுள்ள பலதரப்பட்ட நாடுகளிலும் இயங்கி வருகிறது. மின்னஞ்சலும் தொலை நகலியும் மலிந்துள்ள இக்காலத்தில், ஒரு நாட்டில் உருப்பெறுகின்ற தகவல்கள் உடனடியாக மற்றொரு நாட்டிற்கு அனுப்பப்படுகின்றன. இவ்வாறாக, சுற்றுச்சூழலியல் தனக்கென ஒரு விசைப்புலத்தை உருவாக்கிக் கொண்டுள்ளது. ஆங்கே, தனிமனிதர்களும் அமைப்புகளும் இடத்தால் வெகுவாகப் பிரிக்கப்பட்டிருந்தபோதிலும், ஒன்றிணைந்து செயல்படுவதுடன் சில சமயங்களில் போட்டியுணர்வுடன் தேசிய எல்லைகளைக் கடக்கவல்லதோர் இயக்கத்தை முன்னெடுத்துச் செல்கின்றனர்.

II

இந்நூல் அமெரிக்க அனுபவத்திற்கும் அப்பால், சுற்றுச்சூழலியல் இயக்கங்களின் உலகந் தழுவிய வரலாற்றை முன்வைக்க முற்படுகிறது. சுற்றுச்சூழல் சீரழிவின் பண்பையும் பரப்பையும் கருத்தூன்றி விவரிக்க இந்நூல் முயலவில்லை; அதாவது, வெப்ப நாடுகளில் காடுகள் அழிப்பு, உயிரினங்கள் இழப்பு, வளிமண்டலத்தில் கரிமவாயுவின் திணிவு ஆகியவற்றின் பெருக்க வீதத்தைப் பட்டியலிடவில்லை; அத்தகைய மெய்ம்மைகளை வெளிப்படுத்த வேண்டியது அறிவியலாளரின் கடமை. அதைக் காட்டிலும், சுற்றுச்சூழல் பாதுகாப்பு குறித்த அக்கறையின் தோற்றம், வெளிப்பாடுகள், சுற்றுச்சூழல் அழிவு குறித்த தமது அனுபவத்தினை தனிநபர்களும் நிறுவனங்களும் உள்வாங்கிக் கொண்டு மக்கள் மத்தியில் பரப்புரை செய்து செயல்பட்ட விதம் போன்றவற்றைத் தொகுத்துப் பகுப்பாய்வு செய்வதே இந்நூலின் நோக்கம். சுருக்கமாக, இந்நூல், புவியின் மீது மனிதயினத் தாக்கத்தின் பண்புநிலையைப் பற்றிய அறிவியல் முறையிலானதோர் ஆய்வு, அல்லது, நற்பலன்கள் தீங்குகள் குறித்த ஐந்தொகைக் கணக்கு என்பதைக் காட்டிலும், சுற்றுச்சூழல் பாதுகாப்பின் மீது மனிதயினத்தின் சிந்தனை, செயலாக்கத்தின் எழுச்சி எனலாம்.

அரசுகளும் சமுதாயங்களும் பின்பற்ற வேண்டிய உறுதிவாய்ந்த கொள்கைகளை வகுத்தளிப்பதை நோக்கமாகக் கொண்ட அரசியல் சீர்திருத்தம் என்கிற முறையில், சுற்றுச்சூழலியல், இயற்கை உலகினை, பெரிதும் குறுகலாக, கவித்துவ நோக்கிலோ, அறிவியல் நோக்கிலோ பெருமை கொள்வதிலிருந்து வேறுபடுத்தப்பட வேண்டியது இன்றியமையாததாகிறது. செவ்வியல் இலக்கிய மரபுகள் இயற்கையான புவியமைப்புகளின் பால் ஒத்தியையு காண்பதற்கான அக்கறையை வெளிப் படுத்துகின்றன. ரோமானியக் கவிஞர் விர்ஜில் (கி.மு. 70-71), வடமொழி நாடக ஆசிரியர் காளிதாசர் (கி.மு. 375-415) இயற்கை எழிலின் காதலர்களாகக் காணப்படுகின்றனர். மத்திய காலத்தின் பிற்பகுதிக்கு நகருவோமானால், ஆசியாவிலும், தென், வட அமெரிக்கக் கண்டங்களிலும் பயணம் மேற்கொண்டு துருவி ஆய்வு செய்த ஐரோப்பியர்கள் இயற்கையின் குன்றா வளமையின்பாலும் பல்வகைமையின்பாலும் பேரார்வத்தைத்

தூண்டிவிட்டனர். வெப்ப நாடுகளில் தாவரவியல் மற்றும் விலங்கியலின் அளவிடற்கரிய வகையினங்களை ஐரோப்பிய அறிவியலாளர்கள் பெருங் கூட்டமாக வகுத்தும் பகுத்தும் ஆய்வறிக்கைகள் தொகுத்தனர். அவர்களுள், ஆங்கிலேயரான சார்லஸ் டார்வின் பரவலாக அறியப்பட்டவராகவும் மிகச்சிறந்த செல்வாக்குப் பெற்றவராகவும் திகழ்கிறார்.

இருப்பினும், இந்நூலில் புரிந்துகொள்ளப்பட்டுள்ளவாறு, சுற்றுச்சூழலியல் என்பது இயற்கைப் புவியமைப்புகளை இலக்கியப் போக்கில் போற்றிப் பாராட்டுவதற்கும் உயிரின வகைகளை அறிவியல் நோக்கில் அலசி ஆராய்வதற்கும் அப்பாற்பட்டது. காலங்காலமாக நிலவி வருகின்ற உயிரின வாழ்விடங்களைப் பாதுகாப்பதற்கும், அவற்றின் சீரழிவிற்கு எதிராகப் போராடுவதற்கும், அழிவுக்கு வழிகோலாத தொழில்நுட்பங்களையும் வாழ்க்கைமுறைகளையும் வகுத்தளிப்பதற்கும் வழிவகைகள் தேடுகின்ற சமுதாயச் செயல்திட்டமாகவும், செயல்பாடுகளின் சாசனமாகவும் சுற்றுச்சூழலியல் நோக்கப்பட வேண்டும் என்பதே எனது வாதுரை. அவ்வாறெனில், சுற்றுச்சூழலியல் இயக்கம் எப்போது தொடங்கப்பட்டது? அமெரிக்க இயக்கம் குறித்த பெரும்பாலான செய்தித் தொகுப்புகள் அது ரேச்சல் கார்சன் எழுதிய பூச்சி மருந்தினால் ஏற்பட்ட சுற்றுச்சூழல் கேடு குறித்த 'வெறிச்சோடிய இளவேனில்' எனும் நூல் வெளியிடப்பட்ட 1962 ஆம் ஆண்டில் தோற்றம் கண்டதாகத் தெரிவிக்கின்றன. அந்நூல் நவீன சுற்றுச்சூழலியலின் பைபிள் என்றும் ஊற்றுக்கண் என்றும் பலவாறாக வருணிக்கப்படுகிறது. வீதிகளில் இறங்கி நடத்தப்பட்ட பலவாறான போராட்டங்கள் வாயிலாகவும், அதிகார மாளிகையின் வராந்தைகளில் சட்டமியற்றுவோருடன் நிகழ்த்திய ஓயாத வற்புறுத்தல்களின் மூலமாகவும் அரசுக் கொள்கைகள் உருவாக்கப்படுவதற்கு வெற்றிகரமான செல்வாக்குச் செலுத்தும் வகையிலான மக்கள் இயக்கமாக சென்ற நூற்றாண்டின் அறுபதுகளில்தான் சுற்றுச்சூழலியல் பரிணமித்தது என்பது உண்மையே. இருப்பினும், இயற்கை வளங்களைப் பேணிக்காத்தல் அல்லது நிலைநிறுத்துதலுக்கான அறிவுவழியிலான அக்கறை பதினெட்டாம் நூற்றாண்டின் கடைசி இருபது ஆண்டுகளிலிருந்தே தொடங்கிவிட்டது. பருவத்தை முந்தைய அத்தகைய பேரார்வம் பத்தொன்பதாம் நூற்றாண்டில்

விரைவாக வளர்ச்சியுற்று, அதன் பற்றாளர்கள் வடஅமெரிக்க, ஐரோப்பிய அரசுகளின் நவீனத்துவப் போக்கின் மீது செல்வாக்குச் செலுத்த முற்பட்டனர். பரவலான மக்கள் அடித்தளத்தின்பால் ஒருபோதும் கவனம் செலுத்தாத அத்தகைய தொடக்க கால சுற்றுச்சூழலியலாளர்கள் வனவள நீர்வளங்களைப் பேணிக் காப்பதற்கான விரிந்து பரந்த திட்டங்களைத் தொடக்கியதுடன் தேசியப் பூங்காக்கள் அமைக்கப் பெறுவதற்கும் துணை நின்றனர்.

பெரும்பான்மையான நாடுகளின் சுற்றுச்சூழலியலின் வரலாற்றில் இதே போன்றதொரு வகைமாதிரி பின்பற்றப்பட்டுள்ளது. தொடக்கக் காலத்தில் முன்னோடியாகவும் மேம்போக்காகவும் தோற்றம் கண்டு, அண்மைப் பதின் ஆண்டுகளில் பரவலான சமுதாய இயக்கமாகப் பரிணமித்துள்ளது. அவ்வாறாக, தொழில்மயமாக்கும் முனைப்புகளுக்கு தொடக்கநிலை எதிர்ப்பு எனும் வகையில் முதல் அலை என்றும், பெருமளவில் தோற்றமெடுத்த அறிவுவழிப்பட்ட எதிர்ப்பு மக்களின் ஆதரவு எனும் எழுச்சியால் உருவமும் உந்துசக்தியும் நல்கப்பட்ட இரண்டாம் அலை என்றும் சுற்றுச்சூழலியல் இயக்கப் போக்கினை ஆய்வு செய்யலாம். அந்த வகையில், சுற்றுச்சூழலியல் பெரும்பான்மையினரால் ஏற்றுக் கொள்ளப்பட்டதைக் காட்டிலும் காலத்தால் நீண்டதும் தனித்துவம் வாய்ந்ததுமான மரபுவழியைக் கொண்டுள்ளது. இந்நூலில் நிறுவப்பட்டுள்ளவாறு, அதனுடைய தற்போதைய வடிவங்கள் இருபதாம் நூற்றாண்டின் அறுபதுகளின் குழந்தை என்பதும் பத்தொன்பதாம் நூற்றாண்டின் அறுபதுகளின் பேரக்குழந்தை என்பதும் உறுதி.

சுற்றுச்சூழலியலின் முதல் அலை, மனித வரலாற்றில் சமூக மாற்றத்திற்குப் பரந்த செயல்வினையாற்றிய தொழில் புரட்சியுடன் படிப்படியாகத் தனது பயணத்தைத் தொடங்கியது. மனித வாழ்வியல் உலகத்தின் தொழில்மயமாக்குதல் என்பது வளஆதாரங்களை வலிந்து பறித்தல், உற்பத்தி, போக்குவரத்து ஆகியவற்றில் தான் கைக்கொண்ட வழிமுறைகள் வாயிலாக இயற்கையியல் உலகிற்கு வெளிப்படையாகவே பேரச்சத்தை நிகழ்த்திக் காட்டியது. இயற்கை வளங்கள் பயன்படுத்தப்பட்ட (வீணடிக்கப்பட்ட) அளவும் வீச்சும்

பன்மடங்கு பெருக்கமெடுத்தது. அதே சமயத்தில் மருத்துவத் தொழில்நுட்பத்தின் முன்னேற்றம் மக்கள்தொகையின் அளவுகடந்த பெருக்கத்திற்கு வழிகோலியது. அளவுகடந்த மக்கள் பெருக்கமும் அதற்கேற்ப மிதமிஞ்சிய உற்பத்திப் பொருட்களின் பெருக்கமும் நுகர்வும் பெரிதும் வெளிப்படையான விதத்தில் மீப்பெரும் அளவில் சுற்றுச்சூழல் தூய்மைக்கேட்டையும் உயிரின வாழ்விடங்களில் சீரழிவையும் ஏற்படுத்தி வருகிறது. சுற்றுச்சூழல் பாழடிக்கப்படும் வேகம் பன்மடங்கு முடுக்கிவிடப்பட்டு வருகிறது. இயற்கை மிக மலிவான மூலப்பொருட்களை வழங்குகின்ற வளஆதாரமாக மட்டுமின்றி பொருளாதார முன்னேற்றம் என்கிற வரன்முறையற்ற வேட்டையின் தேவையற்ற கழிவுகளைக் கொட்டி வைக்கின்ற குப்பைமேடாகவும் மாற்றப்பட்டு வருகிறது. திறந்தவெளிச் சுரங்கங்களும் தொழிலியலில் கொண்டுள்ள நாளும் வளர்ந்து வரும் தீராத கொடூரப் பசியும் வளங்களையும் கன்னி நிலங்களையும் விழுங்கிச் சுருக்கிவிட்டன. நதிகளிலும் வளிமண்டலத்திலும் பேராபத்து விளைவிக்கக்கூடிய வேதிப் பொருட்கள் கழிக்கப்படுகின்றன.

ஐரோப்பாவின் தொழில்மயமாக்கும் முயற்சிகள் கிராமப்புறப் பொருளாதாரத்தில் முகாமையான மாற்றங்களுக்கு வழிகோலியுள்ளன. ஆலைகளுக்கும் பெரும் நகரங்களுக்கும் உற்பத்திக்கான மூலப் பொருட்களாகவும் நுகர்வுப் பொருட்களாகவும் ஏராளமாகத் தேவை ஏற்பட்டது. அத்தகைய தேவைகளை ஈடுசெய்யும் முகத்தான், மூலதன அழுத்தம் மிக்கனவும் சந்தைகளை மையமாகக் கொண்டவையுமான உற்பத்திமுறைகள் கைக்கொள்ளப்பட்டன. அதன் வாயிலாக வேளாண் உற்பத்திமுறைகள் மாற்றம் கண்டன. மேய்ச்சல் நிலங்களாகவும், தோப்புகளாகவும், சிறு பண்ணைகளாகவும் பல்வேறு விளைபொருட்களை உற்பத்தி செய்த முறை மாறி ஒரே வகையான பயிரினத்தைப் பெருவாரியாக விளைவிப்பது என்கிற ஒற்றைப் பண்பாட்டுமுறை ஆதிக்கம் பெற்றது. தாயகத்தில் மட்டுமின்றி, தொலைதூர நாடுகளான ஆசிய, ஆப்பிரிக்க, அமெரிக்க நாடுகளின் சுற்றுச்சூழலிலும் ஐரோப்பியப் பொருளாதார வளர்ச்சி பெருத்த தாக்கங்களை ஏற்படுத்தியது. தொழில்மயமாக்கல் மேலாதிக்க விரிவாக்கங்களுடன் உயிரியக்கவியலான இணைப்பினைக் கொண்டிருந்தது.

வெள்ளையர்களின் குடியேற்றங்கள் புவிக்கோளத்தின் பெரும்பகுதியைக் கையகப்படுத்திக்கொண்டு, பெருநகரங்களின் தேவைகளுக்கு ஏற்ப உள்ளூர் பொருளாதார நிலைமைகளை மாற்றியமைத்தது. பிரித்தானிய கப்பல்கள் பர்மா தேக்கு மரங்களால் கட்டப்பட்டன. அவர்களுடைய மாலுமிகள் இந்தியாவில் விளைந்த பருத்தியைக் கொண்டு நெய்யப்பட்ட சீருடைகளை அணிந்தனர்; கரீபியக் கரும்புத் தோட்டங்களில் விளைந்த கரும்பில் உற்பத்தி செய்யப்பட்ட சர்க்கரையை கென்ய நாட்டுக் காபியுடன் கலந்து பருகினர். அமெரிக்க ஐக்கிய நாடுகளின் வடகிழக்குப் பகுதியிலும், ஆப்பிரிக்காவின் தென் பகுதிகளிலும் இந்தியாவின் மேற்குத் தொடர்ச்சி மலைப்பகுதிகளிலும் மேலும் பல நாடுகளிலும் காடுகளை அழித்தொழித்த பிரித்தானிய வல்லாதிக்க அரசினர் பதினெட்டாம் பத்தொன்பதாம் நூற்றாண்டுகளில் காடுகளை அழிப்பதில் கேள்வி கேட்பாரற்ற ஆண்டைகளாக வேட்டையாடினர். அவர்களைப் பின்பற்றிய டச்சுக்காரர்களும், போர்த்துக்கீசியர்களும், பிரெஞ்சுக்காரர்களும், பெல்ஜிய, ஜெர்மானிய நாட்டினரும் அவர்களுக்குச் சற்றும் சளைக்காமல் தம்முடைய குடியேற்ற நாடுகளின் உயிரின வாழ்க்கைச் சூழலைப் பாழ்படுத்திய முகாமையான வல்லாதிக்க சக்திகள்.

கடந்த காலங்களில் சுற்றுச்சூழல் சார்ந்த சிக்கல்கள் அறியப்படாதவை அல்ல என்பது உறுதி. ஆனால், மனிதயின வரலாற்றில் முதன்முறையாகத் தற்பொழுது சுற்றுச்சூழல் நெருக்கடிகள் உய்த்துணரப்பட்டுள்ளன என்று வேண்டுமானால் சொல்லலாம். சுற்றச்சூழலியலின் முதல் அலையால் அத்தகைய உய்த்துணர்வு சிக்கெனப் பற்றிக் கொள்ளப்பட்டது. நவீன தொழில்மயமாக்கல் வாயிலாக ஈட்டப்பட்ட அளவிடற்கரிய செல்வவளமும் செழிப்பும் நிலைபெறத் தக்கனவா என்கிற கேள்வியை அவ்வலை கிளப்பியது. உயிரின வாழ்க்கைச் சூழல் சீர்கேட்டிற்கு தொழில் நகரங்களே முதன்மையான காரணிகள் என்பது கண்கூடாகத் தெரிய வந்த வேளையில், அத்தகைய சீரழிவின் தாக்கம் வல்லாதிக்க சக்திகளின் தாயகத்திலும் குடியேற்ற நாடுகளிலும் உணரப்பட்டது. இந்நூலில் விளக்கப்பட்டிருப்பதைப் போல, சுற்றுச்சூழலியல் முதல் அலையின் முன்னணித் தலைவர்கள் நாட்டுப்புறங்களிலிருந்தே தோன்றினர். வில்லியம் வேர்ட்ஸ்வொர்த் போன்ற இயற்கையின்

காதலர்களும், குடியேற்ற வல்லாதிக்கத்திற்கு எதிரிகளான மோகன்தாஸ் கரம்சந்த் காந்தி போன்றோரும் கிராமப்புறங்களை மையமாகக் கொண்டனர்.

தொழில் புரட்சியின் சமூக இயக்கவியல் சார்ந்த எதிர்வினைகளாக, மக்களாட்சி, சமத்துவம், பெண்ணியம் ஆகிய மூன்று நவீன இயக்கங்களுடன் சுற்றுச்சூழலியல் ஒப்புமை கொள்கிறது. தனியொரு முழு அதிகாரத்திற்கு எதிரானதென்று வரையறுக்கப்பட்ட மக்களாட்சிக் கோட்பாடு எளிய குடிமக்களைப் பாதிக்கக்கூடிய கொள்கை முடிவுகளில் அவர்களுடைய குரல் ஓங்கி ஒலிக்க வேண்டுமென்று அறைகூவல் விடுக்கிறது. நிலப்பிரபுத்துவத்திற்கும் முதலாளித்துவத்திற்கும் எதிரானதென்று வரையறுக்கப்பட்டுள்ள சோசலிசம் இயற்கை வளங்களும் உற்பத்தி ஆதாரங்களும் சரிசமமாகப் பங்கிடப்பட வேண்டும் என்று வலியுறுத்துகிறது. ஆணாதிக்க சமுதாயத்திற்கு எதிரானதென்று வரையறுக்கப்பட்டுள்ள பெண்ணுரிமை இயக்கம் பெண்களுக்கு அரசியல், பொருளாதார உரிமைகள் பெருமளவில் வழங்கப்பட வேண்டும் என்று கோருகிறது. அதே வேளையில், சுற்றுச்சூழலியல் இயக்கம், 'உரிமை', 'நீதி' எனப்படுகின்ற கருத்தாக்கங்கள் குறித்த மனிதயினத்தின் புரிதலை விரிவுபடுத்தி, இயற்கைவளங்களின்பாலும் நிலைநிறுத்தத் தக்க வாழ்க்கைமுறைகளின்பாலும் மக்களுக்குள்ள உரிமைகளைத் தக்கவைத்துக் கொள்வதில் கூடுதல் கவனம் செலுத்த வேண்டுமென எச்சரிக்கிறது. அதனுடைய செயல் திட்டங்கள் சில சமயங்களில் ஏனைய இயக்கங்களுடைய செயல்திட்டங்களுக்கு முழுநிறைவு அளிக்கும் வகையில் அமைகின்றன. வேறு சில சமயங்களில் அவற்றுடன் போட்டியிடுகின்றன. ஒருபுறம் சுற்றுச்சூழலியல், மறுபுறம் மக்களாட்சி, சோசலிசம், பெண்ணுரிமை இவற்றிற்கிடையேயான பிணைப்பு இந்நூல் முழுவதிலும் விளக்கப்பட்டுள்ளது.

சுற்றுச்சூழலியல் இயக்கம், சமுதாயத்தின் அனைத்து இயக்கங்களைப் போலவே, வெவ்வேறு தனிநபர்களையும், நிகழ்ச்சிப் போக்குகளையும், மரபுகளையும், கோட்பாடுகளையும் தனக்குள் கொண்டு செயலாற்றி வருகிறது. பெண்ணுரிமை இயக்கங்களுக்குள் வகைமைகள் இருப்பதைப் போலவே சுற்றுச்சூழலியலும் பல்வகைப்பட்டதாக இயங்குகிறது.

இந்நூலின் முதற் பகுதி அத்தகைய மூன்று வகைமைகளை ஆராய்கிறது. ஒவ்வொன்றும் தொழிலியல் சமுதாயத்தின் தோற்றத்திற்கும், விளைவிக்கப்பட்ட தாக்கத்திற்கும் தனித்துவம் வாய்ந்த எதிர்வினையாக உருவெடுத்துள்ளது:

1. முதலாவதாக, தொழில் புரட்சிக்கு எதிராக நன்னெறி சார்ந்ததும் பண்பாட்டியல் தழுவியதுமான குரல்களைக் கேட்கிறோம், விளைநிலங்களை மீட்போம் (Back to the Land) என அதனை வகைப்படுத்தலாம். இயற்கையின் காதலர்களான வில்லியம் பிளாக், வில்லியம் வேர்ட்ஸ்வொர்த் போன்ற மாபெரும் கவிஞர்கள், தொழில் புரட்சி காலத்தின் 'கறுப்பு ஆலை அரக்கர்கள்' இங்கிலாந்தின் மரபுவழிப்பட்ட கிராமப்புறப் பசுமையும் இனிமையும் தவழ்ந்த விளைநிலங்களையும் புல்வெளிகளையும் விழுங்கி ஏப்பமிடப் போவதாக அச்சுறுத்தினர். சார்லஸ் டிக்கன்ஸ் போன்ற நாவலாசிரியர்களும் ஃபெடெரிக் ஏங்கெல்ஸ் போன்ற அரசியல் சிந்தனையாளர்களும் தொழிலாளர்கள் ஈவிரக்கமின்றி நடத்தப்பட்டதையும் அவர்களுடைய வாழ்க்கை நிலைகளைப் பற்றியும் இருளடர்ந்த அவர்களுடைய குடியிருப்புகளைப் பற்றியும், வாழ்வதற்குத் தகுதியற்ற தூய்மைக் கேட்டினை ஏற்படுத்தி வந்த ஆலைகளைப் பற்றியும் தமது கூர்மையான எழுத்துகளால் எடுத்துரைத்துப் போராடினர். அரசியல் முனிவரான காந்தி போன்றோர் எளிய வாழ்க்கைமுறையை வாழ்ந்து காட்டியும் நவீன நாகரிகம் புகுத்திய பல்கிப் பெருகிய தேவைகளைச் சாடியும் தமது எதிர்க்குரலை உரக்க ஒலித்தனர்.

2. இரண்டாவது வகைக்கூறு, ஆய்வறிவு சார்ந்த நிலைபெயராமையின் (Scientific Conservation) பாற்பட்டது. அது தொழிலியல் சமுதாயத்தைப் புறக்கணிக்காமைப் போக்கினைக் கைக்கொண்டது. ஆனால், அதனுடைய மிதமிஞ்சிய போக்கினை மட்டுப்படுத்துவதற்குப் பாடுபட்டது. முற்ற,முழுக்க கலையியலானதும் எதிர்ப்பதுமான பதில் நடவடிக்கைகளைக் காட்டிலும், நடைமுறையில் இயலத்தக்க விதத்திலான நுண்ணிய ஆய்வின் அடிப்படையில், இவ்வகை சுற்றுச்சூழலியல், வல்லுநர்களின் மிகக் கவனமான வழிகாட்டுதல்களற்ற தொழில்மயமாக்கல்

வளஆதாரங்களை வற்றச் செய்வதுடன் சுற்றுச்சூழலையும் மாசுபடுத்திவிடும் என்கிற வாதத்தை முன்வைத்தது. நிலைபெயராமைக் கேட்பாட்டினை செயல்திறனின் அசைக்க வொண்ணாப் பற்றுக்கோடாகக் கொள்ள வேண்டும் என்றது. இயற்கை வளத்தையும் வள ஆதாரங்களையும் திறம்பட நெடுங்காலத்திற்குப் பயன்படுத்தும் விதத்தில் கையாளுவதற்கு ஆய்வறிவினைப் பின்பற்ற வேண்டும் என வலியுறுத்தியது. இங்கே நிலைபெறத்தக்க பயன்கள் எனும் கருத்தியல் இன்றியமையாதது. அதாவது, மீன் வளமாயினும், வன வளமாயினும், நீராதாரமாயினும், வன உயிரினங்களாயினும் அவற்றை மூலதனங்களாகக் குவித்துக் கொள்ளும் விதத்தில் அமையாமல் ஆண்டுதோறும் பல்கிப் பெருகும் வகையில் மனிதயினத்தினுடைய பயன்பாடு கட்டுப்படுத்தப்பட வேண்டும் என்பதைக் கொள்கையாகக் கொள்ளல் வேண்டும். பத்தொன்பதாம் நூற்றாண்டின் இறுதியில், ஆய்வறிவு சார்ந்த நிலைபெயராமைக் கோட்பாடு உலகளாவிய இயக்கமாகத் தோற்றமெடுத்தது. அதனை வனம் சார்ந்த மக்கள் வழிநடத்தினர். ஆசிய, ஆப்பிரிக்க, ஐரோப்பிய, வடஅமெரிக்க நாடுகளில் ஆய்வறிவு சார்ந்த வழிமுறைப்படி நடத்தப்பட்ட வள ஆதார மேலாண்மை முகமைகளை நிறுவினர்.

3. சுற்றுச்சூழலியலின் மூன்றாவது ஆக்கக் கூறு, நன்னெறியியல், அறிவியல், கலையியல் ஆகியவற்றின் பான்மைகளை ஒருங்கிணைக்கின்ற இயற்கையோடு இயைபு காணும் கோட்பாடு (wilderness idea). ஐரோப்பாவின் தொழில்மயமாக்குதலும், புத்துலகில் குடியிருப்புகள் உருவாக்கப்பட்டு ஐரோப்பிய மக்கள் ஆங்கே தொகை, தொகையாகக் குடியேற்றப்பட்ட விதமும் வனங்கள் மற்றும் கன்னிமை மாறா இயற்கையின் பெரும்பகுதிகளைப் பாழடித்துவிட்டன. அத்தருணத்தில், கலைத்துறையினரும் அறிவியல்துறையினரும் இணைந்த இயக்கம் ஒன்று அதுவரை மனிதயினத்தின் கொடிய கரங்களால் தீண்டப்படாத பகுதிகளை முற்றுகையிட்டு மனிதயினத்தின் தொல்லைகளிலிருந்து பேணிக் காப்பது என்கிற கோட்பாட்டுடன் எழுச்சி கொண்டது. சில சமயங்களில் வடஅமெரிக்கக் கொடிய, பெரிய வகைக் கரடிகள் போன்ற

அழிக்கப்பட்டு வந்த உயிரினங்களைப் பேணிக்காப்பதும், வேறு சில சமயங்களில் யோஸ்மைட் போன்ற இயற்கைக் காட்சிகள் நிரம்பப் பெற்ற பகுதிகளைப் பாதுகாப்பதும் அவ்வியக்கத்தின் நோக்கமாக இருந்தது. உலகின் பிற மூலைகளில் அவ்வியக்கத்தின் கிளைகள் துளிர்விட்ட போதிலும், இயற்கையோடு இயைபு காணும் கோட்பாடு அமெரிக்க ஐக்கிய நாடுகளில் செயல்துடிப்புடன் மலர்ச்சி கண்டது.

விளைநிலங்களை மீட்போம், ஆய்வறிவு சார்ந்த நிலைபெயராமை, இயற்கையோடு இயைபு காணும் கோட்பாடு ஆகிய இவை மூன்றும் சுற்றுச்சூழலியலின் பொதுப்படையான செயல்வகைகளாக அமைந்துள்ளன. இந்நூலின் பகுதி - I, இத்தகைய மூன்று செயல்வகைகளின் தோற்றத்தையும் வெளிப்பாடுகளையும் காலமுறைப்படியும் உலக அளவிலும் தேடிக் கண்டறிந்து வரன்முறைப்படுத்தி தொகுப்பதற்கு முற்படுகிறது. பகுதி - II இல், சுற்றுச்சூழலியலின் இரண்டாம் அலைக் காலத்திய அறிவார்ந்த எதிர்வினையிலிருந்து மக்கள் இயக்கமாக மாற்றமடைந்தது குறித்த ஆய்வினை நோக்கி முன்னேறுகிறோம். இங்கே, 1960 ஆம் ஆண்டுகளிலும், அதற்குப் பின்னரும், புத்தெழுச்சி கொண்ட மூன்று தனித்துவம் வாய்ந்த ஆக்கக்கூறுகள் குறித்த ஆய்வு மேற்கொள்ளப்படுகிறது. கட்டுக்கடங்காத மக்கள் தொகைப் பெருக்கம் பற்றிய அச்சங்கள், பெண்ணினத்தின் உரிமைகளுக்கான கோரல்கள் மற்றும் வற்புறுத்தல்கள், குறிப்பாக புவிக்கோளத்தின் வடக்கிலுள்ள பணக்கார நாடுகளுக்கும் தென்பகுதியிலுள்ள பெரும்பான்மையான ஏழை நாடுகளுக்கும் இடையிலான பாகுபாடு ஆகியவற்றால் உருவெடுத்த உலகளாவிய சுற்றுச்சூழலியலின் புதிய பரிமாணங்களைத் துருவி ஆய்வு செய்கிறது. உலக நாடுகளில் ஒன்றன் பின் ஒன்றாக, இயற்கை வளங்களைப் பேணிக் காப்பதற்கும் புத்துயிரூட்டுவதற்கும் அர்ப்பணித்துக் கொண்ட செயல்துடிப்பு மிக்கனவும், பரவலான செல்வாக்குப் பெற்றனவுமான சமுதாய இயக்கங்கள் எழுச்சி கொண்ட பான்மையை வெளிப்படுத்தப் போகிறோம். இந்நூலின் முதற்பகுதி பிரித்தானியர்களின் மரபுகளை ஆய்வதில் துவக்கம் கொள்வதையும் இரண்டாம் பகுதி அமெரிக்கர்களின் மனப்போக்குகளை பகுப்பாய்வு செய்வதில் தொடங்குவதையும்

இந்நூலைப் படிப்போர் கவனிப்பர். இத்தகைய அமைப்புமுறை, சுற்றுச்சூழலியல் உருப்பெறுவதற்கு தொழில்மயமாக்குதலே முகாமையான காரணி என்கிற நமது வலியுறுத்தலுக்குப் பொருத்தமாக உள்ளது. ஏனெனில், தொழிற்புரட்சியின் தோற்றுவாயின் ஊற்றுக் கண்ணாக பிரித்தானியா வரலாற்றில் இடம்பெற்றதென்றால், பிற்காலத்தில் தொழில்மயமான வாழ்க்கைமுறையின் விரிவாக்கங்களுக்கு இவ்வுலகினை இட்டுச் சென்ற பொறுப்பு அமெரிக்காவைச் சார்ந்தது. அதன் விளைவாக, ஒரு நாடு சுற்றுச்சூழலியலின் முதல் அலைக்கு வழிவகுத்ததென்றால், மற்றொரு நாடு இரண்டாவது அலைக்கான பாதையைக் காட்டியது. அவ்வாறாக, இந்நூலின் இரு பகுதிகளிலும், வளங்குவித்துக் கொண்ட ஒரு நாடு, ஏனைய நாடுகளின் சுற்றுச்சூழலியல் ஆய்வுகளுக்கு உந்துசக்தியாக அமைந்துள்ளது. நமது கவனம் வேறுபாடுகளில் குவிகிற அளவுக்கு ஒப்புமைகளிலும் திணிவுறுகிறது; ஏனெனில், இத்தகைய தேசிய இயக்கங்கள், போராட்ட யுக்திகளிலும், தமது வாழ்க்கைக்கும் வளத்திற்கும் உகந்த வகையிலான சுற்றுச்சூழல் பற்றிய கருத்தியல்களிலும் தமக்குள் பெருவாரியாக வேறுபடுகின்றன.

சுற்றுச்சூழலியல் போன்ற சிக்கலார்ந்ததும் மிகு பரவலான நிகழ்வுப் போக்கு மட்டுமின்றி, யாதொன்றைப் பற்றிய உலகந் தழுவிய வரலாறு எழுதுவதானாலும் பெரிதும் நாகரிகமற்ற விதத்தில் தெரிவு செய்ய வேண்டிய கட்டாயம் ஏற்பட்டுவிடுகிறது. தவிர்க்கவியலாத வகையில், எனக்குப் பெரிதும் பழக்கப்பட்டுவிட்ட இரு நாடுகளான இந்தியா, அமெரிக்க ஐக்கிய நாடுகளின் வரலாற்றிலிருந்து விரிவான விளக்கங்கள் சில பெறப்பட்டுள்ளன. ஆனால், வரலாற்றின் முந்தைய காலங்களிலிருந்தும் தொலைதூர இடங்களிலிருந்தும் எடுத்துக்காட்டுகளையும் மேற்கோள்களையும் பெறும் வகையில் எனது வலையை விரிவாகப் பரப்பியுள்ளேன். இந்தியா, அமெரிக்கா சார்ந்த பொருண்மைகள் எனது தனிப்பட்ட ஆய்வுகளிலிருந்து பெறப்பட்டுள்ளன. அதே சமயத்தில், ஆசிய, லத்தீன் அமெரிக்க, ஆப்பிரிக்க, ஐரோப்பிய நாடுகளின் சுற்றுச்சூழலியல் வரலாறு குறித்த ஏனையோரின் எழுத்துகளையும் அனுபவங்களையும் வடிகட்டித் திரட்டியுள்ளேன். அவ்வாறான போதிலும், வாசகர்களில் சிலர் தமக்குப் பிடித்தமான நாடுகள்

விடுபட்டுப் போனதாகவும், வேறு சிலர் தமக்குப் பிடித்தமான சுற்றுச்சூழலியலாளர்கள் மதிக்கப்படவில்லை என்றும் புகார் எழுப்பலாம்.

வரலாற்றாசிரியர்களாலும், இதழியலாளர்களாலும், அறிவியல் வல்லுநர்களாலும், சமூகவியலாளர்களாலும் அமெரிக்க சுற்றுச்சூழலியல் குறித்து எழுதப்பட்ட நூல்கள் எண்ணற்றவை உள்ளன. அவை அனைத்துமே அமெரிக்கர்களால் எழுதப்பட்டவை. அவர்களைப் பின்பற்றி உலகெங்கிலுமுள்ள மேதைகள் தத்தமது நாடுகளின் சுற்றுச்சூழலியல் வரலாற்றினை எழுதியுள்ளனர். இருப்பினும், அமெரிக்க ஐக்கிய நாடுகள் குறித்த ஆய்வு நூல்கள் மட்டிலுமே இன்னமும் நூலகங்களில் 'சுற்றுச்சூழலியல் இயக்கம்' என்று குறிப்பிடப்பட்டுள்ள அடுக்குகளை ஆதிக்கம் செலுத்துகின்றன. ஆனால், தற்பொழுது அவற்றுடன் ஜெர்மனி, ஸ்வீடன், பிரிட்டன், பிரேசில் ஆகிய நாடுகளின் சுற்றுச்சூழலியல் வரலாறு குறித்த நூல்களும் இணைந்து கொள்கின்றன. இந்நூல் நிலைநிறுத்தப்பட்ட வகைமாதிரியைத் தகர்க்கிறது. எவ்வாறெனில், பிறிதொரு நாட்டைப் பற்றியதாக மட்டுமின்றி, ஆறு கண்டங்களிலுள்ள நாடுகளின் சுற்றுச்சூழலியல் இயக்கங்களின் வரலாற்றியல் செயல்பாடுகளை ஒப்பிட்டும் வேறுபடுத்தியும் பகுப்பாய்வு செய்து நாடுகளின் எல்லைகளைக் கடந்த ஆய்வுரையை நல்குகிறது. ஏனைய பண்பாட்டியல் கூறுகளின் அனுபவங்களைத் தொகுத்தளிப்பதன் வாயிலாகவும், அதனருகே அமெரிக்க ஐக்கிய நாடுகளின் சுற்றுச்சூழல் குறித்த புத்தம்புது ஆய்வினைப் படைப்பதன் மூலமாகவும் உலகப் பின்னணியில் அமெரிக்க அனுபவம் பெரிதும் பொருத்தமான விதத்தில் அமைக்கப் பெறுவதாக இந்நூல் நம்புகிறது.

சுற்றுச்சூழலியல் கருத்தாக்கங்கள் பண்பாடுகளிடையே ஊடுருவிய விதத்தையும், அந்நிய ஊடுருவலால் ஒரு நாட்டின் சுற்றுச்சூழலியல், மாற்றமடைந்ததையும் ஊக்கமடைந்ததையும் அவ்வப்போது சீர்கெட்டுப் போனதையும் தொகுத்தளிப்பது இந்நூலின் இரண்டாவது நோக்கமாகும். இந்நூலுள் விரிவாக விளக்கப்பட்டுள்ள ஒரு சில எடுத்துக்காட்டுகளைப் பற்றி விரைவாகக் குறிப்பிட விழைகிறேன். அமெரிக்க ஐக்கிய நாடுகளின் வனப் பாதுகாப்புப் பணிகள் எனும் துறையை உருவாக்கிய

கிஃப்போர்டு பின்சாட் ஜெர்மானிய தாவரவியலாளரான டைட்ரிச் பிராண்டிஸ் என்பவரைத் தனது ஆசான் என்றும் தலையாய உந்துசக்தி என்றும் மதிப்பளித்தார். பிராண்டிஸ் முன்னர், இந்தியாவின் இயற்கை வள ஆதாரங்களுக்கான மிகப் பெரியதும் செல்வாக்கு மிக்கதுமான அதிகார வர்க்கத்தைக் கொண்ட வனத்துறையை வகுத்தளித்தவர். அந்தக் கடன், ஒரு நூற்றாண்டிற்குப் பின்னர், தற்காலச் சுற்றுச்சூழலியலின் வலிமைமிக்க அரசியல் வெளிப்பாடான ஜெர்மானிய பசுமைக் கட்சி (German Green Party) மகாத்மா காந்தியினுடைய கருத்துகளைத் தாராளமாகப் பெற்றுக் கொண்டதன் வாயிலாக வட்டியும் முதலுமாகத் திருப்பிச் செலுத்தப்பட்டது. காந்திஜி சாராம்சத்தில் இந்தியராகவும், அதிலும், இந்து சமயச் சிந்தனையாளராவும் இருந்தபோதிலும், அவர் தொடர்பு கொண்டிருந்த ருசியச் சிந்தனையாளரான லியோ டால்ஸ்டாய் வழியாக ருசிய கூட்டாண்மைக் கொள்கைகளில் பெரிதும் ஈர்க்கப்பட்டவராகத் திகழ்ந்தார்; அவர் தன்னுடைய அரசியல் சாசனமாகக் கருதிய ஒத்துழையாமை குறித்த கட்டுரையை எழுதிய ஹென்றி டேவிட் தொரூ வழியாக அமெரிக்க தனிமனிதப் பகுத்தறிவு வாதத்துடன் அணுக்கம் பெற்றிருந்தார்; திறனாய்வாளரான ஜான் ரஸ்கினின் நூல்கள் வழியாக தொழில்மயமாக்குதலுக்கு எதிரான ஆங்கிலேயக் குரல்களைக் கேட்டறிந்தார். அல்லது இறுதியாக, ஆழ்ந்த உயிரின இயற்கைச் சூழலியல் (Deep Ecology) இயக்கத்தை எடுத்துக் கொள்ளலாம். அது உயிரினச் சமத்துவக் கோட்பாட்டினை முன்வைத்துப் போராடுகிறது. அதாவது, மனிதயினம் ஏனைய உயிரினங்களுக்குச் சமமானதுதானே தவிர உயர்ந்ததல்ல எனும் கோட்பாடு. அதனைப் பின்பற்றுவோரில் பெரும்பான்மையானோர் அமெரிக்க ஐக்கிய நாடுகளின் மேற்குக் கடற்கரைப் பகுதிகளில் காணப்பட்டபோதிலும், அதனை வகுத்தளித்தவர் நார்வே நாட்டைச் சேர்ந்த மெய்யியலாளர் ஆர்னே நேஸ் ஆவார். அவர் முன்பொருமுறை காந்தி பற்றிய ஆய்வேட்டினை இயற்றியவர்.

இருப்பினும், இந்நூல் அளாவியுள்ள பிரிவினைகள் காலஞ் சார்ந்ததும் அதே அளவிற்கு இடப்பண்பிற்குரியதுமாக அமையப் பெற்றுள்ளது. சுற்றுச்சூழலியல் அறிஞர்களுக்கு இடையேயான பணிப்பங்கீடுகளைப் பொறுத்தவரை, வரலாற்றாசிரியர்கள் கடந்த காலத்தைப் பற்றிய ஆய்வுகளை மேற்கொண்டதாலும்,

சமூகவியலாளர்களும் மனித இன ஆய்வாளர்களும் நிகழ்கால நிகழ்வுகள் குறித்த ஆய்வுகளில் ஈடுபட்டதாலும், முந்தைய நூல்கள், சுற்றுச்சூழலியலின் முதலாம் அலை மீதாவது அல்லது இரண்டாம் அலை மீதாவது, சில சமயங்களில் இரு காலகட்டங்களின் மீதும் தமது கவனத்தைக் குவிக்கின்றன. இந்நூல், அதற்கு மாறாக, கடந்தகாலப் பின்னணியில் நிகழ்காலத்தை நிறுத்துகிறது. அதாவது, சமகால இயக்கங்களின் மீது பல ஆண்டுகளாக நிலைபெயராது நிலவி வந்தனவும் அல்லது மீண்டும் தலைதூக்குவதற்காக மறைந்திருந்தனவுமான வகைமாதிரிகள் மற்றும் செயல்முறைகளின் செல்வாக்கினை எடுத்துக் காட்டுகிறது. இத்தகைய பார்வைக்கான தூண்டு சக்தியை இந்நூல் ஸ்டேன்ஃபோர்டு கவிஞர் வேலேஸ் ஸ்டெக்னெரிடமிருந்து பெற்றுள்ளது:

> *கருத்தியல்களுடைய தடங்களைக் கண்டறிவது யூகப்பணி ஆகும். ஒரு குறிப்பிட்ட கருத்தியலை முதலில் பெற்றிருந்தவர் யார் என்பதை நம்மால் அறுதியிட இயலாது. பலரும் அறிந்து கொள்ளும் செல்வாக்குடன் முதன்முதலாகப் பெற்றிருந்தவரை, கவிதையாகவோ, சமன்பாடாகவோ, ஓவியமாகவோ ஏதோவொரு வடிவத்தில் வகுத்தளித்தவரை வேண்டுமானால் கூறிவிடலாம். ஏனையோர் தாம் அறிந்திருந்த செய்திக்கு அறிந்தேற்பு கிடைத்ததைக் கண்டு அதிர்ச்சியில் விக்கித்து நிற்பர். இயற்கைச்சூழல் வாழ்விடங்களை நோக்கிய நமது மனப்போக்குகளில் மாற்றங்களை ஏற்படுத்தக்கூடிய கருத்தியல்கள் காலங்காலமாக நிலவி வந்துள்ளன.*

இங்கே, கவிஞருடைய 'காலங்காலமாக' என்கிற சொல்லுக்குப் பதிலாக, உணர்ச்சித் தூண்டலில் வலிமை குறைந்ததென்றபோதிலும் வரலாற்றுமுறையில் மிகவும் துல்லியமானதான 'குறைந்தது கடந்த நூறு ஆண்டுகளாக' என்கிற தொடரைப் பயன்படுத்த விழைகிறேன்.

2

விளைநிலங்களை மீட்போம்!

நாட்டுப்புறங்களின்பால் ஆங்கிலேயரின் காதல்

பதினெட்டாம் பத்தொன்பதாம் நூற்றாண்டுகளில் இங்கிலாந்தினுடைய நிலஅமைப்பு தொழில் புரட்சியால் வேற்றுருப் பெற்றது. நிலக்கரிச் சுரங்கங்களும், துணி, நூல் ஆலைகளும், தொடர்வண்டித் தடங்களும், கப்பல் தொழிற்சாலைகளும் இங்கிலாந்தை உலகிலேயே தலைசிறந்த பொருளாதார சக்தியாக உருவாக்கிய தொழிலியல் மற்றும் வணிகத்தின் அளவிடற்கரிய பெருக்கத்தின் கண்கூடான அடையாளங்களாக விளங்கின. தொழில்மயமாக்கலுடன் மிக விரைவாக நிகழ்ந்தேறிய நகரமயமாக்கலும் இணைந்து கொண்டது. கி.பி. 1801 ஆம் ஆண்டிற்கும் 1911 ஆம் ஆண்டிற்கும் இடைப்பட்ட காலத்தில், நகரங்களில் வாழ்ந்த பிரித்தானிய மக்கள்தொகை 20% லிருந்து 80% ஆக உயர்ந்தது. அதே சமயத்தில் நாட்டுப்புறப் பகுதிகளும் மாற்றமடைந்து கொண்டிருந்தன. நகரச் சந்தைக்குத் தேவையான கம்பளியும், பருத்தியும், தானிய வகைகளையும் உற்பத்தி செய்யக்கூடிய புதுவகை நில உடைமையாளர்கள் தோற்றமெடுத்தனர். மத்திய காலத்தில் கிராமியப் பொருளாதாரத்தின் முதுகெலும்பாக விளங்கிய உழவர்களும், மேய்ப்பர்களும், கைவினைஞர்களும் தத்தமது உடமைகள் பறிக்கப்பட்டு வேலைவாய்ப்புத் தேடி நகரங்களை நோக்கிப் படையெடுத்தனர்.

இங்கிலாந்து, தொழில்மயமாக்கலுக்கு மட்டுமின்றி அதற்கு எதிரானவர்களுக்கும் இருப்பிடமானது. இத்தகைய முரண்பாட்டினை சிக்கெனப் பிடித்துக் கொண்ட மனித இன

இயல் ஆய்வாளர் ஆலன் மேக்ஃபர்லேன் பத்தொன்பதாம் நூற்றாண்டின் மையப் பகுதியில் குறிப்பிட்டுள்ளார்:

> *உலகிலேயே மிகப் பெருமளவில் நகரமயமாக்கப்பட்டுள்ள நாடு இங்கிலாந்து. இருந்தபோதிலும் நாட்டுப்புறங்களின் பாலும் கிராமிய விழுமங்கள் மீதும் உள்ள பேராவல் வெகுவாகப் பெருகி வருகிறது. அதனுடைய புதுமையான நகர்மய எதிர்ப்பு மனப்பான்மை, ஆங்காங்கே அமைக்கப்பட்டுள்ள, பூங்காக்கள், பூந்தோட்டங்கள், விடுமுறைக் காலத்தைக் கொண்டாடுவதற்கான நாட்டுப்புறக் குடில்களை நடத்துகின்ற தொழில், மதுவேந்திய மலர்கள் சூழ்ந்த குடியிருப்புகளில் ஓய்வெடுக்கும் கனவுகள், இயற்கை வளத்தைக் காப்பாற்றுவதையும் கிராமியப் பண்பாடுகளை வலியுறுத்துவதையும் நோக்கமாகக் கொண்ட அமைப்புகள் ஆகியவற்றின் வாயிலாக வெளிப்படுகிறது.*

தோற்றமெடுத்து வந்த நகரமய - தொழில்மய நாகரிகத்திற்கு நேர் எதிரான நாட்டுப்புற வாழ்க்கையின் மீதான பற்றுறுதி, ஆங்கில மொழியின் மிகச் சிறந்த சில நூல்களில் மலர்ச்சியுற்றுள்ள வளமான இலக்கிய மரபுகளில் மிகுந்த சொல்வன்மையுடன் வெளிப்படுத்தப்பட்டுள்ளது.

இத்தகைய மரபின் தொடக்க கால முன்னோடியாக வில்லியம் வேர்ட்ஸ்வொர்த் (1770-1850) திகழ்கிறார். அவருடைய கவிதைகள் இயற்கை உலகுடன் அவர் கொண்டிருந்த மிகநெருக்கமான பிணைப்பினை வெளிப்படுத்துகிறது. வேர்ட்ஸ்வொர்த் விண்ணில் தவழும் மேகங்களெனத் தனியொருவராக இங்கிலாந்து முழுவதிலும் 1,75,000 மைல்கள் உலவியுள்ளார். இலக்கிய வரலாற்றாசிரியர் ஜோனதான் பேட் குறிப்பிட்டுள்ளதைப் போல, அவர் தனது வாசகர்களுக்கு இயற்கையுடன் உலவி வரும் விதத்தையும் கற்றுக் கொடுத்தார். அவருடைய நடைப்பயணம் நெடுகிலும் தொழில் புரட்சியின் கொடிய கரங்களால் தீட்டப்பட்ட மாபெரும் மாற்றங்களின் இருண்ட பக்கம் மட்டிலுமே தென்பட்டது. எளிய மக்கள் தூய காற்றினைச் சுவாசிக்க இயலாத வகையிலும் பசிய நிலத்தில் கால் பதிக்கவொண்ணா வகையிலும் நகரங்களும்

ஆலைகளும் இயற்கைக்குக் கொடூரங்களை விளைவித்து விட்டதாகப் பதைபதைக்கிறார். மனிதத்தன்மையை அழித்து விட்டு, ஏனைய விழுமங்கள் அனைத்தினுக்கும் உயர்வாக பணம் திரட்டுவதொன்றையே முதன்மைப்படுத்திய நகர வாழ்க்கை முறைகளின்பால் அவருக்குக் கிஞ்சித்தும் இரக்கம் பிறந்ததில்லை. போர், புரட்சி, பொருளாதார மாற்றம் என்கிற அனைத்துச் சீர்கேடுகளுக்குப் பின்னரும் கிராமப்புறங்களில் மட்டிலுமே மனிதயினத்தின் மறைபொருளான ஆன்மா பொதிந்திருப்பதாகப் புலம்புகிறார்:

இயற்கை அன்னையை
ஓசைப்படாமல் புறக்கணிக்கின்ற
போக்குகளுக்கு மத்தியிலும்,
அவள் ஈன்ற
பயிர் பச்சைகளிலும் புல் பூண்டுகளிலும்
எவரும் அறியாமல் மேற்கவிந்து படருகின்ற கொடிகளிலும்
இன்னமும் உயிர்த்துக் கிடக்கிறது!

வேர்ட்ஸ்வொர்த்தின் கவிதை, மெய்யியல் ஆகியவற்றின் அடிநாதமாக, இயற்கையுடன் உழவர்களும் மேய்ப்பர்களும் கொண்டுள்ள உயிர்க் கலப்பினையும், தொழில்மயமாக்கலும், சந்தைக்கான சாகுபடிமுறையும் ஒன்றிணைந்து அடியோடு புதைத்துவிட எத்தனிக்கும் அவர்தம் வாழ்க்கைமுறையும் காப்பாற்றப்பட வேண்டும் என்கிற துடிப்பினைக் காண்கிறோம். நாட்டுப்புற மக்கள் எழுதப்படிக்கத் தெரியாதவர்கள், தமது கருத்துகளை வெளிப்படுத்த அறியாதவர்கள் என்றபோதிலும், நகர்ப்புறத்தாரைக் காட்டிலும் இயற்கையுடன் நெருக்கமான உறவு கொண்டிருந்தனர்.

பசிய பள்ளத்தாக்குகளும்
தெள்ளிய நீரோடைகளும்
மீதுயர்ந்த மலைகளும்
மேய்ப்பரின் சிந்தனையை
எள்ளத்துணையும் கவராதவை

என்று எவனேனும் எண்ணுவானானால் அவன் மாபெரும் பிழையிழைக்கிறான் என்றவர் மேலும் தொடர்கிறார்:

வயல்வெளிகளோ
அவன் அன்றாடம் மூச்சுக்காற்றை
ஆன்மா குதூகலிக்க
உள்வாங்கிய ஓசோன் மண்டலம்!
மலையடுக்குகளோ,
அவன் அவ்வப்போது
குதித்தேறி ஆடிய ஆடுகளம்;
உள்ளக் குமுறல்களும்,
உறுதிவாய்ந்த திறன்களும்,
திண்ணிய நெஞ்சுரமும்,
குதூகலக் கொண்டாட்டங்களும்,
குலைநடுக்கும் அச்சமும்
இன்னும் எண்ணற்ற எண்ணங்களை
ஏந்தி நிற்கும் கல்லேடு;
பேணித் தினம் காத்து,
பெருந்தீனி நனியீந்து,
பல்கிப் பெருகுதற்குப் பயிலிடமும்
அவன் உவந்தளித்த
மோன மறியினங்கள்
நெஞ்சத்து நினைவுகளை
எழுதிவைத்த சொல்லேடு!
வயல்வெளியும் மலையடுக்கும்
வாழ்க்கையின் உயிரோட்டம்;
மட்டுமின்றி,
அவன் உடலெங்கும் ஓடுகின்ற குருதியோட்டம்!
எதனை அவன் கைவிடுவான்?
அளவற்ற பாசத்தின் வலுவான கோட்டை அவை!
கட்டற்ற காதலின் களிப்புணர்வுப் பாட்டை அவை!
செம்புலப் பெயல் நீராய் வாழ்வோடு கலந்திட்ட
பிரிக்கவொண்ணா பெருங்களிப்பு!

இது நிறையேரி மாவட்டத்தின் (Lake District) மேய்ப்பர்களுடைய வாழ்க்கை முறையைப் பற்றி அவர் யாத்த கவிதையினின்று எடுத்தாளப்பட்டுள்ளது. அப்பகுதியுடன் வேர்ட்ஸ்வொர்த் மிக நெருக்கமான உறவு கொண்டிருந்தார். அங்குள்ள ஏரிகளின் கவின்மிகு காட்சிகளைப் பற்றியும் மக்களுக்கு வழிகாட்டியாகவும் நூல் ஒன்றை அவர் இயற்றினார். அந்நூல் தற்போது மறக்கப்பட்டுவிட்டது. ஆனால் அது வெளியிடப்பட்ட காலத்தில் மிகச்சிறந்த விற்பனையை

எட்டியது. அவருடைய புகழ்பெற்ற பாடல்களைக் காட்டிலும் மிகவும் கூடுதலான தொகையை அவருக்கு ஈட்டிக் கொடுத்தது. உண்மையாகவே, வேர்ட்ஸ்வொர்த் தனது வாழ்க்கையின் இறுதிக்காலத்தில் நிறையேரி மாவட்டத்திற்கு தொடர்வண்டித் தடம் நீட்டிக்கப்பட்டதை எதிர்த்து மக்கள் இயக்கம் ஒன்றைத் தொடங்கினார். அத்தகைய 'முன்னேற்றம்' அப்பகுதியினுடைய வனப்பையும் ஒருங்கிணைந்த நிலவமைப்பையும் பாழடித்துவிடும் என அஞ்சினார்.

வேர்ட்ஸ்வொர்த்தினுடைய அவருக்கு மிகவும் பிடித்த நிறையேரிப் பகுதி பற்றிய நூல் பல்வேறு தலைப்புகளுடன் பல்வேறு பதிப்புகளாக வெளியிடப்பட்டன. 1842 ஆம் ஆண்டு வெளியிடப்பட்ட நூல் பத்தொன்பதாம் நூற்றாண்டின் நறுமணத்துடன் மிக நீண்ட தலைப்பினைக் கொண்டிருந்தது. சுற்றுலாப் பயணியருக்கான நுணுக்கமான விவரங்கள் அடங்கப் பெற்றதும், நாட்டுப்புற இயற்கைக் காட்சிகள் குறித்த திரு. வேர்ட்ஸ்வொர்த்தின் வருணனைகளைக் கொண்டதுமான நிறையேரிப் பகுதியின் முழுமையான வழிகாட்டி - நிறையேரி மாவட்டத்தின் புவியியல் தொடர்பானவையும் வணக்கத்திற்குரிய பேராசிரியர் செட்விக் எழுதி பதிப்பாசிரியரால் திருத்தியமைக்கப் பட்டவையுமான மூன்று கட்டுரைகளும் அடங்கப் பெற்றது. எந்தவொரு பெயரில் வெளியிடப்பட்டபோதிலும் அந்நூல் கையேட்டினைக் காட்டிலும் சற்றே பெரிய அளவில், கவிஞருடைய இயல்பான கவித்துவத்தின் தொகுப்பு என்று குறிப்பிட இயலாத வகையில் அமையப் பெற்றிருந்தது. ஜோனதான் பேட் தனது புத்தார்வக் கிளர்ச்சியூட்டும் உயிரின இயற்கைச் சூழலியல் (Romantic Ecology) எனும் நூலில் வேர்ட்ஸ்வொர்த் சிந்தனைகளை அவருடைய காலப் பின்னணியிலும் நம்முடைய காலப் பின்னணியிலும் மிக நேர்த்தியாகப் பொருத்திக் காட்டுகிறார். வழிகாட்டி நூலின் மதிப்பீடுகளாக அவர் கூறியுள்ள செய்தி:

ஒட்டு மொத்த நாட்டினுடைய நலனுக்காகவும் அந்த இடம் பேணிக் காக்கப்பட வேண்டும் என்கிறார். கன்னிமை மாறா நாட்டுப்புற இயற்கை கட்டிக் காக்கப்பட வேண்டியதை குறிப்பாக வலியுறுத்தும் வகையில் இயற்கையான நிலவமைப்பின் அழகை உள்வாங்கிக்

கொண்டுள்ளார். திறந்தவெளியில் கிடைக்கும் தூய காற்றின் இன்றியமையாமை மீது நம்பிக்கை கொள்கிறார். அந்த இடத்தின் வரலாறு பொதியப் பெற்றுள்ள கட்டடங்களை மதிக்கிறார். மரபுவழிப்பட்ட வேளாண் நடைமுறைகள் அந்த இடத்தின் ஒருங்கிணைந்த அடையாளங்கள் எனப் போற்றுகிறார். வெஸ்ட்மோர்லாந்து, கும்பர்லாந்து மலைப்பகுதிகளில் மேய்ப்பர்கள் இன்னமும் தமது தொழிலை மேற்கொள்கின்றனர் எனும் செய்தி வேர்ட்ஸ்வொர்த்திற்கு மகிழ்ச்சி அளிக்கக்கூடும். ஏனெனில், ஆங்கிலேய, வெல்ஷ் நாட்டு தேசிய பூங்காக்கள் அமெரிக்க வகைமாதிரியைப் போல சுற்றிலும் வேலிகள் அமைக்கப்பட்டு அரசால் நடத்தப்படவில்லை; நிலம் தனியாருடைய உடைமையாகவே நீடிக்கிறது. நிலைபெயராமை உடைமையின் அடிப்படையில் என்பதைக் காட்டிலும் திட்டமிடுதலின் அடிப்படையில் மேற்கொள்ளப்படுகிறது.

வேர்ட்ஸ்வொர்த் காலத்து இளவல்களுள் ஒருவரான ஜான் கிளேர் *(1793-1864)* உழவர் மரபில் தோன்றிய கவிஞர். பெரும்பணக்கார நிலக்கிழார்கள் கிராமத்தின் பொதுவான நிலங்களைச் சுற்றிலும் வேலி அடைத்துக்கொண்டு நகர்ப்புற சந்தைக்கான சாகுபடிகளை மேற்கொள்வதன் தாக்கங்களைப் பற்றி அவருடைய மிகச் சிறந்த கவிதைகள் முழங்குகின்றன. அடைப்புகள் கிராமப்புற ஏழை எளியோரை வேலையிழக்கச் செய்து வீதிகளில் வீசியதுடன், காலங்காலமாக ஆங்கிலேய நிலவமைப்பின் தனித்துவமாகத் திகழ்ந்த உயிரினப் பல்வகைமையையும் அழித்துவிட்டன. கிளேரினுடைய கிராமியப் பாணர் (The Village Minstrel) எனும் கவிதை கிராமப்புறத்தில் ஏற்பட்ட மாற்றங்களைப் பறைசாற்றுகிறது:

ஒருகாலத்தில்
வழிகளை அமைப்பது இயற்கையின் சுதந்திரம்!
பாதைகள் வகுத்தன பள்ளத்தாக்கு வளைவுகள்!
அடைப்புகள் வந்தன ஆண்டைகள் தந்திரம்
பாதையை மறித்தன பாதகர் சூழ்ச்சிகள்
மீறினால் தண்டனை மருட்டின பலகைகள்
அவரிட்ட ஆணைகள் நீதியை வகுத்தன
நெடுஞ்சாலை ஒவ்வொன்றும் கேட்டினைத் தொகுத்தன

நிலத்தின் சாபமாய் தோன்றிய அடைப்புகளே
சுவைமணம் அறியாக் கயவர்தம் படைப்புகளே
...வயல்வெளிகளே, கண்ணுக்கு விருந்தான காட்சிகளே,
புல்வெளி மொட்டுகளே, மேய்ச்சல் நிலப் பூக்களே
விடைபெற்றுக் கொண்டீரோ!
கடத்தப்பட்ட மரங்களே,
மூச்சுக் காற்றளித்த உமை நினைந்து பெருமூச்சிரைகிறேன்!
அடைப்புகள் தோன்றின; நம் பெருமைகள் வீழ்ந்தன!

அடுத்ததாக, புத்துணர்வுக் கிளர்ச்சி சார்ந்த சுற்றுச் சூழலியலாளர்களுள் ஆங்கிலேய மரபில் உதித்தவர் ஜான் ரஸ்கின் (1819-1990); கலைஞர்; கலையியல் திறனாய்வாளர்; அவ்வப்போது ஆக்ஸ்ஃபோர்டு பல்கலைக் கழகத்தில் கவிதையியல் பேராசிரியராகவும் திகழ்ந்தவர். நவகால நகரங்கள், சிதைந்து கொண்டிருக்கும் விலங்கினங்களிலிருந்து வெளிப்படும் கழிவுகளுடன் கலந்த நச்சுப் புகைகளையும், நெடிகளையும் சீழ்பிடித்த நோயிலிருந்து வெளியேறும் நச்சு ஆவிகளையும் மேக மண்டலத்திற்கு வடிகட்டி அனுப்புகின்ற ஆய்வகங்களைக் காட்டிலும் சற்றே பரவாயில்லை என்று சொல்லும்படி நாற்றமடிப்பதாக ரஸ்கின் கருதினார். காற்று மாசடைந்துவிட்டது; நீருங்கூட ஏனெனில், இங்கிலாந்து ஆறுகள் அனைத்தும் கழிவுநீர்க் கால்வாய்களாக மாற்றப்பட்டு விட்டன. ஆங்கிலேயக் குழந்தை ஒன்றிற்கு புனித நீராட்ட வேண்டுமென்றால் அதனைப் பெய்கின்ற மழைநீரிலன்றி கழிவுநீரால்தான் குளிப்பாட்ட வேண்டும்; மழைநீரும் மாசுபடுத்தப்பட்டு விட்டதே என்று வெதும்புகிறார். இத்தகைய அழிவிற்கு காரணம் நவகால மனிதன் இயற்கையின் புனிதத்தைக் கெடுத்துவிட்டான் என்கிற கண்கூடான உண்மை எனக் கருதுகிறார். அவனுடைய பார்வையில் இயற்கை என்பது ஒட்டச் சுரண்டத்தக்க மூலப்பொருட்களின் ஆதாரம் மட்டிலுமே. அவ்வாறாக, நவகாலத்திற்கு முந்தைய மனிதன் இயற்கை உலகினில் கொண்டாடிய அதனுடைய மறைத்தன்மை, விந்தை, இறைத்தன்மை அனைத்தையும் அடியோடு நீக்கிவிட்டான். ரஸ்கினுடைய வளமான உரைநடை வாயிலாக அத்தகைய முரண்பாட்டினைக் காணலாம்:

மத்திய கால மாந்தன் ஒரு தேவதையாகக் கொண்டாடுவ தன்றி மேகக் கூட்டங்களுக்கு வண்ணம் தீட்ட

முற்பட்டதில்லை. கடவுளைக் காணும் நோக்கமின்றி கிரேக்கன் ஒருவன் ஒருபோதும் காட்டிற்குள் புகுந்ததில்லை. ஆனால், நாமோ மேகக் கூட்டங்களில் தேவதையின் தோற்றம் காண்பதென்பதை முற்றிலும் இயல் கடந்த ஒன்றாகவே கருதுகிறோம். எங்கேனும் கடவுளைக் காண முடியுமென்றால் அதனை வியப்பினும் வியப்பானதாகக் கொள்கிறோம். காடுகள் பற்றிய நமது சிந்தனைகள் வேட்டையாடுதலுடன் பின்னிப் பிணைந்தவையாக உள்ளன. இத்தனை அங்குல மழை, அல்லது புயல்மழை பொதிந்துள்ளது என்பதற்கப்பால் மேகக் கூட்டங்களில் வேறெதுவும் இருப்பதாக நாம் நம்புவதில்லை. வாத்து இனங்களுக்கும் நீர்வளர் கீரை வகைகளுக்கும் அப்பால் நமது குளங்களிலும் குட்டைகளிலும் தெய்வீகம் என்று எதனையும் நாம் எதிர்பார்ப்பதில்லை.

வேர்ட்ஸ்வொர்த்தினின்று சற்றே மாறுபட்டு, ரஸ்கின் இங்கிலாந்தின் தொழில்மயமாக்கலால் ஏற்பட்ட பருண்மையான தீய விளைவுகளின்பால் தனது கவனத்தைக் குவித்தார். காற்றும் நீரும் நச்சுத் தன்மையடைந்ததையும் அதனால் மனிதயினத்தின் நலவாழ்வின் மீதும் நிலவமைப்பின் மீதும் விளைந்த தாக்கத்தினையும் கடுமையாக எதிர்த்தார். ஆனால், அவருடைய பணியின் வீச்சு 1876 ஆம் ஆண்டில், நிறையேரி மாவட்டத்திற்குத் தொடர்வண்டித் தடம் நீட்டிக்கப்பட்டதை எதிர்த்து அவர் துவக்கிய இயக்கத்தின்போது வெளிப்பட்டது. தொடர்வண்டிகளும் அவை கொண்டு சென்று குவிக்கக் கூடிய பெருந்திரளான மக்கள் கூட்டமும் அப்பகுதியில் தூய்மைக் கேட்டினை ஏற்படுத்திவிடும் என நம்பினார். வேர்ட்ஸ்வொர்த்தைப் போலவே, ரஸ்கின் அப்பகுதியின் பால் கொண்டிருந்த காதல் அப்பகுதியில் வாழ்ந்த நாட்டுப்புற மக்களின்பால் கொண்டிருந்த அன்பினின்றும் குறைவுபடாதது. தொடர்வண்டித் தடம் விரிவுபடுத்தப்பட்டதை எதிர்த்ததன் வாயிலாக, இயற்கையைப் பாதுகாக்க விரும்பிய அளவிற்கு கிராமப்புற மக்களுடைய நன்னெறி இழைகளையும் பேணிக் காக்க விழைந்தார். அவர்களுடைய வலிமையும் நற்பண்புகளும் எந்திரமயத்தால் ஏற்பட்ட முதுமைத் தளர்ச்சிக்கும் வணிகவியல் உருவாக்கிய மானக்கேட்டிற்கும் முந்தைய இங்கிலாந்தின்

உடலும் உயிருமாகப் பரிணமிக்க இன்னமும் உயிர்த்துக் கிடக்கின்றன.

தொடர்வண்டித் தடம் அமைப்பதற்கு ரஸ்கின் எதிர்ப்பு!
ஏரிப்பகுதியைக் காப்பதற்கு ஆதரவு!

இங்கே, சுற்றுச்சூழலியல்பால் ரஸ்கின் கொண்ட பேராவலும் கவிதைச் செறிவுடன் எழுதவல்ல தகுநய நடையாளரின் சொல்லாற்றலும் பின்னிப் பிணைந்துள்ளது...

> *பேராசையின் வெறி தலைக்கேறி நாள்தோறும் நமது கடற்பயணியர் மூழ்கடிக்கப்பட்டுக் கொண்டிருக்கும் போது, சுரங்கத் தொழிலாளர்கள் மூச்சடைத்துச் செத்துக் கொண்டிருக்கும்போது, நமது குழந்தைகள் நச்சூட்டப்பட்டுக் கொண்டிருக்கும்போது, இங்கிலாந்தின் சாகுபடி செய்யத்தக்க நிலங்களையெல்லாம் மரங்களற்ற சாம்பல் மேடுகளாகத் தகர்த்தழித்துக் கொண்டிருக்கும் போது, மறிகளின் கூட்டம் ஒன்று ஹெல்வெலின் சரிவுகளிலிருந்து துரத்தியடிக்கப்படுவதாலோ, திர்ல்மேர் குளங்கள் களிப்பாறைகளால் நிரப்பப்படுவதாலோ, ஆங்கிலேய இளவேனில் பூங்கொத்து புனித ஜான் பள்ளத்தாக்கின் வனமலர்களை இழப்பதாலோ என்ன நேர்ந்துவிடப் போகிறது? எவரொருவருக்கும் அது ஒரு பொருட்டே அல்ல - நான் சொல்லவந்ததைச் சொல்வதற்கு முன் இதனைச் சொல்லிவிடுகிறேன்: என்னைப் பொறுத்தவரை எவ்விதப் பாதிப்புமில்லை. இங்குள்ள பழம்பெருமை பாடும் பசுமையடர்ந்த மலைகளுக்கு ஆதரவாக நிற்பதற்காக என்னை எவரொருவரும் எந்தவொரு சொல்லாலோ, செயலாலோ தன்னலக்காரன் எனத் தாக்கிவிட வேண்டாம்! பூதாகர எந்திரங்களின் இரும்பு உருளைகளின் பேரிரைச்சல் எனது செவிகளுக்கு எட்டாத கோனிஸ்டனில் வாழ்கிறேன் என்பதோலோ, வேர்ட்ஸ்வொர்த்தை நினைவுபடுத்திக் கொள்வதற்கு ஆம்பல் மலர்கள் (daffodils) நிரைகட்டியுள்ள இங்குள்ள குளத்தைவிட்டால் வேறு இடம் எனக்குக் கிட்டாது என்பதாலோ இத்தகைய நடவடிக்கையில் நான் இறங்கவில்லை. அவர் எனக்குக் கற்பித்தவற்றைப் போன்ற என்னிடம் இன்னமும்*

எஞ்சியுள்ள சிந்தனைகளும் பணிகளும் அத்தகைய குறுகிய தொடர்புகளைச் சார்ந்திருத்தல் கூடாது. சமௌனி, இன்டர்லேச்சன், லூசெர்ன், ஜெனீவா, வெனிஸ் போன்ற எனது நெஞ்சுக்கு நெருக்கமான மலைப்பகுதிகளும் நகரப் பெட்டகங்களும் ஆகிய அனைத்தும் நெடு நாட்களுக்கு முன்பே ஐரோப்பிய ஆதிக்கங்களால் அழிக்கப்பட்டுவிட்டன. அதற்கு மேலும் அவர்கள் என்ன செய்தபோதிலும், என்னுடைய பங்களிப்பாக, நான் கண்டுகொள்ளப் போவதில்லை. லோச் கேத்ரினை அவர்கள் வறளச் செய்யலாம்; லோச் லோமோண்டை குடித்துத் தீர்க்கலாம்; வேல்ஸ், கும்பர்லாந்து மொத்தத்தையும் தவிடுபொடியாக்கலாம்! எனக்கென்று இன்னமும் வரையறுக்கப்பட்டுள்ள காலத்தைக் கழிப்பதற்கு எங்கேனும் நான் புகலிடம் தேடிக் கொள்ளும் அளவிற்கு உலகம் இதற்கப்பாலும் பரந்து பட்டுக் கிடக்கிறது. ஆனபோதிலும், இங்கிலாந்தின் இனிமையான நிலவமைப்புகளை இன்னமும் மதிப்புமிக்கவையாகக் கருதுவோரின் நலன்களுக்காகவும், என்னுடைய பிள்ளைப் பருவத்தில் அவை எனக்குக் கற்பித்தவற்றையும், நான் கற்றுக் கொள்ளத் தவறியவற்றையும் அவற்றிடமிருந்து இனிமேலும் கற்றுக்கொள்ள உள்ளோரின் நலனுக்காகவும், இத்தகைய காலத்தால் அழிக்கவொண்ணா கவின்மலி ஏடுகளை உங்களுடைய கொடிய எந்திரக் கரங்களால் அழித்துவிடாமல் காப்பாற்றுங்கள் என்று என்னால் ஆன மட்டிலும் மன்றாடுவது எனது கடமையாகும்.

...தொடர்வண்டித் தடம் அமைக்கப்படுவதை எதிர்ப்பதில் தன்னலம் சார்ந்த ஆர்வம் எதுவும் கொள்ளவில்லை என்று கூறியுள்ளேன். ஆனாலும், தன்னலமற்ற ஆர்வம் கொள்ளத்தான் செய்கிறேன். ஏனெனில், பொதுமக்களுடைய மனத்தை மேம்படுத்த வேண்டுமென்று பேராவலுடன் விழைகிறேன்; ஹெல்வெலின் மலையடுக்குகள் விழுங்கப்படுவதை அவர்கள் கண்கொண்டு காண்பதை நான் விரும்பவில்லை என்பதால் என்னுடைய மனம், வலிமை, வளம் அனைத்தையும் அந்த நோக்கத்திற்காகவே செலவிடுகிறேன். இயற்கை அழகுகள் மனிதயினத்திற்கு வழங்கப்பட்ட

மிகச்சிறந்த அருட்கொடையென்றும் அவை கற்பிக்க வேண்டிய படிப்பினைகள் நிறைய உள்ளன என்றும் வயல்வெளிகள், புள்ளினங்கள், மலர்க்கூட்டங்களை நேசிப்பதற்கு மக்களுக்குக் கற்றுக் கொடுக்கப்படாத வரை கல்விக்கான ஏனைய முயற்சிகளனைத்தும் பயனற்றவை என்றும், வெளிப்படையாகக் கருத்துத் தெரிவிக்காமற் போனாலும், மனதார நம்பக்கூடிய சிலர் இன்னமும் உயிர்வாழ்கின்றனர் என எண்ணுகிறேன். ஆகவே, வாருங்கள், கருணையுள்ளம் கொண்ட எனதருமை நண்பர்களே! அத்தகைய பயிலகத்தில் பாடம்பெற என்னுடன் இணைந்து கொள்ளுங்கள்!

ஆதாரம்: ஈ.டி. கூக், அலெக்சாண்டர் வெட்டென்பர்ன் (இலண்டன்: ஜார்ஜ் ஆலென் 1908) நிறுவனம் பதிப்பித்த ஜான் ரஸ்கின் நூல்கள் தொகுதி XXXIV (The Works of John Ruskin Volume XXXIV) இல் 'நிறையேரி மாவட்டத்தில் தொடர்வண்டித் தடங்கள் விரிவாக்கம்' (The Extension of Railways in the Lake District) பக். 137-138, 142

அவருடைய எழுத்துகளால் மட்டுமின்றி, மிக விரைவாக இழக்கப்பட்டுக் கொண்டிருந்த பூவுலகின் நறுமணத்தை மீட்டெடுப்பதற்கான நிறுவனங்களைக் கட்டியெழுப்புவதற்கும் பாடுபட்டார். புனித ஜார்ஜினுடைய பெயரால் கூட்டுறவுப் பொதுவாயம் (guild) ஒன்றை நிறுவினார். தமது பயன்பாட்டிற்கான உணவுப்பண்டங்களை உற்பத்தி செய்து கொள்வதற்கும் துணிகளை நெய்து கொள்வதற்கும், தன்னிறைவான எளிய வாழ்க்கைமுறையை வலியுறுத்துவதற்கும் உரிய விதத்தில் பண்ணைகளையும் கைவினைப் பட்டறைகளையும் அவ்வமைப்பு நடத்தியது. கைத்தொழில்களை முழுமுனைப்புடன் முன்னெடுத்து மீட்டமைப்பதற்கான முயற்சிகளை அவருடைய மாணவரான வில்லியம் மோரிஸ் (1834-1896) மேற்கொண்டார். அவர் தனது சமகாலத்திற்குப் புறம்பானவராக விளங்கினார். ஜான் மார்ஷ் எனும் எழுத்தாளர் குறிப்பிட்டதைப் போல அவர் பத்தொன்பதாம் நூற்றாண்டைச் சேர்ந்தவர் என்பதைக் காட்டிலும் பெரும்பாலும் பதினான்காம் நூற்றாண்டு மனிதராகவே வாழ்ந்தார். கவிஞர், இறைத்தூதர், வடிவமைப்பாளர், கட்டடக்கலைஞர், சோசலிசவாதி எனப் பன்முகப்பட்ட வாழ்க்கை வில்லியம் மோரிஸினுடையது. எண்ணற்ற கலைஞர்களாலும் அரசியல் இயக்கங்களாலும்

அவர் அவர்களுடைய மூதாதையாகப் போற்றப்பட்டார். ஆனாலும், ஏனைய அமைப்புகளைப் போலவே சுற்றுச்சூழலியல் இயக்கமும் தனக்கு உரிமைப்பட்டவர் எனக் கருதுவதற்கு இடமுண்டு. நகரங்கள், வயல்வெளிகளையும், வனங்களையும், புதர்க்காடுகளையும் ஈவிரக்கமின்றியும் நம்பிக்கையற்றுப் போகும் விதத்திலும் அருவருக்கத்தக்க வகையில் விழுங்கிக் கொண்டும், வான்வெளியை நச்சுப் புகை மண்டலமாகவும், நீராதாரங்களை முடைநாற்றமடிக்கின்ற கழிவுக் கால்வாய்களாகவும் மாற்றுகின்ற தீமைகளை எதிர்த்து எழுப்பக்கூடிய முயற்சிகளை எள்ளி நகையாடியவாறும் வளர்ச்சியுறுவதைக் கண்டு மனம் குமைந்தார். இங்கிலாந்து தொழில்பட்டறையின் முடைநாற்றமடிக்கின்ற புழக்கடையாவதைத் தடுத்துப் பூந்தோட்டமாக மாற்றுவதற்கு மோரிஸ் விரும்பினார். அங்குள்ள ஆலைகள் மறைந்து நகரத்திற்கும் நாட்டுப்புறத்திற்கும் இடையே நல்லிணக்கத்தை உருவாக்கி ஒன்றுக்கொன்று ஒத்தும் உதவியும் வாழ்கின்ற நிலையை உருவாக்க எத்தனித்தார். 'மண்ணுலகிலே விண்ணுலகம்' (The Earthly Paradise) எனும் அவர் இயற்றிய நெடும்பாடல் நம்மை நோக்கி வேண்டுகோள் விடுத்தவாறு தொடங்குகிறது:

புகைமண்டலங்களால் சூழப்பட்ட
நகரங்கள் ஆறையும் மறந்திடுங்கள்,
கூக்குரலிடும் நீராவி எந்திரத்தையும்
ஓங்கி அடிக்கும் அதன் தண்டுகளையும் மறந்திடுங்கள்,
அருவருப்பான நகரங்கள் பல்கிப் பெருகுவதை மறந்திடுங்கள் !
தாழ்நிலங்களின் பொதிக்குதிரைகளை நினைவுகூருங்கள்;
வீங்கிப் பெருக்காத வெள்ளிய, தூய இலண்டனையும்,
பசுமையடர்ந்த தோட்டங்கள் கரைகட்டிய தேம்ஸ் நதியையும்
கனவு காணுங்கள் !

இறுதியாக நாம் மோரிஸின் கூட்டாளியான எட்வர்டு கார்பென்டரைப் (1844-1929) பற்றிக் காண்போம். அவருடைய முயற்சிகளால் ஆங்கிலேய நாட்டின் விளைநிலங்களை மீட்போம் இயக்கம் முடிவில் உலகளாவிய இயக்கமாகப் பரிணமித்தது. கணிதவியலாளராகப் பயிற்றுவிக்கப்பட்டு, பாதிரியாக நியமிக்கப்பட்ட கார்பென்டர் விளைநிலங்களை மீட்போம் இயக்கத்தின் பொருட்டு புனித ஆணைகளையும், பெரும் மதிப்பளிக்கக் கூடிய கேம்பிரிட்ஸ் பல்கலைக்கழகப்

பதவியையும் துறந்தார். சில நண்பர்களுடன் இணைந்து, தொழில் நகரமான ஷெஃப்பீல்டுக்கு மேலே உள்ள மலைப்பகுதியில் ஒரு கூட்டுறவுப் பொதுமைச் சமுதாயத்தை அமைத்து தொழில்மயமாக்கப்பட்ட நாகரிகத்திற்கு மாற்றாக மனித உழைப்பும் தூய காற்றும் இரண்டறக் கலந்த வாழ்க்கைமுறையை வகுத்தளித்தார். இம்முயற்சிக்கு மோரிஸினுடைய செல்வாக்கு அவருக்குத் துணைநின்றது. அத்துடன், அமெரிக்காவின் வால்ட் விட்மன், ஹென்றி டேவிஸ் தொரூ ஆகியோரின் எளிய வாழ்க்கைமுறை குறித்த செய்தியை மிகுந்த ஆர்வத்துடன் தழுவிக் கொண்டார். அவர் சமைத்த பொதுமைச் சமுதாயத்தினர் தமக்குத் தேவையான உணவுப் பண்டங்களையும் காய்வகைகளையும் தாமே விளைவித்துக் கொண்டதுடன் தேவையான ரொட்டி வகைகளையும் தாமாகவே தயாரித்துக் கொண்டனர். பாட்டாளி வர்க்கப் பின்னணியிலிருந்து தோன்றிய அவ்வமைப்பினுடைய பெரும்பான்மையான உறுப்பினர்கள் தம்மிடமிருந்த துணிவகைகளை அளவுக்கு அதிகமானவை யென்று புறந்தள்ளினர். அவர்களுடைய பண்ணை, நீரோடை ஒன்றை ஒட்டிய தாழ்ந்த வயல்கள் மூன்றும், கீழே மரங்களடர்ந்த பள்ளத்தாக்கும், மேலே முட்புதர்க் காடுகளுமாக உண்மையான ஆர்கேடியா என வருணிக்கப்பட்டது. ஷெஃப்பீல்டு நகரத்துடன் அது கொண்டிருந்த முரண்பாட்டினை மிகத் துல்லியமாகத் தீட்டிடலாம். 1889 ஆம் ஆண்டு, மே மாதம் அந்நகரத்தைக் கீழ்நோக்கி நோட்டமிட்ட கார்பென்டர் எழுதுகிறார்:

> *விரிந்து அடர்ந்து கிடந்த புகைமண்டலத்தை மட்டிலுமே என்னால் காண முடிந்தது. அதனுள் மனிதயினத்தால் எவ்வாறு உயிர் தாங்கி இருக்கக் கூடும் என்று வியக்கும் வகையில் அத்துணை அடர்த்தியான புகைமண்டலம்! மிகப் பெரிய பலிபீடத்திலிருந்து விண்ணுலகை நோக்கி எழும்பிய புகைமண்டலம்! ஆமாம், உண்மையில் அது ஆண்டுதோறும் ஆயிரக்கணக்கானோர் பலியிடப்பட்ட பலிபீடமாகத்தான் எனக்குக் காட்சியளித்தது. மலை மீது எனக்கருகே சூரியன் ஒளிர்ந்து கொண்டிருந்தது; புள்ளினங்கள் இசை பாடின. ஆனால், அங்கே, கீழே, குழந்தைகளை விட்டுவிட்டால் கூட, லட்சக்கணக்கான பெரியவர்கள் சூரிய ஒளியுமின்றி காற்றுமின்றி உயிருக்குப் போராடிக் கொண்டிருந்தனர்; சுகாதாரத்துறையின்*

அறிக்கைகள் தெளிவாகக் காட்டுவதைப் போல, நச்சுக் காற்றாலும், சூரிய ஒளியின்மையாலும் விளைவிக்கப்பட்ட நோய்களில் மடிந்தவாறும், மூச்சுத்திணறலால் துன்புற்றவாறும் உயிர் சுமந்த சவங்களாக வதையும் வாழ்க்கையில் ஓயாது உழைத்துக்கொண்டும் கடினமான வேலைகளைச் செய்துகொண்டும் இருந்தனர். இத்துணை கொடுமைகளும் எதற்காக? ஒரு சிலர் பணக்காரர்கள் ஆவதற்காக!

வேர்ட்ஸ்வொர்த், ரஸ்கின், மோரிஸ், கார்பென்டெர் ஆகியோருடைய எழுத்துகளின் வலிமை, பத்தொன்பதாம் நூற்றாண்டின் இறுதியில் நிரல் பிடித்தாற் போல சுற்றுச்சூழலியல் சமுதாயங்கள் உருவெடுப்பதற்குத் துணை நின்றது. பொதுமக்கள் பொழுதுபோக்காக வேட்டையாடுவதற்குப் பயன்படுத்தி வந்த வனப்பகுதிகளையும், புதர்க்காடுகளையும் நகரங்கள் ஆக்கிரமித்ததைத் தடுக்கும் பொருட்டு 1865 ஆம் ஆண்டு உருவான பொதுமக்கள் நலப் பாதுகாப்புச் சங்கம், 1877 ஆம் ஆண்டு மோரிஸால் நிறுவப்பட்ட தொன்மைக் காலக் கட்டடங்கள் பாதுகாப்புச் சங்கம், 1883 ஆம் ஆண்டு வேர்ட்ஸ்வொர்த் - ரஸ்கின் வழித்தோன்றல்களால் விடாப்பிடியாக அமைக்கப்பட்ட நிறையேரி பாதுகாப்புச் சங்கம், அரிய வகைப் பறவை இனங்களையும், அழகிய தாவர வகைகளையும், அச்சுறுத்தலுக்கு இலக்கான நிலவமைப்புகளையும் பாதுகாப்பதற்காக, செல்போர்னைச் சேர்ந்த பதினெட்டாம் நூற்றாண்டின் மாபெரும் இயற்கையியலாளரான கில்பெர்ட் வைட் பெயரால் அமைக்கப்பட்ட செல்போர்ன் கூட்டமைப்பு, எட்வர்டு கார்பென்டரின் எழுத்துகளின் தாக்கத்தால், பாதுகாப்பு நடவடிக்கைகளை மேற்கொள்ளத் தவறிய ஆலைகளுக்கு எதிராக மாசுக்கட்டுப்பாட்டுச் சட்டங்களை நடைமுறைப்படுத்துமாறு அரசினை வலியுறுத்துவதற்கான தனித்துவம் வாய்ந்ததொரு குழுமமாக 1898 ஆம் ஆண்டு துவக்கப்பட்ட நிலக்கரிப் புகைக் குறைப்புச் சங்கம் ஆகியவை அவற்றுள் அடங்குவன. இவை அனைத்திற்கும் முன்னதாக, 1843 ஆம் ஆண்டு, எடின்பர்க் நகரத்தைச் சுற்றிலுமிருந்த நடைப்பயணப் பகுதிகளைப் பாதுகாப்பதற்காக ஸ்காட்லாந்து பாதை உரிமைச் சங்கம் அமைக்கப்பட்டது.

1895 ஆம் ஆண்டு உருவாக்கப்பட்ட தேசிய அறக்கட்டளை மேற்சொல்லப்பட்ட சங்கங்களுள் மிகுந்த செல்வாக்குப் பெற்றதாகத் திகழ்ந்தது. இந்த அறக்கட்டளை அமைக்கப்பட்டதன் பின்னணியில் ஆக்டேவியா ஹில் (1838-1912) முகாமையாகச் செயல்பட்டார். குறிப்பிடத்தக்க பெண் சுற்றுச்சூழலியலாளர்களுள் அவர் முதன்மையானவர். ரஸ்கினுடைய நண்பரான ஹில், தனது சமகாலப் பற்றாளர்களைப் போலவே, சுற்றுச்சூழலியல் பாதுகாப்பினை சமுதாய சீர்திருத்தங்களுடன் இணைத்துக் கொண்டார். நகரங்களில் வாழ்ந்த ஏழை எளிய மக்களுக்கு தூய்மையானவையும் உகந்தனவுமான குடியிருப்புகளை அமைப்பதில் முன்னோடியாகத் திகழ்ந்தார். சுற்றுச்சூழலியல் கிளர்ச்சிகள் பலவற்றில் செயலூக்கத்துடன் இயங்கினார். இலண்டனில் முதன்முறையாக புகை எதிர்ப்புக் கண்காட்சியை நடத்தினார். பொதுமக்கள் நலப் பாதுகாப்புச் சங்கத்தின் உறுப்பினர் என்கிற முறையில், நகரத்தின் ஏராளமான பகுதிகளை ஆக்கிரமிப்பினின்றும் அழிவினின்றும் பாதுகாப்பதற்கு உதவினார். தேசிய வரலாற்றுப் பேரகராதியில் (Dictionary of National Biography) குறிப்பிடப்பட்டுள்ளதைப் போல, பெரும்பாலும் அவருடைய முயற்சிகளால்தான் பாராளுமன்றக் குன்று (Parliament Hill) மற்றும் ஏனைய பெரிய, சிறிய அளவிலான திறந்தவெளிப் பகுதிகள் பொதுமக்களுடைய பயன்பாட்டிற்காகவும் பொழுதுபோக்கிற்காகவும் காப்பாற்றப்பட்டன. ஆக்டேவியா ஹில் தேசிய அறக்கட்டளையின் நோக்கங்களை வரையறுப்பதற்கு உதவினார். அவை முதலாம் ஆண்டு அறிக்கையில் குறிப்பிடப்பட்டுள்ளன:

> *நாட்டின் நலனுக்காக கவின் மிக்கனவும் வரலாற்றுச் சிறப்பு வாய்ந்தனவுமான நிலப் பகுதிகளும், கட்டடங்கள் உட்பட குடியிருப்புகளும் பாதுகாக்கப்படுவதை மேம்படுத்துதல்;*
>
> *நிலங்களைப் பொறுத்தவரை, நடைமுறையில் இயன்ற அளவில், அவற்றின் இயற்கைப் பான்மைகளையும் சிறப்புகளையும், விலங்கினங்களையும், தாவர வகைகளையும் பாதுகாத்தல்;*

இத்தகைய செயல்நோக்கத்திற்காக, தனியாரிடமிருந்து உடமைகளையும், கொடைகளையும், ஆர்வமூட்டக் கூடியனவும் அழகியனவுமான இடங்களையும் பெற்றுக் கொண்டு, அவ்வாறு பெறப்பட்ட நிலங்களையும், வீடுகளையும், ஏனைய உடமைகளையும் நாட்டு மக்களுடைய பயன்பாட்டிற்காகவும் களிப்பிற்காகவும் அறக்கட்டளையாகப் பேணிக் காத்தல்.

இத்தகைய நோக்கங்கள் தொன்மையான கட்டடங்களையும் அரசு இல்லங்களையும் பாதுகாப்பதைக் காட்டிலும் கூடுதல் முக்கியத்துவம் வாய்ந்தனவாக இருந்தமையால், தேசிய அறக்கட்டளை அவற்றை நிறைவேற்றுவதற்காக மேற்கொண்ட செயல்பாடுகள் பெரிதும் பாராட்டப்பட்டன. அதே சமயத்தில், அவை ஜான் ரஸ்கின், எட்வர்டு கார்பெண்டர் ஆகியோருடைய இலக்குகளைக் காட்டிலும் குறுகலானவையாக இருந்தன. அவர்களுடையவை காலத்தைப் பின்னோக்கிச் சுழலச் செய்வனவாகக் கருதப்பட்டன. இங்கிலாந்தை எழில்மிகு கிராமங்களாகவும், அழகார்ந்த மேய்ச்சல் நிலங்களும், ஓங்கி அடர்ந்த ஓக் மரக் காடுகளும், விரைந்து பாய்கின்ற தெள்ளிய நதிகளும் கொண்ட நிலவமைப்புக்குள் அடங்கப் பெற்ற கட்டுப்படுத்தத்தக்க சிறு நகரங்களாகவும் மீட்டமைக்க முற்பட்டனர். உண்மையிலேயே, வரலாறு நெடுகிலும் அகப்பார்வை சார்ந்த இலக்குகள், மிகவும் எளியனவும், துண்டு துக்காணியானவை என்று சொல்லத் தக்கவையுமான சீர்திருத்தங்களுக்குரிய ஆதாரங்களாகவே பணியாற்றியுள்ளன. வனங்களையும் வளமான வயல்களையும் தடுத்தாட் கொண்டதன் வாயிலாகவும், வரலாற்றுச் சிறப்புமிக்க கட்டடங்களையும் பூங்காக்களையும் பாதுகாத்ததன் மூலமாகவும் பத்தொன்பதாம் நூற்றாண்டின் இறுதியில் துவக்கப்பட்ட சுற்றுச்சூழலியல் சங்கங்கள் இங்கிலாந்தின் ஒரு சில பகுதிகளையாவது நகர்ப்புறத் தொழில்மய நாகரிகத்தின் தாக்கங்களால் பாழ்படுத்தப்படாமல் காப்பாற்றின. இத்தகைய அரும்முயற்சி, ரஸ்கின் மற்றும் அவர்தம் வழித்தோன்றல்களுடைய கருத்தியல்களும், பேராவல்களும் செயல்படுத்தப்பட்டதையும், விளைநிலங்களை மீட்போம் இயக்கத்தின் கண்கூடான பலன்களையும் முன்னிறுத்துகின்றது. ஆங்கிலேயர்களுடைய இத்தகைய அகப்பார்வைகளின்

உலகளாவிய தாக்கம் இந்நூலில் பின்னர் துருவி ஆராயப்பட உள்ளது. அதற்கு முன்னர், சற்றே சுற்றி நோக்கி வருவோம்.

சுற்றுலா: நாஜிகள் பசுமையாளர்களா, பசுமையாளர்கள் நாஜிகளா?

பத்தொன்பதாம் நூற்றாண்டின் இறுதியில், ஜெர்மனி தொழில்நுட்ப, தொழில்மய முன்னேற்றங்களின் முன்னோடியாக இங்கிலாந்தை விஞ்சி நின்றது. அங்கேயும் கவிஞர்களும் எழுத்தாளர்களும், நகரங்களின் பேராசைகளாலும் ஆலைகளின் கழிவுகளாலும் பாழ்பட்டு விடாமல் நிலத்தைக் கிராமிய மணம் கமழும் விதத்திலும், வனங்களைக் கன்னிமை மாறா வகையிலும் பேணிக் காக்கும் இயக்கங்களுக்குத் தலைமை தாங்குபவர்களாகத் திகழ்ந்தனர். ரெய்னர் மரியா ரில்கே இயற்றி 1901 ஆம் ஆண்டு வெளியிடப்பட்ட கவிதையின் கீழ்க்கண்ட வரிகளை அசைபோடுங்கள்:

ஒவ்வொன்றும் பெருமையும் வலிமையும் பெறுவன!
நிலங்கள் தன்னியல்பில் தழைப்பன;
நீர்வழிகள் பொங்கிப் பாய்வன;
மரங்கள் விண்ணை முட்டுவன;
மதில்களோ தாழ்ந்து குறைவன;
பள்ளத்தாக்குகள் வளமையும் பல்வகைமையும் கொழிப்பன;
நாடு, மேய்ப்பர்களுக்கும் மள்ளர்களுக்கும் கிட்டுமே!

மள்ளர்களுக்கும் மேய்ப்பர்களுக்குமான நாடு; ஆலைத் தொழிலாளர்களுக்கும் தொழில்முனைவோருக்குமானதல்ல என்று கொண்டாடப்பட்ட ஜெர்மனி மிக விரைவாக அவர்களுக்குரிய நாடாக மாறிக் கொண்டிருந்தது. ரில்கே வழிச் சிந்தனையாளர்களுடைய கண்ணோட்டத்தின்படி உழவர்கள் நாட்டின் முதுகெலும்புகளாகப் போற்றப்பட்டனர். ஆனால், வனங்களோ, இன்னமும் கூடுதலான முக்கியத்துவம் வாய்ந்தனவாகக் கருதப்பட்டன; ஜெர்மானியப் பண்பாட்டின் களஞ்சியமாகவும் கவிஞர்கள், இசைக்கலைஞர்கள், ஓவியர்களுடைய உந்துசக்தியாகவும் மதிக்கப்பட்டன. வயல்வெளிகளையும் வனங்களையும் பொறுத்தவரை, தன்னைத் தானே சோசலிசவாதி என்று பறைசாற்றிக் கொண்ட வில்லியம் ஹெய்ன்ரிச் ரெய்ல் 1861 ஆம் ஆண்டில், வனங்கள் ஜெர்மானிய நாட்டுப்புறப் பண்பாட்டின் கருமையமாகத் திகழ்ந்தது

என்றும் ஆகையால், வனங்களற்ற கிராமம் வரலாற்றுச் சிறப்புமிக்க கட்டடங்களோ, அரங்குகளோ, கலைக்கூடங்களோ இல்லாத நகரம் போன்றது என்றும் அவை இளைஞர்களின் விளையாட்டுத்திடல், முதியோருக்கு கண்களுக்கும் கருத்துக்கும் விருந்து என்றும் எழுதியுள்ளார். ஆனால், உழவர்களை சந்தைக்கேற்ற விவசாயிகளாக மாற்றியதன் மூலம், வனங்களை அழித்ததன் வாயிலாக அல்லது மரப்பலகைகள் விளைவிக்கின்ற தோட்டங்களாக மாற்றியதன் வாயிலாக, தொழில்மயமாக்கல் ஜெர்மானியத் தன்மையின் அடிப்படையையே தகர்த்துவிட்டது. ஜெர்மானிய புத்துணர்வுக் கிளர்ச்சி சார்ந்த மரபுவழிச் சுற்றுச் சூழலியலும் நாட்டுப்பற்றும் இரண்டறக் கலந்திருந்தன. அதன் காரணமாக, உழவர்களும், வனங்களும், நாட்டு நலனும் உயிரோட்டமுள்ளதொரு முழுமையாகக் கட்டமைக்கப்பட்டன. பத்தொன்பதாம் நூற்றாண்டைய சமயவியலாளர் ஒருவர் மனிதன் உயிர் வாழ்வதற்கு நீர் தேவைப்படுவதைப் போல ஜெர்மானிய மக்களுக்கு வனங்கள் தேவைப்படுகின்றன என்றார். அவர் தொடர்ந்து குறிப்பிட்டுள்ளார்: ‘வனங்கள் பாதுகாக்கப்பட வேண்டும் என்று வலியுறுத்தப்படுவது, வெறுமனே குளிர்காலத்தில் கொதிகலன்களில் நீரின் வெப்பம் குறையாமல் கவனித்துக் கொள்வதற்காக மட்டிலுமல்ல; ஜெர்மனி ஜெர்மானியத் தன்மையுடன் நீடிப்பதற்கு தேசிய வாழ்க்கையின் நாடித்துடிப்பு இதமாகவும் மகிழ்ச்சியாகவும் இயங்க வேண்டும் என்பதற்காகவும்தான்!’

இங்கிலாந்தைப் போலவே ஜெர்மனியிலும் புத்துணர்வுக் கிளர்ச்சி சார்ந்த சுற்றுச்சூழலியலாளர்களின் எண்ணிக்கை ஆகக் குறைவு என்பது உண்மையே! இரு நாடுகளின் தொழில்வயப்பட்ட பண்பாடுகளின் ஆதிக்க வெறிப் போக்குகளும் முதலாம் உலகப் போரில் சந்தித்துக் கொண்டன. அந்தச் சண்டை நவீன தொழில்நுணுக்கங்களின் நெஞ்சடைக்கச் செய்த அழிவாற்றலை வெளிப்படுத்தின. சில பார்வையாளர்களின் கூற்றுப்படி அப்போரில் கோடிக்கணக்கான மனித உயிர்கள் பலியிடப்பட்டன. அத்தகைய விளைவிற்கு தொழில்மயமாக்கலும் முதலாளித்துவ முன்னேற்றங்களும் அவை கட்டவிழ்த்துவிட்ட பேராசை தலைக்கேறிய ஆதிக்க சக்திகளின் நாடுபிடிக்கும் வெறியும் காரணிகளாவன. உண்மையிலேயே, போர் முடிவுக்குக் கொண்டுவரப்பட்ட உடனேயே ஐரோப்பா

எங்கணும் வேளாண் பணிகள் குறித்த கருத்தியல்கள் புத்துயிர்ப்புப் பெற்றன. அது பல்வேறு வடிவங்களை எடுத்துக் கொண்டது. 1928 ஆம் ஆண்டு கிராமிய இங்கிலாந்தின் பாதுகாப்பிற்கான ஆயம் (Council for the Protection of Rural England) நிறுவப்பட்டது. கிழக்கு ஐரோப்பாவில் நகர்ப்புறத்தாரால் உழவர்கள் சுரண்டப்படுவதிலிருந்து பாதுகாப்பதற்கு வேளாண் கட்சிகள் வளர்ச்சியடைந்தன. ஸ்கேண்டினேவியாவில், நாவலாசிரியர் நட் ஹேம்சன் (Knut Hamsun) தான் பெற்ற நோபல் பரிசுத் தொகை முழுவதையும் பழமையான பண்ணை ஒன்றை மீட்டமைப்பதற்காகவே செலவிட்டார். அவருடைய பணிகளின் வாயிலாக அந்நாட்டில் கிராமிய நலக் கருத்துகள் பரப்பப்பட்டன.

ஜெர்மனி நாட்டில் 1920 ஆம் ஆண்டு உழவுத்தொழில் சார்ந்த சுற்றுச்சூழலியல் மறுஉறுதிப்பாடு தேசிய சோசலிசவாதிகளின் ஒத்துழைப்பைப் பெற்றது. சுற்றுச்சூழலியலாளர்களுடைய கண்ணோட்டத்திற்கும் நாஜிகளுடையவற்றிற்கும் இடையே அவ்வப்போது ஒத்திசைவு ஏற்பட்டது. உழவுத்தொழிலும், வனப்பாதுகாப்புணர்வும் தேசிய உணர்வுகளும் அன்றைய நடைமுறைகளுக்கு அப்பால் புதுமையான ஒற்றுமையைப் பெற வேண்டியதன் தேவையை வலியுறுத்தினர். ஏனையோர் நகரங்களின் வளர்ச்சிக்கு எதிராக ஒன்று திரண்டனர். பெருநகரங்களின் தாக்கம் மிதமிஞ்சிய வகையில் வலுப்பெற்று வந்ததாகவும், அதனுடைய புகைமண்டலத் திணிவு நாகரிகம் உழவர்களுடைய சிந்தனை முறையையும், வாழ்க்கை முறையையும், தேசிய வலிமையையும் சீரழித்துவிட்டதாகவும் 1932 ஆம் ஆண்டு அக்கட்சியினுடைய செய்தித்தாள் கவலை தெரிவித்தது. சுற்றுச்சூழலியல் நலன்களில் முன்னோடி நாஜிகள் பெரும் பங்கு வகித்தனர். வேளாண் அமைச்சரான ரிச்சர்ட் வால்தேர் ராரே உயிரியல் சாகுபடி முறைகளில் பேரார்வம் செலுத்தினார். கட்சியின் படித்தரத்தில் ஆடோல்ஃப் ஹிட்லருக்கு அடுத்தநிலை வகித்த ஹெர்மேன் கோரிங் ஜெர்மானிய வேட்டைக் குழுவின் தலைவராகவும், ஜெர்மானிய வனப்பாதுகாப்புக் குழுவின் தலைவராகவும் தன்னைத் தானே நியமித்துக்கொண்டு இயற்கைவளப் பாதுகாப்பிற்கு வலிமைமிக்க ஆதரவாக விளங்கினார்.

நாஜிகளுக்கும் பசுமையியல் சிந்தனைக்கும் இடையே வெளிப்படையாக நிலவிய நெருக்கம் ஒரு சில திறனாய்வாளர்களை அதிகாரப்போக்கான சிந்தனைக்கு சுற்றுச்சூழலியல் உகந்ததாக இருந்ததென்று கருத்துத் தெரிவிப்பதற்கு வழிகோலியது. 1970 ஆம் ஆண்டு ஜெர்மானிய பசுமையியல் கட்சி (இத்தகைய வளர்ச்சி இந்நூலின் ஐந்தாம் இயலில் ஆய்வு செய்யப்பட்டுள்ளது) அமைக்கப்பட்ட போது, அதன் எதிர்ப்பாளர்கள் எவ்வித ஆதாரமுமின்றி முதல் பசுமையியல் கட்சி நாஜிகளே என்கிற கருத்தினை முன்வைத்தனர். இருப்பினும், வரலாற்றாசிரியர் ரேமோண்ட் டோமெனிக் நுண்ணிய ஆய்விற்குப் பின்னர், உடன்படிக்கையின் குறிப்பிடத்தக்க பகுதிகள் சிலவற்றைப் பொறுத்தவரை தேசிய சோசலிசத்துடன் நெருக்கம் கொண்டபோதிலும், நிலைபெயராமைக் கொள்கையாளர் ஒருவர் நாஜிகளின் கூடாரத்தை அடைய வேண்டுமென்றால் கண்மூடித்தனமான இனவாதத்தை ஏற்றுக் கொள்ள வேண்டும் என்று குறிப்பிட்டார். “குருதியுறவும் தாயகமும்” என்கிற நாஜி முழக்கம் எழுப்பப்பட்ட போது, சுற்றுச்சூழலியலாளர்களில் பலர் அதன் பின்பகுதியை மட்டிலுமே ஏற்றுக் கொண்டனர். அதற்கும் மேலாக, போரினை எதிர்கொள்ளும் பொருட்டு நாஜிகள் நடைமுறையில் தொழிலியல் பொருளாதாரத்தைக் கட்டியெழுப்பினர். அவர்கள் சில சமயங்களில் உயர்த்திப் பிடித்ததாகச் சொல்லப்பட்ட உழவுத் தொழில் சார்ந்த கருத்தியல்களால் அத்தகைய வளர்ச்சி சிக்கல்களில் மாட்டிக் கொண்டிருந்தது. ஹிட்லருடைய தன்னதிகார ஆட்சியால் துரத்தியடிக்கப்பட்ட இதழியலாளர் செபாஸ்டியன் ஹாஃப்னர், நாஜிகள் ஜெர்மனியின் ஆட்சியதிகாரத்தைக் கைப்பற்றியவுடன் தொழிலியல் கட்டமைப்பினை வெறியுடன் தொடங்கிவிட்டனர் என்றும், தொழிநுட்பக் கட்டமைப்புப் பணியும், நெடுஞ்சாலைகள், விமான நிலையங்கள் அமைப்பதும், போர்க்கருவிகளுக்கான ஆலைகள் உருவாக்குவதும், பாதுகாப்பு அரண்களை எழுப்புவதும் முதலிடம் பெற்றன என்றும் 1944 ஆம் ஆண்டு எழுதியுள்ளார். இவை எவையுமே சுற்றுச்சூழலியலாளருடைய பணிகளாக இருக்க இயலாது. அதிகாரங்களைப் பெருந்தொகையாக வைத்துக் கொண்ட நாஜியக் கட்டமைப்பாளர்களுள் முன்னோடியான ஒருவர் மிகத் தெளிவாகக் குறிப்பிட்டுள்ளார்: “நமது காலத்தின்

பெருமைகளை உறுதிவாய்ந்த பளிங்குக் கற்களில் நிலைத்த சான்றாகப் பொறிப்பதற்கு நாஜிகள் விழைகின்றனர்." அவர்கள் மிகைநுகர்வுப் போக்கினை வளர்த்தனர். ஒவ்வொரு ஜெர்மானியக் குடிமகனுக்கும் வோல்வேகன் நிறுவனத்தின் மகிழ்வுந்து ஒன்றை வழங்கப் போவதாகவும் அதனைச் செலுத்தி மகிழ்வதற்கு முன்கூட்டியே நெடுஞ்சாலைகள் அமைக்கப் போவதாகவும் ஹிட்லர் உறுதியளித்தார். ஸ்பானிய மேதையான ஜுவான் மார்டினஸ் ஆலியர் ஆய்ந்தளித்த முடிவின்படி, நாஜி ஆட்சியின் உண்மை வடிவம் 'குருதி உறவும் தாயகமும்' என்பதல்ல; 'குருதியுறவும் தானியங்கித் தொழில் வளமும்!'

நாஜிகள் சிலர் பசுமையாளர்களாக இருந்தனர்; பலர் அப்படியல்ல! எவ்வாற்றானும், அப்பொழுதென்றாலும் தற்காலத்திலும், பசுமையியலானது நாஜிய செயல்முறையுடன் தொடர்பு கொண்டதல்ல.

எளிய வாழ்க்கை குறித்த காந்தியக் கண்ணோட்டம்

1889 ஆம் ஆண்டு எட்வர்டு கார்பெண்டர் **நாகரிகம்: அதன் காரணமும் குணப்படுத்தும் முறையும்** (Civilization: Its cause and Cure) நூலினை வெளியிட்டார். அந்நூல் **விளைநிலங்களை மீட்போம்** இயக்கத்தின் பாடநூலாகக் கருதப்பட்டது. அதனைத் தொடக்கநிலையில் பெரிதும் போற்றிப் படித்தவர்களுள் சட்டம் பயில இலண்டன் சென்றிருந்த இருபது வயது இளம் இந்தியரும் ஒருவர். அந்த இந்தியர் கார்பெண்டரை அறியார். ஆனால், வெகுவிரைவில் அவருடைய மாணவரான அமைதி விரும்பியும் விலங்கினப் பாதுகாப்பு ஆர்வலருமான ஹென்றி சால்ட்டுடன் மிகவும் நெருங்கிய நண்பரானார். அவரும் தனது ஆசானைப் போலவே இயற்கையோடு இயைந்த வாழ்க்கைமுறைக்குத் திரும்புவதைக் கற்பித்ததுடன் கிராமிய வாழ்க்கையின் எளிமையைப் போற்றி வந்தார். சால்ட் நடத்திய **மரக்கறி உணவுமுறை ஆதரவாளர்கள் சங்க இதழ்** (Journal of the Vegetarian Society) அந்த இளைஞர் எழுதிய முதல் கட்டுரையை வெளியிட்டது. அக்கட்டுரை மிக நெருக்கமாக அச்சிடப்பட்ட தொண்ணூறு தொகுதிகள் அடங்கிய அவருடைய வாழ்க்கைச் சாதனை நூல்களின் தொடக்கமாக அமைந்தது.

அந்த இந்தியர்தான் மோகன்தாஸ் கரம்சந்த் காந்தி! ஈடு இணையற்ற திறன்களும் சாதனைகளும் ஒருங்கே வாய்க்கப் பெற்ற அரசியல், ஆன்மிகத் தலைவராகத் திகழ்ந்தவர். International Herald Tribune மற்றும் எண்ணற்ற அமைப்புகளாலும் தனிநபர்களாலும் இருபதாம் நூற்றாண்டின் தன்னிகரற்ற மனிதர் என்று போற்றப்பட்டவர். மகாத்மா காந்தி தான் வாழ்ந்த தென்னாப்பிரிக்க நாட்டில் நிலவிய இனப்பாகுபாட்டின் வெல்லற்கரிய எதிரியாக இருபதாண்டுகளுக்கும் மேற்பட்ட காலம் போராடியவர் என்றும் தன்னுடைய ஆங்கிலேய எதிர்ப்பு ஆளுமையால் ஆசியாவிலும் ஆப்பிரிக்காவிலும் எண்ணற்ற குடியேற்ற எதிர்ப்பு இயக்கங்கள் எழுச்சி பெறுவதற்கு உதவிய இந்திய விடுதலைப் போராட்ட வீரர் என்றும் அமெரிக்க ஐக்கிய நாடுகளின் குடியுரிமை இயக்கம் தொடங்கி போலந்தினுடைய கூட்டுப் பொறுப்புணர்வு இயக்கம்வரை பல்வேறு வகையிலான போராட்டக் களங்களில் கையாளப்படுகின்ற எதிர்ப்பு நுணுக்கமான அகிம்சைமுறையைத் தோற்றுவித்தவர் என்றும் கொண்டாடப்படுகிறார். இவை அனைத்திற்கும் மேலாக, தொழிலியல் பொருளாதாரத்தாலும் மிதமிஞ்சிய நுகர்வுச் சமுதாயத்தாலும் இயற்கைச் சூழலுக்கு நேரிடக்கூடிய அழிவார்ந்த விளைவுகளை முன்னுணர்ந்த தொடக்கநிலைச் சுற்றுச்சூழலியலாளராகவும் திகழ்ந்தார்.

காந்தி தன்னுடைய தன்வரலாறு நூலில், தனது இளமைப் பருவத்தில் கற்ற நூல்களில் தன்னுடைய வாழ்க்கையை உடனடியான நடைமுறை மாற்றத்திற்கு உட்படுத்திய நூல் ரஸ்கினுடைய **அழியாதிருக்கும் வரை** (Unto the Last) என்று குறிப்பிட்டுள்ளார். 1909 ஆம் ஆண்டு வெளியிடப்பட்ட இந்திய சுயராச்சியம் (Indian Home Rule) எனும் தனது முதல் நூலில் காந்திஜி ரஸ்கினுக்கும் எட்வர்டு கார்பென்டருக்கும் நன்றி தெரிவித்திருந்தார். அந்நூலில் அப்போது ஆங்கிலேய ஆட்சியிலிருந்து விடுதலை பெறுவதற்குப் போராடிக் கொண்டிருந்த இந்தியா தொழில்மயமாக்கப்படுவதை உறுதிபட மறுத்தார். ஏனெனில், தான் நேரடியாகவும், ரஸ்கின் மற்றும் அவர்வழிச் சிந்தனையாளர்கள் வாயிலாகவும் மேற்கத்திய நாடுகள் தன்னலப் போக்கிலும் போட்டி மனப்பான்மையுடனும் இயற்கைவளங்களை முற்றாக அழித்துக் கொண்டிருந்ததை அவர் கவனித்தார். தேவைகளை வரம்பின்றி பெருக்கிக் கொள்வதும்,

அவற்றை நிறைவு செய்து கொள்ளும் பொருட்டு மூலப் பொருட்களுக்காகவும் நுகர்பொருட்களுக்காகவும் நாடெங்கிலும் இயற்கை வளங்கள் சூறையாடப்படுவதும் நவீன நாகரிகத்தின் தனிப்பட்ட பண்பாகக் கருதினார். அதற்கு மாறாக, தொழிலிய நாகரிகங்களுக்கு முந்தைய காலங்களில் அத்தகைய தேவைகள் கண்டிப்புடன் கட்டுப்படுத்தப்பட்டதாகவும் கடுமையான முறையில் ஒழுங்குபடுத்தப்பட்டதாகவும் நம்பினார். காலத்தையும் தூரத்தையும் அழித்துவிட்டு விலங்கினங்களைப் போன்ற தீராப் பசியைப் பெருக்கிக்கொண்டு, அவற்றை நிறைவு செய்து கொள்ளும் பொருட்டு உலகில் எத்தகைய விளைவுகளை வேண்டுமானாலும் ஏற்படுத்துவது என்கிற வெறிபிடித்த ஆசைகளை முழுமனத்துடன் கைவிடுவதற்கு முன்வர வேண்டும் என்று தனது இயல்புக்கு மீறி கடுமையான குரலில் முழங்கினார். 'இத்தகைய கொடிய விளைவுகளைத்தான் நவீன நாகரிகம் ஆதரிக்கிறது என்றால், அதைத்தான் அது செய்கிறது என்பதைப் புரிந்து கொண்டேன், அதனை அரக்கத்தனமானது என்பேன்.'

காந்திஜி அதற்கு மாற்றாக மிகக் குறைந்த தேவைகளுடன் வள ஆதாரங்களை மறுசுழற்சி செய்யத்தக்க எளிய வாழ்க்கைமுறையை மக்கள் தாமாக முன்வந்து ஏற்றுக் கொள்ள வேண்டும் என்கிற கருத்தினை முன்வைத்தார். அவர் பயன்படுத்தப்பட்ட தாளின் பின்பக்கம் தனது கடிதங்களை எழுதினார். காந்திஜியின் பொன்மொழிகளுள் அனைவராலும் நன்கறியப்பட்ட ஒன்றுண்டு: "இந்த உலகம் அனைவருடைய தேவைகளையும் நிறைவேற்றிக் கொள்வதற்கான வளங்களைப் பெற்றுள்ளது; ஆனால், தனியொருவனுடைய பேராசையை நிறைவேற்றுவதற்குப் போதாது!" இதனை மிக நேர்த்தியாகத் தேர்ந்தெடுக்கப்பட்ட சொற்களைக் கொண்ட ஒற்றை வரி சுற்றுச்சூழலியல் நன்னெறி எனலாம். அத்தகைய நன்னெறியை அவர் தானே கடைப்பிடித்து வந்தார். 1948 ஆம் ஆண்டு அவர் கொல்லப்பட்டபோது, கோடிக்கணக்கான தொண்டர்களைப் பெற்றிருந்த அந்த மாமனிதர், வரலாற்றிலேயே வல்லமைமிக்க பேரரசினை வீழ்த்திய பெருமைக்குரியவர், தனது உடமைகளாக ஒரு சிறு பெட்டிக்குள் அடங்கத்தக்கவை மட்டிலுமே வைத்திருந்தார்; மாற்றிக் கொள்வதற்கான இரண்டு, மூன்று ஆடைகள், கடிகாரம் ஒன்று, மூக்குக் கண்ணாடி ஒன்று, மேலும் சில சின்னச் சின்னப் பொருட்கள்.

விடுதலை பெற்ற இந்தியாவிற்கான அவருடைய மிக அகன்ற பார்வை கிராமம் சார்ந்த ஒன்று. உலகம் முழுவதிலும் நகரமயப்படுத்துவதும் தொழில்மயப்படுத்துவதுமான மனப்போக்கு பெருகியிருந்த காலத்தில் துணிவுடன் அவற்றை எதிர்த்து கிராமங்களை மீட்டெடுப்பதற்கு அவர் பாடுபட்டார். அதற்கு ஞ்நன்னெறி சார்ந்தனவும் சமுதாயவியல் சார்ந்தனவுமான காரணங்களை அவர் முன்வைத்தார். ஒரு நாட்டினைத் தொழில்மயமாக்குவதற்கு இயற்கை சார்ந்த வரம்புகள் மிகத் தெளிவாகப் புலப்படுவதைப் போலவே உலகம் தழுவிய தொழில்மயமாக்கலுக்கும் இயற்கையான வரம்புகள் உள்ளன என்றார்.

> *“மேற்கத்திய நாடுகளின் செயல்முறையைப் பின்பற்றி இந்தியா தொழில்மயமாக்கப்படுவதை இறைவன் தடுத்து நிறுத்தட்டும்! தனிப்பட்டதொரு குட்டித் தீவான இங்கிலாந்து பொருளாதார மேலாதிக்கம் பெற்றதாலேயே இன்றைக்கு உலகம் முழுவதும் சங்கிலிகளால் பிணைக்கப்பட்டுள்ளது. முப்பது கோடி மக்களைக் (அப்போதைய இந்திய மக்கள் தொகை) கொண்ட இந்தியா போன்ற மிகப்பெரிய நாடு அதே போன்ற பொருளாதாரச் சுரண்டலில் ஈடுபட்டால், வெட்டுக்கிளிகள் வேட்டையாடிய விளைநிலம் போல உலகமே வெறிச்சோடிப் போய்விடும்!”*

என்று 1928 ஆம் ஆண்டு திசம்பர் திங்களில் எழுதினார்.

ரஸ்கின், மோரிஸைப் போலவே, காந்திஜியைப் பொறுத்த வரை, நாட்டுப்புறங்களை ஒருதலைச் சார்பாகச் சுரண்டுவதன் வாயிலாகவே நகரம் மற்றும் ஆலைகளின் முன்னேற்றம் இயலக் கூடியதாகும். நகரங்களின் மாளிகைகள் கிராமங்களின் குருதியையும் தசையையும் கலவையாகக் கொண்டே எழுப்பப் படுகின்றன என்று 1946 ஆம் ஆண்டு ஜூலைத் திங்கள் அவர் பதிவு செய்தார். இன்றைக்கு நகரங்களின் குருதிக் குழாய்களை வீங்கிப் புடைக்கச் செய்கின்ற குருதியைக் கொண்டு கிராமங்களின் குருதி நாளங்களில் ஓடச் செய்வதைக் காண விழைந்தார்.

வேளாண் செயல்பாடுகள் தொழில்மயமாக்கப்படுவதை எதிர்த்தார். எந்திரக் கலப்பைகள் மரக்கலப்பைகளை காணாமற் போகச் செய்ததையும், வேதியல் உரங்கள் பரவலாகப் பயன்படுத்தப்பட்டதையும் கண்டித்தார். வேதியல் உரங்கள் குறுகிய காலத்தில் வேளாண் உற்பத்தியைப் பெருக்கின என்பது மறுக்கவொண்ணாததாகத் தென்பட்டபோதிலும், நிலவளத்தின் நுண்ணூட்டச் சத்துகளை உறிஞ்சிவிடுவதுடன் வேலையில்லாத் திண்டாட்டத்தையும் உருவாக்கிவிடுகிறது என்று சுட்டிக் காட்டினார். விரைந்த பலன்களுக்காக மண்வளத்துடன் வணிகத்தில் ஈடுபடுவதென்பது அழிவை ஏற்படுத்துவதுடன் தொலைநோக்கற்ற கொள்கை எனவும் எச்சரித்தார். அதற்குப் பதிலீடாக, மண்வளம் கொழிக்கச் செய்யக்கூடியதும், கழிவுகள் திறம்படக் கையாளப்படுவதனால் கிராமப்புறச் சுகாதாரத்தை மேம்படுத்தக்கூடியதும், மதிப்புமிக்க அந்நியச் செலவாணியைப் பாதுகாக்கக்கூடியதுமான உயிரியல் உரங்களின் பயன்பாட்டை ஊக்குவித்தார். ஆனால், கிராமியப் பொருளாதாரம் மறுஊக்கம் பெறுவதென்பது, கைவினைத் தொழில்களுக்குப் புத்துயிர்ப்பு அளிப்பதைப் பொறுத்தது. கிராமியப் புத்தாக்கம் குறித்த அவருடைய பதிவுகள் கீழே கொடுக்கப்பட்டுள்ளன. ஒருகாலத்தில் இந்தியாவின் செயல்துடிப்புமிக்க மரபுகளாக விளங்கிய நெசவு மற்றும் ஏனைய கைத்தொழில்கள் ஆங்கிலேயர் ஆட்சியில் பெருவாரியாக அழிக்கப்பட்டுவிட்டன. அவற்றை மீட்டமைக்கும் பொருட்டு காந்திஜி அனைத்திந்திய கிராமியத் தொழில்கள் கூட்டமைப்பு, அனைத்திந்திய நூல்நூற்போர் கூட்டமைப்பு என இரு அமைப்புகளை உருவாக்கினார்.

ஓர் இலக்கியல் நிறைவு கிராமம்

1937 ஆம் ஆண்டு சனவரித் திங்களில், காந்திஜி தனது இலக்கியல் நிறைவான இந்திய கிராமம் குறித்து கவிதை நயமிக்க மிகவும் எளிய நடையில் வழங்கிய வருணனை.

போதிய வெளிச்சமும் காற்றோட்டமும் கொண்ட, ஐந்து மைல் சுற்றளவிற்குள் கிடைக்கக் கூடிய பொருட்களைக் கொண்டு அமைக்கப்பட்ட குடிசைகளைக் கொண்டிருக்கும். குடிசைகள் குடும்பத்தினர் தமது பயன்பாட்டிற்கான காய்கறிகளைப் பயிரிட்டுக் கொள்வதற்கும் தமது கால்நடைகளைப் பேணுவதற்கும் உகந்த முறையில்

புழக்கடையைப் பெற்றிருப்பன. கிராமத்தின் குறுகிய வழிகளும் தெருக்களும் தவிர்க்கத்தக்க அனைத்து மாசுக்களும் இல்லாதிருப்பன. தனது தேவைக்கேற்பவும் அனைவருடைய பயன்பாட்டிற்கேற்பவும் கிணறுகளைப் பெற்றிருப்பன. அனைவருக்குமான தொழுகைக் கூடங்களும், பொதுவான கூட்டத் திடல்களும், கால்நடைகளின் மேய்ச்சலுக்கு கிராமப் பொதுவில் மேய்ச்சல் நிலமும், கூட்டுறவுப் பால் பண்ணையும், தொழிற்கல்வியை மையமாகக் கொண்ட தொடக்கநிலை, இடைநிலைப் பள்ளிகளும், மக்களிடையே ஏற்படக் கூடிய முரண்களைத் தீர்ப்பதற்கான ஊராட்சி மன்றமும் அமையப் பெற்றிருப்பன. மக்கள் தமக்குத் தேவையான தானிய வகைகளையும், காய்வகைகளையும், பழவகைகளையும், கைநூல் துணியையும் தாமே உற்பத்தி செய்து கொள்வர். இதுவே முன்மாதிரி கிராமம் குறித்த என்னுடைய தோராயமான கருத்தாகும்.

ஆதாரம்: மகாத்மா காந்தியின் நூல்கள் தொகுப்பு, தொகுதி 44 (புதுதில்லி: வெளியீட்டுப் பிரிவு, 1976) பக். 217

அத்தகைய அமைப்புகள் காந்திஜியின் மிக நெருங்கிய தொண்டர்களுள் ஒருவரான குமரப்பா என்பவரால் நடத்தப்பட்டன. பொருளியலாளரான அவரிடம் காந்திஜி கிராமிய மறுகட்டமைப்புப் பணிகளை ஒப்படைத்திருந்தார். குமரப்பா இலண்டனில் கணக்கியலையும் நியூயார்க் கொலம்பியா பல்கலைக்கழகத்தில் பொருளாதாரமும் கற்றவர். 1920 களில், இந்திய தேசிய இயக்கத்தில் தன்னை இணைத்துக் கொண்டார். காந்திஜியுடன் பணியாற்றி கிராமிய வேளாண் தொழிலுக்கும் இயற்கை உலகத்திற்கும் இடையே நிலவுகின்ற உறவுகளை துருவி ஆய்வு செய்தார். இந்திய உழவர்களைப் பொறுத்தவரை வெளியிலிருந்து பெறப்படுகின்ற நுண்ணூட்டச் சத்துகள் வாயிலாகவே சாகுபடி சாத்தியமாகின்றது. குளங்களிலிருந்தும் ஆறுகளிலிருந்தும் பெறப்படுகின்ற நீரும், கால்நடைகளின் சாணத்திலிருந்தும் வனங்களின் இலை தழைகளிலிருந்தும் பெறப்படுகின்ற உரமும் மண்ணுக்கு வளமூட்டுகின்றன. அதாவது, வேளாண் உற்பத்திக்கு, தனியாருக்குச் சொந்தமான நிலத்துண்டுகள் பேணிக் காக்கப்படுவதைப் போலவே,

பொதுவான உடமைகளான நீர்ப்பாசனக் குளங்களும், மேய்ச்சல் நிலங்களும் பேணிக் காப்பாற்றப்பட வேண்டியது பெரிதும் இன்றியமையாதது. இத்தகைய நோக்கங்களுக்காக கிராம நிலையில் மிகவும் வலிமையுடன் செயல்பட்ட நிறுவனங்கள் அமைக்கப்பட்டிருந்தன. அவை ஆங்கிலேய ஆட்சியில் சிதைவுற்றன. இந்தியாவில் கிராமிய உழவுத் தொழிலுக்கு அச்சாணியாக விளங்கிய நீராதாரங்களும் மேய்ச்சல் நிலங்களும் இயற்கையின் அருட்கொடைகள். விடுதலை பெற்ற இந்தியாவின் பொருளாதாரக் கொள்கைகளைப் பொறுத்தவரை, உழவுத் தொழிலைத் திறம்படக் கையாளுவதற்கு கூட்டுப்பண்ணைகளை மீட்டமைக்க வேண்டியது முக்கியத்துவம் வாய்ந்த பணியாகும் என்பது குமரப்பாவின் கண்ணோட்டம்.

குமரப்பா தனது ஆசானைப் போலவே நிலைபேறுடைய பொருளாதாரம் வேளாண்மையின் மீதுதான் அமைக்கப்பட வேண்டும் என்று நம்பினார். அழிவினை விளைவிக்காத தொழில்மயமாக்கல் என்பது சாத்தியமே இல்லை என்றும் அதே சமயத்தில் வேளாண் தொழில் தொழில்களிலெல்லாம் சிறந்தது என்றும் அத்தொழிலில் மிகச் சிறந்த பலன்களை விளைவிக்கும் விதத்தில் இயற்கையும் சுற்றுச்சூழலும் கையாளப்படுகின்றன என்றும் குறிப்பிட்டுள்ளார். அத்தகைய முரண்பாடு அவை ஒவ்வொன்றும் தத்தமது போக்கில் இயற்கையின் மீது ஏற்படுத்தக் கூடிய தாக்குதல்களைக் கொண்டு வெளிப்படுத்தப்படலாம்:

> *வேளாண் நாகரிகத்தைப் பொறுத்தவரை, இயற்கையால் வகுக்கப்பட்டுள்ள அமைப்புமுறைகள் பெருமளவில் பாதிக்கப்படுவதில்லை. அவ்வாறு ஏதேனும் மாறுபாடுகள் இருப்பின் அவையும் இயற்கையாக நிகழ்கின்ற இயல்பூக்கத்தால் ஈடுசெய்யப்படுகின்றன. விவசாயிகள் இயற்கையாக நிகழ்வதற்கு நீண்டகாலம் எடுத்துக்கொள்ளக் கூடியவற்றைக் குறைந்த காலத்தில் நிகழ்விப்பதற்கு முடுக்கிவிடுகின்றனர் அல்லது இயற்கைக்குத் துணை நிற்கின்றனர்... தொழிலியல் சமுதாயத்தின் பொருளாதார அமைப்புமுறையின் கீழ், தேவைகளைப் பொருட்படுத்தாமல் பெருமளவில் பொருட்களை வழங்குவதற்கான உற்பத்திமுறை கைக் கொள்ளப்படுவதால் இயற்கையினின்று வன்முறையான*

விதத்தில் மாறுபாடுகள் நிகழ்கின்றன. அதன் பின்னர், தந்திரமிக்க விளம்பர முறைகளைக் கையாண்டு செயற்கையாகத் தேவைகளை உருவாக்குகின்றனர்.

ரஸ்கின் மற்றும் காந்திஜியினுடைய தத்துவங்களை ஒப்பீட்டு முறையில் ஆய்வு செய்த இந்தியப் பொருளாதார வல்லுநர் எம்.எல். தந்த்வாலா 'இரு சிந்தனையாளர்களையும் பொறுத்தவரை, அமைதி வழியில் தன்னிறைவான கிராமிய சமுதாயத்தை அழித்துவிட்ட குற்றவாளியாகவே தொழில்மய மாக்குதலைக் கருதுகின்றனர். ஆங்கே, உழைப்பாளிகள் தத்தமது மூலப்பொருட்களைத் தாமே கொணர்ந்து நூல் நூற்று நெய்து ஆயத்தப்படுத்தப்பட்ட பொருட்களை கிராமிய சமுதாயத்தினருக்கு விற்றனர்' என்று குறிப்பிட்டுள்ளார். எளியமுறை வாழ்க்கை குறித்த காந்திய வடிவம் உண்மையிலேயே பல விதங்களில் ஆங்கிலேய முன்மாதிரியைப் பின்பற்றுகிறது: மனித உழைப்பினில் கருத்தூன்றுவதிலும், கிராமத்தை மனித சமுதாயத்தின் உன்னத வடிவமாக உயர்த்திப் பிடிப்பதிலும், வன்முறையானதென்றும், போட்டி மனப்பான்மையை வளர்ப்பதென்றும், இயற்கை வளங்களை அழிக்கவல்லதென்றும், அதன் காரணமாக நீண்ட காலத்திற்கு நிலைத்திருக்க இயலாதது என்றும் தொழில்மயமாக்குதலைப் புறந்தள்ளுவதிலும் இரண்டுமே ஒத்துப் போகின்றன. காந்திஜி மற்றும் ரஸ்கினுடைய பணிகள் விடலைப் பருவத் தொழில்மய மாக்கலின் அதிர்ச்சியூட்டத்தக்க வரம்புகடந்த போக்கிற்கான எதிர்வினை என்கிற விதத்தில் மிகச் சிறப்பாகப் புரிந்து கொள்ளப் பட்டுள்ளன என்கிறார் தந்த்வாலா. இருப்பினும், இந்திய மரபுகள் ஆங்கிலேயருடையதிலிருந்து குறைந்தது இரண்டு பான்மைகளில் வேறுபடுகிறது. முதலாவதாக, வேர்ட்ஸ்வொர்த் போன்றோருடைய கவித்துவம் மிக்க புத்துணர்வுக் கிளர்ச்சி சார்ந்த போக்குகளைப் புறந்தள்ளிவிட்டு. காந்தியக் கண்ணோட்டம் பலவிதங்களிலும் நடைமுறைப்படுத்தக் கூடியது. கலை, கவிதை, இசை போன்றவற்றில் திளைக்கும் அளவிற்கு காந்திக்கு நேரம் கிடைக்கவில்லை. பொருளியல் மற்றும் அரசியல் மீதும், நகரங்களாலும், ஆங்கிலேய மேலாதிக்க ஆட்சியாலும் ஒடுக்கப்பட்டிருந்த கிராம மக்களுக்கு வாழ்வாதாரங்களையும் நன்மதிப்பையும் மீட்டமைப்பதிலும் அவருடைய கவனம் உறுதிப்பாட்டுடன் குவிந்திருந்தது.

இரண்டாவதாக, பத்தொன்பதாம் நூற்றாண்டைய இங்கிலாந்தில் விவசாயிகளும் கைவினைஞர்களும் தொழில் புரட்சியால் ஏறத்தாழ துடைத்தழிக்கப்பட்டுவிட்டனர். அந்த வகையில் விளைநிலங்களை மீட்போம் என்பது ஓர் எதிர்ப்புக் குரலாகவே ஒலிக்கப்பட்டது; மேலாதிக்கம் பெற்றிருந்த பொதுப்பண்பிற்கு ஒவ்வாததாக இருந்தது. குழுக்களாகக் கட்டாயப்படுத்துவதன் வாயிலாகவும் சுற்றுச்சூழலியல் இயக்கங்கள் மூலமாகவும் அதனால் தொழில்மயதாக்குதலை மட்டுப்படுத்தக் கூடும்; முற்றாக நிறுத்திவிட இயலாது. மாறாக, காந்தியும் குமரப்பாவும் இந்தியா ஏழு லட்சம் கிராமங்களைக் கொண்ட நாடு என்றும், உழவுத்தொழிலிலும், கால்நடைகள் வளர்ப்பதிலும், கைவினைப் பொருட்கள் உற்பத்தியிலும் அதனுடைய மரபுவழிப்பட்ட முறைகள் ஆலை உற்பத்திப் பொருட்களுடன் இன்னமும் போட்டியிட்டு எதிர்த்து நிற்பதற்கான வல்லமை பெற்றுள்ளன என்றும் எழுதி அதற்காகப் பாடுபட்டு வந்தனர். ரஸ்கினுடைய உழவுத் தொழில் சார்ந்த கருத்தியல் வெறும் கருத்தியல் மட்டிலுமே; அதே சமயத்தில், காந்தியைப் பொறுத்தவரை, விடுதலை பெற்ற இந்தியாவில் சமுதாயப் புத்தாக்கத்திற்கான அடிப்படையாக அமையும் அளவிற்குப் பொருள் பொதிந்ததாக விளங்கியது.

3

ஆய்வறிவு சார்ந்த நிலைபெயராமைக் கோட்பாடு

நிலைபெயராமையின் பன்னாட்டுப் பண்பு

1864 ஆம் ஆண்டு மே மாதத்தில், புகழ்பெற்ற நியூயார்க் நிறுவனமான சார்லஸ் ஸ்கிரிப்னெர்ஸ் பதிப்பகம் **மனிதனும் இயற்கையும்: அல்லது, மனிதஇனத்தின் கைவண்ணத்தால் மாற்றியமைக்கப்பட்ட புவியியல் புறத்தோற்றம்** (Nature and Man: Or, Physical Geography as Modified by Human Action) எனும் நூல் ஒன்றினை வெளியிட்டது. ஆண்டுக் கணக்கில் மேற்கொள்ளப்பட்ட கூர்ந்த ஆய்வினையும் ஆழமான சிந்தனைகளையும் அடிப்படையாகக் கொண்ட அந்நூல் மிகக் குறைந்த தாக்கத்தையே ஏற்படுத்தக் கூடும் என வெர்மோன்ட் மேதையும் அரசியல் அறிஞருமான அதன் ஆசிரியர் ஜார்ஜ் பெர்கின்ஸ் மார்ஷ் எண்ணினார். அந்நூலின் விற்பனையில் பெரிதும் ஐயப்பாடு கொண்டிருந்த மார்ஷ் அதன் காப்புரிமையை அமெரிக்க ஐக்கிய நாடுகள் உடல்நல ஆணைக்குழுவிற்கு நன்கொடையாக அளித்து விட்டார். சிந்தனைத்திறன் மிக்க நண்பர்கள் சிலர் அக்காப்புரிமையை விலைக்குப் பெற்று நூலாசிரியருக்குத் திருப்பி அளித்தனர். அது மிகவும் நேர்மையானதொரு நடவடிக்கையாக அமைந்தது. ஏனெனில், மார்ஷினுடைய எதிர்பார்ப்புகளுக்கு மாறாக, மனிதனும் இயற்கையும் அமெரிக்கச் சுற்றுச்சூழலியலின் முதல் அலைக்கு எழுச்சியூட்டியமையால் நீதிநூலின் தகுதிநிலையைப் பெற்றது. வரலாற்றாசிரியரும் திறனாய்வாளருமான லூயிஸ் மம்ஃபோர்டு ஒருமுறை குறிப்பிட்டதைப் போல, மார்ஷின் தனிப்பெருநூல் நிலைபெயராமை இயக்கத்தின் ஊற்றுக்கண்ணாகத் திகழ்ந்தது; உயிரின வாழ்க்கைச் சூழமைவு என்கிற கருத்தாக்கம் உருப்பெறுவதற்கு முன்னரே உயிரின

வாழ்க்கைச் சூழலியல் ஆய்வு குறித்த முழுநிறைவான நூலாக விளங்கியது.

மார்ஸினுடைய நூல் முதன்முறையாக வெளியிடப்பட்ட அதே ஆண்டில், ஆங்கிலேய மேலாதிக்கத்திற்கு உட்பட்ட இந்திய அரசு, அப்பொழுது புதிதாகத் தோற்றுவிக்கப்பட்டிருந்த நாடு தழுவிய வனத்துறைக்குத் தலைமைப் பொறுப்பேற்குமாறு டையட்ரிச் பிரான்டிஸ் எனும் ஜெர்மானிய தாவரவியலாளருக்கு அழைப்பு விடுத்தது. மார்ஷ் பற்றி அறிந்திருந்த டையட்ரிச் பிரான்டிஸ் அவருடன் தொடர்பு கொண்டு, வனங்கள் அழிக்கப்பட்டு வந்த வேகம் குறித்த கவலையையும் அந்நிலையை மீட்டமைக்கும் வல்லமை பெற்ற ஆய்வறிவு சார்ந்த நிபுணத்துவத்தையும் பகிர்ந்து கொண்டார். சற்றேறத்தாழ இருபதாண்டு காலம் பிராண்டிஸ் தலைமை ஏற்றிருந்த இந்திய வனத்துறை நிலைபெயராமைக் கோட்பாட்டின் வரலாற்றிலேயே மிகுந்த செல்வாக்குப் பெற்ற நிறுவனங்களுள் ஒன்றாகத் திகழ்ந்தது. 1864 ஆம் ஆண்டு நிறுவப்பட்ட அத்துறை அந்நூற்றாண்டின் இறுதிக்குள் இந்தியாவின் ஐந்தில் ஒரு பங்கு நிலத்தைத் தன்வசமாக்கிக் கொண்டது. மிகப் பெரியதொரு நாட்டின் மிகப் பெரிய நிலக்கிழாராக விளங்கி வந்த அத்துறை அத்தகுதிநிலையைத் தொடர்ந்து தக்க வைத்துக் கொண்டுள்ளது.

குறைந்தது பத்தாயிரம் மைல் இடைவெளியில் பிரிக்கப் பட்டிருந்தபோதிலும், அமெரிக்காவில் வெளியிடப்பட்ட இயற்கையும் மனிதனும் எனும் நூலும் இந்திய வனத்துறையின் உருவாக்கமும் ஒரே வரலாற்றுப் போக்கினைக் கொண்டவையாகக் கருத வேண்டும். வனங்கள் அழிக்கப்பட்டதையும் எங்கெங்கும் காய்ந்து கனல் பறக்கின்ற நிலையையும் பருவமழை பொய்த்து வறட்சி மேலோங்கி வந்ததையும் பதினெட்டாம் நூற்றாண்டின் பிற்பகுதியிலிருந்து அறிவியலாளர்கள் உன்னிப்பாகக் கவனித்து அத்தகைய நிகழ்வுகளுக்கிடையே நிலவும் தொடர்புகளை நுணுகி ஆய்வு செய்யத் தொடங்கினர். உழவுத்தொழில் சார்ந்த குடியேற்றங்களாலும் தொழிலியல் பெருக்கத்தாலும் வெகு விரைவாக வனங்கள் அழிக்கப்பட்ட மண் அரிப்பிற்கும், சில அறிவியல் வல்லுநர்கள் முன்வைத்த வாதங்களைப் போல, மழைப்பொழிவு குறைவதற்கும் வழிவகுத்தன. வடஅமெரிக்காவிலும் அக்கண்டம் முழுவதிலும் ஏற்பட்ட

மக்கள்தொகைப் பெருக்கமும் தொழில், வணிக விரிவாக்கமும் மரப்பொருட்கள் கிடைப்பதில் நெருக்கடிநிலையையும் அவற்றின் விலை உயர்விற்கும் இட்டுச் சென்றன. ஆப்பிரிக்காவிலும் ஆசியாவிலும்கூட ஐரோப்பிய மேலாதிக்கம் கட்டவிழ்த்துவிட்ட பேராசை வெறி தலைக்கேறிய சக்திகள் மலைப்பகுதிகளிலிருந்த மழைக்காடுகளை தேயிலைத் தோட்டங்களாகவும், சமவெளிகளில் விரிந்து கிடந்த மேய்ச்சல் நிலங்களை பருத்தியும் கரும்பும் விளைவிக்கின்ற பண்ணைகளாகவும் மாற்றியமைத்தமையால் பேரளவிலான சுற்றுச்சூழலியல் சீரழிவுகளுக்கான பாதைகள் அகலப்படுத்தப்பட்டன.

ஜெர்மானிய அறிவியலாளரும் ஆய்வறிஞருமான அலெக்சாண்டர் வோன் ஹம்போல்ட் (1769-1859) உலகளாவிய வனஅழிப்புப் பற்றிய பகுப்பாய்வுத்துறையின் முன்னோடியாவார். வெனின்சுலாவின் ஏரி ஒன்றின் நீர்மட்டத்தில் ஏற்பட்ட ஏற்ற வற்றங்களை ஆய்வு செய்ததன் வாயிலாக அவர் கீழ்க்கண்ட பொதுமையான முடிவுகளை வகுத்தளித்தார்:

> *வனங்கள் அழிக்கப்பட்டதாலும், செடி கொடிகள் அப்புறப்படுத்தப்பட்டு வண்ணமேற்றியான இண்டிகோ பயிரிடப்பட்டதாலும் அரை நூற்றாண்டு காலத்திற்குள் வேலென்சிகா ஏரிக்குள் பாய்ந்த நீரின் அளவில் ஏற்பட்ட மாற்றங்கள் ஒருபுறமும், மறுபுறம், நிலத்தின் மேல்மண் ஆவியாகிப் போனமையும், வளிமண்டலம் வறண்டு போனமையும் ஏரியின் நீர்மட்டம் படிப்படியாகக் குறைந்து வந்ததற்கு வலிய காரணங்களாக அமைகின்றன. மலைகளின் உச்சிப்பகுதிகளிலும் பக்கவாட்டிலும் அடர்ந்து கவிந்திருந்த மரங்கள் வெட்டி வீழ்த்தப்பட்டதன் மூலம் மனிதயினம் தமது எதிர்காலத் தலைமுறையினருக்கு எரிபொருள் பற்றாக்குறை, தண்ணீர்த் தட்டுப்பாடு ஆகிய இரு பேரழிவுகளை உடனடியாக ஏற்படுத்தும் விதத்தில் ஒவ்வொரு பருவகாலத்தினையும் ஆயத்தப்படுத்தி விடுகின்றனர். அமெரிக்காவில் ஐரோப்பியப் பண்ணை ஆண்டைகள் செய்வதைப் போல எதிர்காலத்தைப் பற்றிய அக்கறையின்றி மட விரைவுப் பாய்ச்சலில் எங்கெங்கிலும் உள்ள வனங்கள் அழிக்கப்படும் பொழுது, நீரூற்றுகள் முற்றிலும் வறண்டுவிடுகின்றன*

அல்லது வளங்குன்றுகின்றன. ஆண்டில் ஒரு பகுதிக்காலம் வறண்டு கிடந்த ஆற்றுப் படுகைகள் உயர்வான இடங்களில் மிகுதியான மழை பொழியும் போதெல்லாம் சிற்றோடைகளாக மாற்றப்படுகின்றன. மலைகளின் சாரல்களில் இருந்த முட்புதர்களுடன் சேர்ந்து குறும்புல் தரைகளும் பாசிகளும் மறைந்துவிட்டதால், மழைப் பொழிவால் பெருக்கெடுக்கும் நீர் தன் போக்கில் விரைவது தடுக்கப்படுவதற்கு இனிமேலும் வாய்ப்பில்லை. எனவே, அடுத்தடுத்துத் தொடர்ச்சியாக வடிகட்டப்பட்டு வழிந்தோடி ஆற்றின் நீர்மட்டத்தைப் படிப்படியாக உயர்த்துவதற்குப் பதிலாக, அடிக்கின்ற மழை மலைச்சாரல்களின் மண்ணை அரித்து, தளர்ச்சியுறச் செய்வதால் நிலச்சரிவு ஏற்படுவதுடன் திடுமென வெள்ளப் பெருக்கு ஏற்பட்டு நாட்டிற்கு பேரழிவை விளைவிக்கிறது. ஆகவே, வனஅழிப்பும், நீரூற்றுகள் வளங்குன்றிப் போவதும், ஆறுகள் சிற்றோடைகளாக மாற்றமடைவதும் ஆகிய மூன்று நிகழ்வுகளும் ஒன்றுக்கொன்று நெருக்கமான தொடர்பு கொண்டிருப்பதைக் காண்கிறோம். புவியில் எதிர் அரைக்கோளத்தில் அமைக்கப்பட்டுள்ள நாடுகளான ஆல்ப்ஸ் மலைத்தொடரால் எல்லை கட்டப்பட்டுள்ள லம்பார்டி, பசிபிக் பெருங்கடலுக்கும் ஆண்டிஸ் மலைத்தொடரின் கார்டிலெர்ராப் பகுதிக்கும் இடைப்பட்ட கீழ்ப் பெரு போன்ற நாடுகள் இத்தகைய முடிவுகளுள் உள்ளடங்கிய உறுதியான உண்மைக்கு வலுவான சான்றுகளாகத் திகழ்கின்றன.

1819 ஆம் ஆண்டைய மேற்சொல்லப்பட்ட கருத்துரைகள் மிகவும் அண்மைக் காலத்திய கண்டுப்பிடிப்புகளால் மறுதலிக்கப்படவில்லை என்று ஆங்கிலேய வரலாற்றாசிரியரான ரிச்சர்ட் குரோவ் மிகச் சரியாகக் குறிப்பிட்டுள்ளார். ஆனால், குரோவ் மேலும் கூறியுள்ளதைப் போல, ஹம்போல்ட் ஒத்த சிந்தனை கொண்ட நிலைபெயராமைக் கோட்பாட்டாளர்களுள் மிகவும் நடைமுறை அறிவடிப்படை சார்ந்தவர். இத்தகைய நிலைபெயராமைச் சிந்தனை அறிவியலாளர்கள் பெருநகரங்களிலும் குடியேற்றப் பகுதிகளிலும் உயிரின வாழ்விடங்கள் அழிக்கப்பட்டதை மிகுந்த பேரச்சமாகவே நோக்கியுள்ளனர். தனிநபர்களுடைய பேராசை, குறிப்பாக

முன்னோடிகளுடைய கலப்பைகளும், மரவெட்டிகளுடைய கோடாரிகளும் வனஅழிப்பிற்குப் பெருமளவில் பங்களித்துள்ளன. அங்கெல்லாம் வனங்களையும் ஏனைய இயற்கை வள ஆதாரங்களையும் உரிய முறையில் பொதுவுடமையாக்கிக் குறுக்கிடுவதன் வாயிலாக, சுற்றுச்சூழல் சீரழிவைத் தடுத்து நிறுத்துவதுடன் சீரான பொருளாதார வளர்ச்சிக்குத் தகுந்த அடித்தளத்தையும் அமைக்கலாம் என்று அறிவியலாளர்கள் நம்பினர். நிலைநிறுத்தத்தக்க உற்பத்தி (sustained yield) எனும் கருத்தியல் இங்கே பெரிதும் முக்கியத்துவம் வாய்ந்தது. அஃது மரம், நீர், மீனினம், வனஉயிரினங்கள் போன்ற புதுப்பிக்கத்தக்க இயற்கை வளங்களின் ஆண்டுமுறைப் பெருக்கத்தை அறிவியலாளர்களால் துல்லியமாகக் கணிக்க முடியும் என்கிற நம்பிக்கையின் அடிப்படையிலானது. அத்தகைய பெருக்கத்திற்குள் பயன்பாட்டு அளவினைக் கட்டுப்படுத்திக் கொள்ள வேண்டும் என்று அறிவியலாளர்கள் வரையறுக்கின்றனர். அதன் வாயிலாக இயற்கைவள மூலதனத்தைப் பேணிக் காத்து நீண்ட காலத்திற்கு நிலைநிறுத்தத்தக்க உற்பத்தியை உறுதிப் படுத்திக் கொள்ள இயலும் என்கின்றனர்.

வடஅமெரிக்காவில் ஜார்ஜ் பெர்கின்ஸ் மார்ஷும் தெற்காசியாவில் டையட்ரிச் பிராண்டிஸும் உண்மையான உலகம் தழுவிய விளைவுகளுக்குரிய ஆய்வறிவு சார்ந்த இயக்கமாக உருவெடுக்கத்தக்க ஒன்றின் வழிகாட்டிகளாக விளங்கினர். பத்தொன்பதாம் நூற்றாண்டின் மத்திய காலத்தில், அரசியல் அதிகாரங்கள் மையப்படுத்தப்பட்டமையாலும், தேசிய அரசுகள் அமைக்கப்பட்டமையாலும், பரந்துபட்ட விதத்தில், தேசிய அளவில் இயற்கை வளங்கள் குறித்த திட்டங்களை வகுப்பதிலும் கையாளுவதிலும் வல்லுநர்கள் பங்கேற்கும் வாய்ப்புப் பெற்றனர். ‘தேசிய வனங்கள்’ என்றும் ‘நாட்டுடமையாக்கப்பட்ட நதிகள்’ என்றும் பரவலாகப் பேசப்படுவது பொருள் பொதிந்ததாகக் கருதும் வாய்ப்பு தொடக்கமுற்றது. ஆனால், முற்காலத்தில், அத்தகைய வள ஆதாரங்களெல்லாம் உள்ளூர் அமைப்புகளின் உடமைகளாக கிராமங்கள், பழங்குடியினக் குழுக்கள், நகராண்மைக் கழகங்கள் ஆகியவற்றின் கட்டுப்பாட்டிற்குள் இருந்தன. அறிவியலின் செல்வாக்குப் பெருக்கமும், அரசுகளுடன் அதற்கிருந்த நெருக்கமான உறவும், வனவளப் பாதுகாப்பு ஆர்வலர்களுக்கும்,

நீர்ப்பாசனப் பொறியாளர்களுக்கும், மண்வளப் பாதுகாப்பு வல்லுநர்களுக்கும், வனஉயிரினங்களைப் பேணிக் காப்போருக்கும் உலகின் பல்வேறு பகுதிகளில் நிலைநிறுத்தத்தக்க உற்பத்தி கோட்பாடுகளின் அடிப்படையில் எண்ணற்ற நிறுவனங்களை உருவாக்குவதற்குத் துணைபுரிந்தன. இத்தகைய நிறுவனங்களில் சில பரவலாகவும் மிகுந்த அதிகாரங்களுடனும் ஆசிய, ஆப்பிரிக்கக் கண்டங்களின் ஐரோப்பியக் குடியேற்ற நாடுகளில் செயல்பட்டன. அங்கெல்லாம் ஆட்சியதிகார வல்லமை பெற்ற அரசுகள், பாராளுமன்றங்களாலும், பத்திரிகைச் சுதந்திரத்தாலும், பெரிதும் மேலோட்டமாகச் செயல்படுத்தப்பட்ட மக்களாட்சி முறையாலும், ஆய்வறிவு சார்ந்த நிலைபெயராமைக் கோட்பாட்டினை தங்குதடையின்றிக் கையாளுவதற்கு அனுமதித்தன.

ஆய்வறிவு சார்ந்த நிலைபெயராமைக் கோட்பாட்டினை பன்னாட்டியல் பின்னணியில் பொருத்தி ஆய்வு செய்யும் பொருட்டு கீழ்க்கண்ட முன்னேற்றங்களைக் கருத்திற் கொள்ள வேண்டும். அவை அனைத்தும் மார்ஷ் இயற்றிய மனிதனும் இயற்கையும் எனும் நூல் வெளியிடப்பட்டதற்குப் பத்தாண்டுகள் முன்னும் பின்னுமாக நிகழ்ந்தவை. 1859 ஆம் ஆண்டில், தென்னாப்பிரிக்காவிலுள்ள கேப் குடியேற்ற (Cape Colony) அரசு வன, மூலிகைப்புலப் பாதுகாப்புச் சட்டத்தை இயற்றியது. அச்சட்டத்தின்படி புற்பரப்புகளும் வனங்களும் அழிவிற்கு இலக்காக நேரிடின் குறுக்கிட்டுக் கையகப்படுத்திக் கொள்வதற்கு அரசுக்கு அதிகாரம் வழங்கப்பட்டிருந்தது. அடுத்த ஆண்டு 1860 இல், நெதெர்லாந்தின் கடல்கடந்த பேரரசின் மையமான ஜாவாவின் தலைமை ஆளுநர் வனப்பாதுகாப்புச் சட்டத்தை வகுப்பதற்கான குழு ஒன்றினை அமைத்தார். ஜாவாத் தீவின் காடுகளைப் பாதுகாப்பதற்கும் அவற்றின் மீது அரசுக் கட்டுப்பாட்டினை உறுதிப்படுத்துவதற்குமான சட்டங்கள் 1865 ஆம் ஆண்டு நிறைவேற்றப்பட்டன. அதே ஆண்டில் இந்திய வனப் பாதுகாப்புச் சட்டமும் முதன்முறையாக இயற்றப்பட்டது. ஏற்கனவே, 1862 ஆம் ஆண்டில், பிரெஞ்சு நாடு கொச்சின்சீனாவிலிருந்த (தற்போதைய வியட்நாம்) தனது குடியேற்றப்பகுதிகளில் பாதுகாக்கப்பட்ட வனப்பகுதிகளை உருவாக்குவதற்காக வகுக்கப்பட்ட அவசரச் சட்டங்களை வரிசையாக அறிவித்தது. மேலும் கிழக்குப்

பகுதி நாடுகளில், 1870 ஆம் ஆண்டுகளில், ஆஸ்திரேலியாவின் ஆங்கிலேயக் குடியேற்றப் பகுதிகளில் வனப்பாதுகாப்பு தொடர்பான நடவடிக்கைகள் மேற்கொள்ளப்பட்டன. அவ்வாறாக விக்டோரியா பேரரசியின் ஆட்சி 1871 ஆம் ஆண்டு அரசுமுறை வனப்பாதுகாப்பு ஆணைக்குழு ஒன்றை நியமித்தது. இரண்டு ஆண்டுகளுக்குப் பிறகு, தெற்கு ஆஸ்திரேலியா வனப்பகுதி மரங்கள் பாதுகாப்புச் சட்டத்தை இயற்றியது. ஆஸ்திரேலிய வனப்பாதுகாப்பு ஆர்வலர்கள் மார்ஷினுடைய கண்டுபிடிப்புகளை சான்றாதரவுகளாகப் பயன்படுத்தினர் (எடுத்துக்காட்டு கீழே கொடுக்கப்பட்டுள்ளது). அதே சமயத்தில், உலகின் மறுமுனையில், மனிதனும் இயற்கையும் எனும் நூல் தனது தாயகத்தில் காலந்தாழ்த்தி கவனம் பெற்றது. தேசிய வனப் பாதுகாப்பு அமைப்பு ஒன்றினை நிறுவுமாறும், காப்பு வனங்களை உருவாக்குமாறும் வலியுறுத்தி 1873 ஆம் ஆண்டு அமெரிக்க அறிவியல் மேம்பாட்டுக் கழகம் பாராளுமன்றத்திற்கு கோரிக்கை மனு சமர்ப்பிப்பதற்கு அந்நூல் தூண்டியது.

ஆஸ்திரேலியாவில் ஆய்வறிவு சார்ந்த நிலைபெயராமை

ஜான் பெர்கின்ஸ் மார்ஷ் இயற்றிய 'மனிதனும் இயற்கையும்' எனும் நூல் வெளியிடப்பட்டு ஓராண்டிற்குப் பின்னர், மெல்போர்ன் செய்தித்தாள் ஒன்று அந்நூலின் சிறப்புகளைத் தனது வாசகர்களுக்குத் தொகுத்தளித்தது. அந்நூலின் கருத்துரைகள் உலகம் முழுவதும் எட்டியதும், ஏனைய நாடுகள் தத்தமது அனுபவங்களிலிருந்து அந்நூலின் தாக்கத்தால் மேற்கொண்ட விழிப்புணர்வு நடவடிக்கைகளும் கற்றுக் கொண்ட பாடங்களும் இங்கே குறிப்பிடத்தக்கவை.

நமது வன நிலங்கள் பாதுகாக்கப்படுவதற்கு நடவடிக்கைகள் மேற்கொள்ளப்பட வேண்டும் என்று, கவனக்குறைவான வீணாக்கலால் பற்றாக்குறை ஏற்பட்டுவிடும் என்பதால் மட்டுமன்றி, வனங்கள் அழிக்கப்பட்ட இடங்களிலெல்லாம் வானிலை பெரிதும் பாதிக்கப்படும் என்கிற காரணத்தாலும் மீண்டும் மீண்டும் வலியுறுத்தி வருகிறோம். வனங்களைப் பாதுகாப்பதன் வாயிலாக, மரவளத்தைப் பெருக்கிக் கொள்வதுடன், மண்வளம் வீணாவதைத் தடுத்தல்,

இயற்கையான நீரோடைகளைப் பாதுகாத்தல் போன்ற பல நற்செயல்களைப் புரிந்தவர்களாகிறோம். மழைப் பொழிவு குறைவதைத் தடுத்தல் இயலக் கூடியதல்ல என்றபோதிலும், வனங்களை அழிப்பதன் மூலம் மழை நீர் உரிய முறையில் அனைத்துப் பகுதிகளுக்கும் வழங்கப்படுவதைப் பெருமளவில் தடுக்கிறோம் என்பது உறுதி. புதர்களாலும் புல்வெளிகளாலும் மூடப்பட்டிருக்கும் வரை மண்வளம் வெள்ளத்தால் அடித்துச் செல்லப்படுவதில்லை... இத்தாலிய நீர்வள மதிப்பீட்டாளர்கள் வனங்கள் அழிக்கப்படுவதால் நேரிடக்கூடிய உடனடிப் பேரழிவுகளை பலமுறை சுட்டிக் காட்டியுள்ளனர். டஸ்கேனியின் வால் டி ஆர்னோவின் மேற்பகுதி மலைச்சரிவுகளிலிருந்த காடுகள் அனைத்தையும் அகற்றிவிட்டபோது அப்பகுதியிலிருந்த மண்வளம் பெருவாரியாக அடித்துச் செல்லப்பட்டு ஆர்னோ ஆற்றுப்பகுதியில் சேர்ந்தமையால் ஆற்றங்கரை நிலக்கிழார்கள் பேரிழப்பிற்கு ஆளாயினர். மனிதனின் வறட்டுத் துணிச்சலான இத்தகைய செயல்பாடுகளால் கேடலோனியாவின் மாவட்டங்கள் சில இன்னும் கூடுதலாகப் பாதிக்கப்பட்டன. மாறாக, இத்தாலி, பிரான்சு, ஜெர்மனி, அல்ஜீரியா ஆகிய நாடுகளில் மேற்கொள்ளப்பட்ட நடவடிக்கைகளைப் பற்றியும், அப்பகுதிகளில் வானிலை சீரடையப் பெற்றதைப் பற்றியும் உகந்தமுறையில் மரங்கள் நடப்பட்டு வளர்க்கப்பட்டமையால் வயல்களிலும் தோட்டங்களிலும் பலன்கள் நிறையப் பெற்றதையும் நாம் அறிவோம்.

வனங்களின் பெரும்பகுதியைக் காப்புவனங்களாக்கப் பெறுவதே நமது முதல் கடமையாகும். மலைப்பகுதிகள் அடர்ந்திருக்குமாறு பேணிக் காப்பதன் வாயிலாக, பள்ளத்தாக்குப் பகுதிகளை பயனுள்ளவையாக்குவதுடன் சமவெளிப் பகுதிகள் வாடி உலர்ந்து போகாவண்ணம் வளிமண்டலத்தில் ஈரத்தன்மையைத் தக்கவைத்துக் கொள்கிறோம்... மிகுந்த கவனத்துடன் கையாளப்படும் போது, நமது வனங்கள் மிகுதியாக வளங்கொழிக்கின்றன. வரன்முறையற்ற பயன்பாடு கட்டுப்படுத்தப்பட்டு வீணாவதை முழுமையாகத் தடுத்துவிடும்போது, சுரங்கத்

தொழில் புரிவோருக்கும், விவசாயிகளுக்கும், வீடுகள் கட்டுவோருக்கும், அவர்களுடைய தேவைகள் ஏராளமாக இருந்தபோதிலும், முழுமையாக நிறைவு செய்யப்படக் கூடும். தொன்மைக் கால மரங்கள் வெட்டப்படும்போது புதிய மரங்கள் நடப்பட வேண்டும். எகிப்தில் இரண்டு கோடிக்கும் மேற்பட்ட எண்ணிக்கையில் மரங்களை நட்ட மொகமது அலி, இப்ராகிம் பாட்சா ஆகியோரிடம் நாம் பாடம் கற்றுப் பலனடைய வேண்டும். வனநிலங்களை நிலைபெயராமல் காப்பதன் வாயிலாகவும், அவற்றை விரிவுபடுத்தி மேம்படுத்துவதன் மூலமாகவும் சுரங்கத் தொழில் புரிவோருக்கும் விவசாயிகளுக்கும் ஒருசேர நலன் பயக்கலாம்; இயற்கையோடு ஒன்றிணைந்து உழைப்பதற்கான வாய்ப்பும் நேரமும் வாய்க்கப்பட்ட அனைவருமே தமது கவனத்தை இத்தகைய பணிகளில் செலுத்த வேண்டும்.

ஆதாரம்: தி ஆர்கஸ், மெல்போர்ன், 16 அக்டோபர், 1865 ஜே.எம். போவெல் (1788–1914) எழுதிய ஆஸ்திரேலியாவில் சுற்றுச்சூழல் மேலாண்மை (Environmantal Manangement in Australia) நூல். மெல்போர்ன் ஆக்ஸ்போர்டு பிரெஸ், 1976 இல் வெளியிட்டது, பக். 61–2

வனப்பாதுகாப்பு ஆர்வலர்கள் ஆய்வறிவு சார்ந்த இயக்கத்திற்குத் தலைமை தாங்கினர் என்பது மேற்கண்ட எடுத்துக்காட்டுகள் வாயிலாக உறுதியாகிறது. நிலைநிறுத்தத்தக்க பலனளிக்கக் கூடிய மண்வளம், நீராதாரங்கள், வன உயிரினங்கள், மீன்வளம் ஆகிய இயற்கை வளங்களின் மேலாண்மையின் பால் பற்றுக் கொண்டோர் அத்தகைய இயக்கத்தின் ஏனைய அங்கங்களுடன் கணக்கிலெடுத்துக் கொள்ளப்பட்டனர். குறிப்பிட்ட சில கொள்கைகள் அவ்வியக்கத்தை ஒன்றிணைத்தன. கண்டங்கள் கடந்தும், பல்வேறு துறைகளிலும் அக்கொள்கைகள் பயன்படுத்தப்பட்ட இடங்களிலெல்லாம் அவை மாற்றமுறாமல் இருந்தன. தென்னாப்பிரிக்க மேதை வில்லியம் பெய்னார்ட்டின் சொற்களில் குறிப்பிட வேண்டுமென்றால் ஆய்வறிவு சார்ந்த நிலைபெயராமை என்பது "மரித்து உயிர்த்தெழுதல்" கோட்பாடு போன்றது. இயற்கை வளங்களைப் பொறுத்தவரை பெரிதும் அறிவார்ந்ததும் தொலைநோக்குப் பார்வையுடையதுமான பயன்பாட்டு முறைகள்

உடனடியாகப் பின்பற்றப்படவில்லை என்றால், நவீன விவசாய முறைகளும் தொழில்மயமாக்கலும் சுற்றுச்சூழலை முற்றாக அழித்துவிடும் என்று முன்னுணர்த்தப்பட்டது. அவ்வாறாக நிலைபெயராமைக் கோட்பாட்டாளர்கள் முன்னோடி நவீன விவசாயிகளைச் சுட்டிக்காட்டி சிறப்பான கவனம் செலுத்தி கண்டித்தனர். அந்த வகையில் 1908 ஆம் ஆண்டு, குடியேற்ற நாட்டைச் சார்ந்த மண்வளப் பாதுகாப்பு அறிவியலாளர் ஒருவர் ஆப்பிரிக்கக் குடியேற்றப் பகுதிகளில் குடியேறிய ஐரோப்பியர், வளங்கொழித்தனவும் அழகு மிளிர்ந்தனவுமான பள்ளத்தாக்குகளைத் துடைத்தழித்து வறண்டு வெறிச்சோடச் செய்து விட்டனர் என்று குறிப்பிட்டுள்ளார். அதே கண்டத்தில் பணியாற்றிய ஸ்காட்லாந்து வன ஆர்வலர் குறிப்பிட்டார்: "நாகரிகம் அடைந்துவிட்டதாகச் சொல்லிக் கொள்ளக்கூடிய மனிதன் தனது வரலாற்றின் ஒவ்வொரு காலக்கட்டத்திலும் தான் குடியேறிய புதிய நாடுகளிலெல்லாம் குறிப்பிடத்தக்க அளவில் செய்தது இதுதானே? அந்த நாட்டின் கன்னிமை மாறா இயற்கை வளங்களைக் கண்டான்; மரங்களையெல்லாம் வெட்டி வீழ்த்தி பாலைவனமாக்கினான்." அமெரிக்க ஐக்கிய நாடுகளின் மண்வளப் பாதுகாப்புத் துறையின் தலைவர் 1935 ஆம் ஆண்டு குறிப்பிட்டார்: "இன்றைக்கு நிகழ்ந்துகொண்டிருப்பதைப் போல ஒட்டு மொத்த நாட்டையும் அடித்துச் செல்கின்ற கட்டுப்படுத்தப்படாத மண்அரிப்பின் இறுதி விளைவாக நாடே காணாமல் போய்விடும்."

ஐரோப்பியர்களால் அண்மையில் குடியேற்றங்களாக்கப்பட்ட பகுதிகளில் ஆப்பிரிக்க, ஆசிய சமுதாயத்தினருடைய காட்டுப்புற வாழ்க்கைமுறைகளிலும் உழவுத்தொழிலிலும் அவர்கள் பின்பற்றி வந்த தாயக மேய்ச்சல், சாகுபடி முறைகளிலும் கூட மேற்சொல்லப்பட்ட வெறுப்புணர்வு ஆழமாகத் தென்பட்டது. மேய்ப்பர்கள் அளவுக்கு அதிகமான மந்தைகளை வைத்திருந்ததாகவும் கவனமற்ற மேய்ச்சல்முறைகளைக் கைக் கொண்டதாகவும், விவசாயிகள் நீராதாரங்களையும் மரங்களையும் பயன்படுத்துவதில் மிகவும் குறுகலான பார்வையுடன் செயல்பட்டதாகவும் குற்றம் சாட்டப்பட்டனர். காடுகளை எரித்து நிலமாக்கிய விவசாயிகள் அல்லது அடிக்கடி இடம் பெயர்ந்த விவசாயிகள் மீது தனிவகைப்பட்ட பழி சுமத்தப்பட்டது. வனப்பகுதிகளை எரித்து நிலமாக்கி சாகுபடி செய்த விவசாயிகள்

சுழற்சி முறையில் தமது பணிகளை மேற்கொண்டனர். ஒரு குறிப்பிட்ட பகுதியிலுள்ள மரங்களை எரித்து வெட்டி அகற்றிவிட்டு சாகுபடி மேற்கொள்வர். சிறிது காலத்திற்குப் பிறகு பிறிதொரு இடத்திற்கு இடம் பெயர்வர். அங்கே தமது பணிகளைத் தொடருவர். சில ஆண்டுகளுக்குப் பின்னர் மீண்டும் முன்னர் சாகுபடி செய்த இடத்திற்குத் திரும்புவர். அங்கே தற்போது காடு மறுபடியும் உருவாகியிருக்கும். இவ்வாறாக சுழற்சிமுறையில் காடுகளைப் பயன்படுத்துவர். ஆப்பிரிக்க, ஆசிய நாடுகளின் பெரும்பாலான பகுதிகளில் இத்தகைய நடைமுறை காலங்காலமாகப் பின்பற்றப்பட்டு மலைவாழ் மக்களுடைய பொருளாதாரம் நிலைநிறுத்தப்பட்ட போதிலும் ஐரோப்பியர்களுடைய கண்களுக்கு அத்தகையமுறை பொறுப்பற்றதாகவும், காடுகளை வீணடிப்பதாகவும், மண் அரிப்பினைக் கூடுதலாக்குவதாகவும், ஏனைய மிகச் சிறந்த பயன்பாட்டிற்கு உரிய காடுகள் அழிக்கப்பட்டதாகவும் உறுத்தியது. அத்தகைய குறிப்புரைகள் 1860 ஆம் ஆண்டிலிருந்தே வெளிப்படுத்தப்பட்டன. மத்திய இந்தியாவில் வளமிக்க வனப்பகுதிகளைத் தன்வசப்படுத்திக் கொள்வதற்கு அப்போது புதிதாக அமைக்கப்பட்டிருந்த வனத்துறை முற்பட்டபோது அங்கு வாழ்ந்த பழங்குடியினத்தவரைப் பற்றி ஆங்கிலேய வன அலுவலர் குறிப்பிட்ட கருத்துகள் நினைவுகூரத்தக்கவை. காடுகளை எரித்து நிலமாக்கி விவசாயம் செய்த அந்த இனத்தவர் உலகெங்கிலும் உள்ள மலைவாழ் இனத்தவரைக் காட்டிலும் வனங்களுக்குப் பயங்கரமான எதிரிகள் என்று வன அலுவலர் எழுதினார். பைகா இனத்தவருடைய கோடாரிகளால் காடுகளில் ஏற்பட்டிருந்த பேரழிவுகளைக் கண்டு பெரிதும் வருந்தியதாகவும், மலைகளின் சில பகுதிகளில் மைல் கணக்கில் வனப்பகுதிகள் அப்புறப்படுத்தப் பட்டிருந்ததாகவும், வேறு சில பகுதிகளில் பசுமை அடர்ந்த காடுகளுக்கு மத்தியில் நூற்றுக் கணக்கில் உயரமான கருகிய அடிமரக்கட்டைகள் தென்பட்டதாகவும், குறைந்த எண்ணிக்கையில் உள்ள மக்களால் உலகின் மேற்பரப்பில் மரவகைகள் முற்றாகத் துடைத்தழிக்கப்படுவதென்பது ஏற்கத்தக்கதல்ல என்றும் அவர் பதிவு செய்திருந்தார்.

இருப்பினும், ஆய்வறிவு சார்ந்த நிலைபெயராமை என்பது, உடனடியாக தேவ அருள்வாக்கு போல மீட்டளிக்க

வல்லதொரு கோட்பாடு. அது கற்பனையானதொரு காலத்தைத் தேடிப் பின்னோக்கி ஓடுவதற்கு முற்படவில்லை. பகுத்தறிவுடன் அறிவியல் துணை கொண்டு தற்போதைய நிலைமையைத் திருத்தி அமைப்பதற்கு எத்தனிக்கிறது. ஏனெனில், குடியேறியவர்களாலோ, தாயக விவசாயிகளாலோ, தொழில்முனைவோராலோ இழைக்கப்பட்ட வீணடித்தல் எனும் பெரும் பிழை நீக்கப்பட்டு அந்த இடத்தில் மிகவும் திறம்பட்ட, நிலைநிறுத்தத்தக்க அமைப்புமுறைகள் அறிவார்ந்த திட்டமிடுதலால் உறுதிப்படுத்தப்படுகின்றன. இத்தகைய மாற்றங்களை தொலைநோக்குக் கண்ணோட்டத்துடன் முடிவுகள் எடுக்கவல்ல அரசினால் மட்டிலுமே கொண்டு வர இயலும். ஏனெனில் ஆதாய நோக்கங்கள் நிலைபெயராமைக் கோட்பாட்டுடன் ஒத்துப் போவதில்லை. தனிநபர்களாயினும், நிறுவனங்களாயினும் ஆதாய நோக்கமுள்ளவர்கள் குறுகிய கண்ணோட்டத்துடனே செயல்படுகின்றனர். ஆதலால், வனவளம், நீராதாரம் போன்ற இயற்கை வனஆதாரங்களைப் பேணிக் காக்கின்ற பொறுப்பினை அரசுதான் மேற்கொள்ள வேண்டும். அமெரிக்க ஐக்கிய நாடுகளின் வனப் பாதுகாப்புத் துறையின் நிறுவனர், கிஃப்போர்டு பின்சாட் எழுதினார்: “தனிநபர்களும் நிறுவனங்களும் வந்தன; சென்றன. ஆனால், அரசாங்கம் அழிவதில்லை. தனிமனிதர்கள் மரணமடைவர்; அரசு நீடித்து வாழும். உயிரினங்களைப் போலவே வனங்களும் என்றென்றும் நீடித்திருக்க வேண்டும். நீடித்திருக்க வல்ல அரசாங்கம் தொடர்ந்து செயல் நோக்கத்தை நிறைவேற்ற வேண்டும். இல்லையெனில் வனங்கள் காலப் போக்கில் காணாமற் போய்விடுவன.”

தனியாருடைய கட்டுப்பாட்டிற்கான எதிர்ப்பு என்பது எவ்விதத்திலும் வளஆதாரங்களைப் பூட்டி வைத்துக் கொள்வதற்கான ஆதரவுக் கருத்தல்ல. அது அறிவார்ந்த பயன்பாட்டிற்கான முன்நிபந்தனை. “நமது பணி கோடாரியைத் தடுத்து நிறுத்த வேண்டும் என்பதல்ல; கோடாரியின் பயன்பாட்டினை முறைப்படுத்துவதாகும்” என்கிறார் பின்சாட். இதைப் போலவே அமெரிக்க ஐக்கிய நாடுகளின் மீன்வளப் பாதுகாப்புக் குழுமத்தின் முதலாவது தலைவர் குறிப்பிட்டுள்ளார்: “நமது நாடு அருட்கொடையாகப் பெற்றுள்ள மாபெரும் வளஆதாரங்கள் முற்றாக அழிக்கப்படுவதைத்

தடுக்க முற்படும்பொழுது அவை பயனற்ற விதத்தில் முடங்கிக் கிடத்தலாகாது என்கிற வாதமும் உடன் நிகழ்கிறது. நிலைபெயராமையின் உண்மையான உட்கருத்து என்னவென்றால் வளஆதாரங்களை மேம்படுத்திப் பயன்படுத்த வேண்டும் என்பதுதான்." அக்கூற்று ஒரு குறிப்பான இலக்கினை ஒளிவுமறைவின்றி வெளிப்படையாகச் சொல்லப்பட்டதாகும். ஆனால், கிஃப்போர்டு பின்சாட் போன்றோர் மனிதயினத்தின் தற்போதைய நிலையில் சிறந்தனவும் புனிதமானவையுமான பொருண்மைகளுடன் தமது கருத்துகளை அடையாளம் காண்பதற்கு முற்படுகின்றனர். American Forests எனும் இதழில் வெளியிடப்பட்ட கட்டுரை ஒன்றில் பின்சோட் எழுதினார்:

நிலைபெயராமைக் கோட்பாடென்பது இப்புவி வாழ்க்கையில் மனிதனுக்குத் தேவைப்படுகின்ற இயற்கை வளங்கள், செயற்கை உற்பத்திப் பொருட்கள், ஆன்மீகத் தொடர்பானவை அனைத்தும் அறிவார்ந்த முறைகளில் தொலைநோக்குப் பார்வையுடன் பயன்படுத்தப்பட வேண்டும் என வலியுறுத்துவதாகும். நிலைபெயராமைக் கோட்பாடு இந்த உலகம் அளவிற்கு விரிந்து பரந்தது; மனித இனத்தினுடைய தேவைகளையும் நலன்களையும் போலவே அனைத்தையும் உள்ளடக்கிக் கொள்ளக் கூடியது. ஆகவே, அஃது எந்தவொரு தனிப்பட்ட துறையினுடைய எல்லைகளுக்குள் அடக்கிவிட இயலாத அளவிற்கு மிகவும் உயர்ந்தது. அமெரிக்கப் பொது வாழ்க்கையில் மென்மேலும் முன்னேறிக் கொண்டிருக்கக் கூடிய இயக்கத்தின் பின்புலமும், உணர்வெழுச்சியும் வலிமையுமாகும். மிக உயர்ந்ததும் சிறந்ததுமான அமெரிக்காவிற்கு இட்டுச் செல்வதற்கு வழிகாட்டுகின்ற பெயர்ப்பலகை!

ஏனைய நிலைபெயராமைக் கோட்பாட்டாளர்கள் பொதுவாக சொல்வன்மை குன்றியவர்களாக, வீணாக்கப்படுவதை வெறுப்பவர்களாகவும் அறிவார்ந்த பயன்பாட்டினை வலியுறுத்துபவர்களாகவும் தமது கொள்கைகளை மேலோட்டமாக வலியுறுத்தினர். இத்தகைய கருத்துகள், இயற்கை வளங்களை மிகப்பெருமளவிலான மக்களுக்கு, மிகச்சிறந்த முறையில், மிகநீண்ட காலத்திற்குக் கிடைக்குமாறு

செய்வதே நிலைபெயராமைக் கோட்பாடு என்கிற விதத்தில் வரையறை செய்கின்றன. இதில் நீண்ட காலத்திற்கு என்கிற சொற்றொடர் பயன்பாட்டியல் தத்துவத்தின் கருத்தியல்களுக்கு தனித்துவமானதொரு அழுத்தம் கொடுக்கிறது. ஆய்வறிவு சார்ந்த நிலைபெயராமைக் கோட்பாடு மிக முன்னதாகவே, ஜார்ஜ் பெர்கின்ஸ் மார்ஷ் இயற்றிய மனிதனும் இயற்கையும் என்கிற நூலில் ஆணித்தரமாக வெளிப்படுத்தப்பட்டுள்ளது. அந்நூல் விவசாயியாகவும், மர வணிகராகவும், மீன்வள ஆணையராகவும், முழுநிறைவான அதிகாரம் வாய்க்கப் பெற்றவராகவும், பாராளுமன்ற உறுப்பினராகவும், வடஅமெரிக்க, ஐரோப்பிய நாடுகள் எங்கணும் மேற்கொண்ட பயணங்களின்போதும் நூலாசிரியர் திரட்டிய தொழில்முறை அனுபவங்கள் அனைத்தையும் கொண்டு உருவாக்கப்பட்டது. வனப்பாதுகாப்பு ஆர்வலர்களும், மண்வளப் பாதுகாப்பு வல்லுநர்களும் காடுகளை அழித்துச் சாகுபடி செய்கின்ற விவசாயிகளையும் முன்னோடிகளையும் வன்மையாகவும் சில சமயங்களில் வெறிபிடித்தாற் போலும் கண்டிப்பதற்கான காரணங்கள் பெரும்பாலும், எதிர்த்தரப்பினர் கட்டுப்பாட்டிலுள்ள வனப்பகுதிகளையும் நிலங்களையும் அரசின் பெயரால் கையகப்படுத்திவிட வேண்டும் என்கிற நோக்கத்துடன் நிலப்பரப்பிற்கான போட்டி மனப்பான்மையில் தோன்றியவை என்று அண்மைக்கால ஆய்வறிக்கைகள் தெரிவிக்கின்றன. மார்ஷ் அதிகாரங்களில் ஆர்வமுடையவராகத் தோன்றவில்லை. அவருடைய தொனி உணர்வெழுச்சிமிக்கது என்பதைக் காட்டிலும் மென்மையானதாகவே ஒலிக்கிறது. ஆனால், அவருடைய முடிவுகள் மேற்சொல்லப்பட்டவர்களுடையதைப் போலவே கடுமையானவை. உலகளாவிய கண்ணோட்டத்துடன் அவர் குறிப்பிட்டுள்ளார்:

> *புவிக்கோளத்திலுள்ள இயற்கை வளங்களனைத்தும் மனிதனுக்கு மேற்பலனை அனுபவித்துக் கொள்வதற்கு மட்டுமே வழங்கப்பட்டுள்ளன; அப்படியே விழுங்கிக் கொள்வதற்காகவோ, வீணடிப்பதற்காகவோ அல்ல என்பதை மனிதன் எப்பொழுதோ மறந்துவிட்டான். ஆசியா மைனர், வடஅமெரிக்கா, ஐரோப்பாவின் ஆல்ப்ஸ் மலைத் தொடர்களிலும்கூட, மனிதனுடைய கொடிய செயல்களால் பூமியை நிலவின் அளவிற்கு முற்ற, முழுக்க*

வெறிச்சோடிப் போகுமாறு செய்யப்பட்ட பகுதிகள் உள்ளன. இந்தப்பூமி அதில் வாழுகின்ற எண்ணற்ற உயிரினங்கள் தொடர்ந்து வாழ்வதற்குத் தகுதியற்றதாக மிக விரைவாக மாறிக் கொண்டிருக்கிறது. மனிதயினத்தின் குற்றங்களும் எதிர்காலத்தைப் பற்றிய அக்கறையின்மையும் மென்மேலும் நீடிக்குமானால் உற்பத்தித் திறன் குன்றியதாகவும், புவிப்பரப்பு வளமற்றதாகவும், வானிலையில் மிதமிஞ்சிய தன்மையுமாக சூழ்நிலை மாற்றமடைந்து வறுமையும், நாகரிகமற்ற விலங்கினப் போக்கும், சமயங்களில், உயிரினங்களின் அழிவும்கூட ஏற்பட்டுவிடும்.

மார்ஷ் வாழ்க்கை வரலாற்றை எழுதிய டேவிட் லோவென்தால் மார்ஷின் ஆய்வுகள் மூலமாக மனிதன் தனது அழிவைத் தானே தேடிக் கொண்டதாக வரலாறு தெரிவிக்கிறது என்றும் ஆனால், இயற்கையின் செயல்முறைகளைப் பற்றி நன்கு புரிந்துகொண்டு தொலைநோக்குப் பார்வையுடனும் தொழில்நுட்பத் திறனுடனும் செயல்பட்டால் வீழ்ச்சியின் போக்கினை எதிர்த்திசையில் திருப்பிவிடலாம் என்றும் அறிந்து கொள்ள முடிகிறது என்கிறார். மார்ஷின் கண்ணோட்டத்தின்படி மனிதன் அழிவிற்குக் காரணமானவனாக இருந்ததைப் போலவே மறுஉருவாக்கத்திற்கும் கர்த்தாவாக விளங்க முடியும். அவர் மிகவும் அழகாகக் குறிப்பிட்டுள்ளதைப் போல, சுருதியும் இலயமும் தப்பிய சுரங்களைக்கூட திருத்தி இசைக்க வல்லவன் மனிதன். ஏனெனில், உகந்த முறையில் தலையிட்டு முறைப்படி கையாண்டால், சீர்குலைந்த வனங்களைப் புதுப்பித்து, அதன் வாயிலாக மண் அரிப்பினைத் தடுத்து, ஆறுகளையும் நீரோடைகளையும் நெறிப்படுத்தி, மனிதயினத்தின் தேவைக்கான மரப்பொருட்களையும் வழங்க இயலும் என்று தொடக்ககால நவீன ஐரோப்பிய வரலாறு மிகத் தெளிவாகக் காட்டியுள்ளது. கொள்கைவழியிலான யூகங்களில் ஈடுபடுவதைக் காட்டிலும் நடைமுறைக்கான ஆலோசனைகளை முன்வைப்பதே தனது நோக்கம் என்று மார்ஷ் தனது நூலின் முகவுரையில் குறிப்பிட்டுள்ளார். நாட்டினுடைய சமூக, பொருளாதார வாழ்க்கைக்குப் பெரிதும் இன்றியமையாத வளஆதாரங்களான வனவளமும், நீராதாரங்களும் நாட்டுடமையாக்கப்பட வேண்டும் என்பது முகாமையான பொருண்மையாகும்.

அவருடைய கண்ணோட்டத்தின்படி, தனிநபர்களுக்கும் நிறுவனங்களுக்கும் அளிக்கக் கூடிய சலுகைகள், குறுகிய காலத்திற்கு கவர்ந்திழுக்கின்ற வாய்ப்பாகக் கருதப்படுகின்ற அதே வேளையில், அத்தகைய வள ஆதாரங்கள் அரசினுடைய கட்டுப்பாட்டில் இருந்திருந்தால் இயல்பாக நிகழ்ந்தேற இயலாத பெருங்கேடுகளைப் பொதுநலன்களுக்குக் காலப்போக்கில் ஏற்படுத்திவிடுவன. மார்ஷினுடைய சிந்தனைகள், அமெரிக்க ஐக்கிய நாடுகளின் வனப் பாதுகாப்புத் துறை, மறுசீரமைப்புக் குழுமம் போன்ற நிறுவனங்களில் உரிய காலத்தில் பொதிந்திருக்க வேண்டிய அமெரிக்க நிலைபெயராமைக் கொள்கைகளின் வழிகாட்டும் நெறிமுறைகளாகக் கொள்ளத் தக்கவை என லோவெந்தால் பதிவு செய்துள்ளார்.

கவிஞரும் திறனாய்வாளருமான மேத்யூ ஆர்னால்டு, "உண்மையிலேயே மிகச் சிறப்பாக வளர்க்கப்பட்டு பயிற்றுவிக்கப்பட்ட அமெரிக்க அரும்பெறல்" என்று மார்ஷைப் பற்றிக் குறிப்பிட்டுள்ளார். இஃது, மிகவும் மதிக்கத் தக்கதும், பெரிதும் தகுதிவாய்ந்ததுமான புகழுரையை மருவிய ஆங்கிலேயப் பண்பார்ந்த அன்பின் வெளிப்பாடாகும். ஆனால், மார்ஷ் மெய்ப்பிக்கத்தக்க வகையில் பன்னாடு தழுவும் பண்பாளர். பழமைக் கருத்துகளை எடுத்துக்காட்டி புதிய உலகில் செல்வாக்கு ஈட்டிய பேரறிவாளர். இந்தியா, ஆஸ்திரேலியா போன்ற தொலைதூர நாடுகளில்கூட அவருடைய நூல் போற்றிக் கற்கப்பட்டது. 1866 ஆம் ஆண்டிலேயே அந்நூல் ருஷ்யாவில் மொழிபெயர்க்கப்பட்டு வெளியிடப்பட்டது. மிகப் பொருத்தமான விதத்தில், மார்ஷ் தன்னுடைய இறுதிக் காலத்தினை ஃபுளோரன்சு மலைப்பகுதியில் வனவியல் கல்லூரி ஒன்றில் மாணவர்களுடன் அளவளாவியவாறும் ஊசிமரக் காடுகளினூடே உலவியவாறும் கழித்தார். 1882 ஆம் ஆண்டு ஜூலை 23 ஆம் நாள் அவர் மரணமடைந்தபோது, அவருடைய உடல் அமெரிக்கக் கொடியால் போர்த்தப்பட்டு, சவப்பெட்டி இத்தாலிய மாணவர்களால் மலை அடிவாரத்திற்குச் சுமந்து செல்லப்பட்டு, ரோம் நகரின் புரோட்டஸ்டண்ட் கல்லறையில் இறுதியாக அடக்கம் செய்யப்பட்டது. இறப்பில் போலவே தனது வாழ்நாள் முழுவதும் ஜார்ஜ் பெர்கின்சன் மார்ஷ் ஆய்வறிவு சார்ந்த பன்னாடு தழுவிய நிலைபெயராமைக் கோட்பாட்டினை உயர்த்திப்பிடித்து, அவ்வியக்கத்தின் தன்னேரில்லா முன்னோடியாகத் திகழ்ந்தார்.

உலகம் தழுவிய ஆய்வறிவியல் முறை காடுவளர்ப்பு

நிலைபெயராமை இயக்கத்தின் மிகப் பழமையானதும், கூடுதல் செல்வாக்குப் பெற்றதுமான ஆக்கக்கூறு ஆய்வறிவு சார்ந்த காடுவளர்ப்பு. அதன் தோற்றுவாய் ஐரோப்பாவின் மத்தியக் காலத்தின் பிற்பகுதியாகும். இருப்பினும், பத்தொன்பதாம் நூற்றாண்டின் இறுதியில் அத்தகைய செயல்முறை படிப்படியாக வெளிநாடுகளுக்கும் பரவி உலகின் பெரும்பகுதிகளைத் தழுவிப் படர்கிறது. பதினான்காம் நூற்றாண்டில் வனப் பாதுகாப்புச் சட்டத்தை அறிமுகப்படுத்தியதன் வாயிலாகவும் 1669 ஆம் ஆண்டில் கடுமையான வனப்பாதுகாப்பு நெறிமுறைகளை வகுத்ததன் மூலமாகவும் பிரான்சு நாடு முன்னோடியாகத் திகழ்கிறது. இரண்டு நடவடிக்கைகளுமே கடற்படைகளுக்குத் தேவையான மர உற்பத்தியை ஒழுங்குபடுத்துவதையே நோக்கமாகக் கொண்டவை. ஆனால், பதினெட்டாம் நூற்றாண்டில், ஜெர்மனி இப்புலத்தில் முன்னோடியாக உருவெடுத்தது.

ஜெர்மனியில், வளர்ந்து கொண்டிருந்த வன இருப்பையும் அவை அளிக்கக்கூடிய பலனையும் மதிப்பிடுவதற்கான அளவீட்டு முறைகள் மேம்படுத்தப்பட்டதன் விளைவாக அந்நாட்டின் வன அறிவியல் ஏற்றம் கண்டது. பேரரசர்களான ஃபெரெடெரிக் காலத்திய பிரஷ்யா போன்ற விரிந்து பரந்த, வல்லமைமிக்க ஆட்சிகளின்போது, அரசு வனங்களை கண்ணுங் கருத்துமாகக் கண்காணிப்பதற்காக மையப்படுத்தப்பட்ட நிருவாகத்தின் பலன்களை வனத்துறை அலுவலர்கள் பயன்படுத்திக் கொண்டனர். நிலைநிறுத்தப்பட்ட பலன்களை பேணிக் காப்பதற்கான தொழில் நுணுக்கங்களைச் செழுமைப்படுத்தும் பொருட்டு, வனத்துறையினர் பரப்பளவு அடிப்படையில் மதிப்பீடு செய்யும் அணுகுமுறையிலிருந்து மிகவும் நம்பகத் தன்மை வாய்ந்த உற்பத்தி அடிப்படையிலான மதிப்பீட்டு முறைக்கு மாறிக் கொண்டனர். முந்தைய நேர்வின்படி, வனத்துறையினர் மரயினங்கள் முதிர்ச்சியுறும் வயதைக் கணித்தனர்; அந்த வயதினை ஒத்த மரங்களைக் கொண்ட பகுதிகளாக வனத்தின் மொத்தப் பரப்பினையும் பிரித்தனர். சம பரப்பளவு கொண்ட பகுதிகள் சமஅளவில் பலனளிக்கக் கூடியவை என்பதும் ஆண்டுதோறும் ஒரு பகுதியினுடைய

அறுவடை ஒட்டு மொத்த வன மூலதனத்தில் குறைவு ஏற்படுத்தாது என்பதும் அவர்களுடைய ஊகம். காலப் போக்கில் அந்த மதிப்பீட்டு முறைக்குப் பதிலாக வெவ்வேறு வயதுடைய மரங்களின் கனஅளவு மற்றும் எடையை மதிப்பிடும் நேரடிமுறை கைக்கொள்ளப்பட்டது. சோதனைப் புலங்களில் நடப்பட்ட மரக்கன்றுகளின் வளர்ச்சி வகைமாதிரிகளை மிகக் கவனமாக ஆய்வு செய்ததன் வாயிலாக, மரவளர்ப்புக் கலை வல்லுநர்கள், பல்வேறு வகையினங்களுக்கான தரப்படுத்தப்பட்ட விளைச்சல் அட்டவணைகளை உருவாக்கினர். அதனடிப்படையில் தனிமரங்களுடைய அல்லது தோப்புகளுடைய மரக்கட்டையின் நிறையளவை பெரிதும் துல்லியமான வகையில் கணிக்க முடிந்தது. அத்தகைய எண்கள் மண்வளத்தின் வேறுபாட்டிற்கேற்பவும் ஈரப்பதத்திற்கேற்பவும் தகவமைத்துக் கொள்ள ஏதுவாக இருந்தன. அவ்வாறாக நிலைநிறுத்தத்தக்க வனவியல் விளைச்சலுக்கான அடித்தளம் அமைக்கப்பட்டது.

வரலாற்றாசிரியர் ஹென்றி ஈ.லோவுட் குறிப்பிட்டுள்ளார். "ஜெர்மானியர் வகுத்தளித்த கோட்பாடுகளும், செயல்முறைகளும், வழிகாட்டுதல் சார்ந்த முன்மாதிரிகளும் பத்தொன்பதாம் நூற்றாண்டின் இறுதி வரையிலும் ஒவ்வொரு நாட்டிற்கும் வன அறிவியல் மற்றும் மேலாண்மை முயற்சிகளுக்குத் துவக்கப் புள்ளியாகத் திகழ்ந்தன." தமது மண்ணில் வனப் பொருளாதாரத்தை வெற்றிகரமாக நிலைநிறுத்திக் கொள்வதற்குப் பயன்படுத்தப்பட்ட செயல்முறைகளை மேம்படுத்தி பரப்புரை செய்வதற்குப் பேரார்வம் கொண்ட திருத்தொண்டர்களாகவும் அருளாளர்களாகவும் ஜெர்மானிய வனவியல் ஆர்வலர்கள் உலகெங்கணும் பயணம் மேற்கொண்டனர். ஐரோப்பிய நாடுகள் முழுவதிலும், ஆஸ்திரேலியாவிலும், போலந்து, ருஷ்யா, பின்லாந்து, ஸ்வீடன் போன்ற நாடுகளிலும் நெருக்கமான அண்டை நாடும், மிகப் பழைய எதிரியும் வனவியலில் தானே முன்னோடியாகத் திகழ்ந்ததுமான பிரான்சு நாட்டிலும் கூட பெரும்பாலும் ஜெர்மானியத் தொழில்நுட்ப ஆதரவுடன் ஜெர்மானிய முன்மாதிரி அடிப்படையில் வனவியல் பள்ளிகளும் துறைகளும் நிறுவப்பட்டன.

ஜெர்மானிய வல்லுநர்கள் தமது நாட்டின் கட்டுப்பாட்டிலிருந்த குடியேற்ற நாடுகளிலும், தமது ஐரோப்பிய எதிரி நாடுகளின் கட்டுப்பாட்டிலிருந்த நாடுகளிலும்கூட வனவியல் நிருவாக அமைப்புகளை நிறுவினர். டச்சு அரசு ஜாவாவின் தேக்குமரக் காடுகளை முறையாகப் பயன்படுத்திக் கொள்ள விரும்பிய போது, ஜெர்மனியினுடைய அறிவுரைகளை எதிர்நோக்கியது. 1849 ஆம் ஆண்டிலிருந்து கடந்த நூற்றாண்டின் தொடக்கப் பதிற்றாண்டுகள் வரையிலும், டச்சுக் குடியேற்ற நாடுகளில் கண்டிப்பான அரசுக் கட்டுப்பாடு அடிப்படையில் வன ஆட்சியை நிறுவுவதற்கு நிரை நிரையாக ஜெர்மானிய வல்லுநர்கள் வரவழைக்கப்பட்டனர். சாலைகள், தொடர்வண்டித் தடங்கள் அமைப்பதற்காகவும், ஐரோப்பிய வரவேற்பறைகளுக்கு அழகூட்டுவதற்கான மரக்கலன்கள் செய்வதற்கு உயர்தரம் வாய்ந்த தேக்கு மரங்கள் ஏராளமாகத் தேவைப்பட்டதால் பெருகி வந்த ஏற்றுமதி வணிகத்திற்கு ஈடு கொடுப்பதற்காகவும் தேக்குமரங்களை உற்பத்தி செய்ய வேண்டிய அவசியம் ஏற்பட்டது. அதே போல, இந்திய வனத்துறை டையட்ரிச் பிராண்டிஸ், வில்ஹெம் ஸ்லிட்ச், பெர்தோல்டு வோன் ரிப்பன்றாப் ஆகிய மூன்று ஜெர்மானிய வனவியல் தளபதிகளால் முதல் ஐம்பது ஆண்டுகள் வழிநடத்தப்பட்டது. அவர்கள் வெற்றிகரமான வனவியல் நிருவாகத்திற்கு இன்றியமையாதவை எனக் கருதப்பட்ட பலதரப்பட்ட பணிகளை மேற்கொண்டனர். அவையாவன, மலைக் கிராம சமுதாயங்கள் செலுத்தி வந்த உரிமைகளை முற்றாகப் பறித்துக்கொண்டு வனப்பகுதிகளை அரசின் கட்டுப்பாட்டில் உள்ள காப்புவனங்களாக மாற்றியமைத்தல்; காப்புவனங்களை தனிப்பட்ட அலுவலர்களால் கட்டுப்படுத்தத்தக்க நிலப்பகுதிகளாகப் பிரித்தல்; மதிப்புமிக்க மரவகையினங்களைக் கண்டறிந்து, அவற்றின் வளர்ச்சி வீதங்களை ஆய்வு செய்தல்; இறுதியாக, ஆராய்ச்சியையும் கல்வித்திட்டங்களையும் மேலும் விரிவுபடுத்துவதற்காக பள்ளிகளையும் ஆய்வகங்களையும் அமைத்தல். பிராண்டிஸ் மற்றும் அவருடைய வழிவந்தவர்களால் பயிற்றுவிக்கப்பட்ட ஆங்கிலேய அலுவலர்கள் பன்னாட்டு வனவியல் வல்லுநர்களாக உருவாயினர். இந்திய வனத்துறை அலுவலர்களுடன் இணைந்து கிழக்கு மற்றும் மேற்கு ஆப்பிரிக்க நாடுகளிலும்,

தெற்காசிய நாடுகளிலும், நியூசிலாந்திலும் வனத்துறைகளை உருவாக்குவதற்கு உதவினர்.

அத்தகைய பெரிதும் குறிப்பிடத்தக்க வனவியல் அருட்பணியாளர்களுள் ஒருவரான ஃபெர்டினான்டு மூலர் கெய்ல் பல்கலைக்கழகத்தில் பயின்று பட்டம் பெற்றவர்; 1852 ஆம் ஆண்டில் விக்டோரியா ஆட்சிக்கு உட்பட்ட ஆஸ்திரேலியப் பகுதியின் அரசு தாவரவியலாளராக நியமிக்கப்பட்டார். நாற்பது ஆண்டுகளுக்கும் மேலாக அரசின் பல்வேறு களங்களையும், அறிவியல் கருத்தரங்குகளையும், செய்தித்தாட்களில் எழுதும் வாய்ப்பினையும் பயன்படுத்தி, ஆஸ்திரேலிய மக்களுக்கு வனங்களை அழிப்பதால் ஏற்படக்கூடிய பேரழிவுகள் குறித்த விழிப்புணர்வூட்டினார். அதன் மூலம் சுரங்கங்களுக்கு குழிகளின் ஆதாரக் கம்பங்களும், தொடர்வண்டி எந்திரங்களுக்கு நிலக்கரியும், மறைமுகமாக நதிகளுக்கு நீர்ப் பெருக்கும் தாராளமாகக் கிடைத்தன. வனவியலாளர்களின் வழக்கத்திற்கு மாறாக, மூலர் நன்கறியப்பட்ட பயன்பாட்டுப் பலன்களுடன் இணைத்து நன்னெறி சார்ந்தனவும் கலையியல் சார்ந்தனவுமான கருத்துகளை முன்வைத்தார். 1871 ஆம் ஆண்டு ஜூன் மாதத்தில் மெல்போர்னிலுள்ள தொழில்நுட்ப அருங்காட்சியகத்தில் நிகழ்த்திய உரையில் கீழ்க்கண்டவாறு முழங்கினார்:

> *இயற்கையால் நமக்களிக்கப்பட்ட மரபுவழிக்கொடையாக நாம் வனங்களைக் காண வேண்டும். அவை சீர்கெடுப்பதற் கானவையோ, முற்றாகத் துடைத்தழிப்பதற்கானவையோ அல்ல; ஆனால், அறிவார்ந்த முறையில் பயன்படுத்தப்பட வேண்டியவை; நன்மதிப்புடன் போற்றப்பட வேண்டியவை; மிகுந்த கவனத்துடன் பேணிக் காக்கப்பட வேண்டியவை. குறுகியதொரு காலத்திற்கு மட்டிலும் தற்காலிகமாகப் பேணிக் காப்பதற்கு நம் ஒவ்வொருவரிடமும் ஒப்படைக்கப்பட்டதும், சற்றும் சீர்குலைக்கப்படாத சொத்துடமையாக எதிர்காலத் தலைமுறையினரிடம் ஒப்படைக்கப்பட வேண்டியதும், பெருக்கப்பட்ட வளத்துடனும், ஏற்றமுற்ற ஆசிகளுடனும் அடுத்தடுத்த தலைமுறையினருக்கு மாற்றப்பட வேண்டியதுமான அருட்கொடை என்கிற முறையில் நான் வனங்களை மதிக்கிறேன்.*

வடஅமெரிக்கக் காடுவளர்ப்புக்கலை பரிணமித்ததில் ஜெர்மானிய அனுபவம் ஆழ்ந்த முத்திரையாகப் பதிந்திருப்பதைக் காண முடிகிறது. பெர்னார்டு ஃபெர்னோ என்கிற பிரஷ்ய வனவியலாளர், 1879 ஆம் ஆண்டு ஒருங்கிணைந்த அரசின் வனவியல் பிரிவிற்கு முதல் தலைவராக நியமிக்கப்பட்டார். கார்னெல், டொரோன்டோ பல்கலைக்கழகங்களில் அவர் தொர்ந்து பல வனவியல் பள்ளிகளை உருவாக்கினார். 1900 ஆம் ஆண்டு முழுநிறைவான வனத்துறை ஏற்பட்டபோது தாயகத்திலேயே வனவியலாளராகப் பரிணமித்த கிஃப்போர்டு பின்சாட் எனும் அமெரிக்கர் தலைமைப் பொறுப்பேற்றார். பெரும் புகழ் பெற்ற பென்சில்வேனிய குடியரசுக் கட்சிக் குடும்பத்தின் அரும்பெறலான அவர் தான் பிறந்த மாநிலத்தின் ஆளுநராக பின்னாளில் தேர்ந்தெடுக்கப்பட்டார். ஆனால், இந்தியாவில் வனத்துறையை ஏற்படுத்திய டையட்ரிச் பிராண்டிஸ் தனது ஆசான் என்று பின்சாட் எப்பொழுதும் கூறிவந்தார். 1880 ஆம் ஆண்டுகளில், அந்த அமெரிக்கர் வனவியலாளராவதென்று தீர்மானித்தபோது பிராண்டிஸ் தனது ஓய்வு நாட்களைக் கழித்துக் கொண்டிருந்த பான் நகரத்திற்கு புனிதப் பயணமாகச் சென்று அவரை நேரில் சந்தித்தார். பின்சாட்டை மாணவராக ஏற்றுக் கொண்ட பிராண்டிஸ் அவருக்குக் கற்பித்தது மட்டுமன்றி அவர் அமெரிக்கா திரும்பிய பின்னரும் தேவையான அறிவுரைகளை நல்கினார். 'புதிய தளங்களை உருவாக்குவோம்' (Breaking New Ground) என்கிற தனது வாழ்க்கைக் குறிப்பு நூலில் பிராண்டிஸை பின்சாட் மனதாரப் பாராட்டி தன்னுடைய நன்றிக் கடனைத் தெரிவித்துள்ளார். "எத்தகைய தரத்தின் அடிப்படையில் மதிப்பிட்டபோதிலும், பிராண்டிஸ் வாழ்ந்து கொண்டிருந்த வனவியலாளர்கள் அனைவரிலும் முதன்மையானவர். முன்னோடியாக அவர் அரும்பெரும் பணிகளை ஆற்றியுள்ளார். அதற்கு முன்னர் எவரும் செய்தறியாத விதத்தில் வனவியலை உயர்த்தினார். நான் அமெரிக்காவில் செய்திருக்க வேண்டிய பணியினை அவர் உலகின் மறுபக்கத்தில், இந்தியாவில் நிறைவேற்றிவிட்டார்." என்று பின்சாட் குறிப்பிட்டுள்ளார். பின்சாட் மீது பிராண்டிஸ் ஏற்படுத்திய தாக்கத்தையும் பொதுவாக அமெரிக்க வனவியல் துறையின் பணிகளுக்கு ஜெர்மானிய வனவியலின் பங்களிப்பினையும் கீழே கொடுக்கப்பட்டுள்ள செய்திகளில் காணலாம்.

ஐரோப்பாவிடம் அமெரிக்காவின் எதிர்பார்ப்பு

அமெரிக்க ஐக்கிய நாடுகள் வனத்துறையின் இரு தலைவர்கள் ஜெர்மனி நாட்டிற்கும் ஜெர்மானியர்களுக்கும் தமது நாட்டினுடைய நன்றியுணர்வினைத் தெரிவிக்கின்றனர்.

1. *தனிப்பட்டவர்களுடைய சுரண்டலைத் தடுக்க வேண்டியதன் தேவையை உணருகிறோம்: எதிர்காலத்தை ஒருவகைப் பீதியுடன் நோக்குகிறோம். இத்தகைய சூழமைவில் பழமை வாய்ந்த நாடுகளுடைய அனுபவங்களைத் தன்னியல்பாகத் திரும்பிப் பார்க்கிறோம்... ஜெர்மனியில், தனிநபர் ஒட்டு மொத்த நாட்டைச் சார்ந்திருத்தல் வேண்டும் என்கிற கருத்தாக்கத்தின் வாயிலாக பொது நலன்களுக்கும் தனிநபர் உரிமைக்கும் இடையிலான முரண்பாட்டிற்குத் தீர்வு காணப்பட்டுள்ளது. வேறு எந்தவொரு சட்ட வடிவினாலும் நெருக்கடி மிகுந்த ஐரோப்பிய நாடுகள் தமது நல்வாழ்வினைப் பேணிக் காப்பதற்கு வழிகாண இயலாது. அனைவருடைய நலன்களையும் உள்ளடக்கிய இத்தகைய நெறிமுறை பல நூற்றாண்டு காலத் தியாகங்களாலும் போராட்டங்களாலும் எட்டப்பட்ட வளர்ச்சி. அறுதிசெய்யப்பட்ட மெய்மை வாழ்க்கைமுறையாக எதிர்காலத்தை மாற்றிய அகன்ற கண்ணோட்டத்தை அது பெற்றுவிட்டது. நிலைநிறுத்தப்பட்ட உற்பத்தி மேலாண்மை என்று வனவியல் வல்லுநர்களால் அழைக்கப்படுகின்ற கருத்தாக்கம் ஜெர்மானிய வனவியல் கொள்கைகளில் வெளிப்படுத்தப்பட்டுள்ளது. இதனை முனைவர். ஹெஸ்கே உலகனைத்திற்குமான எடுத்துக்காட்டு என்கிறார்.*

2. *அவருடைய தொடர்பு ஐரோப்பாவிற்குப் பயிலச் சென்ற அமெரிக்க மாணவர்களையும் டையட்ரிச் பிராண்டிஸ் தன்னியல்பாக ஆங்கிலேய மாணவர்களுடன் பொறுப்பேற்றுக் கொள்ளுமாறு தூண்டியது. மாணவர் ஒருவரைப் பொறுப்பேற்றுக் கொள்வதென்பது அவரைப் பொறுத்தவரை பொதுவான*

பாடத்திட்டத்தில் அறிவுரை நல்குவது மட்டுமல்ல; வாரமிருமுறை அறிக்கைகள் சமர்ப்பிக்கப்பட்டு அவற்றை படித்து ஆய்வுரைகளை நல்குவார்; எங்களுள் ஒவ்வொருவருக்கும் அவ்வப்போது நீண்ட கடிதங்களை கைநோகத் தீட்டி அனுப்பினார்; நாங்கள் எதற்காகச் சென்றோமோ அந்தப் பணியின் முழுப்பலனையும் நாங்கள் ஒவ்வொருவரும் பெறும் விதத்தில் ஒவ்வொரு விவரங்களையும் ஒருபோதும் தளர்ச்சியுறாத பொறுமையுடனும், பேரார்வத்துடனும், பெருந்தன்மையுடனும் புகட்டினார்; இப்பணியை எனக்கும், அதன் பின்னர் கிரேவ்ஸ், அதற்கடுத்து பிரைஸ், ஓம்ஸ்டெட், ஷெராட் இன்னும் பலருக்கும் ஆற்றினார். சர். டையட்ரிச் அவ்வாறாக, அமெரிக்க ஐக்கிய நாடுகளின் பொதுவான வனவியல் கொள்கைகளை பிற்காலத்தில் வடிவமைக்கும் விதத்தில் எங்களுடைய எதிர்காலம் அமையும் விதத்தில் எங்களை வடிவமைக்கவல்ல வலிய கரங்களைப் பெற்றிருந்தார்.

ஆதாரம்: 1. ஃபிரான்ஸ் ஹெஸ்கே இயற்றிய ஜெர்மானிய வனவியல் (German Forestry) நூலுக்கு ஹென்றி எஸ். கிரேவ்ஸ் வழங்கிய முன்னுரையிலிருந்து. (New Haven: Yale University Press) pp. xvii-xviii

2. Gifford Pinchot, 'Sir Dielrich Brandis,' Proceedings of the Society of American Foresters, Volume 3, number 1, 1908, pp.58-59

கிஃபோர்டு பின்சாட் யேல் பல்கலைக்கழகத்தில் வனவியல் பள்ளி நிறுவப்படுவதற்குப் பெரிதும் உதவினார். அது விரைவிலேயே வனவியல் ஆராய்ச்சிக்கும் கல்விக்கும் உலகிலேயே தலைசிறந்ததாகத் தன்னை நிலைநிறுத்திக் கொண்டது. மிகப் பொருத்தமாக, ஜெர்மானிய வனவியலின் முக்கியத்துவத்தையும் தாக்கத்தையும் பற்றிய வரலாற்றுச் சிறப்புமிக்க மதிப்பாய்வினை முதன்முதலாக யேல் பல்கலைக்கழக அச்சகம் (Yale University Press) 1938 ஆம் ஆண்டு வெளியிட்டது. அந்நூலின் ஆசிரியரான புகழ்பெற்ற ஜெர்மானிய மரவளர்ப்புக்கலை வல்லுநர் ஃப்ரான்ஸ் ஹெஸ்கே, தனது நாட்டின் அனுபவத்தை உலகம் முழுவதற்கும் வழி காட்டும் ஒளியாகத் திகழ்ந்ததாகப் போற்றிக் கொண்டாடுகிறார். தமது

நாட்டின் வளங்குன்றிய, வீணடிக்கப்பட்ட காடுகளை சீராகப் பல்கிப் பெருகுகின்ற விளைச்சல் கொண்டனவாக மிகச் சிறப்பாகக் கையாளும் வழிவகைகளை வகுத்தளித்தளித்த பின்னர், ஜெர்மானிய வனவியலாளர்கள் தாயகத்திலும் அயல்நாடுகளிலும் அயராது உழைத்து ஆற்றிய பணிகளைப் பற்றிய பெருமிதக் குறிப்பு:

> தமது நாட்டில் கையாளப்பட்ட முறைகளைப் போலவே உலகின் பிற பகுதிகளிலும் வனவியல் பணிகளைத் தொடர்ந்து மேற்கொள்வதைப் பெருமளவில் எளிதாக்கிவிட்டனர். ஏனெனில், கொள்கை அளவிலேனும் எட்டப்பட வேண்டிய இலக்கு அனைவருக்கும் அறியத் தக்கதாகிவிட்டது. காடுவளர்ப்புக்கலை இன்னமும் புதுமையானதாகத் தோன்றக்கூடிய நாடுகளில் நிலைநிறுத்தத்தக்க வனஉற்பத்தி ஆதரவாளர்கள் தமது நாடுகளில் வனங்களைப் பாதுகாப்பது குறித்து எதுவும் அறியாதவர்களுடனும், கிஞ்சித்தும் நம்பிக்கையற்றவர்களுடனும், யாதொன்றும் செய்ய விரும்பாதவர்களுடனும் நடத்துகின்ற போருக்குப் பெருமளவில் மேற்கொள்ளப்பட்ட ஜெர்மானிய சோதனைகளின் பலன்கள் வலியதோர் உறுதுணையாக விளங்கக் காண்பர். அத்தகைய சோதனையும் அதன் பலன்களும் எதிர்வரும் உயிரியல் சார்ந்த உலகப் பொருளாதாரத்தின் சாராம்சமான பான்மையான ஒழுங்குபடுத்தப்பட்ட, திட்டமிடப்பட்ட முன்னேற்றம் மற்றும் அதற்கேற்ப புவியின் மூலப்பொருட்களைப் பயன்படுத்துதல் என்கிற கோட்பாட்டிற்கு மதிப்பிட இயலாத பணியினை ஆற்ற வல்லவை.

மெக்சிகோ நாட்டைச் சேர்ந்த மிகெல் ஏஞ்சல் டி குவேடோ ஜெர்மனியில் அல்ல, பிரான்சு நாட்டில் பயிற்சி பெற்ற காடுவளர்ப்புக்கலை முன்னோடி. 1962 ஆம் ஆண்டு பிறந்த குவென்டோ போர்டாக்ஸில் இளநிலைப் பட்டம் பெற்றார். பின்னர், நீரியல் சார்ந்த பொறியியல் பயிலுவதற்கு பாரிஸில் உள்ள கோல் பல்தொழில் நுணுக்கப் பயிற்சி நிறுவனத்திற்குச் சென்றார். வனவியலில் பயிற்சி பெறாத பொறியாளர் திறனற்றவன், மாபெரும் தவறுகளை இழைக்கக்கூடிய அறிவிலி

என்று அங்கே அவருக்குப் பயிற்றுவித்த ஆசிரியர்களுள் ஒருவர் கூறினார். குவேடோ 1887 ஆம் ஆண்டு மெக்சிகோ திரும்பிய போது அந்தப் பாடம் வலியதொரு நடைமுறையாகக் கண்டார். நீரியல் சார்ந்த பொறியாளராக தனது பணியைத் தொடங்கிய குவேடோ, மெக்சிகோ நகருக்கு வெளியே கழிவுநீர்க் கால்வாய்த் திட்டம் ஒன்றைக் கண்காணித்துக் கொண்டிருந்தபோது கீழே சமவெளியில் வெள்ளப் பெருக்கு ஏற்படுவதற்கு மலைப்பகுதியிலுள்ள காடுகள் அழிக்கப்படுவதே காரணம் என்று கண்டுகொண்டார். அடுத்த பத்தாண்டு காலம் பல்வேறு நீரியல் சார்ந்த பொறியியல் நிறுவனங்களில் பணியாற்றியபோது, காடுகள் அடர்ந்திருப்பதும் அழிக்கப்படுவதும் சமவெளிகளில் வெள்ளப் பெருக்கை ஏற்படுத்துவதிலும் மணல் திட்டுகள் உருவாவதற்கும் வகிக்கக்கூடிய பங்கினை ஆய்வு செய்தார்.

1901 ஆம் ஆண்டு பருவநிலை மற்றும் வானிலை குறித்த கருத்தரங்கு ஒன்றில் குவேடோ காடுவளர்ப்புக்கலை பரப்புரையாளராகப் பொதுமேடையில் முதன்முதலாக முழங்கினார். விரைவாக வளங்குன்றி வந்த மெக்சிகோ நாட்டு வனங்களைப் பாதுகாத்துப் புத்தாக்கம் அளிக்கும் பொருட்டு நாடு தழுவிய சட்டம் இயற்ற வேண்டியதன் அவசியத்தை வலியுறுத்தினார். அதன் பின்னர், Junta Central de Bosques எனும் ஆர்வலர்கள் குழுவைத் துவக்கினார். அக்குழுவினர் நகரங்களில் பூங்காக்களையும் மரக்கன்றுகளுக்கான நாற்றங்கால்களையும் தோற்றுவித்தனர்; பல்வேறு மாவட்டங்களின் வனப்பகுதிகள் குறித்த ஆய்வு விவரங்களைத் தொகுத்தனர். 1917 ஆம் ஆண்டு புரட்சிக்குப் பின்னர் புதிதாக அமைக்கப்பட்ட அரசிடம் அரசியல் நிர்ணயச் சட்டத்தில் விதிக்கூறு ஒன்றைச் சேர்க்குமாறு வற்புறுத்தினார். “பொது வளத்தை அனைவருக்கும் சமமாக வழங்கும் பொருட்டும் அவற்றின் நிலைபெயராமையைப் பாதுகாக்கும் பொருட்டும் அரசினால் ஒதுக்கீடு செய்யத் தக்கனவான இயற்கை வளங்களின் பயன்பாட்டினை பொது நலன் கருதி ஒழுங்குபடுத்துவதற்கு ஏதுவான சட்டங்களை தனியார் உடமைகளின் மீது விதிப்பதற்கு அரசிற்கு எப்போதும் அதிகாரம் இருத்தல் வேண்டும்.”

1922 ஆம் ஆண்டு குவேடோ மெக்சிகோ நாட்டு காடு வளர்ப்புக் கலைச் சங்கத்தை நிறுவினார். தேசியத் தற்கொலை

என்று சொல்லத்தக்க விதத்தில் காடுகள் அழிக்கப்படுவதையும் மரங்களைப் பாதுகாப்பதற்கு முனைவோர் மீது வெறுப்பு காட்டுவதையும் கண்டுங் காணாதது போல் அமைதி காத்த நாட்டின் போக்கை எதிர்த்து ஆர்ப்பரிப்பதே அச்சங்கத்தின் நோக்கம். ஒருவாறாக, குவேடோவும் அவருடைய சங்கமும் மேற்கொண்ட முயற்சியால் 1926 ஆம் ஆண்டில் தேசிய வனப் பாதுகாப்புச் சட்டம் இயற்றப்பட்டது. இதற்கிடையே, முற்போக்கு சீர்திருத்தவாதியும் நிலச்சீர்திருத்தத்திற்கும் உழைப்பாளர் உரிமைகளுக்கும் போராடியவரும் மக்கள் செல்வாக்குமிக்கவருமான மெக்சிகோ நாட்டின் புதிய அதிபர் லாஸரோ கார்டெனாஸ் கவனத்தை அவருடைய அரும்பணி ஈர்த்தது. 1935 ஆம் ஆண்டு கார்டெனாஸ் வனவளம், மீன்வளம், வேட்டைக் கண்காணிப்புப் பணிகளுக்காகப் புதியதொரு துறையை உருவாக்கினார். குவேடோ அத்துறையின் முதல் ஆணையாளராக நியமிக்கப்பட்டார். அந்த நியமனத்தைப் பற்றி அவருடைய தொண்டர்களில் ஒருவர் கூறினார்: "அறிவார்ந்த கண்டுபிடிப்பாளரும், புனிதத் தூதரும், தூய ஆன்மாவுமான மிகெல் ஏஞ்சல் டி குவேடோ தனது வாழ்நாள் முழுவதும் நமது நாட்டின் இயற்கை வளங்களைப் பாதுகாப்பதற்கும் அது குறித்த தகவல்களைப் பரப்புவதற்குமாக மேற்கொண்ட அரும்பணிகளுக்காகச் சூட்டப்பட்ட மகுடம்."

அண்மையில் குவேடோவின் வாழ்க்கை வரலாற்றை எழுதிய லேன் சிமியோனியன் அவரை, "மரங்களைக் காப்பதற்காக மெக்சிகோ மண்ணில் தோன்றிய இறைத்தூதர்" என்று குறிப்பிட்டுள்ளார். அவர் ஆற்றலிலும் தொலைநோக்குப் பார்வையிலும் தலைசிறந்த மனிதர் என்பது உறுதி. ஏனைய நாடுகளைச் சேர்ந்த புகழ்பெற்ற நிலையெராமைக் கோட்பாட்டாளர்களுக்கு நிகரானவர். அத்தகைய சமகாலத்தவர் காடுகளை அழித்து சாகுபடி செய்த விவசாயிகளை வெறுத்ததைப் போலவே, தனது நாட்டில் வனங்கள் அழிக்கப்பட்டமைக்கு அது போன்ற விவசாயிகளே முகாமையான பொறுப்பாளிகள் என்று நம்பினார். அவரும்கூட, எதிர்காலத்தில் ஒருவழியாக அறிவியல் வல்லுநர்கள் பொறுப்பேற்பர் என்கிற கிளர்ச்சியூட்டும் நம்பிக்கைக்கும், தொழில்நுணுக்க முறையில் வலிமைமிக்கனவான தனது கண்ணோட்டங்கள் அதிகாரமும் செல்வாக்கும் மிகுந்த நிலைகளில் உரிய இடம்

பெறாமல் போய்விடுவனவோ என்கிற சோர்வுவாதத்திற்கும் இடையே ஊசலாடிக்கொண்டு இருந்தார். நாற்பதாண்டு காலம் மேற்கொண்ட பரப்புரைகளும் கவிநயமிக்க நடையில் வெளியிட்ட கருத்துகளும் போதிய பலனளிக்காமல் போன நிலையில் நம்பிக்கை இழந்த மனநிலையில் 1939 ஆம் ஆண்டு அவர் பதிவு செய்தவற்றைக் கீழே காணலாம்:

> *மெக்சிகோ நாட்டின் வனவளச் சிக்கல் நாளுக்கு நாள் கூர்மையடைந்து கொண்டிருக்கிறது; பேரச்சம் விளைவிக்கும் விதத்தில் மிகப் பெரிய காடுகளெல்லாம் அழிக்கப்பட்டு வருகின்றன; மரவகைகளிலிருந்து எடுக்கப்படும் பசை போன்றவற்றின் உற்பத்தி ஆண்டுக்கு ஆண்டு குறைந்து வருகிறது; ஒருகாலத்தில் மீதடர்ந்த காடுகள் என்று வகைப்படுத்தப்பட்ட பகுதிகளில் கடின மரங்கள் மட்டுமன்றி விறகுகளும்கூட பெற இயலாத நிலை உருவாகிவிட்டது. எங்கெங்கும் பேராசைக்காரர்களாலும் சிந்தனைத்திறன் அற்றவர்களாலும் அழிக்கப்பட்டு வெறிச்சோடிய வனங்களையே காண முடிகிறது. கிட்டத்தட்ட மெக்சிகோ வறட்சியை நோக்கி விரைந்து முன்னேறுகிறது என்று துணிந்து கூறலாம்.*

லேன் சிமியோனியனால் மொழிபெயர்க்கப்பட்டது.

ஆய்வறிவு சார்ந்த காடுவளர்ப்புக்கலை - ஓர் ஐந்தொகைக் கணக்கீடு

ஆய்வறிவு சார்ந்த காடுவளர்ப்புக்கலை தொடர்பான யதார்த்த நடைமுறை அனுபவம் என்பது பெரும்பாலும் ஏற்றுக்கொள்ளப்பட்ட இலக்குகளுக்கும் எதிர்பார்க்கப்பட்ட வெற்றிகளுக்கும் நடுவே இடர்ப்பாடுகளை எதிர்கொள்ள வேண்டியதாகவே தொடர்ந்தது. குறிப்பாக, குடியேற்ற நாடுகளில், பாதுகாப்பான அணுகுமுறையையே பின்பற்ற வேண்டியதாயிற்று. அரசின் கட்டுப்பாட்டினை வலுப்படுத்திய போது அதன் உடன் நிகழ்வாக வனப்பகுதி விவசாயிகளும் பழங்குடி இனத்தவரும் மரபுவழியாகத் துய்த்து வந்த பயன்பாட்டு உரிமைகள் மறுக்கப்பட்டன. ஏனெனில், ஏக்கர் கணக்கில் அரசு தன்வசப்படுத்திக் கொண்ட காடுகள் எவ்விதத்திலும் கைபடாத கன்னிமைக் காடுகளல்ல; பல நூற்றாண்டுகளாக

மனிதயினத்தின் கட்டுப்பாட்டில் பயன்படுத்தப்பட்டு வந்தவை. வனப்பகுதி விவசாயிகளும், மேய்ப்பர்களும், காடுகளை எரித்து நிலமாக்கி சாகுபடி செய்தோரும், மர வேலைகள் புரிந்த கைவினைஞர்களும் வனங்களைத் தமது அடிப்படை வாழ்வாதாரங்களாகக் கொண்டு வாழ்ந்து வந்தனர். சமையலுக்கான எரிபொருள், கால்நடைகளுக்கான மேய்ச்சல் நிலம், உரமாகப் பயன்பட்ட இலை தழைகள், வீட்டுப் பயன்பாட்டிற்கும் விவசாயக் கருவிகள் செய்வதற்கான மரங்கள், கூடைகள் முடைவதற்கான மூங்கில்கள், சாகுபடியை விரிவுபடுத்துவதற்கான விளைநிலங்கள், பிணி தீர்க்கும் மூலிகைகள் போன்ற இன்னும் எண்ணரிய பயன்பாட்டிற்கு இயற்கை வனங்களையே சார்ந்திருந்தனர். கடுமையான பாதுகாப்பிற்கு உட்படுத்தப்பட்ட அரசின் காப்பு வனங்களாக அவை உருமாற்றம் பெற்று தம்முடைய ஆதாரங்களை அடைவதற்கான வழிவகைகள் கட்டுப்படுத்தப்பட்டமையால், உள்ளூர் மலைவாழ் மக்களுக்கும் வனத்துறையினருக்கும் இடையே முரண்பாடுகள் முற்றுவதென்பது தவிர்க்கவியலாத விளைவாகிப் போயிற்று.

ஆய்வறிவு சார்ந்த காடுவளர்ப்புக் கலையின் வரலாறு பெரும்பாலும் முழுமையாக ஆவணப்படுத்தப்பட்டுள்ள தெற்காசிய நாடுகளில், வனத்துறை உருவாக்கப்பட்ட உடனேயே குடியேற்ற அரசினுக்கு வெறுப்பையும் வசைமாரியையும் ஈட்டித் தந்தது. 1865 ஆம் ஆண்டைய முந்தைய வனப்பாதுகாப்புச் சட்டத்திற்குப் பதிலாக 1878 ஆம் ஆண்டு அனைத்தும் தழுவிய முழுமையான சட்டம் இயற்றப்பட்டபோது, அதனை ஏற்றுக் கொள்ளாத அலுவலர் ஒருவர் அரசினை எச்சரித்தார். “நம்முடைய விவசாயச் சமுதாயத்தினரிடையே புதிய சட்டம் ஆழமான அநீதி உணர்வையும் மிகுந்த வருத்தத்தையும் ஏற்படுத்தும்; உண்மையிலேயே, இந்தச் சட்டம் அரசின் விருப்பத்திற்குரியதும் பெரிதும் இன்றியமையாததுமான வன நிலைபெயராமை எனும் நோக்கத்திற்கு ஆதரவாக இருக்க வேண்டிய சமுதாயத்தினர், நிலக்கிழாரிலிருந்து தோடா பழங்குடியினத்தவர் வரை அனைவரையும் அரசுக்கு எதிராகத் திருப்பிவிடும்” என்றார். அவருடைய கூற்று தொலைநோக்குப் பார்வை கொண்டது. ஏனெனில், அந்தச் சட்டம் நடைமுறைப்படுத்தப்பட்ட உடனே மலைவாழ் விவசாயிகளும் பழங்குடி இனக்குழுக்களும்

வனத்துறையினருடைய செயல்பாடுகளை அனைத்து விதங்களிலும் தடுத்து நிறுத்தினர். கிளர்ச்சிகளாலும், வனத்துறை விதிமுறைகளை மீறியும், அரசு அலுவலர்களையும் உடமைகளையும் தாக்கியும், பெரும்பாலும் வனங்களை உள்ளூர் மக்களுடைய கட்டுப்பாட்டில் மீட்டமைக்கும் நோக்கத்துடன் மக்களை ஒன்று திரட்டி ஒருங்கிணைக்கப்பட்ட சமூகவியல் இயக்கங்கள் வாயிலாகவும் போராடினர். பரந்து பட்ட, நாடு தழுவிய ஆதிக்க ஆட்சிக்கு எதிரான எழுச்சியின் அங்கமாகவே அத்தகைய போராட்டங்கள் அமைந்தன. சில சமயங்களில் ஆயிரக்கணக்கான சதுர மைல் பரப்புள்ள வனங்களை தம்வசப்படுத்திக் கொண்டனர். மேலாதிக்க வெறி கொண்ட குடியேற்ற ஆட்சியின் படைவீரர்களும் காவல் துறையினரும் துப்பாக்கிச் சூடு நடத்தி கிளர்ச்சியை ஒடுக்கினர்.

அத்தகைய போர்க்குணமும், பேரெழுச்சியும் கொண்ட போராட்டங்களின் பின்புலமான உணர்வலைகளின் சுவடுகள் சிலவற்றை பத்தொன்பதாம் நூற்றாண்டின் சமூக சீர்திருத்தவாதி ஜோதிபா ஃபியூலா பதிவுசெய்துள்ளார். 1881 ஆம் ஆண்டு அவர் எழுதிய நூலில், இந்திய வனப்பகுதிகளில் வனத்துறையினர் மேற்கொண்ட மாற்றங்களை அவர் படம் பிடித்துக் காட்டியுள்ளார்.

> *பழங்காலத்தில், தாம் மேற்கொள்ளும் சாகுபடியைக் கொண்டு மட்டிலுமே தமது வாழ்க்கையை நடத்த இயலாத குறுவிவசாயிகள் காடுகளில் விளைந்த அத்தி, பேரி போன்ற பழவகைகளை உண்டும், சில வகை மரங்களின் இலைகளையும் மலர்களையும் விற்றும் வாழ்ந்தனர். ஒன்றிரண்டு பசுக்களையும், நான்கைந்து ஆடுகளையும் பேணி வளர்ப்பதற்கு கிராமங்களின் மேய்ச்சல் நிலங்களை நம்பியும், அவற்றின் மூலம் கிடைக்கக் கூடிய வருவாயைக் கொண்டும் தமது மரபுவழிப்பட்ட மலைக்கிராமங்களில் மகிழ்ச்சியுடன் வாழ்ந்து வந்தனர். ஆனால், நம்மை ஆட்சி புரிந்த அந்நிய அரசின் நரித்தனம்மிக்க ஐரோப்பிய ஊழியர்கள் தம்முடைய அயலக மூளையைப் பயன்படுத்தி வனத்துறை என்கிற பூதாகர அமைப்பினை உருவாக்கினர். அனைத்து மலைப்பகுதிகளையும் மடிப்பு மடிப்பான தரிசு நிலங்களையும், மேய்ச்சல் வெளிகளையும்*

வனத்துறையின் கட்டுப்பாட்டிற்குள் கொணர்ந்தனர். ஏழை எளிய விவசாயிகளுடைய கால்நடைகளுக்கு இப்புவிக்கோளத்தில் மூச்சுவிடக்கூட இடமில்லாமல் செய்துவிட்டனர்.

(மராத்தி மொழியிலிருந்து மாதவ் காட்கில் என்பவரால் மொழிபெயர்க்கப்பட்டது)

இத்தகைய சமகாலத்திய சமூகவியல் சார்ந்த திறனாய்வுரைகளுடன் தற்பொழுது கடந்த காலத்திற்குரிய சுற்றுச்சூழல் சார்ந்த திறனாய்வுரைகளும் இணைந்து கொண்டன. வெப்பமண்டலப் பகுதிகளில் நிலைநிறுத்தத்தக்க பலனளிக்கும் காடுவளர்ப்பு எனும் கோட்பாடு சரிவர மதிக்கப்படவில்லை என்று அண்மைக்கால உயிரின வாழ்க்கைச் சூழலியல் ஆய்வுகள் கூறுகின்றன. வன உயிரினங்களின் வகைகள் குறைவாக உள்ள மிதவெப்பக் காடுகளைப் போலன்றி வெப்பமண்டலக் காடுகளில் உயிரினங்களின் பல்வகைமை மிகவும் கூடுதலானது. ஆய்வறிவு சார்ந்த காடுவளர்ப்புக் கலை மிதவெப்பமண்டலப் பகுதியில்தான் முதன்முதலாக வகுக்கப்பட்டு பெரும்பாலான பகுதிகளில் வெற்றியுடன் நடைமுறைப்படுத்தப்பட்டது. வடக்கு ஐரோப்பாவில், வனங்களின் பெரும்பகுதியை ஒற்றை இனமான பைன் மரங்கள் ஆக்கிரமித்துக் கொள்கின்றன. வெப்பமண்டலப் பகுதியான ஆசிய, ஆப்பிரிக்க நாடுகளிலுள்ள காடுகளில் அத்தகைய நிலையைக் காண இயலாது; ஒரு ஏக்கர் பரப்பளவிற்குள் பதின்கணக்கில் பேருருவ மரவகைகளையும், ஆயிரக்கணக்கான செடி கொடி இனங்களையும், பல்லாயிரக்கணக்கான நுண் உயிரிகளையும், பல்வேறு வடிவங்களிலும் அளவுகளிலுமான விலங்கினங்களையும் காணலாம். தெற்கு, தென்கிழக்கு ஆசிய நாடுகளிலுள்ள காடுகளில் பருவமழை மேலும் கூடுதலானதொரு காரணியாகச் செயல்படுகிறது. இடைவிடாது இரண்டு அல்லது மூன்று மாத காலம் கொட்டித் தீர்க்கின்ற பெருமழை மிகவிரைவாக மண்வளத்தை அடித்துச் சென்றுவிடுகிறது. அதனால் மறுஉற்பத்தி அளவுகடந்த கடினமாகிவிடுகிறது. அத்தகைய சூழ்நிலைகளில், ஐரோப்பிய வகைமாதிரியான நிலைநிறுத்தத்தக்க பலனளிக்கும் காடுவளர்ப்பு முறை வெற்றிகரமாக நடைமுறைப்படுத்த இயலுமா என்பது பெரிய

கேள்விக்குறியாக உள்ளது. ஆய்வுப் பதிவுகளும் அத்தகைய நம்பிக்கையின்மையை உறுதிப்படுத்துகின்றன. எடுத்துக்காட்டாக இந்தியாவில் வனப்பகுதிகள் மொத்தமும் 130 ஆண்டு காலமாக அரசின் மேலாண்மையில் பாதுகாக்கப்பட்டபோதிலும், ஆய்வறிவு சார்ந்த காடுவளர்ப்புக்கலை தோன்றிய காலத்தில் இருந்ததைக் காட்டிலும் மிகவும் மோசமான நிலையில் உள்ளன. இந்தியாவின் நில அளவில் 22 விழுக்காடு இன்னமும் வனத்துறையின் கட்டுப்பாட்டில் உள்ளன. ஆனால், அதன் பாதிப் பரப்பில்கூட மரங்களைக் காண இயலவில்லை. ஜெர்மானிய காடுவளர்ப்புக்கலை வெப்பமண்டலப் பகுதிகளில் வெற்றிகரமாக செயல்படுத்தப்படாமல் தோல்வியுற்றமைக்கு மிகச் சிறந்ததோர் எடுத்துக்காட்டு.

வனத்துறையினருக்கும் மலைவாழ் விவசாயிகளுக்கும் இடையிலான முரண்

1913 ஆம் ஆண்டு அப்போதைய சென்னை அரசு (Government of Madras) வனத்துறை நிருவாகத்திற்கு எதிரான முறையீடுகளை விசாரிப்பதற்கு விசாரணைக்குழு ஒன்றை அமைத்தது. விசாரணைக்குழுவிற்கும் மலைவாழ் விவசாயிகளின் பிரதிநிதிகளுக்கும் இடையிலான கருத்துப் பரிமாற்றம் ஒன்றும், விசாரணைக்குழுவிற்கும் தனிப்பட்ட நில உடமையாளர் ஒருவருக்கும் இடையிலான கருத்துப் பரிமாற்றம் மற்றொன்றுமாக இரண்டு உரையாடல்கள் கீழே கொடுக்கப்பட்டுள்ளன. இவ்வுரையாடல்களிலிருந்து வனவியலாளர்களுக்கும் மலைவாழ் கிராம சமுதாயத்தினருக்கும் இடையே நிலவிய கூர்மையான எதிர்ப்புணர்வு வெளிப்படுகிறது.

விசாரணைக்குழு: உங்களுடைய அடுத்த முறையீடு என்ன?

விவசாயிகள்: எங்களுக்கு விறகுகள் கிடைப்பதில்லை. அவற்றிற்கான அனுமதியும் வழங்கப்படுவதுமில்லை.

விசாரணைக்குழு: விறகுகள் எடுப்பதற்கான அனுமதிச் சீட்டிற்கு உரிய பணத்தைச் செலுத்துவீர்களா?

விவசாயிகள்: மாட்டோம்! இதுவரை அப்படியொரு வழக்கம் இருந்ததில்லை. இங்கே மூன்று, நான்கு பணக்கார விவசாயிகள் மட்டுமே உள்ளனர். மற்றவர்களால் விறகுக்காக

விலை கொடுக்க இயலாது. எங்களுக்கு மானியமாக வழங்க வேண்டுமென்று கேட்டுக் கொள்கிறோம்.

விசாரணைக்குழு: தற்பொழுது எதைக் கொண்டு அடுப்பெரிக்கிறீர்கள்?

விவசாயிகள்: எருவட்டிகளைக் கொண்டு அடுப்பெரிக்கிறோம்... எங்களுக்கு உரத்திற்கான இலை தழைகளும் வேண்டும்.

விசாரணைக்குழு: நீங்கள் அவற்றை எப்போதும் பயன்படுத்தி வருகிறீர்களா?

விவசாயிகள்: நிலம் பொதுவானதாக இருந்தபோது பதினாறு ஆண்டுகளுக்கு முன்னர் உரத்திற்கான இலைதழைகளைப் பெற்று வந்தோம்.

விசாரணைக்குழு: தற்பொழுது கிடைப்பதில்லையா?

விவசாயிகள்: இலைதழைகளைப் பெறுவதற்காக தொலை தூரங்களுக்குத் தமது ஆட்களை அனுப்பும் வசதி படைத்த ஒன்றிரண்டு விவசாயிகள் மட்டும் அவ்வப்போது பெற்று வருகின்றனர்.

விசாரணைக்குழு: காடுகளைப் பொறுத்தவரை உங்களுடைய இடர்ப்பாடுகள் யாவை?

திம்மா ரெட்டி: மலை உச்சியில் இரண்டு கோவில்கள் உள்ளன. வாரந்தோறும் அங்கே வழிபாடுகள் நடத்தப்படுவன. ஏராளமான பக்தர்கள் உள்ளனர். அங்கே விவசாயிகள் சென்றால் வனத்துறை அலுவலர்கள் தடுக்கின்றனர். மக்களால் கோவில்களுக்குக்கூடச் செல்ல இயலவில்லை. ஏதேனுமொரு ஆண்டு வழிபாடு நடத்தப்படாமல் போகுமானால் குளம் குட்டைகள் நிரம்புமளவிற்கு மழை பொழியாது.

விசாரணைக்குழு: இந்த ஆண்டு வழிபட்டீர்களா?

திம்மா ரெட்டி: ஆமாம். எங்களுக்கு எதிராக ஒரு வழக்குக் கூட பதியப்பட்டுள்ளது. உற்சவரை நாங்கள் ஊர்வலமாக எடுத்துச் சென்றபோது சில மரங்கள் பாதிக்கப்பட்டன. மாவட்ட வன அலுவலர் எங்களை விசாரித்தபின்

விட்டுவிட்டார். ஆண்டுதோறும் கொண்டாடுகிறோம். கடவுளை வழிபடுவதற்குப் பதிலாக வன அலுவலர்களைத் தான் வழிபட வேண்டியுள்ளது.

விசாரணைக்குழு: மாவட்ட வன அலுவலரிடம் முறையிட்டீர்களா?

திம்மா ரெட்டி: தெய்வ வழிபாட்டிற்காக ஒருமுறை சென்ற போது வேட்டையாடச் சென்றதாக எனது சகோதரனுக்கு எதிராக வழக்குத் தொடரப்பட்டது. வட்ட குற்றவியல் நடுவர் நீதிமன்றத்தில் விசாரணைக்காக மாவட்ட வன அலுவலர் வழக்குத் தொடர்ந்தார். அங்கே நாங்கள் குற்றமற்றவர்கள் என்று விடுவிக்கப்பட்டோம். மாவட்ட வன அலுவலரை அணுகினால்கூட எங்களுக்கு நீதி கிடைக்காது. ஆதலால் நாங்கள் அவரிடம் செல்வதில்லை.

ஆதாரம்: அட்லூரி முரளி எழுதிய, 'Whose Trees? Forest Practices and Local Communities in Andhra. 1600-1922', in David Arnold and Ramachandra Guha, editors, Nature, Culture, Imperialism: Essays on the Environmental History of South Asia (New Delhi: Oxford University Press), pp. 106-110

காடுவளர்ப்புக்கலையிலும் இன்னும் பல்வேறு செயல்முறைகளிலும் ஐரோப்பிய வகைமாதிரியைப் பின்பற்றாத ஒரே ஆசிய நாடு ஜப்பான்; அது ஒருபோதும் காலனிய ஆதிக்கத்திற்கு உட்படவில்லை என்பது முகாமையான காரணம். சுதந்திர நாடு என்பதால் ஜெர்மனியைப் போலவே மிகவும் தொடக்கக் காலத்திலிருந்தே ஜப்பானிய விஞ்ஞானியர் தமது தீவுகளிலிருந்த வனப்பகுதிகளையும் மலைச்சரிவுகளையும் நிலைநிறுத்திக் கொள்வதற்கு உதவும் வகையில் மிகவும் திறமிக்க காடுவளர்ப்புப் புத்தாக்க முறைகளை உருவாக்கினர். 1590க்கும் 1660க்கும் இடைப்பட்ட காலத்தில் ஜப்பானிய விவசாயிகளும் மர வணிகர்களும் அந்நாட்டுத் தீவுக் கூட்டங்கள் முற்றிலும் பசுமையற்றுப் போகும் விதத்தில் வனங்களைத் துடைத்தழித்தனர் என்று வரலாற்றாசிரியர் கான்ராட் தோர்மன் குறிப்பிட்டுள்ளார். உரிய காலத்தில் எதிர்மறையானவையும் நேர்மறையானவையுமான தலையீடுகளால் அத்தகைய போக்கு தடுத்து நிறுத்தப்பட்டது. முந்தைய வகை நடவடிக்கையால் மரங்கள் வெட்டப்படுவதை கட்டுப்படுத்தி இயற்கையான மறுவளர்ச்சிக்கு உதவும் வகையில் ஒழுங்குபடுத்தப்பட்டது.

பிந்தைய வகை நடவடிக்கை ஏராளமான மரக்கன்றுகளை, குறிப்பாக, அடர்ந்து குவியும் மரவகைகளை நடுவதில் கருத்தூன்றியது. ஆலயங்களாலும் சமய நிறுவனங்களாலும் நிருவகிக்கப்பட்ட விரிந்துபரந்த வனப்பகுதிகள் மைய அரசினால் நாட்டுடமையாக்கப்பட்டு நூறாண்டிற்கு அல்லது அதற்கு மேற்பட்ட காலத்திற்கு ஒருமுறை பயன்படுத்தும் வகையில் சுழற்சிமுறை கையாளப்பட்டது. அதே சமயத்தில் அலுவலர்களாலும் அறிஞர்களாலும் எழுதப்பட்ட நூல்களையும் கையேடுகளையும் மக்கள் மத்தியில் ஏராளமாக வழங்கச் செய்ததன் மூலமாக எதிர்காலத் தலைமுறையினருக்கு மரபுவழிச் சொத்தாக வனங்களை விட்டுச் செல்ல வேண்டும் எனவும் கோரிக்கை விடப்பட்டது. தோர்மன் குறிப்பிட்டுள்ளதைப் போல அத்தகைய எழுத்தாளர்கள் காடுகள் அழிக்கப்படுவதால் நேரிடக் கூடிய நடைமுறை சாத்தியமான மண் அரிப்பு இயற்கை வளங்கள் குன்றிப்போதல் போன்ற பேரபாயங்களை எடுத்தோதினர்; பிற்காலத்திய ஜப்பானிய ஜென் புத்த சமயத்தவரைப் போல எளிதில் புரிபடாத உயிரின வாழ்க்கைச்சூழலியல் தொடர்பான செய்திகளைக் கூறவில்லை. அகிதா மாவட்டத்தைச் சேர்ந்த அலுவலர் ஒருவர் பதினேழாம் நூற்றாண்டின் தொடக்கத்தில் எழுதினார்: "அரசினுடைய கருவூலமே மலைகளின் கருவூலங்களான மண்வளம், நீர்வளம் மட்டிலுமே! அனைத்து மரங்களையும் வெட்டி அப்புறப்படுத்திவிட்டால், அதன் மதிப்பு ஒன்றுமில்லாததாகிவிடும். அனைத்தையும் இழப்பதற்கு முன்பு உரிய நடவடிக்கைகள் மேற்கொண்டாக வேண்டும். மலைகள் வெறிச்சோடிப் போனால் அரசும் காப்பாரற்றுப் போகும்." ஆய்வறிவு சார்ந்த நிலைபெயராமைக் கோட்பாட்டின் சாராம்சமான கூற்று இதுவே! ஒருவிதத்தில் இறையருள் வெளிப்பாடாகத் தோன்றியபோதிலும், மறுவிதத்தில் மீட்டமைக்கக்கூடிய நம்பிக்கை விளைவிப்பதாக உள்ளது!

4
இயற்கையோடு இயைபு காணும் கோட்பாட்டின் வளர்ச்சி

தற்பொழுது, கன்னிமை மாறா இயற்கைச் சூழல் உயிரினங்களையும் இருப்பிடங்களையும் நிலைபெயராமற் காத்தல் என்கிற மூன்றாவது வகை சுற்றுச்சூழலியல் பற்றி ஆய்வு செய்யப்படுகிறது. இயற்கையோடு இயைபு காணும் வாழ்க்கையைப் பேணிக் காத்தல் என்பதன் முறையான வரலாறு ஒரு நூற்றாண்டிற்கும் சற்றே கூடுதலான பழமை வாய்ந்தது. ஆனால், பரந்த கண்ணோட்டத்தில் நோக்கினால், இத்தகைய இயக்கம் பழமையான மரபுவழித் தொடர்புடையது. ஒருபுறம், மக்களால் பரவலாகப் போற்றப்பட்டு வந்த மரபு சார்ந்த தெய்வீகத் தோப்புகள்; நேப்பாளிய இந்து சமயம், தாய்லாந்தின் பௌத்தம், தமது தொன்மையான சமயங்களைத் தொடர்ந்து பின்பற்றி வருகின்ற ஆப்பிரிக்கப்பகுதிகள் ஆகிய கிறிஸ்தவ சமயம் அல்லாத சமயங்கள் கோலோச்சுகின்ற நாடுகளில் காணப்படுகின்ற மலைப்பகுதிகள் தேவதைகளுடைய இருப்பிடம் எனப் போற்றித் துதிக்கப்படுவதுடன் மனிதக் கரங்களால் தீண்டப்படாதபடியும் பாதுகாக்கப்படுகின்றன. மறுபுறம், மேல்தட்டு வர்க்கத்தினரான நிலப்பிரபுக்களுக்காகப் பாதுகாக்கப்படுகின்ற வேட்டைக் காடுகள். அவை நார்மன் இங்கிலாந்து, குயிங் சீனா, மொகலாய இந்தியா போன்ற நாடுகளில், புலி இனங்களும் மானினங்களும் வாழக்கூடிய வனப்பகுதிகள்; பிரபுக்களின் வேட்டைக் குதூகலத்திற்காக ஒதுக்கப்பட்டு பொதுமக்கள் வேட்டையாடுவதற்கு மட்டுமன்றி உள்ளே நுழைவதற்கே தடைவிதிக்கப்பட்டு பேணப்பட்டன. இருப்பினும், இந்நூல் இயற்கை வளங்களைப் பேணிக் காப்பதில்

இயற்கையோடு இயைபு காணும் கோட்பாட்டின் வளர்ச்சி குறித்த நவீன மரபுகள் கைக்கொண்ட வழிமுறைகளிலேயே கருத்தூன்றுகிறது. அதற்கான காலம் பத்தொன்பதாம் நூற்றாண்டின் பிற்பாதியில் அமெரிக்க ஐக்கிய நாடுகளின் மேற்குப் பகுதியில் தேசியப் பூங்காக்கள் நிறுவப்பட்டதிலிருந்து தொடரும் பதிற்றாண்டுகளாகும்.

குடியேற்ற நாடுகளில் நிலைபெயராமைக் கோட்பாட்டின் வளர்ச்சி

சுற்றுச்சூழலியல் குறித்த பன்னாட்டு மாநாடுகள் நடத்தப்படுகின்ற காலத்தில் நாம் வாழ்கிறோம். பருவநிலை மாற்றங்களின் விரைவு இயக்கங்களை மக்களுக்கு உணர்த்துவதற்குப் போராடி வருகின்ற வளிமண்டல ஆய்வு விஞ்ஞானியர் கருத்தரங்குகள், உயிரினப் பல்வகைமையைக் காப்பதற்காக ஏராளமான உடன்படிக்கைகளில் கையொப்பமிடுகின்ற பன்னாட்டுத் தலைவர்களுக்கிடையேயான கூட்டங்கள், சுற்றுச்சூழல் சீரழிவினைத் தடுத்து நிறுத்தும் பொருட்டு பொதுமக்களுடைய கருத்தைத் திரட்டுவதற்கான சிறந்த வழிமுறைகளைப் பரிமாறிக் கொள்வதற்கான சமூக ஆர்வலர்களின் ஒன்றிணைப்புக் கூட்டங்கள் என உலக அளவில் பல்வேறு கூட்டங்கள் நடத்தப்படுகின்றன.

அண்மைக் காலங்களில் தொலைத்தொடர்பு வசதிகளில் ஏற்பட்டுள்ள புரட்சியாலும் கண்டங்கள் தாண்டியும் மக்கள் தமக்குள் பேசிக் கொள்வதற்கும் சென்று திரும்புவதற்கும் பெருகிவருகின்ற ஏதுக்களாலும் இத்தகைய கூட்டங்கள் மிகவும் அடிக்கடி நடத்தப்படுகின்றன. ஆனால், சுற்றுச்சூழலியல் தொடர்பாக முதன்முதலாக நடைபெற்ற பன்னாட்டு மாநாடு எது? அது 1900 ஆம் ஆண்டிலேயே இலண்டனில் நடைபெற்றது. ஆப்பிரிக்க வன உயிரினங்களைப் பாதுகாப்பது முகாமையான தலைப்பாக ஆய்வுசெய்யப்பட்டது. அன்றைய காலச் சூழலின்படி ஆப்பிரிக்க நாட்டினர் எவரும் கலந்து கொள்ளவில்லை. அக்கண்டத்தைத் தமது கட்டுப்பாட்டில் கொண்டிருந்த பிரான்சு, ஜெர்மனி, பெல்ஜியம், இத்தாலி, ஸ்பெயின், போர்ச்சுகல், அனைவருக்கும் சட்டாம்பிள்ளையாக பிரித்தானியப் பேரரசு போன்ற ஐரோப்பிய வல்லாதிக்க சக்திகளுடைய வெளியுறவு அமைச்சர்கள் பங்குபெற்றனர்.

பிரித்தானிய வெளியுறவு அமைச்சகத்தால் கூட்டப்பட்ட அக்கூட்டத்தில் ஐரோப்பிய வேட்டைக்காரர்களால் ஆப்பிரிக்க வன உயிரினங்கள் முந்தைய பதிற்றாண்டுகளில் பெருவாரியாக அழிக்கப்பட்டமை பேரதிர்ச்சியுடன் கவனத்தில் கொள்ளப்பட்டது. தாயகத்தில் காண்பதற்கு அரிதான காட்டு விலங்குகள் அங்கே மிகுந்திருந்தமையால் அந்நாட்டில் பேரரசிற்கு ஊழியம் செய்து கொண்டிருந்த இளம் அலுவலர்களுக்கு வேட்டையாடுதல் ஒன்றே பெரிதும் விரும்பத்தக்கதும் கிளர்ச்சியூட்டுவதுமான பொழுதுபோக்காக இருந்தது. 1857 ஆம் ஆண்டில் அந்நிய மண்ணில் அதிகாரம் செலுத்திக்கொண்டிருந்த அலுவலர் ஒருவர் ஒளிவுமறைவின்றி குறிப்பிட்டதைப்போல, கேள்விகேட்பாரற்ற வேட்டையாடலுக்கு தனது கவின்மிகு வளங்கொழித்த வனங்களிலும், காடுகளிலும், மீதுயர்ந்த மலைப்பகுதிகளிலும் வாழ்ந்த வகைதொகையான எண்ணற்ற வனஉயிரினங்களைக் காவு கொடுத்தமையே இந்தியாவின் பால் ஐரோப்பியர்களை ஈர்த்தது. ஷெட்லாந்துத் தீவுகளில் கடல்நாய்களை வேட்டையாடி அலுத்துப் போனவர்களுக்கு அத்தகைய வேட்டையாடுதல் பெரிதும் வரவேற்கத்தக்கதாக இருந்தது. வங்காளப்புலிகளும் ஆசிய யானைகளும் இந்தியாவின் பெருமைகளாக விளங்கியபோது, ஆப்பிரிக்கா மேலும் கூடுதல் வாய்ப்புகளை நல்கியது. பத்தொன்பதாம் நூற்றாண்டு முழுவதும் ஐரோப்பியப் படைவீரர்களும், அலுவலர்களும், சமயக் குழுக்களும், பயணியரும் யானை, சிங்கம், புலி, சிறுத்தை, வரிக்குதிரை, மானினங்கள் போன்ற நகரக்கூடிய ஒவ்வொரு வன உயிரினத்தையும் கண்மூடித்தனமாக வேட்டையாடினர். நூற்றாண்டின் இறுதியில் Times of London எனும் இதழ் கீழ்க்கண்டவாறு பதிவு செய்தது:

சிறந்த வகை மானைக் காண்பதற்குக் காட்டிற்குள் வெகு தொலைவு செல்ல வேண்டியிருந்தது. யானை, காண்டாமிருகம், ஒட்டகச்சிவிங்கி போன்றவற்றைக் காண்பதற்கு மேலும் கூடுதல் தொலைவு காட்டிற்குள் செல்ல வேண்டும். அத்தகைய விலங்கினங்கள் முற்றிலும் அழிக்கப்படாமல் தடுப்பதற்கு உடனடியாக நடவடிக்கை ஏதேனும் எடுக்கப்படாவிடில், மிகவிரைவில் அவை முற்றாகத் துடைத்தழிக்கப்பட்டுவிடுவன என்பது தெற்றெனப் புலப்படுகிறது.

1900 ஆம் ஆண்டைய இலண்டன் மாநாட்டில் கலந்து கொண்ட அனைத்து நாடுகளும் 'ஆப்பிரிக்க விலங்கினங்கள், பறவையினங்கள், மீனினங்களின் பாதுகாப்பிற்கான உடன்படிக்கை'யில் கையொப்பமிட்டன. உடன்படிக்கையின் தலைப்பு ஆரவாரமான தொனியை ஏற்படுத்தியபோதிலும் செயலளவில் மேற்கொள்ளப்பட்ட பாதுகாப்பு நடவடிக்கைகள் மிகவும் எளிமையானவை. கொரில்லா, ஒட்டகச்சிவிங்கி, சிம்பன்சி போன்ற பெரிதும் ஆபத்திற்கு இலக்கான ஒரு சில வகை உயிரினங்களுக்கு மட்டிலுமே முழுமையான பாதுகாப்பு அளிக்கப்பட்டது. யானை, வனப்பும் மென்னோக்குமுடைய சிறிய வகை மான்கள் போன்றவற்றை வேட்டையாடுவதற்கு உரிமங்கள் வழங்கி சுடப்பட வேண்டிய எண்ணிக்கையைக் கட்டுப்படுத்தியதுடன் குட்டியினங்களையும் சினையாக உள்ளவற்றையும் வேட்டையாடுவதைத் தடுத்தனர். முரணாக, ஒரு சில உயிரினங்கள் மனிதர்களுக்கும் கால்நடைகளுக்கும் ஆபத்தானவை எனக் கருதப்பட்டு 'தீங்கிழைக்கக் கூடியவை' என வகைப்படுத்தப்பட்டன. அவற்றைக் கொல்வதை வெளிப்படையாகவே ஊக்குவித்தனர். இன்றைய தொன்மத்தைக் காக்கும் கண்ணோட்டத்தில் பெரிதும் அக்கறை செலுத்தப்படுகின்ற வனவிலங்குகளான சிங்கம், புலி போன்ற விலங்கினங்களை வேட்டையாடியோருக்கு பெருந்தொகைகள் பரிசாக வழங்கப்பட்டன.

இலண்டன் மாநாட்டைத் தொடர்ந்து மிகவிரைவில் வன உயிரினங்கள் பாதுகாப்பிற்கென பன்னாட்டுச் சங்கம் நிறுவப்பட்டது. பிரித்தானிய ஆதிக்கத்திற்கு உட்பட்ட நாடுகளில் வனவிலங்குகள் அழிக்கப்படுவதைத் தடுக்கும் வகையில் 1903 ஆம் ஆண்டு, 'பேரரசின் வனஉயிரினத் தொகுதி பேணிக் காக்கும் சங்கம்' என்றொரு அமைப்பு உருவாக்கப்பட்டது. ஆசிய, ஆப்பிரிக்க நாடெங்கணும் சங்கம் தனது கிளைகளைப் பரப்பியிருந்தது. நிலைபெயராமைக் கோட்பாட்டாளர்களாக மாறிய முதிய வேட்டைக்காரர்களை மையமாகக் கொண்டு செயல்பட்டமையால் அவை 'மனந்திருந்திய கொலைகாரர்கள் குழுமம்' (Repentant Butchers Club) என்றழைக்கப்பட்டது.

ஆதிக்கத்திற்குட்பட்ட பகுதிகள் எங்கணும் வகுத்தளிக்கப்பட்ட வகைமாதிரி நடவடிக்கைகள் பாதுகாப்பு நடைமுறைகளாகச்

செயல்படுத்தப்பட்டன. முதலாவது கட்டமாக, வேட்டைவெறியைத் தணிக்கும் விதத்தில் வனவிலங்குகளைச் சுடுவதற்கு இயலாதவாறு வனங்கள் மூடப்பட்ட பருவங்கள் என ஆண்டின் குறிப்பிட்ட காலப்பகுதிகளை வரையறுத்தனர்; உரிமம் வழங்கும் முறை அதனைப் பெற்றவர் மட்டிலுமே வேட்டையாட இயலும் எனும் நிலையை உருவாக்கியது. இரண்டாவதாக, குறிப்பிட்ட உயிரினங்களைப் 'பாதுகாக்கப்பட்டவை' என்று வகைப்படுத்தினர். மூன்றாவதாக, குறிப்பிட்ட வனப்பகுதிகள் வேட்டைக் காப்பு வனங்கள் என்று பெயரிடப்பட்டன. அப்பகுதிகள் விலங்கினங்களுக்கு மட்டுமே உரியவை; விவசாயம், மரம்வெட்டுதல், சுரங்கத் தொழில் போன்றவை தடைசெய்யப்பட்டன. இறுதியானதும் தீர்மானகரமானதுமான நடவடிக்கையாக தேசியப் பூங்காக்கள் அமைக்கப்பட்டன. அவை தமது எல்லைக்குள் வாழ்கின்ற விலங்கினங்களுக்கு மட்டுமின்றி ஒட்டுமொத்த உயிரினங்களுக்கும் சரணாலயமாக விளங்கின.

தேசியப் பூங்கா எதற்காக?

வேட்டைக் காப்பு வனங்கள் ஆணைக்குழு 1916 ஆம் ஆண்டு தென்னாப்பிரிக்காவில் தேசியப் பூங்காக்கள் உருவாக்கப்பட வேண்டியதற்கான காரணங்களைத் தொகுத்தளித்தது. இருப்பினும், இங்கே பொதுமக்கள் என்றும் நகரத்தில் வசிப்போர் என்றும் குறிப்பிடப்படுகின்ற சொற்றொடர்கள் வெள்ளை இனம் ஒன்றை மட்டிலும், அதிலும் பெரும்பாலும் ஆடவர் நலத்தை மட்டிலும் கருத்திற் கொண்டுள்ளமை கவனிக்கத்தக்கது.

விஞ்ஞானியரும், இயற்கையியல் ஆய்வாளர்களும், பொதுமக்களும் தமது நாட்டின் பெரும்பகுதியுடன் அணுக்கம் கொள்வதற்கான ஏதுக்களைப் பெருவாரியாக ஏற்படுத்திக் கொடுக்க வேண்டியது கீழ்கண்ட காரணங்களால் மிகுந்த நலம் பயக்குமென்று நாங்கள் கருதுகிறோம்:

1. ஒரு காலத்தில் தென்னாப்பிரிக்காவின் பெரும்பகுதியெங்கும் கிடைக்கக்கூடியனவாகவும், ஆனால், நாகரிக வளர்ச்சியால் படிப்படியாக

மறைந்து கொண்டிருப்பனவும் முடிவில் முற்றாக மறைந்துபோகக்கூடியனவுமான சூழ்நிலைமைகளை இங்கே கண்டு ஆய்வு செய்யலாம்.

2. தாவரவியல், விலங்கியல் அல்லது ஏனைய துறைகளைச் சேர்ந்த ஆய்வறிவியல் மாணவர்களுக்கு பயிற்சிக்களம் என்கிற முறையில் இப்பகுதி தன்னிகரற்றது.

3. வேட்டை விலங்குகளும், ஏனைய விலங்கினங்களும் படிப்படியாக அழிந்து வருகின்ற நிலைமை இடையறாது தொடர்வதனால், நுணுக்கமான ஏதுக்கள் உரியமுறையில் அமைத்துத்தரப்படுகின்ற சூழமைவில் விலங்கினங்கள் திரளாக வாழ்வதற்கு வழிவகைகள் காணப்பட்டாலொழிய நாட்டினுடைய இயற்கையான காடுவாழ் உயிரினங்களைக் காண இயலாது என்கிற நிலையில், நகர வாழ் மக்களுக்கு நாட்டினுடைய இயற்கை வளங்களைப் பற்றி அறிந்து கொள்வதற்கான வாய்ப்பு மென்மேலும் அருகி வருகிறது.

4. தென்னாப்பிரிக்கக் காடுவாழ் உயிரினங்களுடைய இயற்கைச் சூழலையும் பழக்க வழக்கங்களையும் இங்கு போல் வேறெங்கிலுமே உண்மையாக ஆய்வு செய்ய இயலாது. ஏனெனில், வேட்டைக்காரர்களைக் கண்டு தன்னியல்பாக விலங்குகளுக்கு ஏற்படக் கூடிய அச்சத்தால் இங்கே அவை பாதிக்கப்படுவதில்லை. நாட்டின் பிற பகுதிகளில் அவை தம்முடைய பழக்கங்களை முழுமையாக மாற்றிக் கொள்கின்றன.

ஆதாரம்: Jane Carruthers, The Kruger National Park: A Social and Political History (Pieter Maritzburg: University of Natal Press, 1995), p.56

தென்னாப்பிரிக்காவைப் பொறுத்தவரை, இயற்கை வளங்களை நிலைபெயராமல் காப்பதென்பது அங்கே குடியேறிய இனத்தவரின் தனித்துவத்தின் மேம்பாட்டுடன் இணைக்கப்பட்டிருந்தது. ஆங்கிலேயரும் டச்சுக்காரர்களும் நீண்ட காலமாக அங்கே குடியேறியிருந்தமையாலும், தமது மூதாதையர் நாட்டை முற்றாக மறந்துவிட்டு ஆப்பிரிக்காவைத் தாயகமாக கருதியபடியாலும், அங்கிருந்த இயற்கை வளங்களைப்

பேணிக் காப்பதென்பது தேசிய உணர்வுடன் ஒப்புமை கொண்டதாக இருந்தது. பால் குரூகர், ஜேன் மட்ஸ் போன்ற தலையாய ஐரோப்பிய - ஆப்பிரிக்க அரசியல் தலைவர்கள் தமது பிள்ளைகளும் பேரப்பிள்ளைகளும் அந்நாட்டு தொல்குடி இனத்தவரைப் போலவே அந்நாட்டின் இயற்கை வளங்களைக் கண்டு களிப்பதற்கு ஏதுவாக தேசியப் பூங்காக்களும் காப்பகங்களும் அமைக்கப்பட வேண்டுமென அறைகூவல் விடுத்தனர். அவ்வாறாக, அறிவியல் முன்னேற்றத்துடன் பற்றுணர்வும் இணைந்து இயற்கையோடு இயைந்த தொன்மைக் கால வாழ்க்கையை உறுதிப்படுத்தும் வகையிலும் காடுவாழ் உயிரினங்களுக்குப் போதிய பாதுகாப்பு அளிக்கும் விதத்திலும் காப்புவனங்கள் உருப்பெருவதற்கு வழிவகுத்தன. ஆங்கிலேய இனத்தவர் மிகுதியாக ஆதிக்கம் செலுத்திய அண்மை நாடான தென்ரொடீசியாவில், மாபெரும் வல்லாதிக்க சக்தியான சிசில் ரோட்ஸ் கல்லறை அமையப் பெற்ற மாடோபோஸ் குன்றுகளை மையமாகக் கொண்டு 45,000 ஏக்கர் பரப்பு கொண்ட தேசியப் பூங்கா அமைக்கப்பெற்றது.

இத்தகைய நடவடிக்கைகளில் ஆப்பிரிக்க இனத்தவர் இடம்பெற்றனரா எனில் அதுதான் கிடையாது. வெள்ளையர்கள் அந்த நாட்டுடன் தம்மை ஒன்றிணைத்துக் கொள்வதற்கு எத்தனித்தனரே தவிர அந்நாட்டில் அவர்களுடைய வருகைக்கு முன் காலங்காலமாக வாழ்ந்து வந்த மக்களுடன் எவ்வித உறவும் கொள்வதற்கு விரும்பியதில்லை. வரலாற்றாசிரியர்களான ஜேன் கருத்தெர்ஸ், டெரீன் ரேன்சர் குறிப்பிட்டதைப் போல, வனவாழ் உயிரினங்களை நிலைபெயராமல் பேணிக்காப்பதென்கின்ற கோட்பாடு தென்னாப்பிரிக்காவில் ஆங்கிலேயர்களுக்கும் டச்சுக்காரர்களுக்கும் இடையேயான உறவை வலுப்படுத்தியதுடன் பெரும்பான்மையினரான ஆப்பிரிக்க மக்கள் மீது ஒட்டு மொத்தமான வெள்ளை மேலாதிக்கத்தை ஒருங்கிணைத்தது. வேட்டைக் காப்பு வனங்களுக்குள் வேட்டையாடுவதற்கு ஆப்பிரிக்க மக்கள் அனுமதிக்கப்படவில்லை; தேசியப் பூங்காக்களைப் பொறுத்த வரை அவர்கள் முற்றாக ஒதுக்கப்பட்டனர்; காப்பகங்களுக்கு அவர்கள் வரையறுத்துக் கொண்ட எல்லைக்குள் இருந்த ஆப்பிரிக்கர்களுடைய நிலங்களை வலிந்து கையகப்படுத்திக் கொண்டனர். ஆப்பிரிக்கர்களால் அழிக்கப்படுவதிலிருந்து

நாட்டினுடைய இயற்கைவளங்களைக் காப்பாற்ற வேண்டியது வெள்ளைக்காரருடைய இன்றியமையாத கடமை என்கிற விதத்தில் நிலைபெயராமைக் கோட்பாடு நோக்கப்பட்டது. ஆனால் அக்கூற்று வரலாற்று உண்மைகளுக்குப் புறம்பானது. வல்லாதிக்க ஆட்சியின் தொடக்கப் பதிற்றாண்டுகளில் ஐரோப்பியர்கள் வேட்டையாடிக் காட்டு விலங்குகளைக் கொன்று குவித்த நிகழ்வுகளை மறைப்பதற்கான முயற்சியாகவே கருதப்படுகிறது. ஆப்பிரிக்க வனஉயிரினங்களுக்கு ஆபத்து நேர்ந்ததெல்லாம் ஐரோப்பிய துப்பாக்கிகளாலும் தோட்டாக்களாலும்தானே தவிர ஆப்பிரிக்க மக்களுடைய ஈட்டிகளாலும் கவண்விற்களாலும் என்று சொல்வதற்கில்லை.

இயற்கையோடு இயைபு காணும் கோட்பாடு குறித்த அமெரிக்க சிந்தனை

உலகத்திலேயே முதன்முதலாக 1872 ஆம் ஆண்டு அமெரிக்காவில் யெல்லோஸ்டோன் என்னுமிடத்தில் தேசியப்பூங்கா உருவாக்கப்பட்டது. இன்றைக்கு உலகெங்கிலும் ஆயிரக்கணக்கான பூங்காக்கள் உருவாக்கப்பட்டுள்ளன. உலகத்திலேயே மிகச் சிறந்தாகக் கருதப்படுகின்ற பூங்கா நிருவாகமுறையை உருவாக்கியதுகூட அமெரிக்காதான். இயற்கையோடு இயைபு காணும் வாழ்க்கை முறை மனித இனத்தின் ஆன்மாவிற்கு உரமூட்டுவதில் ஆழமான பொருள் கொண்டது என்கிற கருத்தாக்கம் குறித்த சிந்தனையாளர்களும் அறிஞர்களும்கூட அமெரிக்காவில்தான் அதிக எண்ணிக்கையில் தோன்றினர்.

இயற்கையோடு இயைபு காணும் வாழ்க்கைமுறை என்பது ஐரோப்பாவிலிருந்து மேற்கு நோக்கி நகர்ந்து குடியேறிய மக்கள் அமெரிக்கக் கண்டத்திலிருந்த வனப்பகுதிகளை முற்றாக அழித்ததன் பின்னணியிலிருந்தே தோற்றம் கண்டது. அட்லாண்டிக் மன்த்லியின் 1872 ஆம் ஆண்டு ஜுலை மாத இதழில் வெளியிடப்பட்ட கட்டுரையில் கலிஃபோர்னியா எழுத்தாளர் ஜான் முய்ர் அமெரிக்காவில் குடியேறிய முன்னோடிகளுடைய கோடாரிகளாலும், எரியூட்டிய நெருப்பாலும், உருவாக்கிய தானிய வயல்களாலும், அவர்கள் வளர்த்த கால்நடைகளாலும், மறி மந்தைகளாலும் ஏற்பட்ட சுற்றுச்சூழல் பேரழிவினைப் படம்பிடித்துக் காட்டியுள்ளார். அமெரிக்கக் காடுகளுடைய

கடந்த கால, நிகழ்கால, எதிர்காலத்தில் சாத்தியமாகக் கூடிய நிலைமைகளை உணர்ச்சிப் பெருக்குடன் விவரித்துள்ளார்:

அமெரிக்கக் காடுகள்! உலகின் பெருமைகள்! கிழக்கிலிருந்து மேற்காகவும், வடக்கிலிருந்து தெற்காகவும் ஆய்வு செய்யின் கற்பனைக்கு எட்டாத வளமிக்கனவாகவும் கால காலத்திற்கும் நிலைத்திருக்கக் கூடியனவாகவும், அளவிடற்கரியனவுமாகத் திகழ்ந்தன. விலங்கினங்கள், பறவையினங்கள், ஏனைய உயிரினங்களுடன் மக்கள் அனைவருக்கும் உண்பதற்கும் உறைவதற்கும் போதுமானவையாகவும் எஞ்சியிருக்கக் கூடியவையாகவும் மல்கியிருந்தன. நார்வேயின் ஊசியிலைக் காடுகளோ, லெபனானிலும் இமாலயமலைத் தொடர்களிலும் காணப்படும் தேவதாரு, செவ்வகில் வகை மரங்களோ, அமேசான் காடுகளின் செடி கொடி வகையினங்களோ இல்லாமல் போயிருந்தாலும்கூட எவரும் கவலை கொள்ளத் தேவையில்லை என்கிற அளவிற்குச் செழித்துக் கொழித்தன. அத்தகைய பலதரப்பட்ட வகையினங்களும், அவற்றிடையே நிலவிய நல்லிணக்கமும், குதூகலிக்கத் தக்க எழில் நலமும் கண்ட இயற்கை அன்னை வடஅமெரிக்கக் காடுகளுடன் நிறைவடைந்து மேலும் படைப்பதை நிறுத்திக் கொள்வாள் என்று சொல்லும் வண்ணம் பல்கிப் பெருகியிருந்தன.

ஒரு சில நூற்றாண்டுகளுக்கு முன்பு கன்னிமை மாறாமல் களிநடனம் புரிந்தபோது அவை அப்படித்தான் தோற்றமளித்தன. அம்மண்ணின் தொல்குடியினத்தவரான செவ்விந்தியர்களின் கற்கோடாரிகளால் ஏற்படுத்தப்பட்ட தீங்கு அணில் கொறித்ததைப் போன்றதாகவோ பூச்சிகள் மேய்ந்ததைப் போன்றதாகவோ இருந்திருக்கலாம். அவர்கள் மூட்டிய நெருப்பாலும் கொடூரமான இடியேறுகளாலும் ஒருசேர ஏற்படுத்தப்பட்ட அழிவுகள் கூட சூரிய ஒளி புகும் அளவிற்கு இடைவெளி ஏற்படுத்தி சூரியகாந்தி போன்ற ஒளி நாடும் செடி கொடிகளுக்கு நன்மை செய்யும் விதத்தில்தான் நிகழ்ந்திருக்கக்கூடும். காற்று நடுநடுங்க வெள்ளையரின் இரும்புக் கோடாரிகள் பேரொலியைக் கிளப்பியபோதுதான் காடுகளின் மரண

ஓலம் உறுதிப்படுத்தப்பட்டது. அந்த ஓலத்தை ஒவ்வொரு மரமும் கேட்டது; வான் முட்ட எழுந்த புகைத்தூண்கள் காலனின் வருகைக்குப் பாலம் அமைத்தன.

இழந்துவிட்ட எருமைகளுக்காக அழுது புலம்பிக் கொண்டிருக்க வேண்டிய தேவையில்லை என்று எண்ணுகிறேன். இயற்கையின் நிகழ்ச்சிப் போக்கில் அவை தம்மிலும் மிகச் சிறந்த கால்நடைகளுக்கு வழிவிட்டிருக்கலாம். அத்தகைய மாற்றங்கள் எத்தகைய கொடிய எண்ணங்களும் இல்லாமலேயே நிகழ்ந்திருக்கலாம். அதைப்போலவே ஐநூறு வகையான இயற்கையாகத் தோற்றங் கொண்ட மரஇனங்கள் பழத்தோட்டங்களுக்கும் தானிய வயல்களுக்கும் இடம் கொடுக்க வேண்டியதாயிற்று. நாட்டில் நடந்தேறிய குடியேற்றத்தாலும் நாகரிக முன்னேற்றத்தாலும் இயற்கை எழில் கொஞ்சிய மரங்களைக் காட்டிலும் உணவு பெரிதும் முக்கியத்துவம் வாய்ந்ததாகக் கருதப்பட்டது. ஆகவே, பசி கண்களை மறைக்க, தொடக்கக்காலத்தில் குடியேறிய மக்கள் வானுலகத் தேவர்களை வழிகாட்டியாகக் கொண்டு இயற்கை படைத்த மரங்களை அகற்றுவதற்குக் கடினமான பெரியவகைக் களையாகவே கருதி வெட்டி வீழ்த்தினர்.

அவ்வாறாக அத்தகைய அழிவுத் தொண்டர்கள் வனப்போர்களை இடையறாது நிகழ்த்திக் கொண்டிருந்தனர். மரத்துகள்கள் அடர்த்தியாகக் காற்றில் விரைந்தன; லட்சக்கணக்கான கவின்மிகு தருக்கள் தரையில் வீழ்ந்தன; பெருகிக்கொண்டிருந்த குழப்பத்தால் விளைந்த நெருப்பின் புகைமண்டலம் இருநூறு ஆண்டுகளுக்கும் மேலாக விண்ணில் நிறைந்து கொண்டிருந்தது. மெயின் பகுதியிலிருந்து ஜார்ஜியா வரையிலுமான அட்லாண்டிக் கடற்கரையின் பெரும்பகுதி அகற்றப்பட்டு எரியூட்டப்பட்ட பின்னர், பசிக்கொடுமையால் வந்து குவிந்து கொண்டிருந்தோரும், பணவேட்டையில் வெறி கொண்டு ஈடுபட்டோரும் மேற்கே வளம்கொழித்த மையப் பகுதியான மிசிசிப்பி பள்ளத்தாக்கிலும் மாபெரும் ஏரியைச் (Great Lakes) சுற்றிலுமிருந்த பகுதிகளிலும் திரண்டனர்; சற்றும் கவனமற்ற விதத்தில் வனங்களை

அழிப்பதென்பது விரிந்து பரந்த நிகழ்வாகத் தொடர்ந்தது. மேலும் மேற்கு நோக்கிப் படையெடுத்த வந்தேறிகள் பசிபிக் கடற்கரைப் பகுதியை எட்டும் வரை இயற்கை வளம் கொழித்த வனங்களை அழிப்பது தொடர்ந்தது.

இது அமெரிக்காவின் பதினெட்டாம் பத்தொன்பதாம் நூற்றாண்டைய நெஞ்சை நெகிழச் செய்யும் வரலாற்றின் சுருக்கம். நல்லகாலமாக, முய்ர் இக்கட்டுரையை எழுதிய காலகட்டத்தில் எஞ்சியிருந்த தொன்மையான வனங்களைக் காப்பதற்கான முயற்சிகளை மேற்கொள்ளும் விதத்தில் மக்களிடையே பரவலான கருத்துகள் கிளர்ச்சியுற்றிருந்தன. அவர் நிம்மதிப் பெருமூச்சுடனும் மகிழ்ச்சியுடனும் குறிப்பிட்டுள்ளதைப் போல, இயற்கை வனப்புகளைப் பெரிதும் நேசித்தோர் அவற்றினுடைய வெறிச்சோடிய நிலையைக் கண்டு துணுக்குற்று, "எஞ்சியுள்ள வனங்களைக் காப்போம்!" என்று உரக்க முழங்கினர். வனங்களை அப்புறப்படுத்துதல் என்பது போதிய அளவு நிகழ்த்தப்பட்டுவிட்டது. மரங்கள் விரைவிலேயே காண்பதற்கரியனவாகப் போகின்றன. இளைப்பாறுவதற்காகவோ இறைவனைத் தொழுவதற்காகவோகூட நிழலிடம் எதுவும் விட்டு வைக்கப்படப் போவதில்லை.

இயற்கைச்சூழல் பாதுகாப்பு குறித்து நீண்ட காலம் மிகுந்த பலனளிக்கும் விதத்தில் உரத்த குரலில் முழங்கியவர் ஜான் முய்ர் ஒருவரே. 1838 ஆம் ஆண்டு ஸ்காட்லாந்திய நகரம் தன்வரில் பிறந்தார். இளம்பருவத்திலேயே அவருடைய குடும்பம் விஸ்கோன்சின்னிற்கு இடம் பெயர்ந்தது. அங்கே முன்னோடி நிலக்கிழார் ஒருவருடைய பண்ணையில், தாவரவியலிலும் மண்ணியல் ஆராய்ச்சியிலும் மிகுந்த ஆர்வத்துடனும் எந்திரவியல் தொடர்பானவற்றில் தனித்திறனுடனும் வளர்ந்தார். சற்றும் முறையற்ற விதத்தில் ஓரிரண்டு ஆண்டுகளை விஸ்கோன்சின் பல்கலைக்கழகத்தில் கழித்த பின்னர் தனது வீட்டிலிருந்து வெளியேறி நடைப் பயணம் தொடர்ந்தார். கனடா முழுவதும் கால்நடையாகவே சுற்றித் திரிந்த பின்னர் ஆயிரக்கணக்கான மைல் தொலைவு நடந்து மெக்சிகோ வளைகுடாவை அடைந்தார். 1868 ஆம் ஆண்டு மார்ச் மாதத்தில் சான் பிரான்சிஸ்கோவைச் சென்றடைந்த அவர், கலிஃபோர்னியாவில் குடியமர்ந்தார். சியேரா மலைப்பகுதிகளில் பலமுறை நீண்ட

காலம் ஏறி இறங்கினார். பத்தாண்டுகளுக்குள் எழுத்தாளராகவும் பரப்புரையாளராகவும் அனைவராலும் அறிந்தேற்கப்பட்டார். மேற்கத்திய இயற்கைச்சூழமைவில் எஞ்சியுள்ளவற்றைப் பேணிக் காக்க வேண்டியதன் இன்றியமையாமையை எடுத்துரைத்தார். 1892 ஆம் ஆண்டு சியேரா குழுமம் (Sierra Club) என்றொரு அமைப்பினை நிறுவினார். அஃது இன்று வரை அமெரிக்கச் சுற்றுச்சூழலியலின் நிகழ்ச்சிப்போக்கில் மிகுந்த செல்வாக்குப் பெற்ற நிலைபெயராமைக் கழகமாகத் திகழ்கிறது.

மகாத்மா காந்தியைப் போல ஜான் முய்ர் முறைவழிப்பட்ட சிந்தனையாளர் அல்லர். அவருடைய கருத்துகள் அவர் ஆற்றிய உரைகளிலும் எழுதிய கட்டுரைகளிலும் சிதறுண்டு கிடக்கின்றன. அதிகாரம் பெற்ற முழுவடிவிலான ஒற்றை நூலில் அவை காணக் கிடைப்பதில்லை. ஆனாலும், காந்தியைப் போலவே அவரும் தனது காலத்தை விஞ்சிய தொலைநோக்குப் பார்வை கொண்ட சிந்தனையாளர் என்பதில் கிஞ்சித்தும் ஐயமில்லை. அவர் வனப் பாதுகாப்பு தொடர்பாக, மக்களுக்குத் தேவைப்படும் மரங்களை வழங்குதல், மண் அரிப்பைத் தடுத்தல், மழைநீரை ஆறுகளில் பாய்ந்தோடும் விதத்தில் நெறிப்படுத்துதல் போன்ற அறிவார்ந்த பொருளியலை நன்கு அறிந்திருந்தார். இருந்தபோதிலும், வன உயிரினங்களைப் பாதுகாப்பதைப் பொறுத்தவரை தனித்துவம் வாய்ந்ததும் பயன்பாடு சாராததுமான சிந்தனையில் பெரும் ஈடுபாட்டுடன் நம்பிக்கை கொண்டிருந்தார். சியேரா குழுமத்தின் தொடக்கக்காலக் கூட்டம் ஒன்றில் அவர் சுட்டிக்காட்டினார்:

> *சியேரா மலைச் சாரலில் உள்ள எந்த விதமான வனப்பகுதியும் நீர்ப்பாசனத்திற்கான நீரோடைகளைக் கவிந்து காக்கின்றவை என்கின்ற முறையில் அளவிடற்கரிய மதிப்புமிக்கவை. ஆனால், நம்முடைய வனங்களில் முழுநிறைவான கவிகை மட்டுமன்றி எங்கெங்கிணும் பெரிதும் கவர்ந்திழுக்கக் கூடியனவும், பேரார்வமூட்டக் கூடியனவுமான மரங்கள் நிறைந்துள்ளன. அவை ஆன்மீகத் தளத்திலும் பொருளியல் துறையிலும் பெருமதிப்பு மிக்கவை; விண்ணுலக தேவதைகளும் இறங்கி வந்து தமது இலையடர்ந்த கோவில்களில் தங்கியிருப்பதற்கு ஆவல் கொள்ளத் தக்கவை!*

சமயப் பற்றுமிக்க கிறித்தவராக வளர்க்கப்பட்டவர் என்றபோதிலும், சமய நெறிகளைப் பரப்புரை செய்பவரின் அரும்பெறல் என்கிற நிலையிலும், அவர் தான் பெற்ற சமய மரபுகளுக்குச் சற்றே வேறுபட்டு இயற்கையின் திருக்கோலங்கள் அனைத்தும் இறையுருவே எனும் கோட்பாட்டினைத் தழுவிக் கொண்டார். கிறித்தவ சமயக் கோட்பாடு மனிதனை ஏனைய அனைத்துப் படைப்புகளுக்கும் உயர்வான நிலையில் வைத்து மதிக்கிறது. ஆனால், அவரால் பெரிதும் ஈர்க்கப்பட்ட ஒருவர், "முய்ரைப் பொறுத்தவரை மீதுயர்ந்த மலைமுகடுகளும், வீசுகின்ற காற்றும், மேகக் கூட்டங்களும், மலரினங்களும், மர வகைகளும், பறவையினங்களும், விலங்கினங்களும் எங்கும் நிறைந்த இறையாற்றலின் வெளிப்பாடுகள்" என்று வியந்தோதுகிறார். இயற்கையின் அமைப்புமுறையில் ஒவ்வொரு உயிரினமும் தனக்கென மதிப்புமிக்கதொரு இடத்தைப் பெற்றுள்ளதாக அவர் கருதுகிறார். பிரபஞ்சத்தின் தலைமையிடத்தைப் பிடித்துள்ளதாக மனிதன் நினைத்துக் கொண்டான். ஆனால், முய்ர் வலியுறுத்துகிறார்:

விலங்கினங்களையும் பயிர் வகைகளையும் படைத்ததில் அவை ஒவ்வொன்றினுடைய மகிழ்ச்சியே இயற்கையின் மற்றனைத்தினும் முகாமையான நோக்கமாக இருத்தல் வேண்டும்; ஓரினத்தினுடைய மகிழ்ச்சிக்காக ஏனைய அனைத்து உயிரினங்களும் படைக்கப்படவில்லை. படைப்பு என்கிற மாபெரும் பேராக்கத்தில் சிறு பகுதியாயினும் மற்றவற்றைக் காட்டிலும் உயர்வாகத் தன்னை மனிதன் கருதுவது ஏன்? பேரண்டப் பெருவெளியை முழுமையுறச் செய்வதில் இறையாற்றல் படைத்த எந்த உயிரினம் முக்கியத்துவம் அற்றது? மனிதயினம் இல்லாவிடில் பேரண்டம் முழுநிறைவு அடையாது; அதைப் போலவே, மனிதனுடைய அறியாமை இருள் போர்த்த கண்களுக்கும் அறிவுக்கும் எட்டாத மீநுண்ணுயிரினம் இல்லாவிட்டாலும் முழுமையுறாது.

இயற்கைக் காட்சிகளைப் பற்றி உணர்ச்சிப் பெருக்குடன் எழுதிய முய்ர் வன வாழ் உயிரினங்களைப் பற்றியும்கூட அன்பொழுக எழுதியுள்ளார். அவரைப் பொறுத்தவரை சியேரா கரடி விலங்கினங்களிலே கிடைத்தற்கரிய அருங்கனி;

எவ்விடத்திலும் விருப்புடன் தங்கிக் கொண்டு, மரங்களுடனும் பாறைகளுடனும் மயிரடர்ந்த குயிலுடனும் இணக்கம் காணக் கூடிய, இலக்கின்றிச் சுற்றித் திரிகின்ற வன ஊர்சுற்றி! சிறிய வகை நீர்ப்பறவையை அவர் இயற்கைச்சூழல் மிகுந்த மலை நீரோடைகளில் பாடித் திரிகின்ற துணிச்சல் மிக்க குட்டிப் பாடகன் என்று வருணித்துள்ளார். இயற்கைச் சூழமைவு, நகரத்தில் வாழ்வோரைப் பொறுத்தவரை, மிகச் சிறப்பாகச் சொல்வதென்றால் தொலைவிலுள்ளவை; மிகவும் மோசமாகச் சொல்ல வேண்டுமென்றால் பேரச்சமூட்டக் கூடியவை. ஆனால், முய்ருக்கோ வனங்களும் அவற்றில் வாழ்கின்ற பல்வகை உயிரினங்களும் எப்போதும் வரவேற்கத்தக்கவை. மெய்யியலாளர் ரால்ஃப் வால்டோ ரஸ்கின் ஒருமுறை யோஸ்மைட்டிற்கு வருகை புரிந்தபோது, அவரை இயற்கைச் சூழல் மிகுந்த காட்டுப்பகுதிக்கு அழைத்துச் செல்வதற்கு முய்ர் வீணே முயற்சித்தார். சியேரா மலைப் பகுதியிலிருந்த இறையாற்றலின் வெளிப்பாடுகளை எமர்சனுக்கு காண்பிக்க விழைந்தார். ஆனால், அந்த மாமனிதரோ ஓரிடத்திலேயே ஒட்டிக்கொண்டு வாழ்ந்து பழக்கப்பட்டவர்; பாஸ்டனின் உள்ளரங்க மெய்யியலில் ஊறித்திளைத்தவர். விடுதிகளில் தங்குவதையும் நன்கு பராமரிக்கப்பட்ட சாலைகளில் பயணிப்பதையுமே விரும்பினார். இருந்தபோதிலும், முய்ர் தனது வாழ்க்கையின் இறுதிக் காலத்தில், சியேராவின் பெருமைகளைச் சீர்குலைக்கும் விதத்தில் வருகை புரிந்த நகரவாழ் மக்களின் எண்ணிக்கை பெருகியதைக் கண்டு மனயெழுச்சி கொண்டார். களைப்புற்று, நரம்பு தளர்ச்சியுற்ற ஆயிரக்கணக்கான மக்கள் மலைப்பகுதிகளுக்குச் செல்வதை தமது தாய் வீட்டிற்குச் செல்வதைப் போலக் கருதத் தொடங்கியதை அவர் நேரில் கண்டார். கன்னிமை மாறா இயற்கைச் சூழலைக் காப்பாற்ற வேண்டியது இன்றியமையாதது என்பதற்கு அதுவே நிரூபணமாக அமைந்தது. மலைமுகடுகளும் காப்பு வனங்களும் மரங்களை வாரி வழங்குவதற்கும் நதிகளுக்கு நீராதாரமாகப் பயன்படுவதற்கும் மட்டுமன்றி வாழ்க்கையின் ஊற்றுக்கண்ணாகவே கருதப்பட்டன.

சியேரா வனப்பகுதியை ஜான் முய்ர் இரண்டாவது, சில சமயங்களில் முதலாவது இல்லமாகவே ஏற்று வாழ்ந்தார். அவருக்கு முரணாக, மிதமிஞ்சிய நாகரிகத்தில் திளைத்த நகர மக்கள் ஆண்டு முழுவதும் நகரங்களில் உழன்று கிடந்து

விட்டு ஒரு வார காலத்திற்கு மட்டிலுமே வனப்பகுதிகளை நாடிச் சென்றனர். இருபதாம் நூற்றாண்டின் துவக்கத்தில், நகரமயமாக்கலின் விரிவாக்கத்தால் ஓய்வு காலக் காப்பகங்களை நடத்துவது பெருந்தொழிலாக பல்கிப் பெருகவே வனப்பகுதிகள் காப்பாற்றப்பட வேண்டும் என்கிற முழக்கங்கள் சமுதாய சக்தியாக உருவெடுத்தன. இயற்கை வளங்களும் வனப்புகளும் பாதுகாக்கப்பட வேண்டும் என்கிற ஒரே நோக்கத்திற்காக முய்ர் இயற்கைச் சூழல் பாதுகாப்பு முயற்சிகளில் ஈடுபட்டார். ஆனால், தேசியப் பூங்காக்கள் உருவாக்கத்தில் கூரறிவற்ற களியாட்டங்களான வார விடுமுறை நாட்களில் முகாமிட்டு மலைஏற்றச் சாகசங்களில் ஈடுபடுவது போன்றவை செல்வாக்கு மிகுந்த பங்கு வகித்தன. முதன்முதலில் முழுக்க முழுக்க உயிரின வாழ்க்கைச் சூழலியல் அடிப்படையில் 1934 ஆம் ஆண்டு எவெர்கிளேட்ஸ் தேசியப் பூங்கா அமைக்கப்பட்டதாக வரலாற்றாசிரியர் ஆல்ஃப்ரெட் ருண்டே சுட்டிக் காட்டுகிறார். பேரெழுச்சியுடன் வீறுகொண்ட தேசியப் பண்பாட்டியல் கூறுகளை எதிர் கொள்வதற்காகவே தொடக்கக்காலப் பூங்காக்கள் பல உருவாக்கப்பட்டதாக அவர் கருதுகிறார். கணிக்கவொண்ணாத் தொன்மமும் அளவிடற்கரிய பருண்மையும் கொண்ட மலைகளும் வனங்களும் அமெரிக்க அறிவுலகினருக்கு தமது நாட்டின் குறையாக உறுத்திய மரபு சார்ந்த கலைகளும் கலை நுணுக்கமிக்க கட்டடங்களும் இன்மைக்கு மாற்றாக விளங்கின. ஐரோப்பிய நாடுகளில் உழவர்களும் மேய்ப்பர்களும் தமக்கென தொன்மையான பண்பாட்டியல் கூறுகளைத் தொடர்ச்சியாகப் பெற்றிருந்தனர். ஆனால், அமெரிக்காவில் அத்தகைய உழவியல் வாழ்க்கைமுறையோ மரபுகளோ ஏதுமில்லை. அதே சமயத்தில் அந்த மண்ணைத் தாயகமாகக் கொண்டு வாழ்ந்த மக்கள் - அமெரிக்கப் பழங்குடியினர் - கொன்று குவிக்கப்பட்டனர்; எஞ்சியிருந்தோரும் ஆர்வம் குன்றிப்போயினர். இத்தகைய வெற்றிடத்தை அந்நாட்டின் இயற்கை வளங்களே இட்டு நிரப்பின. அது மிகவும் பெருமிதம் கொள்ளக்கூடிய அமெரிக்கத் தொன்மமாக விளங்கியது. சியேரா செம்மரங்கள் கிறித்துவின் பிறப்பிற்கு முன்பிருந்தே வளரத் தொடங்கிவிட்டன என்கிறபோது, மீதுயர்ந்த மலை அடுக்குகள் ஆல்ப்ஸ் மலைத்தொடரினும் இருமடங்கு உயரமானவை எனில், மிஸிஸிப்பி ஆற்றுடன் ஒப்பிடும்போது தனுபே வெறும்

கால்வாய் என்றால், மனிதரால் உருப்பெற்ற கலை நுணுக்கமிக்க வெளிப்பாடுகளையும், தேவாலயங்களையும், ஓவியங்களையும் காட்டிலும் இயற்கையின் எழில் கொஞ்சும் அமெரிக்க வளங்கள் உன்னதமானவை எனும் பெருமை அந்நாட்டிற்கு உண்டு. அந்த வகையில், தம்முடைய தொன்மைக்கால பொருளியல் நாகரிகத்தைக் கொண்டு அமெரிக்கர்களைத் தாழ்வாக எடை போட்ட ஐரோப்பியர்களுக்கு பதிலடி கொடுக்கும்வண்ணம் அமெரிக்க நாட்டின் என்றும் நிலைத்திருப்பனவும் ஈடு, இணையற்றனவுமான இயற்கை வனப்புகள் அந்நாட்டின் பற்றாளர்களுக்குப் பெரிதும் உதவின.

ஜான் முய்ர் தானே ஒருவிதத்தில் உயிரின இயற்கைச் சூழலியல் பற்றாளராகத் திகழ்ந்தார். அவர் அமெரிக்க வனங்களின் வளம் உலகின் வேறு எந்த வனவளத்திற்கும் இளைத்ததல்ல என்று நம்பினார். அவற்றின் பல்வகையினங்களும், அவற்றிடையே நிலவிய இணக்கமும், உலக வனங்களை வெற்றி கொள்ளும் உறுதியும் செறிவும் லெபனானின் கருங்காலி மரங்களினும், இமாலய மலைத் தொடரின் தேவதாரு மரங்களினும் அமேசான் காடுகளின் மீதடர்ந்த பசுமையினும் பெரிதும் உயர்வானவை. ஆனாலும், அவருடைய நாட்டுப்பற்றைக் காட்டிலும் உயிரின இயற்கைச் சூழலியல் உணர்வுக் கூர்மையே அவருடைய குரலுக்கு தனித்துவம் நல்கியது. எந்தவொரு தனிமனிதனுடைய வங்கி இருப்பினையோ, எந்தவொரு நாட்டினுடைய ஒட்டு மொத்த தேசிய உற்பத்தியையோ கருத்திற் கொள்ளாமல் இயற்கை வளங்கள் பேணிக் காக்கப்படல் வேண்டும் என்று அடித்துக் கூறினார். மனிதயினத்தைக் காட்டிலும் ஏனைய உயிரினங்களின்பால் அவர் கொண்டிருந்த அத்தகைய கருணைக்கு அவர் உரிய முறையில் போற்றப்பட்டார். பிற்காலத்திய சுற்றுச்சூழலியலாளர்களுக்கு அவர் ஒரு தெய்வப் பிறவியாகத் தோற்றமளித்தார். அவர்கள் அவரை தாடி வைத்த தேவ தூதராக வணங்கினர். அடர்ந்த வனங்களிலே தன்னந்தனியனாக இயற்கைச் சூழல் பாதுகாப்பிற்காகப் போரிட்டவர்; கிளர்ச்சி செய்தவர்; இயற்கையை அழிக்கவல்ல வணிக, தொழில் சக்திகளுக்கு எதிராக உரக்கக் குரலெழுப்பியவர் என்று கொண்டாடினர். ஜான் முய்ர்க்கு மிக அண்மையில் வைத்து மதிக்கத்தக்க விதத்தில் இயற்கையுடன் இயைபு காணும்

கோட்பாட்டினைப் போற்றி வணங்கிய பற்றாளராகத் திகழ்ந்தவர் ஆல்டோ லியோபோல்ட்.

இயற்கையைப் போற்றுதற்கு செய்யத்தக்கனவும், செய்யதக்க அல்லாதனவும்

இயற்கைக்கு நேரிடக்கூடிய இடர்கள், அவற்றை முன்னுணர்ந்து தடுக்கும் விதம், ஆற்ற வேண்டிய பணிகள் ஆகியவை பற்றி ஜான் முய்ர் எழுதிய கட்டுரை.

1. *சியேரா வனங்களுக்கு வருகை தரும் பயணியர் அங்கே உயிரினங்கள் தென்படவில்லை என்று முறையிடுவது வழக்கம். அவர்கள் சொல்வர்: "மரங்கள் அழகாக காட்சியளிக்கின்றன. ஆனால் உயிரரவமற்ற பேரமைதி பேரச்சமூட்டுகிறது. விலங்கினங்களைக் காண முடியவில்லை; பறவைகளே இல்லை. காடு முழுவதும் தேடினாலும் பறவையினங்களின் கீச்சுக் குரலைக் கேட்க இயலவில்லை!" அதில் வியப்பொன்று மில்லை! கோவேறு கழுதைகளிலும் குதிரைகளிலும் அவர்கள் கூட்டம் கூட்டமாகச் செல்கின்றனர். அவர்கள் பெருங்கூச்சல் எழுப்புகின்றனர்; வனங்களுக்குப் பொருந்தாத வண்ணங்களில் உடை உடுத்துகின்றனர். விலங்கினங்கள் வெறுத்து ஓடிவிடுகின்றன. அஞ்சி நடுங்குகின்ற ஊசியிலை மரங்களும்கூட தம்மால் இயலுமாயின் ஓடிவிடக்கூடும்! ஆனால், இயற்கையை விரும்புவோரும், ஈடுபாட்டுணர்வுமிக்கோரும், அமைதி தவழும் பான்மையோரும், கண்களை அகலத் திறந்துள்ளோரும் நேசத்துடன் சுற்றும் முற்றும் பார்க்கவும் கேட்கவும் வல்லோரும் இங்குள்ள மலை மாளிகைகளில் உயிரினங்களின் இன்மையை உணருவதில்லை; பெருங்களிப்புடன் இங்கு வருகின்றனர்.*

2. *சியேரா வனங்களைக் காப்பதற்கு நாம் மேற்கொண்ட போரும், இன்னமும் போரிட்டுக் கொண்டிருப்பதும், சரியானவற்றிற்கும் தவறானவற்றிற்கும் இடையிலான முடிவுறா முரணின் ஒரு பகுதியாகும். நாம் அதனுடைய முடிவைக் காண முற்படலாகாது.*

நாம் அறிந்தவரை முதன்முதல் காப்புவனம் ஈடன் தோட்டத்திலுள்ளது. ஒற்றை மரத்தைச் சுற்றி ஆண்டவரால் எல்லைகட்டப்பட்ட அத்தகைய மீச்சிறு காப்புவனமே தாக்குதலுக்குட்பட்டது. சியேராவிலுள்ள மரங்களில் ஒன்றை மலை மரங்களிலேயே மிகவும் புனிதம் வாய்ந்ததென்றும் பெருமைமிக்கதென்றும் பேணிக் காப்போமானால், வெகு விரைவிலேயே விண்ணுலகத்தவையும் மண்ணுலகத்தவையுமான சட்டங்கள் அனைத்தையும் கொண்டு அதன் அடியில் ஒரு மரவெட்டியும் சட்ட வல்லுநர் ஒருவரும் அமர்ந்திருப்பர் என்பதில் ஐயமில்லை. ஆகவே, மரங்களைக் காப்பதற்காகப் போரிடுவதற்கும் அவற்றிற்கு நல்லனவையும் ஆகச் சிறந்தவற்றையும் செய்வதற்கும் நாம் தொடர்ந்து ஆயத்தமாக இருத்தல் வேண்டும்.

ஆதாரம்: 1. 'Among the Yosemite', The Atlantic Monthly, December 1898, p.751.

2. 'Address on the Sierra Forest Reservation', The Sierra Club Bulletin, Volume 1, number 7, 1896, p. 276

லியோபோல்ட் ஜெர்மனியிலிருந்து குடியேறிய பண்பாடும் உயர்ந்த கல்வியறிவும் படைத்த குடும்பத்தில் 1887 ஆம் ஆண்டு சனவரி மாதம் பிறந்தார். புத்தகங்களுக்கும் இசைக்கும் மத்தியில் வளர்ந்தார். ஆனால், வேட்டையாடுவதில் பேரார்வம் கொண்ட தந்தையால் உந்தப்பட்டு வனப்பகுதிகளின்பால் பெரும் ஈடுபாடு வளரப் பெற்றார். யேல் வனவியல் கல்லூரியில் பட்டம் பயிலச் சென்றார். அதன் பின்னர், 1909 ஆம் ஆண்டு அமெரிக்க ஐக்கிய நாடுகளின் வனத்துறையில் பணியில் இணைந்தார். கால் நூற்றாண்டு காலத்திற்கும் மேலாக பெரும்பாலும் தென்மேற்குப் பகுதியில் பணியாற்றினார். 1933 ஆம் ஆண்டு விஸ்கோன்சின் பல்கலைக்கழகத்தில் பேராசிரியர் பணியினை ஏற்றார். தனது வாழ்நாளை கல்லூரி வளாகத்திலும் நாட்டுப்புறப் பகுதியில் அவர் விலைக்குப் பெற்றிருந்த சிறியதொரு பண்ணையிலுமாகக் கழித்தார்.

தனது பணிக் காலத்தில் லியோபோல்ட் சுற்றுச்சூழலியலின் ஒரு வகையினத்திலிருந்து மற்றொன்றிற்காகத் தனது நெருக்கத்தை மாற்றிக் கொண்டிருந்தார். வனத்துறையில் நீண்ட காலம்

பணியாற்றிய அவர், ஆய்வறிவு சார்ந்த நிலைபெயராமைக் கோட்பாட்டின் செல்வாக்கினால், பிற்காலத்தில் இயற்கை சார்ந்த மெய்யியலாளராக உருவாக்கப்பெற்றார். 'இயற்கைச் சூழல் பாதுகாப்புப் போரில் படை நடத்திய தளபதி' என்று அவருடன் பணியாற்றிய ஒருவர் அவரைப் பற்றிக் குறிப்பிட்டுள்ளார். வனவிலங்குகள் மிகுதியாக நிறைந்திருந்த வனப்பகுதிகளில் பணியாற்றியபோது, வேட்டையாடுதலை நிர்வகிப்பதற்கான நெறிமுறையை வகுத்தார். ஆய்வறிவு சார்ந்த வனவியல் கோட்பாடுகளுடன் மிகவும் நெருக்கமான இணக்கம் கொண்ட அந்நெறிமுறைகள் விலங்குகளை வேட்டையாடுவதற்குப் பதிலாக நிலைநிறுத்தத்தக்க உற்பத்தி அடிப்படையில் அறுவடை செய்யத்தக்கவை மரங்கள் என வலியுறுத்தின. ஆனால், உரிய காலத்தில் வனப்பகுதிகளின் பண்பாட்டியல் மற்றும் உயிரின வாழ்க்கைச் சூழலியல் சார்ந்த கருத்துகளின் இன்றியமையாமையை உயர்த்திப் பிடித்தார். வேட்டை விலங்குளின் காப்பிடங்களை பேணிக் காத்தல் என்கிற கருத்தாக்கத்திலிருந்து முற்றிலும் பாதுகாக்கப்பட்ட வனப்பகுதிகளை உருவாக்குவதற்கான தேசிய வனங்கள் எனும் கோட்பாடு வலியுறுத்தப்பட்டது.

லியோபோல்ட் வனத்துறைப் பணியிலிருந்து விஸ்கோன்சின் பல்கலைக்கழகப் பேராசிரியர் பணிக்கு மாறியபோது, கிஃப்போர்டு பின்சோட் மரபுகளிலிருந்து ஜான் முய்ர் மரபுகளுக்கும் அதற்கு அப்பாலும் அவருடைய கருத்தோட்டங்கள் மாற்றம் பெற்றன. 1935 ஆம் ஆண்டு சனவரி மாதத்தில், வனப்பகுதிகள் பாதுகாப்புக் கழகம் நிறுவப்படுவதற்கு துணைநின்றார். இயற்கைச் சூழலில் மனிதனுடைய இடத்திற்கான அறிவு சார்ந்த தன்னடக்கத்தினை முன்வைத்த மெய்யியல் கூறும், நடைமுறை சாத்தியத்துடன் கூடிய செயல் திட்டத்தையும் ஏற்றுக் கொண்ட தன்னதிகார அமைப்பாக அது உருப்பெற்றது. சுரங்கத் துறையினராலும், தொழில்துறையினராலும், மரம் வெட்டுவோராலும், சாலை அமைப்போராலும் இன்னபிற பேரிடர்களாலும் தாக்கப்படாத வகையில் வனப்பகுதிகளை எதிர்காலச் சந்ததியினருக்காக ஒதுக்கீடு செய்வதை அக்கழகம் வலியுறுத்தியது. அவர் ஆய்வுப் பயணமாக ஜெர்மனி சென்றார். அங்கே வனப்பாதுகாப்பும் வேட்டை நிருவாகமும் பெரிதும் செயற்கைப்படுத்தப்பட்ட

அமைப்பு முறைகளில் செயல்படுத்தப்பட்டதைக் கண்டு வெதும்பினார். தெரிவு செய்யப்பட்ட ஒரு சில வகை உயிரினங்களைப் பேணுவதற்காக இயற்கையின் பல்வகைமை உயிரினங்கள் புறக்கணிக்கப்பட்டன. உயிரின வகையினங்கள் குறைக்கப்படுகின்ற போக்கினைக் கண்டித்தார். ஒரு தலைமுறை காலத்திற்குள் ஒட்டு மொத்த நாட்டினுடைய வனங்களும் புதியதொரு அவல நிலைக்குத் தள்ளப்பட்டு விட்டதாகக் கருதினார். முட்டைக்கோசு பயிரிடுவதைப் போல மரங்கள் நடுவதையும் உலகுக்கு ஜெர்மனி கற்றுக் கொடுத்ததாக குற்றம் சாட்டினார்.

ஆல்டோ லியோபோல்ட் பற்றுறுதிகளின் நிலைமாற்றம்

பயன்பாட்டு வழிப்பட்ட நிலைபெயராமையில் உறுதிப்பாடு கொண்டிருந்த அடோல்ப் லியோபோல்ட் உயிரின வாழ்க்கைச் சூழலியல் நல்லிணக்கமும் உயிரினங்கள் ஒன்றை ஒன்று சார்ந்து வாழ்வதையும் வலியுறுத்துகின்ற மெய்யியலாளராக மாற்றம் பெற்றதை கீழ்க்கண்ட மேற்கோள்கள் குறிப்பிடுகின்றன:

1. மண்ணுடனான நல்லிணக்க உறவென்பது, வரலாற்றாசிரியர்கள் அதனுடைய முன்னேற்றத்தை உணர்ந்து கொண்டதாகக் காட்டியுள்ளதைக் காட்டிலும் மிகவும் புதிர்நிறைந்ததாகவும் நாகரிகத்தின் மீது விளைவுகளை ஏற்படுத்தக்கூடியதாகவும் விளங்குகிறது. நாகரிகமென்பது, அவர்கள் பல சமயங்களில் யூகித்துக் கொள்வதைப் போல, உறுதிநிலைப்பட்டதும் செறிவுமிக்கதுமான பூமியை ஒரு கட்டுக்குள் வைத்திருப்பதல்ல. அஃது, மனித விலங்குகளும், ஏனைய விலங்கினங்களும், பயிரினங்களும், மண் வகைகளும் தமக்குள் கொண்டுள்ள ஒன்றை மற்றொன்று சார்ந்துள்ளமையும் ஒத்தும் உதவுவதுமானதொரு நிலை. அவற்றில் யாதொன்று நிலை பிறழ்ந்தாலும் முழுவதும் எந்நேரத்திலும் சீர்கெட்டுவிடும்.

2. உயிரின வாழ்க்கைச் சூழலியல் ஆய்வின் தோற்றம் பொருளியல் சார்ந்த உயிரியலாளர்களை வினோதமானதொரு மனக்குழப்பத்திற்கு உட்படுத்தியது. ஒருபுறம், ஏதேனுமொரு உயிரினத்தின் பயனுடைமை அல்லது பயன்படுத்தப்படாமை குறித்த ஆய்வில் கண்டறியப்பட்ட மெய்மைகளைச்

சுட்டிக் காட்டினர். மறுபுறம், பயனுடைமையின் தொடக்கத்தையும் முடிவையும் கண்டறியவொண்ணா வகையில் ஒன்றுடன் ஒன்று பின்னப்பட்டுள்ள கூட்டுறவாலும் போட்டியுணர்வாலும் மிகவும் கட்டுப்படுத்தப்பட்டவையும் சிக்கலார்ந்தனவுமான உயிரின வகைகளைக் கண்டறிந்து பட்டியலிடுவதை எளிதாக்கினர்.

ஆதாரம்: 1. 'A Conservation Ethic' Journal of Forestry, Volume 31, number 6, 1933, p.635.
2. 'A Biotic View of Land', Journal of Forestry, Volume 37, number 37, 1939, p.727.

லியோபோல்ட், விஸ்கோன்சின் பண்ணை வாழ்க்கையின் நிகழ்வுத் தொகுப்பான தன்னுடைய A Sand County Almanac எனும் நூலில் பருவங்கள் வந்து செல்வதையும், பயிரினங்கள் விலங்கினங்கள் வாழ்க்கையில் ஆண்டு முழுவதும் நிகழக்கூடிய மாற்றங்களையும் உள்ளத்தை நெகிழச் செய்யும் வகையில் வருணித்துள்ளார். அவர் உழவடை செய்த நிலம் பெருவாரியான எண்ணிக்கையில் எருமைகள் மேய்ந்துலாவிய கடல் போன்ற பரப்புக் கொண்ட புல்வெளியின் ஒரு பகுதியாக அமைந்திருந்தது. அவருடைய பண்புபியல்பிற்கேற்ப, உழுவதாலும் புல்வெளிகளைச் சீர்ப்படுத்தியதாலும் மடிந்த அம்மண்ணுக்குரியனவும் கந்தகப் பண்பு கொண்டவையுமான களைச் செடிகளுக்காக மறைந்துவிட்ட சிறப்பு வாய்ந்த எருமைகளைக் காட்டிலும் கூடுதல் உணர்வெழுச்சியுடன் அழுது புலம்பியுள்ளார். அவ்வகைச் செடியினத்தின் மறைவு குறித்து 'தாயகத்திற்குரிய அச்சிறு செடியினம் அடக்கம் செய்யப்பட்ட நிகழ்வு உலகிலுள்ள செடியினங்களெல்லாம் அடக்கம் செய்யப்படும் நிகழ்வாகப் பரிணமித்தது' என்கிறார்.

முய்ர்க்குப் பின்னர் மிகச் சிறந்த செல்வாக்குப் பெற்ற இயற்கைச் சூழல் பாதுகாப்புச் சிந்தனையாளராக விளங்கிய லியோபோல்ட் தனது நூலில் அதிகாரம் பெற்ற சான்றுகளாக முய்ரின் கருத்துகளையே மேற்கோள் காட்டியுள்ளார். ஆனால், முய்ர் தானே ஓர் உழவுத்தொழில் முன்னோடியாக விளங்கினார் என்றால் லியோபோல்ட் சிறந்த குடிவழிப் பின்னணியில் தோன்றியவர். அத்துடன், அவர் வளர்ந்து வந்த வேளையில் அமெரிக்கா தொழில்நுட்பத்தில் முன்னேறிய நகரமயமாக்கப்பட்ட நாடாக உருப்பெற்றிருந்தது. வாழ்க்கைமுறையிலும் புறச் சூழமைவிலும் நிலவிய அத்தகைய வேறுபாடுகள், முய்ரின்

இயற்கையோடு இயைந்த நாட்டுப்புறத் தன்மையின் சுவடுகளின்றி லியோபோல்ட் நகரப் பண்புகளும் அவற்றின் எதிரொலியான சிந்தனைகளும் கொண்டிருந்தமைக்கான காரணங்களை விளக்குகின்றன. ஜான் முய்ர் நீதிநெறி வழிப்பட்ட சுயமாகப் பயிற்சி பெற்றுக் கொண்ட அறிவியலாளர் என்று கூடச் சொல்லலாம்; லியோபோல்ட் உயிரின வாழ்க்கைச் சூழலியலில் பயிற்றுவிக்கப்பட்டு நன்னெறியாளராக மாறியவர் எனலாம்.

முய்ர், லியோபோல்ட் இருவரும் இயற்கை வனங்களின் பால் அளவு கடந்த ஈடுபாடு கொண்டிருந்த அதே சமயத்தில் அவற்றிற்கு வெளியிலிருந்து நிகழக் கூடியவற்றைப் பொருத்த வரை இருவரும் வேறுபட்ட மனநிலைகளைக் கொண்டிருந்தனர். முய்ர் இயற்கை வனங்களின்பால் தீராத காதல் கொண்டவரைப் போல, அவற்றின் கட்டுக்கோப்பிற்கு எவ்விதத்திலும் தீங்கிழைக்கக்கூடிய சக்திகளின் மீது கடும் வெறுப்புக் கொண்டவராக, அவற்றை அரணிட்டுக் காக்க வேண்டுமென்பதில் மிகுந்த முனைப்புடன் செயல்பட்டார். தமது மறிகளை அங்கு மேயவிட்ட மேய்ப்பர்களைக் கொள்ளைக்காரரர்கள் என்றும் மறிக் கூட்டங்களை தேசியப்பூங்காக்களை அழிக்கவல்ல குழம்புகள் கொண்ட வெட்டுக்கிளிகள் என்றும் வசைபாடினார். அவை சுரங்கத் தொழில் செய்வோரைப் போலவும் மரவணிகர்களைப் போலவும் இறைவனால் படைக்கப்பட்ட வனங்களிலேயே மிகுந்த வனப்பு கொண்ட அமெரிக்க இயற்கை வனங்களில் கொள்ளை நோயைப் பரப்பி மடியச் செய்கின்ற நாசக்கார அரக்கர்கள் என்று வெறுத்தார். தேசியப்பூங்காக்கள் திறன்மிக்கதும் நம்பிக்கைக்குரியதுமான இராணுவத்தால் பாதுகாக்கப்படல் வேண்டும் என்று எண்ணினார். யோஸ்மைட் தேசியப் பூங்காவிற்குள் மறி மந்தையோ, பசுக் கூட்டமோ நுழைந்து விடாதவாறு துப்பாக்கி ஏந்திய வீரர்களால் காக்கப்பட வேண்டும் என்றார். அப்பூங்கா அரசிற்கு மேய்ச்சலைக் காட்டிலும் வேறு சிறந்த பயன்பாட்டிற்கு அளிக்கப்பட்டதென்று முழங்கினார்.

அடோல்ப் லியோபோல்ட் பார்வையில், தேசியப்பூங்காக்களில் உள்ள இயற்கை உயிரினங்கள் பாதுகாக்கப்படுவதைக் காட்டிலும் அவற்றிற்கு வெளியிலிருந்து ஆற்ற வேண்டிய பொறுப்புமிக்க மனிதஇனச் செயல்பாடுகள் கூடுதல் முக்கியத்துவம் வாய்ந்தவை. தனிப்பட்ட நில உடமையாளர்கள் தம்முடைய

நிலப்பகுதிகளில் பலதரப்பட்ட உயிரினங்களையும் வளர்க்க வேண்டும். அதன் வாயிலாக மண்வளம் பாதுகாக்கப்படுவதுடன் பயிரின, விலங்கினங்களின் பல்வகைமையும் பேணப்படும். தனிநபர்களும் சமுதாயங்களும் தம்முடைய நுகர்வின் அளவை மட்டுப்படுத்திக்கொண்டு இயற்கை வனங்களை மதித்துப் போற்றவில்லையெனில், அரசினுடைய கடுமையான கட்டுப்பாடுகளால் பயன் ஏதும் விளையாது. பயனற்ற ஒரு சில காப்புவனங்களைக் காட்டிலும் செடி கொடிகளும், பறவைகளும், மரங்களும் நிறைந்த பத்தாயிரம் பண்ணைகளே நமக்குத் தேவை. என்கிறார். லியோபோல்ட் பற்றி ஹார்வேர்டு பல்கலைக்கழக வரலாற்றாசிரியர் குறிப்பிட்டுள்ளார்:

அன்றாட வாழ்க்கையுடன் பின்னப்பட்ட இழைகளாக பேரச்சம் விளைவிக்காதனவும் முன்கூட்டித் திட்டமிடப்படாதனவுமான நடைமுறைகளாக சிறு பண்ணைகள் நடத்துவதும் கிராமிய வாழ்க்கைமுறையை மேற்கொள்வதும் இயற்கையுடன் நாம் தனிப்பட்ட விதத்தில் கொள்ளத்தக்க தன்னியல்பான உறவாடல்களாவன. ஆனால், தேசியப் பூங்காக்களும் தேசிய வனங்களும் புனிதப்பயணத்தின் இலக்காகக் கருதப்பட்டன; அவை தனது வாழ்நாளில் எப்போதேனும் ஒருமுறை பைன் மரத் தேவாலயத்தில் தனது சமய நம்பிக்கையை எளியதொரு பற்றாளன் ஒட்டி ஒழுகுவதற்காக நிலைபெயராமைக் கோட்பாட்டாளர்களான பாதிரிமார்களால் கட்டிக் காக்கப்படுகின்ற புனிதத் தலங்கள். இயற்கையுடன் இயல்கடந்த ஆழ்நிலை ஈடுபாடு காண்கின்ற கருத்தோட்டத்திற்கு எதிரான லியோபோல்டின் வாதத்தின் மையக்கருத்து இதுவே. அத்தகைய கருத்தோட்டம் நடைமுறை வாழ்க்கையிலிருந்து ஓய்வு கொள்ளும் கருத்துடன், இன்னும் சொல்லப்போனால், பணியே வாழ்க்கை என்றெண்ணுகின்ற உலகத்தை இயற்கைச் சூழலில் திளைப்பதற்கு ஏற்றதோர் அரங்காகக் குறைத்து மதிப்பிடுகின்ற கருத்துடன் பிணைக்கப்பட்டது. லியோபோல்ட்டின் நோக்கம் அதற்கு முற்றிலும் எதிரானது. நிலைபெயராமைக் கொள்கையினின்று அதனுடைய நடைமுறைக்கு எட்டாதனவும் புனிதத் தன்மை கொண்டனவுமான கூறுகளை நீக்க விரும்பினார். பிற உயிரினங்களிடமும் நிலத்தின் மீதும் அன்பு செலுத்தி வியக்கின்ற மனப்பான்மையை வளர்ப்பதை விடுத்து மிகவும் உன்னத நிலையை அடையும் எண்ணங்களால் ஆளப்படாமல்

தன்விருப்பமாக அன்றாட நடைமுறையாகக் கொள்ளும் மனநிலையை உருவாக்க விழைந்தார்.

ஜான் முய்ருடன் மட்டுமின்றி அவருக்கு முந்தைய காலத்திலும் பிந்தைய காலத்திலும் தோன்றிய ஏராளமான நிலைபெயராமைக் கோட்பாட்டாளர்களுடன் லியோபோல்ட் வேறுபட்டார். அவர்கள் கண்கவரும் இயற்கை இருப்பிடங்களான கடல்களையும் மலைகளையும் அங்கு வாழ்ந்த ஈர்ப்பாற்றல் மிக்க திமிங்கலங்களையும் புலிகளையும் பற்றி மட்டிலுமே சிந்தித்தனர். அவர்கள் உட்புறமாகப் பெரிதும் கண்காணிக்கபட்டவையும் வெளிப்புறத்தே மதில்களாலும் வேலிகளாலும் காப்பிடப்பட்டனவுமான பூங்காக்களையும் காப்பிடங்களையும் அமைப்பது குறித்து மிகவும் குறுகலான கண்ணோட்டத்தில் கருத்தைச் செலுத்தினர். லியோபோல்ட் பலதரப்பட்ட பான்மைகளையும் உள்ளடக்கிய கோட்பாடு வகுத்தார். உயிரின வாழ்க்கைச் சூழலியலைப் பொறுத்தவரை அவர் உயிரினங்களைப் பாதுகாப்பதைக் காட்டிலும் அவற்றின் இயற்கையான வாழ்விடங்களைப் பேணிக் காப்பதிலும், பின்னர் அனைத்து வகை உயிரினங்களின் பலவகைமையினைக் காப்பதிலும் தனது ஆர்வத்தை மாற்றிக் கொண்டார். சமூகவியல் பார்வையில், இயற்கையின் பலன்கள் மனிதயினத்தினர் மத்தியில் சீராகப் பங்கீடு செய்யும் விதத்தில் உயிரின வாழ்க்கைச் சூழலியல் கோட்பாடுகள் அடிப்படையில் பொருளாதாரம் பரந்த மறுஒழுங்கமைப்பு செய்யப்பட்டால் ஒழிய வனப்பகுதிகளைப் பாதுகாப்பதென்பது இயலாததாகிவிடும். நன்னெறி சார்ந்த சிந்தனையைப் பொறுத்தவரை, இயற்கையின்பால் அக்கறை கொண்டு வியக்கின்ற மனப்பான்மை எப்போதாவது மேற்கொள்கின்ற சுற்றுலா அடிப்படையிலானதாக இல்லாமல் அன்றாட வாழ்க்கையின் செயல்பாட்டுக் கூறுகளாக இருத்தல் வேண்டும் என்றும் அப்போதுதான் வார இறுதி விடுப்பு நாட்களில் மட்டுமன்றி வார நாட்களிலும் இப்புவிக் கோளத்தின் மீது உலவுவதில்கூட மென்மையுணர்வு மேவிட வேண்டும் என்கிற எண்ணம் தோன்றும் என்றார்.

பின்னுரை

பொருத்தமற்ற சிலர்

விளைநிலங்களை மீட்போம், ஆய்வறிவு சார்ந்த நிலைபெயராமைக் கோட்பாடு, இயற்கையோடு இயைபு காணும் சிந்தனை ஆகியவை சுற்றுச்சூழலியல் முதலாம் அலையின் மிகுந்த செல்வாக்குப் பெற்ற கருத்தாக்கங்களாகத் திகழ்ந்தன. கண்டங்கள் எங்கணும் வாழ்ந்த எண்ணற்ற சிந்தனையாளர்களும் நிலவிய கருத்துகளும் இம்மூன்றனுள் ஏதேனுமொரு வகைப் பாட்டினுள் பொருந்தக் கூடும் எனலாம். எவ்விதத்திலும் அவர்கள் அனைவரும் இவ்விவரணையில் இடம்பெற்றிடவில்லை. இவ்வகைப்பாடுகளுக்குள் எளிதில் பொருத்த இயலாத மும்மூர்த்திகளை முகாமையான சிந்தனையாளர்களுடன் சேர்ப்பதைக் காட்டிலும் அவர்களைப் பற்றி இந்த நிறைவுரையில் குறிப்பிட்டுள்ளேன். விவாதமுறையில் என்பதைக் காட்டிலும் பகுப்பாய்வு முறையிலும், பேராவலுடன்கூடிய ஈடுபாடு என்றில்லாவிட்டாலும் சிந்தனை அடிப்படையிலும் இம்மூவரும் தற்காலத்திய புலங்களுக்குட்பட்டனவும் புலங்களுக்கு அப்பாற்பட்டனவுமான அறிவார்ந்த இயக்கங்களின் முன்னோடிகள் என்கிற வகையில் இயற்கையியல் அறிவியல் துறைகளுக்கும் சமூகவியல் அறிவியல் துறைகளுக்கும் இடையே பாலம் அமைப்பதற்கு உதவியதற்காக நினைவிற்கொள்ளத் தக்கவர்கள்.

வகைப்படுத்த இயலாத இத்தகைய சுற்றுச்சூழலியலாளர்களுள் ஸ்காட்லாந்தைச் சேர்ந்த பேட்ரிக் கெட்டெஸ் *(1854-1932)* முதன்மையானவர். அவர் ஜான் ரஸ்கின், ஜார்ஜ் பெர்கின்ஸ் மார்ஷ் ஆகியோரை வியந்து போற்றியவராக இருப்பினும், தன்னுடைய தனிப்பட்ட போக்கில் சிந்திக்க வல்லவர். தன்னுடைய நீண்ட கால மிகச்சிறந்த பணிவாழ்கையின்போது அவர் தண்டேயில் தாவரவியலும் மும்பையில் சமூகவியலும் கற்பித்தார்; எடின்பர்க்கில் அருங்காட்சியகம் ஒன்றை நடத்தினார்; தென்பிரான்சில் கல்லூரி ஒன்றை நிறுவினார். அவரைப் பற்றி அவருடைய மாணவர் ஒருவர் எழுதுகிறார், "பயிற்சியினாலும் பொதுவான ஈடுபாட்டினாலும், கெட்டெஸ் உயிரின வாழ்க்கைச் சூழலியலாளராக அத்துறை உயிரியலின் தனிப்பட்டதொரு புலம் என்கிற தகுதியைப் பெறுவதற்கு முன்பிருந்தே விளங்கினார்." இருப்பினும், கெட்டெஸ் சமூகவியல் சார்ந்த

உயிரின வாழ்க்கைச் சூழலியலாளராகத் திகழ்ந்த அளவிற்கு உயிரியல் சார்ந்த உயிரின வாழ்க்கைச் சூழலியலாளராகப் பரிணமிக்கவில்லை. மனித சமுதாயங்களுக்கும் அவர்தம் இயற்கைச் சுற்றுச்சூழலுக்கும் இடையிலான இயக்கமுறையிலான உறவுகளை புரிந்துகொள்வதற்கு முற்பட்ட மேதை.

அறிவு சார்ந்தவையும் செயல்முறைக்கு ஒத்தவையுமாக அவர் ஆற்றிய பணிகளில் நகர, மாநகர அமைப்புத் திட்டங்கள் பெரிதும் முக்கியத்துவம் வாய்ந்தவை. நவீன நகரப் போக்கின் ஒட்டுண்ணித் தன்மையை உலகுக்கு தெளிவுற உணர்த்திய சிந்தனையாளர்களுள் அவர் முதன்மையானவர். எரிசக்திக்கும் மூலப்பொருட்களுக்குமான நகரத்தின் தீராப்பசிக்கு நாட்டுப்புறத்தின் வனப்பகுதிகள் ஒட்டச் சுரண்டப்பட்டதை வெளிச்சமிட்டுக் காட்டினார். தொழில்நகரங்கள் நிலக்கரி போன்ற எரிபொருட்களுக்கு கிராமப்புறங்களைச் சார்ந்திருந்தமையையும், அதன் வாயிலாக பேரபாயமாக வெளிப்பட்ட பேரச்சமூட்டுகின்ற சுற்றுச்சூழல் தூய்மைக் கேட்டினையும் தன்னுடைய உணர்ச்சிப் பெருக்கான "நிலக்கரியால் விளைந்த கரியமில முதலாளித்துவம்" எனும் சொற்றொடரில் படம்பிடித்துக் காட்டியுள்ளார். ஐரோப்பிய, ஆசிய நாடுகளிலுள்ள நகரங்களுக்கு எத்தனையோ திட்டங்களை வகுத்தார். அவை ஒவ்வொன்றும் நகர்ப்புற வாழ்க்கைமுறையை நாட்டுப்புற மதிப்பீடுகளுடனும் நற்பண்புகளுடனும் நல்லிணக்கம் கொள்ளும் முயற்சிகளை நோக்கமாகக் கொண்டிருந்தன. இயற்கைச் சூழலின் வனப்புடனும் தொடர்புடனும் அமைந்த கிராமப்புற நலவாழ்விற்குத் திரும்ப வேண்டும் என்றும் அதே சமயத்தில் நகர வாழ்க்கைமுறையின் மிகச் சிறந்த நற்பலன்களையும் இணைத்துக் கொள்ளலாம் என்றும் அறைகூவல் விடுத்தார். அவருடைய கண்ணோட்டத்தில், நகர அமைப்புத் திட்டம் என்பது இயற்கையின் நிலைபெயராமையைக் காப்பதையும் அதனுடனான மக்களின் அணுக்கத்தை அதிகரிப்பதையும் நோக்கமாகக் கொண்டிருக்க வேண்டும். வருத்தத்திற்குரிய விதத்தில் பெரும்பாலும் பின்பற்றப்படாதவையும் செயல்படுத்தப்படாதவையுமான அவருடைய திட்டங்கள் திறந்தவெளிகளையும் பூங்காக்களையும் அமைப்பதையும் மரங்களை நட்டுப் பேணிக் காப்பதையும், நீர்வளத்தையும் நீர்நிலைகளையும் பாதுகாப்பதையும் வலியுறுத்தின.

கெட்டெஸின் கருத்துகள் அவருடைய தலைசிறந்த மாணவர்களான, அமெரிக்க வரலாற்றாசிரியர் லூயிஸ் மம்ஃபோர்டு (1895-1986), இந்திய சமூகவியலாளர் ராதாகமல் முகர்ஜி (1889-1966) ஆகிய இருவராலும் மேலும் முன்னெடுத்துச் செல்லப்பட்டன. ஐம்பது ஆண்டுகளுக்கும் மேற்பட்ட காலம் எழுத்தாளராகவும் சிந்தனையாளராகவும் செயலூக்கத்துடன் தொண்டாற்றிய மம்ஃபோர்டு, சுற்றுச்சூழலியல் இயக்கத்தின் இருஅலைகளின்போதும் குறிப்பிடத்தக்க பங்களிப்பினை நல்கியுள்ளார். அவருக்கு முந்தைய காலத்தவர்களான முயர், காந்தியைப் போலவே மம்ஃபோர்டு இப்புலத்தில் கல்லூரிக் கல்வி பெற்றதில்லை. அவர் பிறந்து வளர்ந்த மேஹாட்டன் நகரத் தெருக்களும், பூங்காக்களும், நூலகங்களும் அவர் வாழ்க்கையைப் பயின்ற அவருடைய பல்கலைக்கழகம். மேன்ஹாட்டன் நகரைப் பற்றியும் ஏனைய நகரங்களைப் பற்றியும் அவற்றிற்குள் நிலவிய சுற்றுச்சூழல் பற்றியும் அவை அமைந்திருந்த நிலப்பகுதியின் சுற்றுச்சூழல் பற்றியும் அவர் தான் அகப்பார்வையாக உணர்ந்தவற்றைக் கொண்டே எழுத வேண்டியிருந்தது. மம்ஃபோர்டினுடைய சற்றேறத்தாழ இருபத்தைந்து நூல்களும், இருநூறு கட்டுரைகளும் அவர் நூல்களைப் பயின்று கற்றுக் கொண்டவற்றைப் போலவே வாழ்க்கை அனுபவத்தின் வாயிலாக நுண்ணறிவுத்திறத்தால் திரட்டிய செய்திகளையும் கொண்டு இயற்றப்பட்டவை.

மத்தியகால ஐரோப்பாவின் பண்பியல்பான நகரத்திற்கும் காட்டுப்பகுதிகளுக்கும் இடையிலான உயிரோட்டமிக்க ஒற்றுமை நிலக்கரி, இரும்பு அடிப்படையிலான தொழில்மயமாக்கலால் சீர்குலைந்து போனதாக மம்ஃபோர்டு வாதிட்டார். தூய்மைக் கேட்டினை விளைத்த ஆலைகளும் நலவாழ்விற்கு ஊறுவிளைவிக்கத்தக்க சேரிப்பகுதிகளை உருவாக்கியதும் அந்நகரங்களின் தனித்துவமான அம்சங்கள் என்றார். பதியப் பெற்ற மனித வரலாற்றில் முன்னெப்பொழுதும் கண்டிராத விதத்தில் சற்றும் மனிதத்தன்மையற்ற இழிநிலைச் சுற்றுச்சூழலில் மீப்பெரும் அளவிலான மக்கள் வாழ்ந்ததில்லை என்று வெதும்பினார். ஆயினும், மம்ஃபோர்டு நம்பிக்கை இழக்கவில்லை; சூரிய சக்தி, புனல் மின்னாற்றல் போன்ற தூய்மைக் கேட்டினை விளைவிக்காத எரிபொருள்கள் மற்றும் நீண்ட காலம் உழைக்கக்கூடிய உலோகக் கலவைகள்

அடிப்படையிலான தொழில்மயமாக்கலுக்குப் பிந்தைய புதிய பொருளாதார முன்னேற்றக் காலகட்டம் உதயமாகும் என்று நம்பிக்கை பூண்டார். ஊறுவிளைவிக்கப்பட்டுள்ள மூன்று சமநிலைகளை மனித சமுதாயம் மாற்றியமைக்கும் என்று எதிர்பார்த்தார்: நகரத்திற்கும் கிராமத்திற்கும் இடையிலான சமநிலை, இறப்பையும் பிறப்பினையும் சீர்மைப்படுத்தும் மக்கள்தொகைச் சமநிலை, அனைத்திலும் முகாமையானதான மனித இனத்திற்கும் இயற்கைக்கும் இடையிலான சமநிலை.

மம்ஃபோர்டு ஒரு வரலாற்றாசிரியர் என்கிற முறையில் சற்றும் பற்றற்ற விதத்தில் அழிவுக்கான மூலதனப் பொருளாதாரத்தை ஆய்வு செய்தார். அதே சமயத்தில், ஒரு குடிமகன் என்கிற வகையில் புத்தாக்கத்திற்கான எதிர்கால வாழ்க்கைப் பொருளாதாரத்திற்கு செயலூக்கத்துடன் உழைத்தார். 1915-க்கும் 1922-க்கும் இடைப்பட்ட காலத்தில் கெட்டெஸ் இந்தியாவில் வாழ்ந்தபோது அவரால் ஈர்க்கப்பட்ட சமூகவியலாளரான ராதாகமல் முகர்ஜி மேதமையும் செயல்திறனும் ஒருங்கே அமையப் பெற்றவராகத் திகழ்ந்தார். ஏனைய சமூகவியலாளர்கள் இயற்கையினின்று தனித்து மனிதயினத்தைப் பற்றிய ஆய்வில் ஈடுபட்ட காலத்தில், முகர்ஜி எந்தவொரு சமூகக் குழுவினையும் அது சாகுபடி செய்கின்ற பயிரினங்கள், பேணி வளர்க்கின்ற விலங்கினங்கள், அப்பகுதிக்கே உரித்தான பூச்சிவகைகள் ஆகியவற்றுடன் வெளியில் புலப்படாத விதத்தில் இணைக்கப்பட்டுள்ள உயிரினச் சமுதாயங்களுடனான உள்ளார்ந்து பின்னப்பட்ட உறவின் அடிப்படையில் ஆராயப்படல் வேண்டும் என்று வலியுறுத்தினார். அவர் மிக நெருக்கமான ஆய்வுகளை மேற்கொண்ட சிந்து-கங்கைப் பகுதிகளில், காடுகளை அழித்தல், மண்அரிப்பு, வீழ்ச்சியுற்று வந்த விளைச்சல் போன்ற அவலநிலைகளையே எங்கெங்கிலும் கண்டார். அத்தகைய அழிவுச் செயல்களுக்குப் பதிலாக இயற்கை வளத்தை புத்தாக்கம் செய்து செழுமைப்படுத்துவதே மனிதனுடைய இலக்காக இருத்தலே நியாயமானது என்றார். எதிர்காலத்தைப் பற்றிய சிந்தனை, இனிமேல் பிறக்கவிருக்கின்ற அப்பகுதி உயிரினத்திற்காகத் தியாகம் செய்தல் என்கிற புதிய மதிப்பீடுகளைக் கற்பித்ததன் வாயிலாக உயிரின வாழ்க்கைச் சூழலியல் தொடர்பான ஒட்டு மொத்த சக்திகளுடனும் கூட்டணி அமைப்பதற்கு அறைகூவல் விடுத்தார்.

அறிவாற்றலையும் அளவிடற்கரிய ஈடுபாட்டுணர்வையும் ஒன்றிணைத்து கெட்டெஸ்-முகர்ஜி-மம்ஃபோர்டு உருவாக்கிய சமூகவியல் சார்ந்த உயிரின வாழ்க்கைச் சூழலியல் ஆய்வு மரபு ஏனைய சுற்றுச்சூழலியல் மரபுகளின் முழுமையற்ற மரபுகளுக்கு அப்பால் விரிகின்றது. அதன் தலையாய பண்பான ஒரு குறிப்பிட்ட நிலப்பரப்பு சார்ந்த பகுப்பாய்வுமுறை இயற்கை வனப்பகுதி, நாட்டுப்புறப்பகுதி, நகர்ப்புறப் பகுதி ஆகிய மூன்றன் ஆளுகையையும் ஒன்றிணைக்கிறது. ஏனைய சிந்தனைப் பிரிவுகள் அவற்றைத் தனித்தனியே ஆராய முற்படுகின்றன. ஒரு குறிப்பிட்ட நிலப்பரப்பு சார்ந்த ஆய்வாளர் தொன்மை வாய்ந்த வனப்பகுதியைப் பாதுகாப்பதற்கும், உறுதி வாய்ந்த கிராமிய சமுதாயத்தை மீட்டமைப்பதற்கும், ஒட்டுண்ணித் தன்மையற்றதும் நிலைபேறு கொண்டதுமான நகர்ப்புறத் தொழில்துறையைக் கட்டமைப்பதற்கும் ஒரே சமயத்தில் பாடுபடுகிறார். 1938 ஆம் ஆண்டு லூயிஸ் மம்ஃபோர்டு இத்தகைய அணுகுமுறையை பொதுவான சுற்றுச்சூழலியல் இயக்கத்திலிருந்து பிரித்துக் காட்டினார். அவர் எழுதினார்:

வீணடிக்கப்படுவதையும், அழித்தொழிக்கப்படுவதையும் தடுத்தல் என்கிற பார்வையிலிருந்து உதித்த நிலைபெயராமை இயக்கம் எதிர்மறை செல்வாக்கினைப் பெற முற்பட்டது. ஆக்கிரமிக்கப்படுவதிலிருந்து இயற்கை வனப்பகுதியை தனிமைப்படுத்துவதற்கு முற்பட்டு, வீணாக்கப்படுவதைக் குறைப்பதற்கும் அழிவைத் தடுப்பதற்கும் பெருமுயற்சி மேற்கொண்டுள்ளது. தற்போதைய குறிப்பிட்ட நிலப்பரப்பு சார்ந்த திட்டமிடுதல் பெரிதும் ஆக்கப்பூர்வமானது. மிக உயர்ந்த நிலை முழுநிறைவையும், உகந்தமுறை பயன்பாட்டினையும் ஒட்டு மொத்த உலகமும் பெறும் விதத்தில் உருவாக்கப்படுகிறது. பழமை வாய்ந்த வனப்பகுதியைப் பாதுகாப்பது மட்டுமின்றி வனப்பகுதியின் வீச்சினை விரிவுபடுத்துகிறது; வெற்றிடமாக உள்ள நாட்டுப்புறப் பகுதி ஒவ்வொன்றிலும் திட்டமிடப்பட்ட வனப்பகுதியாக மாற்றுவதற்கு முற்படுகிறது.

அடுத்த ஆண்டு உலகம் முழுவதும் நாடுபிடி சண்டையில் சிக்கிக் கொண்டது. சுற்றுச்சூழலியல் இயக்கம் பொது மக்களுடைய வாழ்க்கையில் பின்னுக்குத் தள்ளப்பட்டது.

பகுதி 2

சுற்றுச்சூழலியல்
இரண்டாம் அலை

முகவுரை

உயிரின வாழ்க்கைச் சூழலியல்

அறியாமைக் காலம்

இன்றைக்கு எவ்வளவுதான் பொருத்தமுடையதாகத் தோன்றியபோதிலும், பசுமைச் செயல் திட்டம் அந்தக் காலத்தில் ஒரு சிலரால் மட்டுமே ஏற்றுக் கொள்ளப்பட்டது. அதற்குக் காரணம் அத்திட்டம் தன்னகத்தே போதிய வலிமையைப் பெற்றிருக்கவில்லை என்பதல்ல. இரண்டாம் உலகப்போர் என்கிற உலகளாவிய விளைவுகளை ஏற்படுத்திய நிகழ்வு அதன் முக்கியத்துவத்தை மறைத்துவிட்டது. 1939-1945 காலக்கட்டத்தில் மனிதயினம் எதிர்கொண்ட பேரழிவு 1914-1918 வரை நிகழ்ந்த முதலாம் உலகப்போர்களால் விளைந்தவற்றை விஞ்சி நின்றது. இருப்பினும், நிகரப் பலன்கள் வித்தியாசமானவை. முதலாம் உலகப்போர் ஐரோப்பிய சிந்தனையாளர்கள் மத்தியில் பெரும் பீதியை ஏற்படுத்தியது. பெரும்பாலானோர் தொழில் புரட்சிக்கு முந்தைய காலத்தில், அண்டை நாடுகளிடையே போர் ஏற்பட்டு மிகவும் கொடூரமான விளைவுகளை உண்டாக்கும் என்று நினைத்துக்கூடப் பார்க்காத காலத்தில் கற்பனையான சுகம் தேட முற்பட்டனர். முற்றிலும் மாறாக, 1945 ஆம் ஆண்டு ஈட்டப்பட்ட நேச நாடுகளின் வெற்றி மனிதயினத்தின் எதிர்காலத்தைப் பொறுத்தவரை நம்பிக்கையூட்டக்கூடியதாகத் தென்பட்டது.

முந்தைய போரைப் போல் அல்லாமல் இரண்டாம் உலகப் போர் நன்மைக்கும் தீமைக்கும் இடையிலான போர் என்கிற வகையில் அனைவராலும் நன்கு புரிந்து கொள்ளப்பட்டது. விடுதலை விரும்பிகளான மக்களாட்சி கோட்பாட்டை ஏற்றுக் கொண்ட பிரிட்டன், அமெரிக்க ஐக்கிய நாடுகளுக்கும் தன்னதிகாரப் போக்கும் பாசிச வெறியும் தலைக்கேறிய

இத்தாலி, ஜெர்மனி ஆகிய நாடுகளுக்கும் இடையே நிகழ்ந்த போர் என்பதை உலகத்தார் அனைவரும் ஏற்றுக் கொண்டனர். மேலும், சரியான அணி வெற்றியை ஈட்டியது. முதலாம் உலகப்போரினைப் பொறுத்தவரை நன்மைக்கும் தீமைக்கும் இடையிலானது என்கிற தெளிவான வரையறையைக் காண முடியவில்லை. மூலப்பொருட்கள் மீதும் நிலப்பரப்புகளின் மீதும் மேலாதிக்கம் செலுத்துவதற்காக வல்லாதிக்க நாடுகளிடையே நிகழ்ந்த சண்டையாகவே அதனைப் புரிந்து கொள்ள முடிந்தது. இரண்டாம் உலகப்போர் முடிந்த உடனேயே 1947 ஆம் ஆண்டு பிரிட்டன் தனது பேரரசின் மணிமுடியில் வைரமாகத் திகழ்ந்த இந்திய நாட்டிற்கு விடுதலை அளித்ததன் வாயிலாக போரின் நன்னெறித் தகைமை வரலாற்றில் அழுந்தப் பதிந்தது. குடியேற்ற நாடுகளில் தமது ஆளுமையை விடுவித்துக் கொண்டதன் மூலம் மேற்கத்திய வல்லாதிக்கங்கள் குடியாட்சிக் கொள்கையின்பால் தமது கடப்பாட்டினை உறுதிப்படுத்தின. பிரிட்டனின் முன்னுதாரணத்தை ஏனைய நாடுகளும் பின்பற்ற வேண்டியதாயிற்று. ஆனபோதிலும், அரசியல் விடுதலை என்பது ஆதிக்க சக்திகளின் பெருந்தன்மையால் கிடைத்தது என்பதைக் காட்டிலும் தேசிய இயக்கங்களின் போர்க்குணமும் முகாமையான காரணம் எனலாம். 1948 ஆம் ஆண்டு இந்தோனேசியாவை விட்டு டச்சு நாடு அகன்றது; அடுத்த ஆண்டு பிலிப்பைன்ஸை விட்டு அமெரிக்கா புறப்பட்டது; அதே சமயத்தில் பிரிட்டன் ஆசிய, ஆப்பிரிக்க நாடுகளில் தான் மேலாதிக்கம் செலுத்திய எண்ணற்ற குடியேற்றங்களிலிருந்து அடுத்தடுத்து வெளியேறியது. பிரெஞ்சு நாடும் போர்ச்சுக்கீசிய நாடும் தாயகம் திரும்பாமல் விடாப்பிடியாக தமது ஆளுகையைச் செலுத்த முற்பட்டனர். ஒருபுறம் அல்ஜீரியா, இந்தோ சைனாவுடனும் மறுபுறம் அங்கோலா, மொசாம்பிக் நாடுகளுடனும் குருதி வெள்ளம் பெருக்கெடுக்க கடுமையான போரில் ஈடுபட்டன. இறுதியில் ஒருவாறாக திரும்பப் பெற இயலாத வகையில் கறுப்பின மக்கள் மீதான வெள்ளையர் ஆட்சி முடிவு கட்டப்பட்டது.

ஐரோப்பிய, அமெரிக்க நாடுகளில் ஏற்பட்ட அமைதியும் ஆசிய, ஆப்பிரிக்க நாடுகளுக்குக் கிடைத்த விடுதலையும் பெரிதும் முக்கியத்துவம் வாய்ந்ததொரு பான்மையில் ஒன்று போல அமைந்தன. இருவகைப்பட்ட சூழமைவுகளிலும், அரசுகளின் தலையாய கடமை தமது குடிமக்களுடைய

பொருளாதார எதிர்பார்ப்புகளை நிறைவு செய்வது முடியுமானால் அதற்கும் கூடுதலாகப் பெருக்குவது என்றானது. வட புலங்களில் அறிஞர்களும் அரசியல்வாதிகளும் யாதொன்றைக் காட்டிலும் செல்வவளத்தைப் பெருக்கி பகிர்ந்தளிப்பதொன்றே போர்க்காலக் கொடூர நினைவுகளைத் துடைத்தழிப்பதற்கு உதவும் என்று நம்பினர். இரண்டாம் உலகப்போரின்போது நீண்டகாலம் நீடித்த போர்க்களங்களில் ஈட்டிய வெற்றி தொழில்நுட்ப முன்னேற்றத்தைப் போலவே மக்களாட்சிமுறைக்குக் கிடைத்த வெற்றியாகும் என்று பரவலாக உணரப்பட்டது. போர் முடிவுற்றது; உற்பத்திப் பெருக்கத்திற்கான செயல்முறைகளில் பயனுள்ள வகையில் தொழில்நுட்பத்தைக் கையாளுவதொன்றே எதிர்கால நலவாழ்விற்கான பாதையாகும். 1949 ஆம் ஆண்டு அமெரிக்க அதிபர் பதவியேற்றபோது தனது துவக்க உரையில் வளத்திற்கும் அமைதிக்கும் பெருமளவிலான உற்பத்தியே திறவுகோல் என்று வலியுறுத்தினார்.

உற்பத்தித் திறன், உற்பத்திப் பெருக்கம் ஆகியவற்றில் முழுக் கவனத்தையும் செலுத்துவதென்பது போருக்குப் பிந்தைய அமெரிக்காவின் பண்பாக இருந்ததைப் போலவே போருக்குப் பின்னர் ஐரோப்பிய நாடுகளின் குணநலனாகவும் தென்பட்டது என்கிறார் பொருளியலாளர் ஜான் கென்னெத் கால்பிரெய்த். இத்தகைய நாடுகளின் மக்கள் பெரும்பாலான பகுதிகளில் உண்பதற்கும் உடுத்துவதற்கும் உறைவதற்கும் போதுமான ஏதுக்களை ஏற்கனவே பெற்றிருந்தனர். இருப்பினும், தற்போது அவர்களுடைய ஆவலெல்லாம் மேலும் படாடோபமான மகிழ்வுந்துகளில் விரைவதும், வகை வகையான உணவுகளை உண்பதும், வண்ண வண்ண ஆடைகளை உடுத்துவதும், களிப்பூட்டக்கூடிய வேடிக்கைகளில் திளைப்பதும் என்று விரிந்தன. 1950-களின் அமெரிக்கா மிதமிஞ்சிய செல்வவள நாடு என்று கால்பிரேய்த் குறிப்பிட்டபோது, அந்த நாட்டினுடைய பெரும்பான்மை மக்கள் ஏனைய நாடுகளுடனும் ஏனைய காலத்துடனும் ஒப்பிடும்போது பெரும் செல்வந்தர்களாக விளங்கினர் என்பதற்காக மட்டுமே வெளிப்படுத்தவில்லை; தனிப்பட்ட முறையிலும் ஒட்டு மொத்தமான நாட்டினுடையதுமான வெற்றி என்பதன் அளவுகோல் அந்நாட்டு மக்கள் ஒவ்வொருவரும் அடைந்திருந்தனவும் துய்த்தனவுமான பொருளியல் பண்டங்களின் தரமும் அளவுமே

ஆகும் என்கிற விதத்தில் அளவுகடந்த செல்வ வளத்தை அடைவதற்குத் தம்மை அர்ப்பணித்துக் கொண்டனர் என்றும் வியந்து போற்றினார். இத்தகைய போக்கினைப் பற்றி மாந்தவியலாளர் ஜோஃப்ரே கோரெர் குறிப்பிடும்போது, மிகச் சிறந்த நுகர்வுப்பொருட்களைப் பெருமளவில் வழங்கும் முயற்சியில் எந்தவொரு ஒழுங்குமுறையோ, அமைப்புமுறையோ குறுக்கிட்டாலோ, குறுக்கிடுவது போலக் கருதப்பட்டாலோ தெய்வ நிந்தனையைத் தடுக்கின்ற சமயவாதிகளைப் போல, போரொழிப்பினை வெறுக்கின்ற போர் விரும்பியைப் போல பெரும் பீதியுடன் கடுமையாக எதிர்ப்பதென்பது அமெரிக்க மக்களின் பண்பாட்டியல் கூறாகிவிட்டது என்றார். 1941 ஆம் ஆண்டு மிகச்சிறந்த அமெரிக்க அதிபர்களுள் ஒருவரான ஃபிரேங்ளின் ரூஸ்வெல்ட் பாராளுமன்றத்தில் உரை நிகழ்த்திய போது நான்கு புலங்களுக்கான விடுதலையின் மீது இந்த உலகம் சமைக்கப்படல் வேண்டும் என்றார். அவையாவன, கருத்துகளை வெளிப்படுத்துவதற்கும் விரும்பிய தெய்வத்தை வழிபடுவதற்குமான விடுதலை, வறுமையிலிருந்தும் அச்சத்திலிருந்தும் விடுதலை. பத்தாண்டுகளுக்குப் பின்னர், போரின் கோரத் தாண்டவங்கள் கடந்தகால நிகழ்வுப் போக்காக மக்கள் நினைவிலிருந்து அகன்று கொண்டிருந்த வேளையில் உற்பத்தி செய்வதற்கும், துய்த்தலுக்கும், பணம்படைத்தவர்களாவதற்கும், மென்மேலும் செல்வத்தைப் பெருக்கிக் கொள்வதற்குமான நான்கு விடுதலையின் பால் பெருவிருப்புக் கொண்டவர்களாகத் தோன்றினர்.

புதிதாக விடுதலை பெற்றிருந்த ஆசிய, ஆப்பிரிக்க நாடுகளும்கூட உற்பத்தித் திறனையும், உற்பத்தி அளவையும் பெருக்கிக் கொள்வதில் மிகவும் முனைப்புடன் செயல்பட்டனர். ஆனால், அவர்களுடைய இலக்கு மாபெரும் செல்வ வளத்தை ஈட்டுவது என்பதைக் காட்டிலும் வறுமையைப் போக்குவதில் கருத்தூன்றியது. ரூஸ்வெல்ட்டின் பட்டியலின்படி உலகெங்கிலும் வறுமையிலிருந்து விடுதலை பெற வேண்டும் என்கிற மூன்றாவது இனத்துடன் ஒப்புமை கொண்ட முயற்சி. தேசியப் பற்றாளர்களான இந்தியாவில் நேரு, இந்தோனேசியாவில் சுகர்னோ, எகிப்தில் நாசர் போன்ற தலைவர்கள் வல்லாதிக்க சக்திகள் பிற நாடுகளைத் தமது ஆளுகைக்குள் வைத்திருந்தமைக்கு பொருளாதார, தொழில்நுட்ப மேன்மையே முக்கிய காரணம்

என்பதில் முழு நம்பிக்கை கொண்டனர். முன்னர் வளர்ச்சியுறாத நிலையில் இருந்த நாடுகளுக்கு வல்லாதிக்க சக்திகள் அகற்றப்பட்டமை மேற்கத்திய நாடுகள் வகுத்த பாதையில் தாமும் வளர்ச்சியுறுவதற்கான சாத்தியக்கூறுகளை ஏற்படுத்தியது. மிக விரைவான தொழில்மயமாக்கல் வறுமையையும் வேலையில்லாத் திண்டாட்டத்தையும் ஒழிப்பதற்கும் வலிமை மிக்கதும் தற்சார்புடையதுமான நாட்டை உருவாக்குவதற்கும் ஒரே வழி என்கிற எண்ணம் வலுப்பெற்றது.

இத்தகைய சூழலில், அயல்நாடுகளில் 'முன்னேற்றம்' என்கிற கருத்தின் மீதே பெருமளவில் வெறுப்பு மனப்பான்மை நிலவியபோது, அதன் மூல வடிவமைப்பின் அடிநாதமாகத் திகழ்ந்த ஆழ்ந்த மனிதப் பண்பினையும் மக்களாட்சிப் பண்பினையும் நினைவிற் கொள்வது சாலச் சிறந்தது. வல்லாதிக்க ஆட்சிக் காலத்தில் வெள்ளையர்கள் கறுப்பு இனத்தவரையும் பழுப்புநிறத்தவரையும் காட்டிலும் உயர்ந்தவர்கள் என்கிற எண்ணம் மேலோங்கியிருந்தது. ஆனால், முன்னேற்றம் என்கிற கருத்தியல் எங்கெங்கிணும் உள்ள மக்கள் சமஅளவு உரிமைகளும் திறமைகளும் வாய்க்கப் பெற்றவர்கள் என்கிற உண்மையை வலியுறுத்தியது. நாடுகளுக்கு இடையிலும் நாட்டிற்கு உள்ளேயும் சமமின்மை என்பது இயற்கையானதோ விதிக்கப்பட்டதோ அல்ல; அயர்வறியாத சமூகவியல் நடவடிக்கைகளால் அத்தகைய சமமின்மை நீக்கப்படக் கூடியது அல்லது மட்டுப்படுத்தத் தக்கது. கொள்ளையளவில் அனைவரையும் சென்றடையக்கூடிய அறிவியலும் தொழில்நுட்பமும் இத்தகைய சமன்படுத்தும் முயற்சிக்கான தளத்தை நல்கியுள்ளது. மறுபுறம், புதிய தேசிய அரசுகள் மக்களைக் கவர்ந்திழுக்கவல்ல தலைவர்களால் தலைமை வகிக்கப்படுகின்றன. அவர்கள் கோடிக்கணக்கான எளிய மக்களுடைய நம்பிக்கை நட்சத்திரங்களாகவும் பேராவல்களின் திருவுருவமாகவும் திகழ்கின்றனர். எடுத்துக்காட்டாக, இந்தியாவில், அரசு மட்டுமின்றி ஒட்டு மொத்த பொருளியல் செயல்முறைகளும் தலைமை அமைச்சர் நேருவினுடைய ஆளுகைக்குள் இயங்கியது. அவர் தனது செல்வாக்கின் உச்சத்தில் கோலோச்சிய காலத்தில் மகாத்மா காந்தியைக் காட்டிலும் கூடுதல் மதிப்பினை மக்கள் மத்தியில் பெற்றிருந்தார். அவருக்குப் பின்னே காங்கிரஸ் கட்சி துணை நின்றது. அக்கட்சி இந்தியாவில் வாழ்ந்த பலதரப்பட்ட மக்களையும் ஒன்றிணைத்து

விடுதலை இயக்கத்தை வழிநடத்தியது. தற்பொழுது துப்பாக்கிக் குண்டுகளால் அன்றி வாக்குச் சீட்டுகளால் ஆட்சியைக் கைப்பற்றியது.

முன்னேற்ற ஆர்வலர்களுடைய பற்றுறுதியையும் அவர்கள் தரப்பிலிருந்த நியாயமான சூழலையும் உரியமுறையில் ஆராய்வோமானால், அன்றைய காலக்கட்டம் சுற்றுச்சூழலியல் செயல்திட்டங்களை வகுப்பதற்கும் முன்னெடுத்துச் செல்வதற்கும் உகந்ததாக இல்லை என்பது புலனாகும். உற்பத்திப் பெருக்கத்தின்பால் முழுக்கவனமும் மேலோங்கியிருந்த போது, நகர்ப்புறமாயினும் நாட்டுப்புறமாயினும் வனப்பகுதிகளிலேனும் சுற்றுச்சூழலியல் சிந்தனைக்கு இடமற்றுப் போயிற்று. செல்வவளம் மிகுந்த நாடுகளிலும் வளரும் நாடுகளிலும் திட்டங்களை வகுத்தோர் இயற்கை வளங்களையும் இயற்கையின் ஆதாரங்களையும் பயன்படுத்திக் கொள்வதில் முனைந்து செயல்படுமாறு அறைகூவல் விடுத்தனர். இரண்டாம் உலகப் போருக்குப் பிந்தைய இருபது ஆண்டுகள் வளர்ச்சிப் பதிற்றாண்டுகள் எனப்பட்டது. ஆனால், துல்லியமாகச் சொல்ல வேண்டுமானால் அக்காலக்கட்டம் உயிரின வாழ்க்கைச் சூழலியல் குறித்த அறியாமைக் காலம் எனப்படுதல் வேண்டும். அமெரிக்காவைப் போலவே இந்தியாவிலும், பிரிட்டனைப் போலவே பிரேசிலிலும், பொருளாதார வளர்ச்சியின் மீதான உயிரின வாழ்க்கைச் சூழலியல் தொடர்பான கட்டுப்பாடுகள் சற்றே மதிப்புடன் சொல்ல வேண்டுமானால் பொருத்தமற்றவை என்றும் கடுமையாகச் சொல்ல வேண்டுமானால் நாட்டின் தலையாய பணித்திட்டத்தினின்று விலகிச் செல்லும் பேரபாயம் என்றும் கருதப்பட்டது. ஏனெனில், நாட்டின் தலையாய பணித்திட்டம் ஒருபுறம் நாட்டு மக்களுடைய செல்வவளத்தைப் பெருக்குவதாகவும் மறுபுறம் ஏழ்மையான நாடுகளுக்கும் முன்னேறிய நாடுகளுக்கும் இடையிலான இடைவெளியை இட்டு நிரப்புவதாகவும் வரையறுக்கப்பட்டிருந்தது. தீங்கு நேர்ந்திடாது என்கிற குருட்டு நம்பிக்கையுடன் காற்று மாசுபடுத்தப்பட்டது. அத்தகைய நம்பிக்கையை தொழில்நுட்ப வல்லுநர்களே கொண்டிருந்தனர் என்பது பேரவலம். இங்கே, **1945** ஆம் ஆண்டில் நாடுகளுக்கிடையிலான மறுகட்டமைப்பு மற்றும் வளர்ச்சி வங்கி, அதாவது உலக வங்கி நிறுவப்பட்ட போது அமெரிக்க ஐக்கிய நாடுகளின் நிதி அமைச்சர் ஹென்றி

மோர்கென்தௌ பதிவு செய்த குறிப்புரைகள் குறிப்பிடத்தக்கவை. இயக்கப் பண்பு வாய்ந்த உலகப் பொருளாதாரத்தை உருவாக்குவதற்கும் எல்லையற்ற இயற்கை வளங்கள் அருளப் பெற்றுள்ள இப்புவிக்கோளத்தின் பொருளியல் முன்னேற்றப் பலன்களை ஒவ்வொரு நாட்டு மக்களும் மென்மேலும் பெருமளவில் அனுபவிப்பதற்கும் இவ்வங்கி உதவும் என்றார்.

அவ்வாறாக, வடபுல மக்களுக்கு முடிவற்ற பொருளாதார வளர்ச்சியின் விளைபலன்கள் முன்வைக்கப்பட்டன; வளரும் நாடுகளுக்கு அமெரிக்காவைப் போலவே உருவெடுப்பதற்கும் அமெரிக்க மக்களைப் போலவே வாழ்வதற்குமான சாத்தியக் கூறுகள் வழங்கப்பட்டன. அறிவியல் எல்லையற்ற அறிவுப்புலம் என்றும் தொழில்நுட்பம் துய்த்துத் தீர்க்கவொண்ணா வளஆதாரம் என்றும் போற்றப்பட்டன; ஓயாது பாடுபடுவோமானால், தற்காலிகமாகவோ, நிரந்தரமாகவோ வள ஆதாரங்களின் பற்றாக்குறை ஏற்படக்கூடும் என்பது போன்ற எண்ணங்களையே அவை போக்க வல்லவை. உயிரின வாழ்க்கைச் சூழலியல் அறியாமைக் காலத்தைத் தன் போக்கில் வரையறை செய்து வணங்கித் தொழுத மனிதனின் கண்ணோட்டம் அத்தகையதாகத் தான் இருந்தது. எடுத்துக்காட்டாக, அமெரிக்காவின் தேசிய விண்கல, விண்வெளி நிர்வாக அமைப்பைச் சேர்ந்த (NASA) வேன்னெவெர் புஷ், ஹார்வேர்டு பல்கலைக்கழகத்தின் மண்ணியல் ஆராய்ச்சியாளர் கிர்ட்லே ஃஎப் மேத்தெர் போன்றோர் பூமித்தாய் தேவையான அளவிற்கும் மேலும் எஞ்சியிருக்கும் அளவிற்கும் வளங்களைப் பெற்றுள்ளாள் என்று நம்பினர்.

உறுதியாக, முற்றிலும் வேறுபட்ட விதத்தில் எதிர்ப்புக் குரல் ஒலிக்கத்தான் செய்தது. பெர்க்கெலேயின் மிகச்சிறந்த புவியியலாளரான கார்ல் சாவெர் அக்காலத்தில் களிப்படையத் தக்க விதத்தில் எதிர்காலம் குறித்த நம்பிக்கைக் கொள்கையின் ஊற்றுக்கண்ணை சரியான நேரத்தில் சரியான இடத்தில் கண்டறிந்தார். போதிய அளவில் விரிவடைந்து கொண்டிருந்த தொழில்நுட்பப் புலத்தைக் கொண்டு கழிந்து கொண்டிருந்த இயற்கைவளப் புலத்தை இட்டு நிரப்பிவிடலாம் என்கிற கோட்பாடு சமகாலத்திய மேற்கத்திய பண்பாட்டின் குணாம்சத்தைக் காட்டும் வெளிப்பாடு என்றார். வரலாற்றியல் சார்ந்த புவியியல் சார்ந்த சிந்தனையின் விளைபயன்,

அத்தகைய மனப்பான்மை எதிர்காலம் பற்றிய வரன்முறையற்ற நம்பிக்கையின் பாற்பட்டது; பழக்கப்பட்டுவிட்ட ஒன்று. ஆனால், அத்தகைய மனப்போக்கு வடஐரோப்பிய நாடுகள் உலகம் முழுவதையும் ஆதிக்கம் செலுத்தி தமக்குக் கப்பம் செலுத்துவோராக வைத்திருந்த துணிச்சல்மிக்க காலத்தின் மிச்சசொச்சம். இயற்கை வளத்தைப் பணயம் வைத்து பொங்கிப் பெருகுகின்ற வளர்ச்சி முடிவற்று நீடிக்கப் போவதில்லை என்று எச்சரித்த சாவெர் தனது சக மேற்கத்தியப் பண்பாட்டியலாளர்களுடன் பேசியபோது நாம் இன்னமும் விளைச்சலை அனுபவிப்பதற்கும் சூறையாடுவதற்கும் இடையிலான வேற்றுமையைப் புரிந்து கொள்ளவில்லை; பொருளியல் யதார்த்தவாதிகளாக இருப்பதற்கு நாம் விரும்புவதில்லை என்றார்.

இரண்டாவதாக எதிர்க்குரல் எழுப்பியவர் ஜெர்மானிய பொருளியலாளரான ஈ.எஃப். சூமேச்செர். நாசிசத்திற்கு அஞ்சியோடி இங்கிலாந்தில் தஞ்சம் புகுந்த சூமேச்செர் இன்றைக்கு மனிதயினம் முழுமைக்கும் பொதுவான கருத்தியலாகிப் போன பொருளியல் விரிவாக்கம் தான் நிலக்கரி, எண்ணெய் வளம் போன்ற மீட்பிக்கவொண்ணா இயற்கை வளங்களை வரன்முறையற்று ஒட்டச் சுரண்டுவதை நியாயப்படுத்திவிட்டது. 1954 ஆம் ஆண்டு அவர் எழுதினார்: "மூலதனம் என்கிற சொல்லின் மிகவும் அடிப்படையான பொருளிலிருந்து வெகுவாக விலகி வாழ்ந்து கொண்டிருக்கிறோம் என்பதை மறந்துவிட்டோம். மனிதயினம் ஆயிரமாயிரம் ஆண்டுகளாக இம்மண்ணில் வாழ்ந்து வருகிறது. எக்காலத்திலும் வருவாய் என்றொன்று இல்லாமலேயேதான் வாழ்ந்தது. கடந்த நூறாண்டு காலமாக மட்டுமே மனிதன் இயற்கையின் சேமிப்புக் கிடங்கிற்குள் வன்முறையாகக் கொள்ளையடிக்கத் தொடங்கியுள்ளான். தற்பொழுது மூச்சிரைக்கும் வேகத்தில் ஒட்டச் சுரண்டிக் கொண்டிருக்கிறான்; அந்த வேகம் ஆண்டுதோறும் அதிகரிக்கிறது."

மேலும் ஒரு முன்னுணர்வுத் திறன் படைத்த குரல் லூயிஸ் மம்ஃபோர்டுடையது. அவர் இயற்கையைக் கொள்ளையடிப்பதற்குப் பயன்படுத்தப்பட்ட கருவிகள் குறித்து மிகுந்த கவலை கொண்டார். வியக்கத்தக்க வகையில் நீக்கமற நிறைந்ததும் எல்லாம் வல்லதுமான நமது அறிவியலும்

தொழில்நுட்பமும் அறியாமையையும் இயலாமையையும் காட்டிலும் பேரழிவினை நமக்கே விளைவிக்கக்கூடியதாக மாறக் கூடும் என்று 1955 ஆம் ஆண்டு பதிவுசெய்தார். அதிகாரமும், தற்பெருமையும், ஆதாய நோக்கமும் கோலோச்சியதைக் கண்டு பெரிதும் மனம் நொந்தார்; அன்பு ஆட்சி செலுத்தும் போது மட்டிலுமே இந்தப் பூமியும் புவிவாழ்க்கையும் மீண்டும் பாதுகாப்புப் பெறும் என்றார்.

சாவெர், சூமேச்சர், மம்ஃபோர்டு ஆகிய அனைவரும் மேற்கத்திய சுற்றுச்சூழலியல் வரலாற்றில் பங்களித்தவர்கள் என்பதை உணர வேண்டும். அத்தகைய வரலாற்றில் அறியப்படாத ஒருவரான சகோதரி மீரா என்பவரைப் பற்றி சற்றே விவாதிப்போம். அவருடைய இயற்பெயர் மேடெலின் ஸ்லேட். ஆங்கிலேயக் கப்பற்படைத் தளபதியின் மகளான அவர் 1927 ஆம் ஆண்டு மகாத்மா காந்தியினுடைய இயக்கத்தில் இணைந்தார். அடுத்த முப்பது ஆண்டு காலம் தனது ஆசானுக்கும் அவர்தம் நாட்டிற்கும் பணியாற்றினார். போருக்குப் பின்னர் மத்திய இந்தியாவிலிருந்த காந்தி ஆசிரமத்தை விட்டுப் புறப்பட்டு இமாலய மலைச் சரிவிலிருந்த கிராமம் ஒன்றில் குடியேறினார். இயற்கையின் இலயத்தையும் விவசாய வாழ்க்கையுடன் அதற்குரிய உறவையும் அறிந்து கொள்வதற்கு முற்பட்டார். காந்தியப் பற்றாளர் என்பதற்குப் பொருத்தமாக கிராமியப் பொருளாதாரத்தில் கவனம் செலுத்தினார். ஓர் ஆங்கிலேயப் பெண்மணி என்பதற்குப் பொருத்தமாக வேர்ட்ஸ்வொர்த் வழியில் இயற்கையின்பால் பேரன்பு பூண்டார். தொன்மைச் சிறப்புமிக்க பூமித்தாயின் பக்தை என்கிற முறையில் 1949 ஆம் ஆண்டில் அவர் பதிவுசெய்த முறையீடு:

> *கற்றறிந்தோரும் பணம்படைத்த வர்க்கத்தினரும் பூமித்தாய் மற்றும் படைத்துக் காத்தளிக்கின்ற விலங்கின வகைகள், காய் கனித் தொகைகளின் இருப்புநிலை குறித்த இன்றியமையாத அடிப்படைக் கூறுகளுடன் தொடர்பற்றவர்களாக உள்ளனர் என்பது இன்றைய அவலம். இயற்கை உலகத்தின் ஒழுங்குமுறையை மனிதன் வாய்ப்புக் கிட்டும்போதெல்லாம் கண்மூடித்தனமாகக் கொள்ளையடிக்கிறான்; பாழடிக்கிறான்; சீர்குலைக்கிறான். அவன் பெற்ற அறிவியல், எந்திரப் பெருக்கத்தைக் கொண்டு அத்தருணத்திற்கான பலன்களை அவன்*

பெருவாரியாகப் பெறக் கூடும். முடிவில் ஆதரவற்ற அநாதையாகிப் போவான். இயற்கையின் சமநிலையை நாம் ஆய்ந்தறிய வேண்டும்; இயற்கை விதிகளுக்குட்பட்டு நமது வாழ்க்கையை வகுத்துக் கொள்ள வேண்டும். அப்பொழுது தான் உடலளவில் நல்ல நலத்துடன் நன்னெறிமிக்க உயிரினங்களாக வாழ இயலும்.

சகோதரி மீரா தான் வாழ்ந்த சமுதாயத்துடன் ஒட்ட ஒழுகினார் என்பதில் ஐயமில்லை. இயற்கையுடன் ஈடுபாட்டுணர்வுடன் நேசம் கொண்ட ஜெர்மானியர் பெதோவெனின் உளக்கிடக்கைகளைத் தேடும் முயற்சியில் அவர் தனது வாழ்க்கையின் இறுதிகாலத்தில் வியன்னாவில் குடியமர்ந்தார். அதே சமயத்தில் விடுதலை பெற்றிருந்த இந்தியா இயற்கை விதிகளுக்கு பணிவுடன் ஒப்படைத்துக் கொள்வதை விடுத்து இயற்கையை வெற்றி கொண்டு ஆளுமை செலுத்தும் உறுதியுடன் ஓய்வின்றி முயன்றது. காந்தியச் சிந்தனையாளர்கள் வழியில் உயிரியல் பண்ணைகளையும் கிராமியப் பொருளாதாரத்தையும் மேம்படுத்துவதை விடுத்து எஃகு ஆலைகளையும் அணுசக்தி உலைகளையும் சமைப்பதில் முனைந்தது. அதே போல, 1930 ஆம் ஆண்டுகளில் ஏராளமான தன்னார்வத் தொண்டர்களைக் கொண்டிருந்த லூயிஸ் மம்ஃபோர்டின் திட்டங்களுக்கு புவிக்கோளத்தையே வேட்டைக் காடாக மாற்றிக் கொண்டிருந்த அமெரிக்காவில் இடமில்லாமல் போயிற்று. தொழில்நுட்பத்தைக் கொண்டு மனித சமுதாயத்திற்கு அனைத்து வளங்களையும் நல்கிட எத்தனித்த சக்திகளுக்கு எதிரான போரில் சூமேச்சரின் கருத்துகள் தோல்வியுற்றன. அவருடைய வாழ்க்கை வரலாற்றை எழுதியவர் குறிப்பிட்டுள்ளதைப் போல 'எதிர்காலம் கனவுகளால் கட்டியெழுப்பப்பட வேண்டும் என்கிற பொருளாதார வல்லுநர் ஒருவருடைய கூற்றிற்குச் செவி மடுப்போர் எவருமில்லை.' புரியாமையும், புறக்கணிப்பும், வெறுப்புணர்வும் மட்டிலுமே அப்போதைய உயிரின வாழ்க்கைச் சூழலியல் அறியாமைக் காலத்தை எதிர்த்தோருக்குப் பரிசாகக் கிடைத்தன. இரண்டாம் உலகப்போரின் முடிவில் தொடங்கிய அத்தகைய காலகட்டம் 1962 ஆம் ஆண்டின் இறுதிப்பகுதி வரை நீடித்தது. அந்த ஆண்டில்தான் புதிதாக வெளியிடப்பட்ட நூல் ஒன்றின் வாயிலாக சுற்றுச்சூழலியலின் இரண்டாம் அலை உயிர்ப்புப் பெற்றது.

5
செல்வவளம் மிக்கோரின் உயிரின வாழ்க்கைச் சூழலியல்

'வெறிச்சோடிய இளவேனில்' நூலின் சிறப்பியல்புகள்

இரு வரலாற்றாசிரியர்களை ஓர் அறைக்குள் விட்டால் விவாதம் எழுந்துவிடும். மேலும் இரு வரலாற்றாசிரியர்கள் சேர்ந்துவிட்டால் ஒத்திசைவு காணவொண்ணா குரல்களின் அருவருப்போசையைக் கேட்கலாம். விவாதத்திற்கும் ஒத்திசைவின்மைக்கும் பெயர் போன கூட்டத்தினர் மத்தியில் ஒருமித்த குரல் ஒன்று வியப்பூட்டும் விதத்தில் எழுந்தது; நவீன சுற்றுச் சூழலியல் பிறந்தது. 'வெறிச்சோடிய இளவேனில்' எனும் தனிச்சிறப்பு வாய்ந்த நூல் சமகாலத்திய சுற்றுச்சூழலியல் இயக்கத்திற்கு எழுச்சியூட்டுவதில் மிக முக்கியமான பங்கு வகித்தது என்கிறார் ரால்ஃப் எச். லட்ஸ். ஸ்டீபன் ஃபாக்ஸ் மேலும் ஒருபடி மேலே சென்று 'வெறிச்சோடிய இளவேனில்' சுற்றுசூழல் புலத்தில் எண்ணற்ற நூல்கள் தோன்றுவதற்கு வித்தாக அமைந்தது என்றும் நவீன சுற்றுச்சூழலியலின் இன்றியமையாமையை எளியோரும் அறிந்து கொள்வதற்கான உந்துசக்தியாக விளங்கியது என்றும் குறிப்பிட்டுள்ளார். கிரிக்பேட்ரிக் சேல் என்பார் அந்நூலின் முன்னுரையிலிருந்து எழுச்சியூட்டும் பத்தி ஒன்றை மேற்கோள் காட்டி சமரசம் கொள்ளாத விதத்தில் கோபாவேசமாகக் கொப்பளித்த அந்த வார்த்தைகள் நவீன சுற்றுச்சூழலியல் இயக்கத்தின் தொடக்கத்திற்கு ஊற்றுக்கண்ணாகத் துலங்கியதாகக் கூறுகிறார்.

ராக்கேல் கார்சன் ஆற்றிய அரும்பணியின் விளைவு 'வெறிச்சோடிய இளவேனில்' எனும் நூல். அமெரிக்க ஐக்கிய

நாடுகளின் மீன்வளம் மற்றும் வனஉயிரினங்கள் துறையில் பல ஆண்டுகள் பணியாற்றிய உயிரியலாளரான அவர் கடல்வாழ் உயிரினங்கள் பற்றி முரண்பட்ட கருத்துகளற்றதும் அதிக எண்ணிக்கையில் விற்பனையானதுமான இரு நூல்களை ஏற்கனவே இயற்றியிருந்தார். அவருடைய மூன்றாவது நூலின் செல்வாக்கினை கீழ்க்கண்ட உண்மைகளைக் கொண்டு தீர்மானிக்கலாம்:

- *கெட்டி அட்டை நூல் வடிவில் ஐந்து லட்சம் படிகள் விற்பனையாயின.*
- New York Times *எனும் இதழ் வெளியிட்ட மிகஉயர்ந்த எண்ணிக்கையில் விற்பனையான நூல்கள் பட்டியலில் இந்நூல் முப்பத்தொரு வாரங்கள் இடம்பெற்றிருந்தது.*
- *ஆங்கிலத்தில் மிக விரைவாக வெளியிடப்பட்டதுடன் இருபத்தினான்கு நாடுகளின் மொழிகளில் மொழி பெயர்க்கப்பட்டது.*

இந்நூல் ஏற்படுத்திய தாக்கம் ஊடகங்களிலும், பெருந்தொழில் நிறுவனங்களின் நிர்வாகக்குழுக் கூட்டங்களிலும், அறிவியல் இதழ்களிலும், அரசுத் துறையினர் மத்தியிலும் உருவாக்கிய முரண்பட்ட கருத்துகளைக் கொண்டு வரலாற்றியலாளர்களால் மதிப்பிடப்பட்டது.

இருப்பினும், ‘வெறிச்சோடிய இளவேனில்’ எனும் நூல் பெரிதும் பரவலாகப் படிக்கப்பட்ட நூல் அல்ல என்பது வெளிப்படையானதும் விந்தையானதுமான உண்மை. சுற்றுச்சூழலியலின் வரலாற்றாய்வாளர்கள் அதன் தாக்கத்தைப் பற்றி மட்டிலுமே ஆராய்ந்துள்ளனர்; அவர்களுள் சிலர் அந்நூலின் ஆசிரியருடைய வாழ்க்கைக் குறிப்புகளைச் சுருங்கக் கூறியுள்ளனர்; அந்நூலின் அறிவார்ந்த தொகுப்புரையாகவோ மதிப்புரையாகவோ அச்சிட்டு வெளியிடப்பட்ட நூல் ஒன்றைக் காண்பது மிகவும் அரிது. அஃது அவலநிலையே! ஏனெனில், ‘வெறிச்சோடிய இளவேனில்’ அதனுடைய இலக்கியப் பண்புகளுக்காகவே மீண்டும் மீண்டும் படித்து இன்புறத்தக்க அரியதொரு அறிவியல் நூலாகும்.

ராக்கேல் கார்சனைப் பொறுத்தவரை, மனித இனத்தின் ஒட்டு மொத்த சுற்றுச்சூழலும் நம்பவியலாத அளவிற்குப் பெருந்தீங்கு விளைவிக்கின்ற வல்லமை கொண்ட பொருட்களால் மாசுபட்டிருப்பதே மையப் பிரச்சினை ஆகும். டைகுளோரோ டைபினைல் ட்ரைகுளோரோ ஈத்தேன் போன்ற அத்தகைய பொருட்கள் போரின்போதும் போருக்குப் பின்னரும் பரவலாக அறிமுகப்படுத்தப்பட்ட புதிய வகை வேதிமப் பொருட்கள். விவசாயிகள், விஞ்ஞானிகள் மத்தியில் பெரும் வரவேற்பினைப் பெற்ற பூச்சிக்கொல்லி மருந்து. டிடிட்டி (DDT) என்கிற அம்மருந்து பண்ணைகளிலும் ஆலைகளிலும் பயன்படுத்தப்படுவதற்காக வேதியல் வல்லுநர்களால் செயற்கையாக உருவாக்கப்பட்ட பூச்சிக்கொல்லிகளின் வரிசையில் பெரிதும் முகாமையான இடம் பிடித்திருந்தது. 1947-க்கும் 1960-க்கும் இடைப்பட்ட காலத்தில் அமெரிக்காவில் உற்பத்தி செய்யப்பட்ட பூச்சிக் கொல்லிகளின் அளவு 1.24 லிருந்து 6.37 மில்லியன் பவுண்டாக எகிறியது. அத்துடன், தொழிற்சாலைகளின் திட்டங்களிலும் எதிர்பார்ப்புகளிலும் இத்தகைய அபரிமிதமான உற்பத்தி தொடக்கநிலை மட்டுமே. பூச்சிகளைக் கொன்று உணவு உற்பத்தியைப் பெருக்குவதென்கிற பயனுள்ள நோக்கத்திற்குப் பயன்படுத்தப்பட்டதால், இத்தகைய செயற்கையாக உருவாக்கப்பட்ட வேதிப் பொருட்கள் கார்சனுடைய மொழி அலங்காரத்தில் ‘உயிர்கொல்லும் ஜீவாமிர்தங்கள்’ என்றழைக்கப்பட்டன; அளவுகடந்த ஆற்றல் படைத்த நச்சு உலைகள், பயிர்களுக்கும் மரங்களுக்கும் பயன்படுத்தப்பட்ட வேதிப் பொருட்கள் மெல்ல மெல்ல மண்ணுக்குள் இறங்கி நீருடனும் கலந்து உணவுத் தொடரில் புகுந்துவிட்டது. ஒருவகை உயிரினத்திலிருந்து மற்றொன்றிற்கு, பூச்சிகளிலிருந்து பறவைகளுக்கும், மீனினங்களுக்கும், விலங்கினங்களுக்கும் பரவிய பூச்சிக்கொல்லி மருந்துகள் இறுதியில் மனித உடலிற்குள்ளும் சிறுகச் சிறுகச் சேர்ந்துவிட்டது. இயற்கை உலகின் மீது ஏற்படுத்தக்கூடிய தாக்கத்தைப் பற்றிச் சற்றும் கருதாமல் ஆய்வகங்களில் உருவாக்கப்பட்ட இத்தகைய வேதிப் பொருட்கள் பல்வகைப்பட்ட உயிரினங்களுக்கும் இடையறாத தீங்கினை கண்ணுக்குத் தெரியாமல் விளைவிக்கக்கூடிய ஆபத்தாக உருவெடுத்துவிட்டது.

'வெறிச்சோடிய இளவேனில்' தொடக்க இயல்கள் இத்தகைய வேதிப் பொருட்கள் பற்றியும், அவை பயன்படுத்தப்படுகின்ற விதங்கள், மண்ணின் மீதும் நீராதாரங்களிலும் வனங்களின் மீதும் அவற்றின் தாக்கம் குறித்தும் விவரிக்கின்றன. பின்னர், அந்நூல் இத்தகைய நவீன முறைகளுக்கு எதிராக இயற்கை வளத்தைப் பாதுகாப்பது பற்றிய விவாதத்துடன் நகர்கிறது. நூலாசிரியரின் பார்வையில் அத்தகைய முறைகள் முற்றிலும் தேவையற்ற இடர்ப்பாடுகள். வன உயிரினங்கள் குறித்த இயலைத் தொடர்ந்து பறவையினங்கள் பற்றி ஓர் இயலில் ஆய்வு செய்யப்பட்டுள்ளது. நியூ இங்கிலாந்து பகுதிகளில் கனி மரங்களின் மீது தெளிக்கப்பட்ட பூச்சிக்கொல்லி மருந்தினால் நஞ்சூட்டப்பட்ட பழங்களைத் தின்றதால் சிட்டுக்குருவி இனமே மடிந்து போனதை மையக்கருத்தாகக் கொண்டு ஆராயப்படுகிறது. உணவுப் பண்டங்களின் சங்கிலித் தொடர் ஏற்ற வரிசையில் நச்சுப் பொருட்களின் செயல்பாடுகளை விளக்குவதற்கு மிகச் சிறந்ததோர் எடுத்துக்காட்டு. பெரிதும் நேசிக்கப்பட்டதும் பரவலாக அறியப்பட்டதுமான பறவைக்கு ஏற்பட்ட பாதுகாப்பின்மையே நூலின் தலைப்புக்கு உந்துதலாக அமைந்தது. அதாவது, வண்ண வண்ண சிறு பறவைகளின் இன்னிசை ஓசை திடீரென அடங்கிப் போயிற்று; நாம் வாழும் உலகிற்கு அவை அளித்த கொடையான வண்ணங்களும், எழிலும், பேரார்வமும் அடங்கிப்போயின; இளவேனில் பருவம் இப்பொழுதெல்லாம் வரவேற்பாரின்றி வந்து போகின்றன; பறவையினங்களின் இன்னிசையால் எழில் கூட்டிய இளங்காலைப் பொழுதுகள் புரிபடாத விதத்தில் அமைதியடைந்து விட்டன. அங்குமிங்குமாக ஒரு சில சிற்றூர்களிலும் நகரங்களிலும் இதுதான் உண்மைநிலை என்பது முற்றிலும் உறுதி. ஆனால், நூலின் பேராற்றல் அது முன்வைக்கின்ற கருத்துரையில் அடங்கப் பெற்றுள்ளது. பூச்சிக்கொல்லி மருந்துகளின் பயன்பாட்டைக் கட்டுப்படுத்துவதற்கு மனிதயினம் விரைந்து செயல்படாது போனால் வடஅமெரிக்கா முழுவதிலும் இதே நிலைமைதான் உருவெடுக்கும் என்று ஆணித்தரமாக அடித்துக் கூறுகிறது.

சிட்டுக்குருவிக்கு அடுத்ததாகப் பெரிதும் விரும்பப்படுகின்ற பறவை அமெரிக்காவின் தேசியப் பறவையான கழுகு. பளபளக்கும் மீனினமான சால்மான் கவிதைகளிலும் புராணக் கதைகளிலும் பெருவிருப்புடன் வருணிக்கப்பட்டுள்ளது.

கார்சன் கழுகுகள் கொல்லப்பட்டதையும் சால்மான் மீனினம் மடிந்து போனதையும் விரிவாக விளக்குகிறார். அதன் பின்னரே, சிறிது சிறிதாக வேதிப் பொருட்கள் உட்கொள்ளப்படுவதால் மனிதயினத்திற்கு ஏற்பட்டுவரும் பாதிப்பினை புற்றுநோய் பரவலாகத் தாக்கி வருவதை எடுத்துக்காட்டி விவரிக்கிறார். இங்கேயும்கூட இடர்ப்பாடுகளை முன்னுணர்ந்து அறிவிக்கும் செய்திகளே நிரம்பியுள்ளன. 'வெறிச்சோடிய இளவேனில்' நூலை எழுதிக்கொண்டிருந்தபோது கார்சன் புற்றுநோயால் பாதிக்கப்பட்டார் என்பது கண்டறியப்பட்டது. ஆயினும், நூல் எதிர்காலத்தின்பால் நம்பிக்கையூட்டும் விதத்தில் நிறைவுறுகிறது. இம்மண்ணுலகில் மனிதயினத்தின் உயிர்வாழ்க்கையை உறுதிப்படுத்திக் கொள்வதற்கான கரையை அடைவதற்குரிய இறுதி வாய்ப்பாக பூச்சிகளைக் கட்டுப்படுத்துவதற்கு உயிரியல் செயல்முறைகளை முன்வைக்கிறது.

உயிரியல் செயல்முறைகள் ஏனைய நாடுகளில் சோதிக்கப் பட்டுள்ளன. அதற்கான ஆதாரமாக டச்சு நாட்டின் புகழ்பெற்ற பூச்சியியல் வல்லுநர் சி.ஜே. பிரேஜெர் கருத்துகளை மேற்கோள் காட்டியுள்ளார்:

> *விஞ்ஞானியர் பூச்சிகளைக் கட்டுப்படுத்துவதற்கான ஏனைய நடவடிக்கைகளை ஆய்ந்தறிவதில் செயலூக்கத்துடன் ஈடுபட வேண்டும். அம்முறைகள் உயிரியல் சார்ந்தவையாக இருத்தல் வேண்டும்; வேதியியல் சார்ந்தனவாக இருத்தலாகாது. தீங்கு விளைவிக்கக்கூடிய சக்தியைப் பயன்படுத்துவதைக் காட்டிலும் இயன்றவரை முன்னெச்சரிக்கையுடன் இயற்கையான செயல்முறைகளை வழிநடத்திச் செல்வதே நமது நோக்கமாக இருத்தல் இன்றியமையாதது. வாழ்க்கை நாம் எண்ணி அஞ்சுவதைக் காட்டிலும் கூடுதல் துயரம் விளைவிக்கக்கூடியதாகிப் போயிற்று. அத்தகைய நிலைமைக்கு எதிராகப் போரிடுகின்ற அதே வேளையில் அத்தகைய நிலைமை நிலவுகின்றது எனும் கருத்தினை மதித்து ஏற்றுக் கொள்ளவும் வேண்டும். அக்கருத்தினைப் பணிவுடன் ஏற்றுக் கொள்வதே முறையானது; ஆய்வறிவு சார்ந்த மூடிமறைக்கும் முயற்சி தகுந்ததன்று.*

‘வெறிச்சோடிய இளவேனில்’ எனும் நூல் பரவலாக அறியப்பட்டதும் பல பிரிவுகளைக் கொண்டதுமான அறிவியல் புலத்தில் ஒரு விந்தை; தனித்துவம் வாய்ந்த அறிவியல் நூல்களிலிருந்து தெரிவு செய்யப்பட்ட எடுத்துக் காட்டுகளையும் மிகவும் கவனத்துடன் விவரிக்கப்பட்டுள்ள நடைமுறை நேர்வுகளையும் தன்னகத்தே கொண்டுள்ளது; எழில்மிகு கவிநடையில் பாங்குற வடித்துத்தரப்பட்டுள்ளது. மெய்மைக் கூற்றுகளுக்கு அடியிலும் அப்பாலும் மெய்யியல் சார்ந்த வாதுரைகள் ஆழமாகப் பொதியப் பெற்றுள்ளன. இயற்கைச் சூழலானது உயிரினங்களுக்கு இடையிலான உறவுகளின் சிக்கலார்ந்ததும் துல்லியமானதும் பெரிதும் ஒருங்கிணைக்கப்பட்டதுமான அமைப்புமுறை என்பதை ஏற்று மதிக்க வேண்டும்; புறக்கணிப்பதென்பது பாதுகாப்பானதாக இருக்க இயலாது; மலைமுகட்டின் விளிம்பிலிருந்து தொங்கவிடப்பட்டவன் புவியீர்ப்பு ஆற்றல் விதியிலிருந்து தனக்கு விதிவிலக்கு அளிக்கப்பட்டுவிட்டதாகக் கருதி எதிர்ப்பதைப் போன்றதாகும்!

சுற்றுச்சூழலியலாளர்கள் சிறிது காலம் ஆபத்திற்கு இலக்காகக் கூடிய உயிரினங்களையும் அழகுமிளிரும் வன உயிரினங்களையும் பாதுகாப்பதிலேயே கருத்தைச் செலுத்தினர். ‘வெறிச்சோடிய இளவேனில்’ எனும் நூல் அவர்களை மேலும் முன்னோக்கி நகர்த்தியது. எந்தவொரு உயிரினமும் தனித்து நிலைப்பதில்லை எனும் கருத்தினை உணரத் தொடங்கினர். மண்ணிற்கும் பயிரினங்களுக்கும் இடையே, பயிரினங்களுக்கும் பயிரினங்களுக்கும் இடையே, பயிரினங்களுக்கும் விலங்கினங்களுக்கும் இடையே நெருக்கமானதும் சாரம் மிக்கதுமான உறவுகள் நிலவுவதை உணர்த்திற்று. சுருங்கக் கூறின், இயற்கை என்பது உள்ளார்ந்து பின்னப்பட்டதொரு சிலந்தி வலை; உயிரினங்களை உள்ளார்ந்து பிணைத்துள்ள அவ்வலையின் புரியிழைகள் கண்ணுக்குப் புலப்படாத உயிரினத்திலிருந்து மனிதயினம் வரையிலான பரிணாமத்திற்கு இட்டுச் செல்கிறது. அனைத்து உயிரினங்களுக்கும் இடையிலான உள்ளார்ந்த இணைப்பு இயற்கையுடன் எளிமையானதும், மென்மையானதும், எச்சரிக்கையுடன் கூடியதுமான மனப்போக்கினையே நாடுகிறது; செயற்கைச் சேர்மமான வேதியலும் அதன் விளைபொருட்கள் வாயிலாக

மேற்கொள்ளப்படுகின்ற ஆணவமிக்கதும், வன்மையானதும், துணிச்சல்மிக்கதுமான வழிமுறைகளை மறுதலிக்கிறது. இல்லாவிடில் வாழ்க்கை வலையானது மிக எளிதாக மரண வலையாக மாறிவிடும்.

'வெறிச்சோடிய இளவேனில்' எனும் நூலின் தாக்கம் இயற்கை குறித்த இதுபோன்ற தத்துவத்தை ஏற்றுக் கொள்வதையோ, பூச்சிக்கொல்லிகளின் தீமைகள் குறித்த மெய்மைகளையோ, வனஉயிரினங்களுக்கும் மனிதயினத்திற்கும் ஏற்பட்ட வெளிப்படையான விளைவுகளையோ விவரிப்பதை மட்டும் பின்நிகழ்வுகளாகக் கொண்டிருக்கவில்லை. அந்நூல் வெளியிடப்பட்டு இருபது ஆண்டுகளுக்குப் பின்னர் வரலாற்றாசிரியர் ஒருவர் 'சுற்றுச்சூழல் குறித்து அதற்கு முன்னர் எழுப்பப்பட்ட எந்தவொரு பிரச்சினையும் பரவலாக பலதரப்பட்ட மக்கள் மத்தியிலும் தாக்கத்தை ஏற்படுத்தியதில்லை' என்று குறிப்பிட்டார். பறவைகளின் இயங்கும் போக்குகளைக் கண்காணிக்கின்ற பறவை ஆர்வலர்கள், வனஉயிரினங்களின் பாதுகாவலர்கள், பொது மக்கள் நலவாழ்வில் அக்கறை கொண்டோர் தொடங்கி புறநகர்ப் பகுதிகளில் குடியிருப்போர் வரை பல்வகைமைப்பட்ட மக்களும் பொதுவான அச்சுறுத்தல் ஒன்றிற்கு எதிராக ஒன்று திரண்ட நிகழ்வு அதற்கு முன் எப்போதும் நிகழ்ந்ததில்லை. அந்நூலை வியந்து போற்றியவர்களுள் அமெரிக்க ஐக்கிய நாடுகளின் வனத்துறை அமைச்சர் ஸ்டூவார்ட் உடால், அமெரிக்க அதிபர் ஜான் எஃப் கென்னடி ஆகியோரும் அடங்குவர். அமெரிக்க அதிபர் அமைத்த ஆய்வறிவு சார்ந்த ஆலோசனைக் குழு கார்சனுடைய முடிவுகளை உறுதிப்படுத்தி அறிக்கை ஒன்றைச் சமர்ப்பித்தது.

இந்நூலின் தாக்கம் பரந்துபட்ட செயல்விளைவுகளை ஏற்படுத்தியது. இந்நூல் ஏற்படுத்திய விழிப்புணர்வினால் நகர்ப்புற மக்கள் தமது குடியிருப்புப் பகுதிகளின் புதர்களிலும் மரங்களிலும் தாம் விளைவித்துக் கொண்டிருந்த வன்கொடுமைகளை மறுபரிசீலனை செய்ய முற்பட்டனர்; ஆற்றுப் பகுதிகளில் மீனினங்கள் கொல்லப்படுவதைக் கூடுதல் அக்கறை கொண்டு அலுவலர்கள் கண்காணிக்கத் தொடங்கினர்; பூச்சிக்கொல்லிகளின் உற்பத்தி அரசியல் விவாதத்திற்கும்

சட்டமியற்றலுக்குமான பொருள் என வலியுறுத்தும் முயற்சியில் பாராளுமன்ற உறுப்பினர்களும் ஆட்சியதிகார அமைப்பினரும் ஈடுபட்டனர்; பூச்சியியல் குறித்த ஆய்வு மேற்கொண்டு புதிய மருந்துகளைக் கண்டுபிடிப்பதற்காக தேசியக் குழு ஒன்று அமைக்கப்பட்டது; வேதியல் கூட்டுச்சேர்ம முறை பூச்சிக்கொல்லிகளின்பால் ஒரு காலத்தில் பேரார்வம் செலுத்தி வந்த அமெரிக்க வேளாண்துறை வேதியல் பொருட்கள் பலவற்றை சட்டவிரோதமானவை என அறிவித்தது; அவற்றுள் மிகவும் கொடிய விளைவுகளை ஏற்படுத்திய டிடிட்டி எனும் வேதிப் பொருள் பயன்பாட்டினை சட்டவிரோதமானதென்று அமெரிக்க ஐக்கிய நாடுகளின் மாநிலங்கள் பலவும் ஒன்றிணைந்த அரசும் அறிவித்தன; இறுதியாக, வேதிப்பொருட்களை மிகுந்த கவனத்துடன் கட்டுப்படுத்துவதற்கும் கண்காணிப்பதற்கும் சட்டமுறையிலாக மேலும் வலுவூட்டும் விதத்தில் 1972 ஆம் ஆண்டு, பூச்சிக்கொல்லி கட்டுப்பாட்டுச் சட்டமும், 1974 ஆம் ஆண்டு நச்சுப்பொருட்கள் கட்டுப்பாட்டுச் சட்டமும் இயற்றப்பட்டன. 1937 ஆம் ஆண்டு இங்கிலாந்தில் வெளியிடப்பட்ட ஜான் மேனார்டு கெயின்ஸ் இயற்றிய General Theory of Employment, Interest and Money எனும் நூலுக்குப் பின்னர் எந்தவொரு நூலும் இதுபோன்ற கண்கூடான தாக்கத்தினை பொதுமக்கள் கருத்து, அறிவியல் ஆய்வு, அரசுக் கொள்கைகள் ஆகிய புலங்களில் ஒரே சமயத்தில் ஏற்படுத்தியதில்லை.

'வெறிச்சோடிய இளவேனில்' எனும் நூலின் தாக்கம் அமெரிக்க ஐக்கிய நாடுகளுடன் அடங்கிவிடவில்லை. அயல்நாடுகளின் செல்வாக்கினை கார்சனே ஒத்துக்கொண்டுள்ளார். அறிவியல் புலத்தில் டச்சு நாட்டு பூச்சியியல் வல்லுநர் சி.ஜே. பிரெஜெர் சில முக்கியக் கருத்துரைகளை நல்கியுள்ளார். இந்நூலில் மிகுந்த தாக்கத்தை ஏற்படுத்தும் வகையில் கையாளப்பட்டுள்ள 'உணவுப்பண்டங்களின் சங்கிலித் தொடர்' எனும் கருத்தாக்கம் ஆக்ஸ்ஃபோர்டு பல்கலைக்கழக உயிரின வாழ்க்கைச் சூழலியல் ஆய்வாளர் சார்லஸ் எல்டன் என்பவரால் முதன்முதலில் விரிவாக விளக்கப்பட்டது. அவர் வகுத்த ஆளுமைமிக்க கருத்துரைகள் இந்நூலில் மிகுந்த மதிப்புடன் பல இடங்களில் எடுத்தாளப்பட்டுள்ளன. அல்சேசிய மருத்துவர் ஆல்பெர்ட் ஸ்விட்சருக்கு இந்நூல் படைக்கப்பட்டுள்ளது. 'உயிர்வாழ்க்கையின் மாண்பு' எனும் தத்துவத்தை வகுத்தவர்.

ஆனால், அப்படியொரு உருவகம் ஜான் கீட்ஸினுடைய 'இரக்கமிலா ஏந்திழை' (La Bella Dam Sans Mercy) எனும் கதைப்பாடலில் இருந்து பெறப்பட்டது. "குளக்கரைப் புதரும் வாடிப் போனது; குயில்களின் பாடலும் அடங்கிப் போனது" (The sledge wither'd from the lake, And no birds sing) இத்தகைய பொன்னான சொல்வளம்தான் இந்நூலுக்கான தலைப்பினையும் பொலிவுமிக்க பிம்பத்தையும் நல்கியது.

ராக்கேல் கார்சன் குறுகிய தேசியக் கண்ணோட்டம் கொண்டவரல்லர். இருப்பினும், ஏனைய பண்பாட்டியல்களுக்கு அவர் பட்ட கடன் வட்டியுடன் திருப்பிச் செலுத்தப்பட வேண்டியுள்ளது. பன்னிரெண்டு மொழிகளில் மொழி பெயர்க்கப்பட்டு 'வெறிச்சோடிய இளவேனில்' ஐரோப்பா முழுவதிலும் சுற்றுச்சூழலியலில் பேரெழுச்சியை ஏற்படுத்தியுள்ளது. ஜெர்மானிய வரலாற்றாசிரியர் ஒருவர் தனது நாட்டில் தனிச்சிறப்பு வாய்ந்த இந்நூலின் மொழிபெயர்ப்புப் பதிப்பு பல மாதங்கள் உயர்ந்த எண்ணிக்கையில் விற்பனை செய்யப்பட்ட நூல்களின் பட்டியலில் இடம்பெற்றதாகவும் அதன் எதிரொலியாக நிலைபெயராமைக் கோட்பாட்டு அமைப்புகளில் உறுப்பினர்களின் எண்ணிக்கை பன்மடங்கு அதிகரித்ததாகவும் குறிப்பிட்டுள்ளார். ஸ்வீடன் நாட்டு சமூகவியலாளர் ஒருவர் தனது நாட்டில் சுற்றுச்சூழலியல் எனும் நவீன யுகத்தை முன்னோக்கி உந்திச் செல்கின்ற அரும்பணியினை கார்சனுடைய நூல் ஆற்றியதாகப் பதிவு செய்துள்ளார். பிரிட்டனில் இந்நூலின் பதிப்பு பிரபுக்கள் அவையில் ஆவேசமான விவாதத்திற்கு வழிவகுத்தது. அத்தகையதொரு மாட்சிமைப்பட்ட அவைக்கு வெளியில் உயிரியல் வல்லுநர் ஜூலியன் ஹக்ஸ்லேயின் கவனத்தை ஈர்த்தது. 'வெறிச்சோடிய இளவேனில்' படித்ததன் வாயிலாக ஹக்ஸ்லே பூச்சிக்கொல்லிகளால் பயிரினங்களும் விலங்கினங்களும் மடிந்து வந்ததை உணர்ந்தார். அவர் தனது சகோதரரும் புகழ்பெற்ற எழுத்தாளருமான ஆல்டஸிடம் இக்கருத்தினைத் தெரிவித்தபோது அவர், "ஆங்கிலக் கவிதையின் பொருள்வளத்தில் பாதியை இழந்து கொண்டு வருகிறோம்" என்று குறிப்பிட்டார். இப்படியொரு ஆய்வுரை கார்சனுடைய காதுகளுக்கு எட்டியிருக்குமானால் அவர் பெரிதும் மகிழ்ச்சியடைந்திருப்பார்.

அமெரிக்கச் சூழமைவில், ‘வெறிச்சோடிய இளவேனில்’ எனும் நூல் ஜார்ஜ் பெர்கின்ஸ் மார்ஷ் இயற்றிய மனிதனும் இயற்கையும் (Man and Nature) ஒப்பிடும்போது மிகச் சிறந்த நூல்; அதைப் போலவே அறிவியல் தெளிவிற்கும் முழுநிறைவான விளக்கத்திற்கும் முன்மாதிரியாக விளங்கியது. அதைப்போலவே விஞ்ஞானியரையும் பெருவாரியான பொதுமக்களையும் செயலில் இறக்குவதற்கான அறைகூவலாகத் திகழ்ந்தது. இப்படியொரு ஒப்பீட்டினை கார்சன் சிந்தித்திருப்பார் என்பது சாத்தியமற்றது. ஏனெனில், ‘வெறிச்சோடிய இளவேனில்’ நூலாசிரியர் சுற்றுச்சூழலியலின் முதல் அலையைப் பற்றி ஏதும் அறியாதவரைப் போலவும், இயற்கையோடு இயைந்த வாழ்வு மீதான மதிப்பும் மரியாதையும் கொண்ட அதிகாரப்பூர்வமான அமெரிக்க மரபு இருந்ததில்லை என்பதைப் போலவுமே இந்நூலை எழுதியுள்ளார். ஜார்ஜ் பெர்கின்ஸ் மார்ஷை ஜான் முய்ர் போற்றிப் பாராட்டியுள்ளார்; ஆல்டோ லியோபோல்ட்டால் ஜான் முய்ர் பெரிதும் மதிக்கப்பட்டார்; தனக்கு முந்தைய இம்மூவரில் எவரைப் பற்றியும் கார்சன் குறிப்பிடவில்லை. அவர் இரண்டாம் உலகப் போருக்கு முந்தைய காலத்தைக் கருத்திற் கொள்ளவே இல்லை. அந்நிகழ்வுதான் வேதிப்பொருட்களின் உற்பத்திக்கும் பரவலான பயன்பாட்டிற்கும் வழிகோலியது. நூலாசிரியருடைய ஆழ்ந்த அக்கறையும் வேதிப்பொருட்களால் ஏற்பட்ட தீமைகளைப் பற்றியதாக மட்டிலுமே வேரூன்றியிருந்தது. இத்தகைய கவனக் குவிப்பினைப் புரிந்து கொள்ள முடிகிறது. இருந்தபோதிலும், அவருடைய இயற்கைத் தத்துவவியல் தனித்துவம் வாய்ந்ததொரு மரபுக் கால்வழியைக் கொண்டது என்பதை அவர் அறிந்தேற்காமை குறிப்பிடத்தக்கது. இது குறித்த அவருடைய மௌனம் உயிரின வாழ்க்கைச் சூழலியல் அறியாமைக் காலத்தின் கிடுக்கிப் பிடியில் உலகம் சிக்கியிருந்ததற்கான சான்றாக அமைகிறது. அத்தகைய நிலைமை சுற்றுச்சூழலியலின் முதலாம் அலையின் நினைவுகளையும் மரபுரிமையாகப் பெறப்பட்டிருந்த ஆக்கத்தையும் துடைத்தழித்து விட்டது.

அலைக்குள் நிகழ்ந்த அலைகள்

சுற்றுச்சூழலியல் சார்ந்த விவாதம்

தனது நூலின் தொடக்கத்தில் புதிய வேதிப் பொருட்களின் விளைவுகள் குறித்த அறியாமை நிலவியதற்கான காரணங்கள் இரண்டை கார்சன் கண்டறிந்து விவரிக்கிறார். "இஃது தனிப்பட்ட அறிவுப்புலங்களில் கருத்தூன்றுகின்ற வல்லுநர்களுக்கான காலம். அவர்கள் ஒவ்வொருவரும் தனது புலம் சார்ந்த சிக்கல்களை மட்டிலுமே ஆராய்கின்றனர். தனது புலமும் பொருந்தக்கூடிய ஒட்டு மொத்தமான பேரமைப்பினுடைய சிக்கல் குறித்து அறிந்து கொள்வதுமில்லை; அது தனது முயற்சிக்கு இடையூறாகக் கூடும் என்று கருதி அதனை உள்வாங்கிக் கொள்வதுமில்லை. அஃது தொழில்மயம் மேலாதிக்கம் செலுத்திய காலமும்கூட; டாலர் கிடைக்குமானால் எத்தகைய விலை கொடுப்பதற்கும் மறுப்புத் தெரிவிக்கப்படாத காலம்!"

இத்தகைய தனிப்புல வல்லுநர்கள் குறித்து கார்சன் பெரிதும் கவலை கொண்டார். ஒட்டு மொத்த பேரமைப்பின்பால் மாறாத சிந்தை கொள்வதற்குப் பயிற்றுவிக்கப்பட்டவர் என்கிற முறையில் அதனைக் காப்பதற்கான கடப்பாடு கொண்ட அவருடைய நூல் குறுகிய மனப்பான்மையில் ஊறிய வேதியல் வல்லுநர்களுக்கு எதிரான விவாத நூலாக விரிவடைகிறது. 'வேதிப்பொருட்களுக்கான கட்டுப்பாடுகள் சிக்கலார்ந்த உயிரியல் அமைப்புமுறைகளைக் கணக்கிலெடுத்துக் கொள்ளாமலே வகுக்கப்பட்டுக் கையாளப்படுவதுடன் அத்தகைய உயிரின அமைப்புமுறைகளின் நலன்களுக்கு எதிராகவே கண்மூடித்தனமாகச் சுழற்றி வீசப்படுகின்றன' என்று குறிப்பிட்டுள்ளார். அவருடைய குறிப்புரைகள் நையாண்டிப் புனைவுகள் கொண்டவை. எடுத்துக்காட்டாக, 'பூச்சிக்கொல்லிகள் உற்பத்தி செய்யும் முறைகளை வகுக்கின்ற வேதியல் வல்லுநர்களின் அறிவாற்றல் அத்தகைய நச்சுப்பொருட்கள் வாழ்கின்ற உயிரினங்களைத் தாக்குவது தொடர்பான உயிரியல் அறிவாக்கத்தை விஞ்சி விரைகிறது' என்கிறார். தனிப்புல வல்லுநர்களின் அறிவியல் மீது கடுமையான கண்டிப்புரை அளிப்பதுடன் அவருடை நூல் நிறைவடைகிறது:

செயல்முறை பூச்சியியலின் கருத்தாக்கங்களும் செயல்பாடுகளும் பழைய கற்கால அறிவியலின்பாற் பட்டவை. அத்தகைய பழமை வாய்ந்த அறிவியல் மிகவும் நவீனமான, பயங்கர ஆயுதங்களைத் தரித்துக் கொண்டமை பேரதிர்ச்சியூட்டுகின்ற நமது போதாத காலம்! அத்தகைய ஆயுதங்களை பூச்சிகளுக்கு எதிராகத் திருப்புகின்ற அதே வேளையில் இப்பூமிக்கு எதிராகவும் திருப்புகிறது.

'வெறிச்சோடிய இளவேனில்' நூலின் பிரிட்டன் பதிப்பிற்கு அணிந்துரை வழங்கிய ஜூலியன் ஹெக்ஸ்லே இக்கருத்தினை அடிக்கோடிட்டுக் காட்டியுள்ளார். 'பூச்சிக் கட்டுப்பாடு என்பது தேவையானதும் விரும்பத்தக்கதுமான ஒன்று. ஆனால், அது உயிரின வாழ்க்கைச் சூழலியல் தொடர்பானது. அதனை முழுக்க முழுக்க வேதியல் வல்லுநர்களிடம் ஒப்படைத்தலாகாது' என்று எழுதியுள்ளார். கார்சனைப் போலவே ஹக்ஸ்லேயும் ஓர் உயிரியலாளர். இயற்பியல் மற்றும் வேதியலிலிருந்து மூன்று தலையாய பான்மைகளில் வேறுபடுகின்ற அறிவியலான உயிரியல் பயின்றவர். அவ்வேறுபாடுகளாவன: முதலாவதாக, உயிரியலாளர்கள் இயற்கையின் உள்ளார்ந்த சார்புத் தன்மையைக் கவனிக்கக் கற்பிக்கப்படுகின்றனர்; தனிப்பட்ட உயிர் வடிவங்களை அவர்கள் தனித்துப் பார்ப்பதில்லை; ஒன்றுடன் மற்றவை கொண்டுள்ள உறவு நிலையில் நோக்குகின்றனர். டார்வினில் தொடங்கி உயிரியல் ஆய்வாளர்களின் ஆய்வுத் திட்டம் நெடுங்கால அளவினை மையமாகக் கொண்டு தனது ஆய்வினை மேற்கொள்கிறது. மாதங்களாகவோ, ஆண்டுகளாகவோ இல்லாமல் தலைமுறைகள் அடிப்படையிலும் ஊழிகள் அடிப்படையிலும் சிந்திக்கின்றனர். இறுதியாக, உயிரியல் ஆய்வாளர்களின் நேரடி தொழில்முறை ஆர்வம் மனிதயினம் தவிர்த்த உயிரினங்களின்பால் மையங் கொள்கிறது. பறவையியல் வல்லுநர்கள், தாவரவியலாளர்கள், விலங்கின ஆய்வாளர்கள் ஆகியோர் தவிர்க்கவியலாத வகையில் பறவைகள், தாவரங்கள், விலங்குகள், ஆகியவற்றின் நலன்களின் மீது பேரார்வம் கொண்டுள்ளனர்.

கார்சனால் உணர்வெழுச்சி பெற்று, சில சமயங்களில் அவருடைய கருத்துகளுக்கு இணையான வழிமுறைகளைப் பின்பற்றியபோதிலும், ஏனைய உயிரியலாளர்களும் கடந்த

நூற்றாண்டின் அறுபது, எழுபதுகளின் சுற்றுச்சூழலியல் விவாதங்களை வடிவமைப்பதில் வெவ்வேறு அளவுகளில் பங்காற்றியுள்ளனர். 'வெறிச்சோடிய இளவேனில்' வெளியிடப்பட்ட அடுத்த பதிற்றாண்டுகளில் சுற்றுச்சூழலியல் செவ்வியல் நூல்கள் ஏராளமாகத் தோன்றின. அவற்றுள் ரேமோண்ட் தாஸ்மன் இயற்றி, மாபெரும் அமெரிக்க நாட்டின் வனப்பிற்கு ஏற்பட்ட அச்சுறுத்தலை உணர்வெழுச்சியுடன் விவரித்த 'கலிபோர்னியாவின் அழிவு' (The Destruction of California), பால் எர்லிச்சின் அளவுக்கதிகமான இனப்பெருக்கத்தின் வாயிலாக மனிதயினம் தன்னைத் தானே கொன்று கொள்வதாக மிகுந்த துயரத்துடன் முன்னறிவித்த 'மக்கள் தொகைப் பெருக்கமெனும் வெடிகுண்டு' (The Population Bomb), இயற்கையின் மீதும் இயற்கைவளங்களின் மீதும் மனிதயினம் தொடுத்துள்ள வன்கொடுமையான தாக்குதலால் தன்னைத்தானே அழித்துக் கொள்வதை கையறுநிலைக் கதையாக கேரெர் ஹார்டின் வடித்துள்ள 'பொதுமக்களின் அவலநிலை' (The Tragedy of Commons), ஒற்றைக்கண் பார்வை கொண்ட அறிவியலின் மீது கார்சன் தொடுத்த தாக்குதலின் விரிவாக்கமாக பேர்ரி காமனெர் அணு ஆய்வு இயற்பியலை கூட்டுச்சேர்மான பொருட்களை தயாரிப்பதில் ஈடுபடுகின்ற வேதியலுடன் ஒப்பிட்டுப் பேசுகின்ற 'மூடிய வட்டம்' (The Closing Circle) ஆகிய நூல்கள் அடங்குவன.

மேற்கண்ட நூல்கள் ஐரோப்பிய நாடுகளில் வெகுவாகப் பின்பற்றப்பட்டன. அதே சமயத்தில் அந்தக் கண்டத்தில் கூட தாயகம் வளர்த்தெடுத்த உயிரியலாளர்களும் புதிய சுற்றுச்சூழலியலின் தலையாய பிரதிநிதிகளாக உருவெடுத்தனர். ஸ்வீடனில் நுண்ணுயிரியலாளரான ஜோர்ன் கில்பெர்க், உயிரி வேதியலாளர் ஹேன்ஸ் பால்ஸ்டியேர்மா ஆகியோர் கடந்த நூற்றாண்டின் அறுபதுகளின் பிற்பகுதியில் வேதியல் பொருட்கள் விளைவித்த ஊறுகள் குறித்த மேதமைமிக்க ஆய்வு நூல்களின் ஆசிரியர்களாகவும் ஊடகங்களில் எண்ணற்ற கட்டுரைகளை வெளியிட்டோராகவும் தலைசிறந்து விளங்கினர். அவர்களுடைய சகாவும் கார்சனுடைய நண்பருமான நெதெர்லாந்தின் சி.ஜே. பிரெஜெர் **1967** ஆம் ஆண்டு 'வெறிச்சோடிய இளவேனில்' நூலின் செல்வாக்குமிக்க பதிப்பாக Zilveren Sluierson Verborgen Sevaren (Silver Veils and Hidden Dangers) என்னும் தலைப்பில் வெளியிட்டார். பிரிட்டானியப் பேரரசில் எச்சரிக்கை மணியை முதன்முதலாக

ஒலித்தவர்களுள் எரிக் ஆஷ்பி, எஃப். ஃபிரேசர் டார்லிங், சி.எச். வாடிங்டன், ஜூலியன் ஹக்ஸ்லே ஆகிய தலைசிறந்த உயிரியலாளர்கள் அனைவரும் தொழில்முறை ஆர்வத்திற்கும் மேலாக சுற்றுச்சூழலியல் பாதுகாவலர்களாகத் திகழ்ந்தனர்.

சுற்றுச்சூழலியல் தொடர்பான இலக்கியங்கள் மலர்ச்சியுற்றதற்கும் பொது என்று கூறிவிட முடியாது. பொருளியல் வல்லுனர்களுள் மாறுபட்ட கருத்து கொண்டவரான ஈ.எஃப். சூமேச்சர் தனது தருணம் நெருங்கிவிட்டதாக உணர்ந்து 1973 ஆம் ஆண்டு 'சிறியதே எழில்மிக்கது' (Small is Beautiful) எனும் நூலினை வெளியிட்டார். அந்நூல் 'உகந்தமுறைத் தொழில்நுட்பம் அடிப்படையிலான பௌத்த நெறிப் பொருளாதாரம்' எனும் கோட்பாட்டினை வகுத்தளித்தமைக்காகப் பெரிதும் போற்றிப் பாராட்டப் பெற்றது. அதாவது, எந்திரங்களும் உற்பத்திமுறைகளும் மலிவானவையாகவும், அனைவருக்கும் எளிதில் கிடைக்கக் கூடியனவாகவும், குறைந்த அளவு எரிசக்தியைப் பயன்படுத்தும் வகையிலும், சுற்றுச்சூழலுக்கு ஊறு விளைவிக்காதனவாகவும் இருத்தல் வேண்டும். சூமேச்சர் அறுபதுகளின் தொடக்கத்தில் இந்தியாவிற்கு வருகை புரிந்ததன் வாயிலாக காந்திஜியின் கருத்துகளில் ஆழமான செல்வாக்குப் பெற்றவராக விளங்கினார்.

அறிவுநுட்பம் கெழுமிய பொருளாதாரம்

ஜெர்மானிய - பிரிட்டன் மேதை ஈ.ஜே. சூமேச்சர் 'நிலைபேறுடைய பொருளாதாரம்' குறித்த தனது கருத்துகளை விளக்குகிறார். அவர் காந்திஜியின் கருத்துகளால் உணர்வெழுச்சி பெற்றவர். ஆனால் அவருடைய சீடரான ஜே.சி. குமரப்பாவை பின்பற்றியவரல்ல. அவர் 1945 ஆம் ஆண்டு ஆவல்காட்டி ஏங்க வைக்கின்ற அதே தலைப்பில் The Economy of Permanence *எனும் நூலை இயற்றினார்.*

பொருளாதாரக் கண்ணோட்டத்தில் அறிவுநுட்பம் எனும் மையக் கருத்தாக்கம் நிலைபேறுடைமையாகும். நிலைபேறுடைய பொருளாதாரம் எனும் கருத்தாக்கத்தை நாம் ஆய்வு செய்தாக வேண்டும். அறிவுக்கு ஒவ்வாத நிலைக்குத் தள்ளப்படாமல் நீண்ட காலம் நீடிக்கத்தக்கதாக

இல்லாமல் போகுமானால் பொருளாதாரம் என்பதே பொருளற்றதாகிப் போய்விடும். வளர்ச்சி என்பது வரம்பிற்குட்பட்ட இலக்கை நோக்கியதாக இருப்பின் சாத்தியமானது; ஆனால், வரம்பற்ற பொதுப்படையான வளர்ச்சி சாத்தியமற்றது. காந்திஜி கூறியதைப் போல, இப்பூமி ஒவ்வொரு மனிதனுடைய தேவையையும் நிறைவு செய்யும் விதத்தில் வழங்குகிறது; ஆனால், ஒவ்வொரு மனிதனுடைய பேராசையையும் நிறைவு செய்கின்ற விதத்தில் அல்ல. 'நமது தந்தையருக்கு ஆடம்பரமாக இருந்தவை நமக்கு அவசியமாகிப் போயிற்று' என்கிற கருத்தில் களிப்புக் காண்கின்ற அழிவு மனப்போக்குடன் நிலைபேறுடமை இணக்கம் கொள்ள இயலாது.

நிலைபேறுடைய பொருளாதாரம் எனும் கருத்தாக்கம் அறிவியலும் தொழில்நுட்பமும் நுண்மாண் நுழைபுலமாம் அறிவுநுட்பத்திற்குத் தமது கதவுகளை அகலத் திறந்துவிடும் வகையில் மறுசீரமைப்புச் செய்ய வேண்டியதன் அவசியத்தை வலியுறுத்துகிறது. எவ்வளவுதான் அறிவுத்திறத்தை உட்கொண்டதாக இருப்பினும், அல்லது அவற்றின் மேலோட்டமான கவர்ச்சி எவ்வளவுதான் உயர்ந்ததாக இருப்பினும், சுற்றச்சூழலை நச்சுப்படுத்தக்கூடியதும் சமுதாயக் கட்டமைப்பினையும் மனிதயினத்தையும்கூட சீரழிக்கக் கூடியதுமான அறிவியல், தொழில்நுட்பத் தீர்வுகளால் எவ்வித நற்பலனுமில்லை. முன்னெப்போதைக் காட்டிலும் மிகப் பெருமளவிலான பொருளாதார வல்லமையை ஒரு சில இடங்களில் குவிக்கக் கூடியனவும், சுற்றுச்சூழலின் மீது முன்னெப்போதைக் காட்டிலும் மிகப் பெருமளவில் வன்முறையை ஏவிவிடக் கூடியனவுமான முன்னெப்போதைக் காட்டிலும் மிகப் பெரிய எந்திரங்கள் முன்னேற்றமாக மாட்டா; அவை அறிவுநுட்பத்தை மறுதலிப்பவை. உயிரியல் சார்ந்தும், மென்மையும் வன்முறையற்ற நிலையையும், ஒழுங்கு நலத்தையும், எழில் நலத்தையும் நோக்கிய அறிவியல், தொழில்நுட்பப் புதிய சீரமைப்பினை அறிவுநுட்பம் கோருகிறது. தற்பொழுது நம்மை எல்லாம் அச்சுறுத்திக் கொண்டிருக்கின்ற அழிவுப் போக்கினை எதிர்த்திசையில் திருப்பும் விதத்திலான

கண்டுபிடிப்புகளையும் எந்திரங்களையும் அளிக்கவல்ல
தொழில்நுட்பப் புரட்சியை நாம் நாடுதல் வேண்டும்.

ஆதாரம்: ஈ.எஃப். சூமேச்சர், `The Economics of Permanence', Resurgence, Volume 3, number 1, May/June 1970, reprinted in Robin Clarke, editor, Notes for the Future: An Alternative History of the Past Decade (London: Thames and Hudson, 1975).

கலிபோர்னிய வரலாற்றாசிரியர் இளவல் லின் வைட்டிடமிருந்தும் நார்வே நாட்டு தத்துவஞானி ஆர்னே நேஸிடமிருந்தும் முக்கியத்துவம் வாய்ந்த பங்களிப்புகள் சுற்றுச்சூழலியல் இயக்கத்திற்கு வந்து சேர்ந்தன. அவர்கள் இருவரும் இயற்கையுடனான நமது உறவுகளின் நன்னெறி, சமயம் சார்ந்த பான்மைகளின்பால் அக்கறை கொண்டிருந்தனர். தனியொரு நூலாசிரியரால் இயற்றப்பட்ட நூல்களைக் காட்டிலும் கூடுதல் செல்வாக்குப் பெற்றதாக ரோம் குழுமத்தினரால் (Club of Rome) மேற்கொள்ளப்பட்ட ஆய்வுப் பணியால் உருவெடுத்த 'வளர்ச்சிக்கான வரம்புகள்' (Limits to Growth) எனும் நூல் திகழ்ந்தது. அந்நூல், மக்கள்தொகைப் பெருக்கம், பெருகிவரும் எரிசக்தித் தேவை, அளவுக்கதிகமாக இயற்கை வளங்களைத் துய்த்தல் ஆகிய தற்காலத்திய போக்குகள் பூமியின் தாங்கும் சக்தியைக் காட்டிலும் கூடுதல் கடுமையாக அழுத்தத்தைச் செலுத்துவதாக கணினி உணர்வலைகள் அடிப்படையில் விவாதிக்கிறது. 1972 ஆம் ஆண்டு வெளியிடப்பட்ட அந்நூல் முப்பது மொழிகளில் பதிப்பிக்கப்பட்டு மொத்தத்தில் நாற்பது லட்சம் படிகள் விற்பனையாயின.

தனது வாழ்க்கையின் பணி புதிய சுற்றுச்சூழலியல் விழிப்புணர்வினால் மெய்ப்பிக்கத்தக்கதாக நிறுவப்பட்டு விட்டதாக உணர்ந்த ஒருவர்தான் லூயிஸ் மம்ஃபோர்டு. 1895 ஆம் ஆண்டு பிறந்த மம்ஃபோர்டு, சுற்றுச்சூழலியலின் முதலாம் அலைக் காலத்தில் செல்வாக்குச் செலுத்தும் விதத்திலும், இரண்டாம் அலைக் காலத்தை வரவேற்கும் வகையிலும், இரண்டிற்கும் இடைப்பட்ட அறியாமைக் காலத்தை எதிர்த்துக் கடுமையாகப் போரிடும் திறத்திலுமாக நெடுங்காலம் வாழ்ந்தவர். ராக்கேல் கார்சனுடைய நூல் வெளியிடப்பட்டு சில வாரங்களுக்குப் பின்னர், 1962 ஆம் ஆண்டு அக்டோபர் மாதத்தில் கலிஃபோர்னியாப் பல்கலைக்கழகத்தின் டேவிஸ் வளாகத்தில் உரை நிகழ்த்த நேர்ந்தது. 'வெறிச்சோடிய இளவேனில்' நூலை

அவர் படித்திருக்க வேண்டும். இக்கருத்தினை தீர்மானகரமாக நிறுவுவதற்கான சான்று எதுவும் என்னிடம் இல்லை என்ற போதிலும், முழுநூலையும் படித்திராவிட்டாலும், அவரே பங்களிப்பு செய்து வந்த இதழான நியூயார்க்கரில் ஏற்கனவே வெளியிடப்பட்ட நூலின் பகுதிகளையாவது அவர் படித்திருக்க வேண்டும். எது எப்படியானபோதிலும், அவர் அளித்த செய்திகள் முற்றிலும் கார்சனுடையவற்றுடன் ஒப்புமை கொண்டிருந்தன. மம்ஃபோர்டு முதலில் அமெரிக்கக் கண்டத்தில் உயிரின வாழ்க்கைச் சூழலியல் தீயநெறியில் பயன்படுத்தப்பட்ட வரலாற்றை முன்னோடிகளில் தொடங்கி பேட்ரிக் கெடெஸ்ஸைப் பின்பற்றி அவர் ‘நிலக்கரி உண்ட மூலதனம்’ என்றழைக்கப்பட்ட சுற்றுச்சூழலை மாசுபடுத்திய காலம் வரை விவரித்தார். பங்கேற்பாளர்களான தனது மாணவர்களை நோக்கி, கோலோச்சிய எந்திர மனப்பான்மையை நீக்கிவிட்டு அந்த இடத்தில் உயிரோட்டமான மனப்பான்மையை, அனைத்து உயிரினச் செயல்முறைகள் குறித்த வளமான புரிதல் அடிப்படையாக அமைந்த மனப்பாங்கினை, மனிதயினம் இயற்கையின் அனைத்து சக்திகளுடனும் கூட்டுறவாகச் செயல்படுவதற்கு உகந்த மனப்பாங்கினை உருவாக்குமாறு வேண்டினார். மூன்று ஆண்டுகளுக்குப் பிறகு, உயிரின வாழ்க்கைச் சூழலியல் வல்லுநர்கள் மாநாட்டில் உரையாடியபோது, விஞ் ஞானியர் தமது அக்கறையை குறுகலான குறிப்பிட்டதொரு புலத்தில் செலுத்துவதை விடுத்து அகன்று பரந்த ஒட்டுமொத்த கட்டமைப்பின்பால் கருத்தூன்ற வேண்டும் என்றார். எஞ்சியிருக்கக்கூடிய செம்மரக் காடுகளையும் தூது செல்லும் நாரையையும் பாதுகாக்க ஒன்று திரளும்போது, நம்மை நாமே பாதுகாத்துக் கொள்வதற்கு, உயிரினப் பல்வகைமையினைக் காப்பதற்கு, நமது எதிர்கால முன்னேற்றத்திற்கு அடிப்படையாக அமையப் போகின்ற ஒட்டுமொத்த இயற்கை வளத்தின் கால நீளத்தை நீட்டிப்பதற்கு ஒன்று திரண்டவர்களாவோம் என்றார்.

அறுபதுகளில் சுற்றுச்சூழலியலின் புத்தெழுச்சி வாழ்நாள் குறித்த கருத்துருக்களை மறுகட்டமைப்பதற்கும் விரிவுபடுத்துவதற்கும் மம்ஃபோர்டுக்கு உதவியது என்று வரலாற்றாசிரியர் டொனால்டு ஃபிளெமிங் ஒருமுறை குறிப்பிட்டார். கருத்துகள் ஒரே மாதிரியானவைதான்; ஆனால் அவை அந்த முனிவரின் மந்திர உச்சாடனங்களால் புதிய

உத்வேகத்தை வெளிப்படுத்தின. இரண்டாம் உலகப்போருக்குப் பிந்தைய கால் நூற்றாண்டு காலத்தில் ஏற்பட்ட கடுமையான மாற்றங்களின் தலையாய விளைவு எனக்கு முடிவுகளை சுட்டிக் காட்டும் மனப்போக்கிலிருந்து வலியுறுத்தும் மனப்போக்கிற்கு மாற்றியமைத்துள்ளன. அதாவது, உயிரினங்கள் அனைத்தும் சார்ந்திருக்கின்ற உயிரின வாழ்க்கைச் சூழல் அழியாமல் காக்கப்பட வேண்டுமெனில் மனிதயினத்திற்கும் இயற்கைக்கும் இடையிலான இயக்கம் சார்ந்த சமநிலையை 'எட்டுவோம்' என்றல்ல, எட்டியாக வேண்டும் என்று வலியுறுத்த வேண்டிய நிலை உருவாகியுள்ளது.

பின்னர், 'வெறிச்சோடிய இளவேனில்' வெளியிடப்பட்ட அடுத்த சில ஆண்டுகளில் அமெரிக்க, ஐரோப்பிய நாடுகளில் தொடர்ச்சியாகப் பல சுற்றுச்சூழலியலாளர்கள் உருவாயினர். அவர்களுள் சிலருடைய நூல்கள் உணர்வமைதி கொண்டவையாகவும் மேதமை மிக்கனவாகவும் இருந்தன. வேறு சில நூல்கள் உணர்வெழுச்சியூட்டுபவையாகவும் விவாத நூல்களாகவும் விளங்கின. பல நூல்களில் சுற்றுச்சூழலியல் முதலாம் அலையின் மரபுப் பண்புகள் காணப்பட்டன. அவ்வாறாக, இயற்கையோடு இயைந்த வாழ்க்கை குறித்த சிந்தனையின் மரபுச் சொத்துகள் கேரெட் ஹார்டின், பால் ஏர்லிச் போன்ற மக்கள்தொகைக் கட்டுப்பாட்டுச் சிந்தனையாளர்களால் உருப்பெற்றன. அவர்கள் பெருமளவில் பெருக்கமடைந்து வரும் மக்கள் தொகை இந்த மண்ணில் ஏனைய உயிரினங்களுக்கான வாழ்விடங்களை பேரச்சமூட்டக்கூடிய வகையில் ஆக்கிரமித்துள்ளதாக கவலையுற்றனர். ஆர்னே நேஸ், லின் வைட் போன்றோரின் கருத்துச் செறிவுமிக்க நூல்களிலும் கூட அத்தகைய கருத்துகள் வெளிப்பட்டன. அவர்கள் தமக்கு முந்தைய முய்ர், லியோபோல்ட் ஆகியோரைப் போலவே, மனிதயினத்தினர் இயற்கையைப் புரிந்து கொண்டு அதில் திளைத்தலைக் காட்டிலும் அதனை அடக்கி ஆள்வதிலேயே நாட்டங் கொண்டவராக இருப்பதாக முறையிட்டனர். அதைப் போலவே, ஆய்வறிவு சார்ந்த நிலைபெயராமை மரபுகள் தொழில்நுட்ப வல்லுநர்களால் மறுவலுவேற்றப்பட்டன. எடுத்துக்காட்டாக, ரோம் குழும உறுப்பினர்கள் உலகப் பொருளாதார முன்னேற்றத்தை நிலைபெறத்தக்க பாதையை நோக்கி மட்டுப்படுத்துவதற்கான முயற்சிகளில் ஈடுபட்டனர்.

பேரி காமனர் போன்றோர் சுற்றுச்சூழலை மாசுபடுத்தாத மாற்று தொழில்நுட்பங்களைக் கண்டறியுமாறு அறைகூவல் விடுத்தார்; உற்பத்தி செயல்முறைகளின் மீது அரசின் கட்டுப்பாட்டினை வரவேற்றார். பழைய சுற்றுச்சூழலியல் பாதுகாப்பு சிந்தனைப் போக்குகளில் ‘விளைநிலங்களை மீட்போம்’ எனும் அணுகுமுறை கவனத்தை ஈர்க்காமல் போயிற்று. ஏனெனில், *1960*-களில், ஐரோப்பாவின் பெரும்பகுதிகளில் குறிப்பிட்டுக் கூறத்தக்க விவசாயிகள் சமுதாயம் இல்லாமலே போயிற்று; அவர்களுக்கு ஆதரவு அளிக்க வேண்டிய தேவையும் மறைந்தது. இருப்பினும், ரஸ்கினுடைய, கார்பென்டருடைய குரல்கள் சூமேச்சருடைய ‘சிறியதே எழில்மிக்கது’ எனும் நூலிலும், *1972* ஆம் ஆண்டு இலண்டனை தலைமையகமாகக் கொண்டு வெளிவந்த Ecologist இதழ் வெளியிட்ட ‘உயிரின வாழ்க்கைக்கான திட்ட வரைவு’ (Blueprint for Survival) எனும் நூலிலும் எதிரொலித்தன. இவ்விரு நூல்களும் தொழில்மய நாகரித்தின் வரம்புமீறிய செயல்பாடுகளை ஒட்டுமொத்தமாகத் தாக்குவதற்கு முற்பட்ட அளவிற்கு இயற்கையைப் பாதுகாப்பதில் கருத்துச் செலுத்தவில்லை. ‘தொழில்மய வாழ்க்கை முறையின் தலையாய குறைபாடு அது நிலைபேறுடையதல்ல என்பதே; வலிமைபடைத்த சிறுபான்மையினரால் எஞ்சிய ஒட்டுமொத்த மனிதயினத்தையும் மிகக்கடுமையான துன்ப, துயரத்திற்கு உட்படுத்திக் கொண்டிருக்கின்ற போக்கினைத் தடுத்துநிறுத்தி, அதனுடைய நிலைபேற்றினை ஓரளவிற்காவது நீடிக்கச் செய்யவில்லை என்றால் இன்றைக்குப் பிறக்கும் ஒருவருடைய வாழ்நாளுக்குள் அது முடிவடைந்துவிடும் என்பது தவிர்க்கவியலாதது’ என்று ‘திட்டவரைவு’ நூல் ஆசிரியர்கள் அறிவித்துள்ளனர்.

பழைய மரபுகளின் நவீன கருத்துரு ஆக்கங்கள் தமக்குள் கடுமையாக முரண்பட்டன. ஆனால், அவை கோலோச்சிக் கொண்டிருந்த அறியாமைக் காலம் என்கிற தம்முடைய பொது எதிரியிலிருந்து ஒற்றுமையாகத் தனித்து நிற்க வேண்டும். அறியாமைக் காலச் சிந்தனையாளர்கள் அனைத்துத் தரப்பு சுற்றுச்சூழலியலாளர்களையும் மறுதலித்து வந்தனர்; ‘பிற்போக்குச் சிந்தனை கொண்ட எதிர்ப்பாளர்கள்’ என்றும் ‘அழிவின் தூதுவர்கள்’ என்றும் இன்னும் கடுமையாகவும் வசை பாடினர். சுற்றுச்சூழலியலாளர் ஒருவரை இரும்புத்திரைக்குப்

பின்னால் வேவு பார்க்கும் அமெரிக்க உளவாளி என்றும் ஏனைய நாடுகளில் சோவியத் யூனியனின் ஒற்றன் என்றும் குறிப்பிடுவது வழக்கமாகிப் போயிற்று. பசுமைவாதிகள் வர்க்கப் போராட்டத்தைத் திசை திருப்புவதாக சோசலிஸ்ட்டுகளும் உலகச் சந்தையின் செயல்பாடுகளுக்கு முட்டுக்கட்டை போடுவதாக முதலாளித்துவப் பற்றாளர்களும் குற்றம் சாட்டினர். குன்றிப்போகும் எந்தவொரு வள ஆதாரத்திற்கும், வறண்டு போகும் ஆறுகளுக்கும் மாற்றுக் காண்பதற்கு உலகச் சந்தையாலும் தொழில் நுட்பத்தாலும் இயலக்கூடும் என்பதில் நம்பிக்கை கொண்ட பொருளாதார வல்லுநர்கள் சுற்றுச்சூழலியலாளர்கள் மீது எதிர்த்தாக்குதல் தொடர்ந்தனர். மாசாசூசெட்ஸ் தொழில்நுட்ப நிறுவனத்தைச் சேர்ந்தவரும் பிற்காலத்தில் நோபல் பரிசு பெற்றவருமான பால் சாமுவல்சன் 'தொழில் புரட்சியின் விந்தைகள் இன்னமும் ஓய்ந்துவிடவில்லை' என்று வலியுறுத்தி ரோம் குழுமத்தினர் அறிக்கையை வன்மையாக எதிர்த்தார். அட்லாண்டிக் பெருங்கடலுக்கு அப்பால் லண்டன் பல்கலைக்கழகத்தைச் சேர்ந்த வில்ஃபிரெட் பேக்கெர்மேன் அடுத்த 2500 ஆண்டுகளுக்கு பொருளாதார வளர்ச்சி தங்குதடையின்றித் தொடரும் என்று ஆரூடம் கூறுமளவிற்கு தருக்கி நின்றார்.

பொருளியலாளர்கள் 'நாட்டின் ஒட்டுமொத்த வளர்ச்சி', 'தனி நபர் வருமானம்' என்பது போன்ற புள்ளியியல் அளவீடுகளைக் கொண்டு வளர்ச்சியைக் கணிக்கின்றனர்; அத்தகைய எண்கள் எண்ணற்ற பாவங்களை எளிதாக மறைத்துவிடுகின்றன. உயிரின வாழ்க்கைச் சூழலியலாளர்கள் வளர்ச்சியின் உட்கூறுகளில் கூடுதல் கவனத்துடன் ஆர்வம் கொள்கின்றனர். அதாவது, பொருட்களை உற்பத்தி செய்வதற்கான தொழில்நுட்பங்கள், அத்தகைய பொருட்கள் உட்கொள்ளப்படுவதற்கான செயல்முறைகள், இந்த மண்ணில் உயிரின வாழ்க்கை அமைப்புமுறைகளின் மீது உற்பத்திச் செயல்முறைகளும் உட்கொள்ளும் வழிமுறைகளும் ஏற்படுத்துகின்ற திரள் தாக்கம் ஆகியவற்றைக் கருத்திற் கொள்கின்றனர். அவர்களுடைய சிந்தனை மையம் தன்னிலை உறுதியுடையவர்களாகச் செயல்படச் செய்தது. அடுத்த ஆயிரம் ஆண்டுகளில் நாட்டின் ஒட்டு மொத்த வளர்ச்சியின் அளவைப் பெருக்குவது குறித்து ஆர்வத்துடிப்புடன் பொருளியலாளர்கள் சிந்திக்கின்றனர். அதே

வேளையில், உயிரின வாழ்க்கைச் சூழலியலாளர்கள் கடந்த இருபத்தைந்து ஆண்டுகளாக நடந்தவற்றைக் கூர்ந்தாய்வு செய்கின்றனர். அவர்கள் நோக்கிய திசையெங்கும், அறியாமைக் காலத்தில் பெரிதும் விரிவுபடுத்தப்பட்ட பேராபத்துமிக்க புதிய தொழில்நுட்பங்களால் பெருக்கெடுத்த ஆலைக்கழிவுகள் விளைவித்த பேரழிவினையே கண்டனர்; முடைநாற்றத்தையே நுகர்ந்தனர். அத்தகைய உயிரின வாழ்க்கைச் சூழலியலாளர்களுள் ஒருவரான பேர்ரி காமனர் தெள்ளத் தெளிவாக வரைந்துள்ளார்:

> பொருளாதார முன்னேற்றத்திற்கு நல்கப்பட்ட ஊக்குவிப்பு இரண்டாம் உலகப் போருக்குப் பின்னர் நிகழ்ந்த உற்பத்தித் தொழில்நுட்பங்களில் உயிரின வாழ்க்கைச் சூழலுக்கு எதிராக பெருவாரியான மாற்றங்களுக்கு மிக விரைவாக உந்திச் சென்றுள்ளது. அத்தகைய மாற்றங்கள் நாட்டினுடைய ஆலைகளையும், பண்ணைகளையும், ஊர்திகளையும், வணிக நிலையங்களையும் சுற்றுச்சூழல் தூய்மைக் கேட்டிற்கான நாற்றங்கால்களாக உருவெடுக்கச் செய்துள்ளன. உரங்களிலிருந்து வெளிப்பட்ட நைட்ரேட்டுகளும், வெளுப்பான்களிலிருந்து வெளியேறிய பாஸ்பேட்டுகளும், பூச்சிக்கொல்லிகள் எச்சமிட்ட நச்சுப் பொருட்களும், ஊர்திகள் உமிழ்ந்த கரும்புகை மண்டலங்களும், இன்னும் நீண்டுகொண்டு செல்கின்ற நச்சுத்தன்மையுள்ள வேதிப்பொருட்களின் பட்டியலும், மலைகளாகக் குவிந்துள்ள அழிக்கவொண்ணா பிளாஸ்டிக் அடைப்பான்கள், உறைகள் மற்றும் மருந்தியல் தொழிற்சாலைகளின் கழிவுப்பொருட்களும் உயிரின வாழ்க்கைச் சூழலுக்குக் கேடு விளைவிக்கின்றன.

ஸ்பானிய மேதை ஜுவான் மார்டினெஸ் ஆலியர் உருவாக்கிய சொல்லாட்சியின்படி 'வள ஆக்க முயற்சிகள் விளைவித்த கழிவாக்கங்கள் சில மேலே பட்டியலிடப்பட்டுள்ளன. இத்தகைய கழிவாக்கங்கள் தாம் கார்சன், காமனெர் போன்ற விஞ்ஞானியரின் பணிகளுக்குத் தூண்டுகோலாக அமைந்தன. ஆனால், அவற்றின் பொருட்டு சுற்றுச்சூழலியல் விவாதங்கள் மட்டுமின்றி சுற்றுச்சூழலியல் இயக்கத்தையும் முன்னெடுத்துச் செல்லும் வகையில் சமூக விழிப்புணர்வினை உருவாக்க வேண்டிய தேவையும் எதிர்நிற்கிறது.'

சுற்றுச்சூழலியல் இயக்கம்: கருத்தியலிலிருந்து செயலாக்கம்

கோப்பன்ஹேகன் பல்கலைக்கழகம், 1969 ஆம் ஆண்டு மார்ச் திங்கள்: டென்மார்க் நாட்டின் தலைசிறந்த விஞ்ஞானியர் பலர் கலந்து கொண்ட இயற்கையியல் வரலாறு குறித்த கருத்தரங்கு நடந்து கொண்டிருந்தது. மாணவர்கள் அடங்கிய குழு ஒன்று கருத்தரங்கக் கூடத்திற்குள் நுழைந்து கதவுகளைப் பூட்டிவிட்டு. காற்றோட்டத்திற்கான திறப்புகளையும் அடைத்துவிட்டனர். சுற்றுச்சூழல் தூய்மைக்கேட்டினை எதிர்த்து முழக்கங்கள் எழுப்பியவாறு தங்களுடன் கொண்டு சென்றிருந்த குப்பை மூட்டைகளை எரித்து, மாசடைந்திருந்த குளத்திலிருந்து நீரெடுத்து அனைத்துப் பங்கேற்பாளர்கள் மீதும் தெளித்தனர். அத்துடன் எண்ணெயில் முக்கியெடுக்கப்பட்ட வாத்து ஒன்றைத் தூக்கிப் பிடித்துக்கொண்டு, “காப்பாற்ற வாருங்கள்! சுற்றப்புறச் சூழல் தூய்மைக்கேட்டைப் பற்றி விவாதிக்கிறீர்கள், நீங்கள் ஏன் அது குறித்து ஏதேனும் செய்யக்கூடாது?” என்று கூச்சலிட்டனர். இளைஞர்கள் மீண்டும் கதவுகளைத் திறப்பதற்கு முன் ஒரு மணி நேரம் அத்தகைய கூச்சலும் அடையாளப் போராட்டமும் நீடித்தது. ஆனால், அவர்களுடைய போராட்டம் அத்துடன் முடிந்துவிடவில்லை. இயற்கையியல் வல்லுநர்கள் அடுத்த அறைக்கு இழுத்துச் செல்லப்பட்டனர். அந்த அறையில், டென்மார்க் நாட்டின் நிலைபெயராமைக் கோட்பாட்டினை உப்புச்சப்பற்ற விவாதங்களுக்கு அப்பால் நெறிப்படுத்தப்பட்ட சமூகச் செயல்பாட்டிற்கு இட்டுச் செல்வதற்கான அமைப்பான NOAH தொடக்கவிழாக் கூட்டம் நடந்துகொண்டிருந்தது.

இத்தகைய கண்கூடான நிகழ்வு சுற்றுச்சூழலியலின் முதலாவது அலைக்கும் இரண்டாவது அலைக்கும் இடையிலான இடைவெளியைப் படம்பிடித்துக் காட்டுகிறது. முய்ரும் லியோபோல்ட்டும், மார்ஷும் ரஸ்கினும் தத்தமது போக்குகளில் ஆர்வலர்களாகச் செயல்பட்டனர்; ஆனால், அவர்களுடைய செயல்பாடுகள் பேசுவதும் எழுதுவதும், தமது சொற்களின் வல்லமையையும் பகுப்பாய்வுகளின் துல்லியங்களையும் பயன்படுத்தி மற்றவர்களைத் தம்முடன் இணைந்து பின்பற்றுமாறு கோருகின்ற அளவிலேயே நின்று போயின. ஏனைய சுற்றுச்சூழலியலாளர்கள் அரசியல்வாதிகளுடனும்

அரசு அலுவலர்களுடனும் நெருக்கமாகச் செயல்பட்டு வனப் பாதுகாப்பிற்கும் நீராதரங்களின் முறையான மேலாண்மைக்கும் அரசுக் கொள்கைகளை வகுப்பதில் ஈடுபட்டனர். சமகாலத்திய சுற்றுச்சூழலியலாளர்கள் பரப்புரை செய்வதுடனும் கோரிக்கைகள் விடுப்பதுடனும் நிறைவடைந்துவிடவில்லை. இருப்பினும், போர்க்குணமிக்க செயல்பாடுகளில் இறங்கியமையால் அவர்களுடைய வல்லமை பன்மடங்கு பெருகியது.

அந்த வகையில், சுற்றுச்சூழலியல் 1960-களின் இறுதியிலும் 1970 ஆம் ஆண்டுகளிலும் ஏனைய சமூக இயக்கங்களுடன் ஒப்புமை கொண்டியங்கியது உறுதி. அது வட அட்லாண்டிக் பகுதிகளில் குடிமக்களுடைய தொடர்ச்சியான போராட்டங்கள் அரசியல் தளத்திற்கு ஈடுஇணையற்ற புதிய, பங்கேற்பு அணுகுமுறையை நிகழ்த்திக் காட்டிக்கொண்டிருந்த காலக்கட்டம். சமூக இயக்கங்கள் பல அத்தகைய செயல்முறைகளில் பெருவிருப்புடன் ஈடுபட்டு தமக்கென தனித்துவமான அடையாளங்களைப் பெற விழைந்தன. அவற்றுள் பெண்ணிய இயக்கம், உலக அமைதி இயக்கம், மக்களுரிமை இயக்கங்கள், சுற்றுச்சூழலியல் இயக்கம் ஆகியவை தலையாயன.

சுற்றுச்சூழலியல் இயக்கம் ஒரு சில போராட்ட யுக்திகளை ஏனைய இயக்கங்களுடன் பங்கிட்டுக் கொண்டது. அதே சமயத்தில் தனக்கென தனித்துவமான யுக்திகளையும் கையாளத் தவறவில்லை. வனப் பகுதிகளைப் பாதுகாப்பதற்கும் சுற்றுச்சூழல் தூய்மைக்கேட்டினை எதிர்த்தும் அணிவகுப்புகளும் ஊர்வலங்களும் மேற்கொள்ளும் யுக்தி மக்கள் உரிமைப் போராட்டங்களின் செல்வாக்கினால் கையாளப்பட்டது. போரெதிர்ப்பு இயக்கத்தால் பெரிதும் பலனளிக்கும் வகையில் பயன்படுத்தப்பட்ட 'கற்பிப்போம்' (teach-in) யுக்தி, மனித வரலாற்றிலேயே மிகப்பெரிய ஒழுங்கமைக்கப்பட்ட போராட்டம் என்று வருணிக்கப்பட்டதும், 1970 ஆம் ஆண்டு ஏப்ரல் 22 ஆம் நாள் உலகம் தழுவிய அளவில் நிகழ்த்தப்பட்டதுமான "புவி நாள்" உறுதிமொழி நிகழ்வுகளுக்கு முன்னுதாரணமாகத் திகழ்ந்தது. அமெரிக்கா முழுவதிலும் விரிந்து பரந்து ஆயிரக்கணக்கான பெருநகரங்களிலும் நகரங்களிலும், இரண்டு கோடிக்கும் மேற்பட்ட மக்கள் மரக்கன்றுகள் நட்டும், குப்பை கூளங்களை அகற்றியும், மாசுபடுத்திக்

கொண்டிருந்த தொழிற்சாலைகளுக்கு வெளியே முழக்கங்கள் தாங்கிய பதாகைகளை ஏந்தி நின்று அமைதியாக எதிர்ப்புத் தெரிவித்தும் சுற்றுச்சூழல் தூய்மையைப் பாதுகாப்பதற்கான தமது கடப்பாட்டினை உறுதிப்படுத்தினர். புவி நாள் நிகழ்வுக்கு முன்னும் பின்னும் நூற்றுக்கணக்கான இடங்களில் மேலும் கூடுதலான முனைப்புடன் தெரிவு செய்யப்பட்ட இலக்குகளுக்கு எதிராக பெரிதும் உள்ளகப் பகுதிப் போராட்டங்களாக நிகழ்ந்தன. நச்சுத்தன்மைமிக்க ஆலைகளையோ, நச்சுப் பொருட்கள் மிகுந்த கழிவுக் குவியல்களையோ, அறுவை எந்திரங்களுடன் தமக்கு விருப்பமான வனங்களுக்குள் நுழைவோரையோ, தமக்கு விருப்பமான நதிகளுக்குக் குறுக்கே அணைகள் கட்டப்பட்டதையோ எதிர்கொள்ள நேர்ந்தபோதெல்லாம் சுற்றுச்சூழலியலாளர்கள் வீதிகளில் இறங்கிப் போராடியும் நீதிமன்றங்களில் மென்மேலும் வழக்குத் தொடர்ந்தும் நிவாரணம் பெற்றனர். "மரங்களை நடுவோம்", "கரடிகளைக் காப்போம்" போன்ற முழக்கங்களுடன் கூடுதலாக அச்சுறுத்துகின்ற விதத்தில் "இழிபிறவிகளுக்கு எதிரே வழக்காடுவோம்" என்கிற முழக்கமும் சேர்க்கப்பட்டது.

ஸ்வீடன் நாட்டு சமூகவியலாளர் ஆண்ட்ரூ ஜேமிசன் புதிய சமுதாய இயக்கங்களைப் பற்றி அவை தமது நாட்டின் மூத்த குடிமக்களுடைய அரசியல் செயல்முறைகளைத் தாங்கிக் கொள்ள இயலாத இளைஞர்களுடைய வேலை என்றும் அவை இளைஞர்களின் கிளர்ச்சியாகவே விளைந்தவை என்றும் குறிப்பிட்டுள்ளார். பெண்ணிய, போர் எதிர்ப்பு இயக்கங்களுடன் சுற்றுச்சூழல் இயக்கமும் தமது இருபது, முப்பது வயது கொண்ட ஆடவர், பெண்டிர் இருபாலருடைய ஆற்றல் மற்றும் கொள்கைகளால் உந்திச் செல்லப்பட்டது. ஆனால், ஏனைய இயக்கங்களைக் காட்டிலும் அது ஓர் தெளிவான நற்பலனைக் கொண்டிருந்தது. அதாவது, பிரிவினை அற்றதாக இருந்தது. பெண்ணியத்திற்கு குடும்பங்களைச் சீர்குலைத்ததாகவும், மக்கள் உரிமைப் போராட்டக்காரர்கள் வெள்ளையரையும் கருப்பினத்தவரையும் பிரித்ததாகவும் போர் எதிர்ப்பாளர்கள் நாட்டின் இன்றியமையாத அம்சமான தேசியப் பாதுகாப்பினைப் புறக்கணித்ததாகவும் குற்றம் சாட்டப்பட்டனர். ஆனால், அமெரிக்காவில் அத்தகைய இயக்கங்களில் இருந்து ஒதுங்கியிருந்ததாக ஐயப்படத்தக்க குறைந்தது லட்சக்கணக்கான

மக்கள் விருப்புடன் பசுமை இயக்கத்தில் இணைந்தனர். 1970 ஆம் ஆண்டு நிகழ்த்தப்பட்ட புவி நாள் நிகழ்வுக்குப் பின்னர், Time செய்தித்தாள் பேர்ரி காமனர் படத்தை அட்டையில் வெளியிட்டு லட்சோப லட்சம் மாணவர்களைக் கொண்ட வகுப்பறையின் பேராசிரியர் என்று பாராட்டியது. அத்தகைய காலக்கட்டத்தில் நிலவிய மக்களுடைய மனப்பாங்கு காமனெர், ஏல்ரிச் போன்ற விஞ்ஞானியருக்கு பல்கலைக்கழக வகுப்பறைகளைக் காட்டிலும் கூடுதல் எண்ணிக்கையில் மாணவர்களைக் கொண்ட கூட்டங்களில் முழங்குகின்ற வாய்ப்புகளை உருவாக்கிக் கொடுத்தது. சுற்றுச்சூழலியல் அக்கறைகளுக்கான பரவலான ஆதரவு அதனை ஐயுறவுப் போக்கிலான கருத்தாய்வுக்கு உட்படுத்தியது. டென்டன் ஈ. மோரிசன் என்கிற சமூகவியலாளர் கூறுகிறார்: "இயக்கங்களின் தாக்குதல்களுக்கு இலக்காகிப் போன வெள்ளை, நடுத்தர வர்க்க அமெரிக்காவிற்கும் அதன் அதிகாரக் கட்டமைப்பைச் சார்ந்த பிரதிநிதிகளுக்கும் சுற்றுச்சூழலியல் இயக்கம் ஒருவகையில் நிம்மதி அளிக்கவல்லதோர் அமைப்பாகவே தோன்றியது. சுற்றுச்சூழலியல் இயக்கம் கூடுதல் தொல்லை அளிக்கக் கூடிய இயக்கங்களிலிருந்து குறிப்பிடத்தக்க அளவில் இளைஞர்களின் ஆற்றலை திசை திருப்புவதற்கும் நாடு, கடவுள், ஈன்ற தாய், ஆப்பிள் பணியாரம் ஆகியவற்றிற்கு இணையாக வைத்துப் போற்றத்தக்க கொள்கைக்காக நிற்பதற்கு வழிகோலியதால் மிகவும் பாதுகாப்பான அமைப்பாகவும் கருதப்பட்டது."

புதிய சமூக இயக்கங்களுள் சுற்றுச்சூழலியல் இயக்கம் பொதுமக்கள் மத்தியிலும் அரசியல் தளத்திலும் பெற்றிருந்த ஆதரவாலும் செல்வாக்கினாலும் ஒரே சீராக வளர்ச்சியுற்றது என்பது மறுக்கவொண்ணா உண்மை. இத்தகைய வளர்ச்சிக் கூறுகள் புள்ளியியல் தரவுகளாக அட்டவணை-1 இல் தருவிக்கப்பட்டுள்ளன. ஆனால், அவை நான்கு நிலைபெயராமைக் கோட்பாட்டு அமைப்புகளை மட்டிலுமே குறிக்கின்றன. கடந்த பதிற்றாண்டுகளில் எண்ணற்ற அமைப்புகளில் உறுப்பினர் எண்ணிக்கை அதிகரித்துள்ளது. பதினான்கு மில்லியன் அமெரிக்கர்கள், அதாவது வயதுவந்த எழுவரில் ஒருவர் ஏதேனுமொரு சுற்றுச்சூழல் பாதுகாப்பு அமைப்பில் உறுப்பினராக உள்ளனர் என்று மதிப்பிடப்பட்டுள்ளது. அதேபோல, ஜெர்மனியிலும் பிரிட்டனிலும் சுற்றுச்சூழல்

பாதுகாப்பிற்காகப் போரிடும் அமைப்புகளில் ஐந்து மில்லியன் உறுப்பினர்கள் இடம்பெற்றுள்ளனர். நெதர்லாந்திலுள்ள இயற்கை பாதுகாப்பு அமைப்பு ஒன்று மிகவும் புகழ்பெற்றதாக விளங்குகிறது. அந்த அமைப்பில் 1980 ஆம் ஆண்டிற்கும் 1992 ஆம் ஆண்டிற்கும் இடைப்பட்ட காலத்தில் உறுப்பினர்களின் எண்ணிக்கை 235,000 லிருந்து 700,000 ஆக உயர்ந்துள்ளது.

அட்டவணை - 1

தெரிவுசெய்யப்பட்ட அமெரிக்க நிலைபெயராமைக் கோட்பாட்டு அமைப்புகளில் உறுப்பினர்களின் எண்ணிக்கை (ஆயிரங்களில்)

	(ஆண்டு)				
அமைப்புகள்	1966	1970	1980	1985	1991
சியேரா குழுமம்	39	113	165	350	650
அடோபன் கழகம்	41*	120	400	450	600
இயற்கைச் சூழலியல் பாதுகாப்புக் கழகம்	27**	54	50	100	350
தேசிய வன உயிரினங்கள் பாதுகாப்புக் கூட்டமைப்பு	272	540	818	825	5600

*1962 ஆம் ஆண்டிற்கானது **1964 ஆம் ஆண்டிற்கானது

ஆதாரம்: ஸ்டீபன் ஃபாக்ஸ், The American Conservation Movement: John Muir and His Lagacy (1985); Kirkpatrick Sale, Green Revolution: The American Environmental Movement, 1962-1992 (1993).

சுற்றுச்சூழலியல் இயக்கம் மாபெரும் ஆட்சிப்பரப்பினைப் பெற்றிருந்ததற்கான காரணத்தை அஃது கூடுதலாக அச்சுறுத்தக் கூடிய ஏனைய மக்கள்திரள் போராட்ட வடிவங்களை நீர்த்துப் போகச் செய்வதற்கான பாதுகாப்பு வளையமாக விளங்கியது என்கிற கொள்கையைக் கொண்டு விளக்க இயலாது. இன்னும் சொல்லப்போனால், சுற்றுச்சூழலியலின் வெகுமக்கள் தளம் விரிவாக்கம் பெற்றதற்கு பொருளாதாரத்திலும் சமுதாயத்திலும் பெருவாரியாக ஏற்பட்டுவந்த மாற்றங்களே காரணிகளாக அமைந்தன. ஏனெனில், செல்வவளத்தில் திளைத்த சமுதாயம் மென்மேலும் வளமடைந்து வந்தமையால் அதன் மக்கள் மென்மேலும் கவர்ச்சியளிக்கக் கூடிய நுகர்பொருட்களின் பால் தீராத வேட்கை கொண்டனர். 1960-களின் மத்தியிலேயே குளிரூட்டும் பெட்டிகளும், சலவை எந்திரங்களும், மகிழ்வுந்து

வகைகளும் மிகவும் எளிமையானவை ஆகிப் போயின. ஆனால், வனப்பகுதிகளில் விடுமுறைகளைக் கழிப்பதற்கான வாய்ப்புகள் அருகிப் போயின. வாரத்தில் ஐந்து வேலை நாட்கள் என்கிற முறை மாற்றம் மக்களிடம் பயணம் மேற்கொள்வதற்கான பணமும் வழிவகைகளும் பெருகியிருந்தமையைக் காட்டியது. அவர்கள் வாரத்தில் ஓரிரு நாட்களாவது ஆலைகள் அல்லது பண்ணைகள், பெருநகரம் அல்லது புறநகர்ப்பகுதிகளின் அன்றாட இன்னல்களிலிருந்து தப்பித்துக் கொள்வதற்கு விரும்பினர். தற்காலிகமானதாக இருப்பினும், காலாற நடப்பதற்கு வனங்கள், உடல் முறுக்கேற நீந்துவதற்கு கடற்கரைப் பகுதிகள், ஏறி இறங்கிக் கிறங்குவதற்கு மலைப்பகுதிகள் போன்ற ஏதேனுமோர் இயற்கைச் சூழல் தொழில்மய நாகரிக நோய்க்கு மாற்று மருந்தினை நல்கியது. 1964 ஆம் ஆண்டு, ஜெர்மானிய இதழ் ஒன்று நகர்வாழ் மக்களுக்கு இயற்கையின் இத்தகைய பலதரப்பட்ட கவர்ச்சிக் காட்சிகளைப் படம்பிடித்துக் காட்டியது:

> *இங்கே இயற்கையின் அமைதி தவழும் வனங்கள் இளைப்பாற்றுகின்றன; அடுக்குமாடி வீடுகளின் வரிசைகள் இல்லை; பொறிகளின் இரைச்சல் இல்லை; கண் சிமிட்டும் விளம்பர விளக்குகள் இல்லை; எந்திரங்களும் இல்லை; வங்கிக் கணக்கேடுகளும் தேவையில்லை. இரவும் பகலும் பணத்தைக் கொண்டு நரம்புகள் தளர்ச்சியுறும் விதத்தில் தொடர்ச்சியாகச் செய்யப்படுகின்ற அலுவல்கள் அனைத்தும் பின்னே வெகுதொலைவில் கிடக்கின்ற இங்கே, மனிதத்தின் மிக ஆழமான சாரமும், அவனுடைய ஆன்மாவும் உணர்வெழுச்சியும் மனிதனுள் ஒன்றாகக் குடிபுகுகின்றது. இதன் மதிப்பினைப் பணத்தால் அளவிட இயலாது; சொல்லப்போனால், விலையும், சேவைக் கட்டணமும் இன்றி இலவசமாக அளிக்கப்படுகிறது!*
>
> (ரேமோன்ட் எச். டோமினிக் III என்பவரால் ஜெர்மானிய மொழியிலிருந்து ஆங்கிலத்திற்கு மொழிபெயர்க்கப்பட்டது)

இச்செய்தி பெரும்பாலான மக்களைக் கவர்ந்திழுத்தது. 1957 ஆம் ஆண்டிற்கும் 1972 ஆம் ஆண்டிற்கும் இடைப்பட்ட காலத்தில் ஒரு வாரம் அல்லது அதற்கும் மேற்பட்ட நாட்கள் விடுமுறைப் பயணங்கள் மேற்கொண்டோரின் எண்ணிக்கை 36 விழுக்காட்டிலிருந்து 53 விழுக்காடாக

உயர்ந்தது. இத்தகைய முன்னேற்றம் ஜெர்மனியில் மட்டிலும் விதிவிலக்காக நிகழ்ந்துவிடவில்லை. ஸ்வீடனில் ஏராளமான மக்கள் வனங்களில் வேட்டையாடியும், மீன் பிடிப்பதிலும், பறவைகளின் நடமாட்டங்களைக் கவனிப்பதிலும், இயற்கையாக விளைந்திருந்த பழங்கள், காளான்கள், வனமலர்கள் போன்றவற்றைத் திரட்டுவதிலும் தமக்குக் கூடுதலாகக் கிடைத்த ஓய்வு நேரங்களைக் கழிப்பதைப் பெரிதும் விரும்பினர். எட்டரை மில்லியன் மக்கள் தொகை கொண்ட நாட்டில் ஆறு லட்சம் பேர் தமக்குச் சொந்தமான வனமாளிகைகளை நாடிச் சென்றனர். சுருங்கக் கூறின், ஸ்வீடன் நாட்டினர் தமது பணி வாழ்க்கையில் அறிவுத்திறத்தாலும், கணக்கீடுகளாலும், ஆதாயத்தாலும், செயல்திறத்தாலும் ஆளப்பட்ட ஆலை உற்பத்தி எனும் நிலஅமைப்பில் சிக்குண்டு கிடந்தனர்; விடுமுறை நாட்களில் அதிலிருந்து தப்பிச் சென்று பொழுதுபோக்குகள், ஆழ்ந்த சிந்தனை, காதல் விளையாட்டுகள் ஆகியவற்றில் திளைத்தனர் எனலாம். வரலாற்றாய்வாளர் சாமுவேல் ஹேய்ஸ் சுட்டிக் காட்டியதைப் போல, வளர்ச்சியடையச் செய்வதற்காக மட்டிலுமே காத்துக் கிடக்கின்ற ஒன்றுக்கும் உதவாதவை என்று முன்பெல்லாம் கருதப்பட்ட இயற்கைச் சூழல்கள், தற்போது மனிதயினத்தின் விருப்பங்களையும் தேவைகளையும் நிறைவு செய்யும் வகையில் முற்றிலும் பயனுள்ளவை என்று எண்ணப்படுகின்றன. அவை முன்னேறிய தொழில்நுட்பத்தால் விளைந்த நுகர்பொருட்கள் நிரம்பி வழிகின்ற சமுதாயத்தில் ஹை-ஃபை கருவிகளையும் உள்ளரங்கத் தோட்டங்களையும் காட்டிலும் மிக உயர்ந்த பணியினை ஆற்றுகின்றன.

முன்பகுதியில் எடுத்துக்காட்டப்பட்ட மேற்கோள், சுற்றுச்சூழலியல் விவாதத்திற்கும் சுற்றுச்சூழலியல் இயக்கத்திற்கும் இடையே விரும்பத்தகாத இடைவெளி நிலவுவதான தோற்றத்தைச் சுட்டுகிறது. விஞ்ஞானியரும் கருத்தியலாளர்களும் வளஆதாரங்களில் ஏற்பட்டு வரும் குறைபாட்டினையும் வன உயிரினங்கள் அழிந்து வருவதையும் பற்றி அக்கறை கொள்கின்றனர். பொருளாதார வளர்ச்சியின் போக்கினையும், அதனால் உள்ளூர், தேசிய, உலக உயிரின வாழ்க்கைச் சூழல் அமைப்புமுறைகளில் ஏற்படுகின்ற தாக்கத்தையும் பற்றி கவலை கொள்கின்றனர். அத்தகைய அழிவுத் தூதுவர்களுக்கு எதிராக நிறுத்தப்பட்டுள்ள

சமுதாயத்தில் வனப்பகுதிகளின்பாலும் அழகியலின் பாலும் பேரார்வம் பெருக்கெடுக்கின்ற நிலைமையைக் காண்கிறோம். வள ஆக்கங்களை முகாமையாகக் கொண்ட அனைத்து அளவீடுகளும் ஏற்புடையவையாகிப் போன அவர்களுக்கு, இயற்கை வனப்புகளும் துய்ப்பதற்கான மேலும் ஒரு சரக்காகவே தோன்றுகிறது. இத்தகைய இயற்கைக் காதலர்களில் பெரும்பாலானோரின் உறுதிப்படாத கடப்பாடு அவர்களுடைய முரண்பட்ட செயல்பாடுகளாலேயே விரிவாக விளக்கப்படுகிறது. அரிதாகிப் போன எரிபொருளை வீணாக்கி ஆயிரக்கணக்கான மைல்கள் தொலைவு தமது மகிழ்வுந்துகளில் பயணித்து வளிமண்டலத்தை கூடுமான அளவிற்கு மாசுபடுத்தி விட்டு தேசியப் பூங்காக்களையும், வன உயிரினங்களின் காப்பகங்களையும் காணச் செல்வர். ஆகவே, உயிரின வாழ்க்கைச் சூழலியலுக்கு எதிரான வழிவகைகளைப் பயன்படுத்தி தொன்மைவாய்ந்த, கைபடாத இயற்கையின் மாதிரிகளாகப் பாதுகாக்கப்படுகின்ற வனங்களின், சதுப்பு நிலக்காடுகளின், மலைப்பகுதிகளின் அழகைக் கண்டு வியந்திடுவர்.

இறைத்தூதர்களுக்கும் பொதுமக்களுக்கும் இடையிலான இத்தகைய இடைவெளியைப் பற்றி சுற்றுச்சூழலியல் அமைப்புகள் அலட்டிக் கொள்ளவில்லை. தம்முடைய உறுப்பினர்கள் எண்ணிக்கையில் ஏற்பட்ட பெருவாரியான முன்னேற்றத்துடனும், அவர்கள் அளித்த நிதியுதவிகள் மற்றும் அரசியல் தளத்திலும் சட்டமுறையிலும் மாற்றங்களுக்கான வாய்ப்புகளுடன் நிறைவடைந்துவிட்டனர். 1970-களிலும், 1980-களிலும் இத்தகைய அமைப்புகள் தெருவில் இறங்கிப் போராடுதல், நீதிமன்றங்களில் வாதாடுதல் போன்ற நடவடிக்கைகளிலிருந்து மேலும் கூடுதல் வசதியாகத் தம்மை ஆட்சி அமைப்புடன் இணைத்துக் கொள்ளும் நிலையை அடைந்தனர். தொழிற்சாலைகளுக்கும் அரசுக்கும் எதிராகப் போராடுவதைக் காட்டிலும் அவர்களுடன் இணைந்து செயலாற்றக் கூடிய விஞ்ஞானியர் மற்றும் வழக்குரைஞர்களுடைய அறிவுநுட்பங்களைப் பெரிதும் சார்ந்திருப்பதென்று சுற்றுச்சூழலியலாளர்கள் முடிவெடுத்தனர். இயற்கையைக் காப்பாற்றுவதற்கும் ஆலைக்கழிவுகளைக் கட்டுப்படுத்துவதற்கும் சட்டங்கள் வகுக்கப்பட்டபொழுது, இத்தகைய விஞ்ஞானியர் ஆலைக் கழிவுகளுக்கு அனுமதிக்கத் தரங்களை அறுதி

செய்வதற்கும் 'பாதுகாக்கப்பட வேண்டியவை', 'ஆபத்திற்கு இலக்காகக் கூடியவை' என்று வன உயிரினங்களையும், வன வாழ்விடங்களையும் அடையாளம் கண்டறிவதிலும் அரசு அலுவலர்களுடன் ஒத்துழைத்தனர். பாராளுமன்ற உறுப்பினர்களுக்கு உரைகளைத் தயாரிப்பதிலும், அறிவியல் குழுக்களில் பங்கேற்பதற்குப் பொருத்தமான பிரதிநிதிகளைத் தெரிவுசெய்து அனுப்புவதிலும், சுற்றுச்சூழலியல் இயக்கம் அரசுத் துறைகளுக்குத் துணைநின்றது. அமெரிக்க ஐக்கிய நாடுகளின் தற்போதைய அரசுத் துறைகளில் மிக அதிக எண்ணிக்கையில் பதினெட்டாயிரம் பணியாளர்களைக் கொண்டு சுற்றுச்சூழலியல் பாதுகாப்பு முகமை செயல்பட்டு வருகிறது.

சுற்றுச்சூழலியல் இயக்கத்தின் வாலாயமான போக்கும் தொழில்முறை சார்ந்த செயல்பாடுகளும் அண்மைக் காலத்தில் எதிர்ப்பு இயக்கத்தை உருவாக்கியுள்ளது. அதனுடைய கடந்த காலப் போர்க்குணத்தினை மீண்டும் கைக்கொள்ளுமாறு வலியுறுத்துகின்ற போராட்டம் வலுத்துவருகிறது. அமெரிக்காவில் இத்தகைய தீவிர எதிர்ப்பு இயக்கம் 'புவியே முதன்மையானது' எனும் அமைப்பினரால் நடத்தப்படுகிறது. இந்த அமைப்பின் நிறுவனர் தேவ் ஃபோர்மேன் சில ஆண்டுகளுக்கு முன்பு 'ஏராளமான சுற்றுச்சூழலியலாளர்கள் அதிகார வர்க்கத்தினரைப் போலப் பெருத்துவிட்டனர்; அளவுக்கதிகமான உள்ளரங்க ஒளிவெள்ளத்தால் வெளுத்துப் போயினர்; மேசைகளுக்குப் பின்னால் மிக நீண்ட நேரம் அமர்ந்திருந்து வலுவிழந்து போயினர்; ஏராளமான அரசியல்வாதிகளுடன் கலந்துறவாடுகின்றனர்' என்று குறிப்பிட்டார். தொழிலியல் அதிகாரத் தரகர்கள் நமக்கு வகுத்துத் தருகின்ற அரசியல் சமரசச் சூதாட்டங்களில் ஈடுபட வேண்டாமென்று தனது சகாக்களை எச்சரித்த ஃபோர்மேன், காந்திஜியும் மார்டின் லூதர் கிங்கும் வழங்கிய அகிம்சை செயல்முறைகளை சுற்றுச்சூழலியல் இயக்கத்திற்கு உரியவையாக மாற்ற வேண்டிய தருணம் வந்துவிட்டதாக எண்ணினார். அவர் கூறினார்: "நிலத்தைச் செப்பமாகச் சமன் செய்யும் பொறிகளுக்கும் மழைக்காடுகளுக்கும் இடையே நமது தலைகளை வைத்துப் போரிடுவதற்கு நாம் அணியமாக வேண்டும்; கன்னிமை மாறா வனப்பகுதிகளை பாதுகாப்பதற்காக அதன் ஒரு பகுதியாகவே நாம் உருமாறி நிற்க வேண்டும்; சுற்றுச்சூழல் தூய்மைக்கேடு விளைவிக்கும் எந்திரங்களின்

பற்சக்கரங்களுக்கு முட்டுக்கட்டையிட வேண்டும்; உயிரினங்கள் அழிக்கப்படுவதை நெஞ்சுரத்துடன் எதிர்க்க வேண்டும்." இவை மேற்கு அமெரிக்காவின் பல்வேறு இடங்களில் ஃபோர்மேனும் அவருடைய குழுவினரும் மேற்கொண்ட தடை நடவடிக்கைகள்.

ஐரோப்பாவிலும் கூட, ஒத்துழையாமை இயக்க நுட்பங்கள் சுற்றுச்சூழலியலாளர்களுள் ஒரு பகுதியினரால் மீண்டும் கைக்கொள்ளப்பட்டது. இந்நூலை எழுதிக்கொண்டிருந்த வேளையில், பிரிட்டனில் பெரும் சக்தியாகத் திரண்டு கொண்டிருந்த சாலை மறுப்புப் போராட்டம் நிலச்சமன் பொறிகளைத் தடுத்து நிறுத்தியும் எதிர்ப்பு முகாம்களை அமைத்தும் தொன்மைக் கால மாளிகைகளையும், வனங்களையும், பண்ணைகளையும் பாதுகாத்தது. இத்தகைய போராளிகள் ஊறுவிளைவிக்கப்படாத வனப்பகுதிகளை மட்டிலும் பாதுகாக்கவில்லை; ஆனால், கலவையானதொரு கிராமியப் பண்பாட்டினைத் திரளாக ஒன்று சேர்ந்து நினைவுபடுத்துவதன் மூலம் மதிப்பளித்தனர். ஆனால், தேவ் ஃபோர்மேன் போலவே சாலை மறுப்புப் போராட்டக்காரர்களும் காந்திஜியை ஆற்றல்மிக்கதொரு செல்வாக்காகக் கண்டனர். பிரிட்டானிய போராட்டக்காரரான கிரிஸ் மெய்ல் காந்திஜியினுடைய போதனைகளின் அடிப்படைக் கூறுகள் தனது தற்காலத்திய நம்பிக்கைகளுக்கு முதுகெலும்பாக அமைந்ததாகக் கூறினார். போர்மேனும் மெய்லும் காந்தியால் உணர்வூட்டப் பெற்றனர். ஆனால், காந்திஜியின் ஒத்துழையாமை இயக்க யுக்திகள் ஹென்றி டேவிட் தொரூ என்பவர் எழுதிய கட்டுரை ஒன்றினால் உணர்வூட்டப் பெற்றவை என்பதையும் அவருடைய கிராமியச் சமுதாயத்திற்கான ஆதரவுக் கருத்துகள் ஜான் ரஸ்கின் மற்றும் எட்வர்டு கார்பென்டருடைய நூல்களிலிருந்து ஏராளமாகப் பெறப்பட்டவை என்பதையும் நாம் நன்கறிவோம். இவ்வாறாக, காந்தியினுடைய கருத்துகளும் முன்னுதாரணமும், பாதி மறந்து போன தமக்குச் சொந்தமான மரபுகளைத் திரும்பப் பெறுவதில் இவர்களைப் போன்ற அமெரிக்க, பிரிட்டானிய பகுத்தறிவாளர்களுக்கு உதவியுள்ளன. இதுவே, சுற்றுச்சூழலியல் இயக்கம் உலகளாவியது, பன்முகப்பட்ட பண்பாட்டியல் பண்பு கொண்டது என்பதற்கான சான்றாகத் திகழ்கிறது.

தீவிரவாத அமெரிக்கச் சுற்றுச்சூழலியல்

சமூக இயக்கங்களுக்கான பேரகராதியில் 'தீவிரவாதம்' என்பது 'சீர்திருத்தவாதத்திற்கு எதிரானது எனப் பொருள்படும். பிந்தைய சொல் சமரசத்தையும் நல்லிணக்கத்தையும் குறிக்கிறது; முந்தைய சொல் முழுநிறைவான தூய்மையையும் அதனை அடைவதற்கான போர்க்குணத்தையும் வெளிப்படுத்துகிறது. அச்சொல் சிந்தனையாளர்களாலும் செயல்வீரர்களாலும் அவர்கள் குறைந்த துணிச்சலும் கூடுதல் சமரசமும் கொண்டது எனக் கருதுகின்ற போக்கினிலிருந்து தம்மை வேறுபடுத்திக் காட்டுவதற்கான வகையில் சுயவிளக்கம் அளிப்பதாகப் பயன்படுத்தப்படுகிறது. அமெரிக்கச் சுற்றுச் சூழலியல் பின்னணியில் தம்மைத் தீவிரவாத போக்குடையவையாகக் கருதிக் கொள்வதற்கான நியாயமான தகுதியுடைய இரண்டு அமைப்புகள் உள்ளன. முதலாவது, இயற்கையோடு இயைபு காணும் கோட்பாட்டின் ஓர் இழையான 'ஆழ்ந்த உயிரின வாழ்க்கைச் சூழலியல்' என்று பரவலாக அறியப்பட்ட அமைப்பு. 1972 ஆம் ஆண்டு நார்வே நாட்டு ஆர்னே நேஸ் வெளியிட்ட கட்டுரை ஒன்றே அதன் தோற்றுவாய். அஃது உயிரின வாழ்க்கைச் சூழமைவில் அனைத்து உயிரினங்களும் சமம் எனும் கொள்கையைப் பின்பற்றுமாறு சுற்றுச்சூழலியலாளர்களை வேண்டியது. அதன்படி மனிதயினம் ஏனைய உயிரினங்களுக்குச் சமநிலையில் வைக்கப்படுகிறது. உயிரின வாழ்க்கைச் சூழலின் ஆணிவேர்களைப் பற்றிய அக்கறை கொள்ளாமல் சுற்றுச்சூழல் தூய்மைக்கேட்டினையும் இயற்கை வளங்கள் குன்றி வருவதையும் மட்டிலுமே பிரச்சினைகளாகக் காண்கின்ற பொருளாழமற்ற உயிரின வாழ்க்கைச் சூழலியலைக் காட்டிலும் உயிரின வாழ்க்கைச் சூழமைவில் அனைத்து உயிரினங்களும் சமம் எனும் கொள்கை உண்மையிலேயே ஆழ்ந்த உயிரின வாழ்க்கைச் சூழலியல் என்று கருதப்பட்டது. தத்துவார்த்த அடிப்படையில் நோக்குவோமானால், ஏனைய உயிரினங்களையும் உள்ளடக்கிய ஒட்டு மொத்த இயற்கை என்கிற பரந்த கண்ணோட்டத்தில் உயிரின வரலாற்றை ஆய்வு செய்கின்ற இத்தகைய போக்கு, மனிதயினம் ஏனைய உயிரினங்களுக்கு அப்பாற்பட்ட மேன்மை கொண்டது என்கிற பார்வைக்கும் மனிதயினத்தை மையமாக வைத்து ஏனைய உயிரினங்களைப் பற்றி ஆய்வு செய்கின்ற பார்வைக்கும் இடையிலான வேறுபட்ட தத்துவார்த்தம் எனலாம்.

ஆழ்ந்த உயிரின வாழ்க்கைச் சூழலியலுக்கான கருத்தியல் தளம்

ஆழ்ந்த உயிரின வாழ்க்கைச் சூழலியலாளர்களை ஒருங்கிணைக்கும் பொருட்டு ஆர்னே நேஸ் எட்டுக் கொள்கைகளை வகுத்தளித்தார். இஃது 1984 ஆம் ஆண்டு அவர் வகுத்தளித்த கருத்தியல் தளம். 1993 ஆம் ஆண்டைய கருத்தாக்கம் கீழே கொடுக்கப்பட்டுள்ளது.

1. *மனிதயினம் மற்றும் மனிதயினமல்லாத உயிரினங்களுடைய செழுமை உள்ளார்ந்த தகைமை கொண்டது. மனிதயினமல்லாத உயிரினங்களுடைய தகைமை அவை மனிதயினத்தின் தேவைகளுக்குப் பயன்பாடுடையவையாக இருப்பதைச் சார்ந்ததல்ல.*

2. *மண்ணின் மீது வாழ்க்கை வடிவங்களுடைய வளமையும் பல்வகைமையும், மனிதயினப் பண்பாட்டியல் வடிவங்கள் உட்பட, உள்ளார்ந்த தகைமை கொண்டவை.*

3. *இன்றியமையாத் தேவைகளை நிறைவு செய்து கொள்வதற்குத் தவிர, வேறெவ்விதத்திலும் அத்தகைய வளமையையோ பல்வகைமையையோ குறைப்பதற்கான உரிமை மனிதயினத்திற்குக் கிடையாது.*

4. *மனிதயினத்தினுடைய வாழ்க்கை, பண்பாடுகளின் வளமை குறிப்பிடத்தக்க அளவிற்கு சிறிய அளவிலான மக்கள் தொகையுடன் இணக்கம் கொள்கிறது.*

5. *மனிதயினமல்லாத உலகத்துடன் தற்போது மனிதயினம் மேற்கொள்கின்ற குறுக்கீடுகள் வரம்புமீறியவை; சூழ்நிலை மோசமடைந்து வருகிறது.*

6. *மனிதயினம் ஒட்டு மொத்த மண்ணின் மீது கொண்டுள்ள உறவைப் பொறுத்தவரை இது நாள் வரை மேற்கொண்டு வந்த மேலாதிக்கப் போக்குகளில் மாற்றம் காண வேண்டியது அவசியம் என்பதையே மேற்கண்ட கருத்துகள் சுட்டிக்காட்டுகின்றன.*

7. *வளம்படைத்த நாடுகளின் கருத்தியல் மாற்றம் என்பது வாழ்க்கை முறையின் பொருளியல் தரத்தை உயர்த்திக் கொள்வதைக் காட்டிலும் உயிர்ப் பண்புகளைப் பெருமளவில் போற்றுகின்ற விதத்தில் அமைதல் வேண்டும். அதுவே உயிரின வாழ்க்கைச் சூழலியல் அடிப்படையில் நிலைபெறத்தக்க முன்னேற்றத்தை உலக அளவில் அடைவதற்கான ஆயத்தமாக இருக்கும்.*

8. *மேற்சொல்லப்பட்ட கருத்துகளுடன் தம்மை இணைத்துக் கொள்பவர்களுக்கு நேரடியாகவோ மறைமுகமாகவோ அகிம்சை வழிகளில் தேவையான மாற்றங்களைக் கொண்டுவருவதற்கு முயற்சிப்பது கடமையாகும்.*

ஆதாரம்: டேவிட் ரோதென்பெர்க், Is it too Painful to Think? Conversations with Arne' Naess (Minneapolis: University of Minnesota Press, 1993), pp.127-128.

நேஸ் ஆற்றிய பணிகள் அவருடைய தாயகமான நார்வே நாட்டில் பிரச்சினைக்குரியனவாகக் கருதப்பட்டன. ஓநாய்களின் பாதுகாப்பிற்கான அவருடைய போராட்டங்கள் விவசாயிகள் மத்தியில் கோபத்தைத் தூண்டின; திமிங்கிலங்களை வேட்டையாடக்கூடாது என்கிற தடை மீனவர்களை அவரிடமிருந்து விலக்கி வைத்தது. தற்பொழுது அவர் மீது பற்றார்வமும் அவருடைய கொள்கைகளைச் செயல்படுத்துவதில் செயலூக்கமும் மிக்க தொண்டர்ளை கலிபோர்னியா மாநிலமெங்கிலும் காண முடிகிறது. அமெரிக்காவில் ஏற்கனவே இயற்கை உயிரினங்களைப் பாதுகாப்பதற்கான சிந்தனை மற்றும் செயல் மரபுகள் நிலவி வந்தன. 1940-களிலும் 1950-களிலும் அந்த மரபு மறைந்திருந்தபோதிலும் புதிதாக எழுச்சி கொண்டது. 1967 ஆம் ஆண்டில், ரோடரிக் நாஷ் தனது Wilderness and the American Mind எனும் நூலை வெளியிட்டார். அந்நூல் நவகால மக்களுக்கு முய்ர், லியோபோல்ட் சிந்தனைகளை முன்னிறுத்தியது. தொடர்ந்து வரிசையாக முய்ர் வாழ்க்கைக் குறிப்பு நூல்கள் வெளிவரத் தொடங்கின. 1973 ஆம் ஆண்டில் ஆக்ஸ்ஃபோர்டு யுனிவெர்சிடி பிரெஸ் நிறுவனம் அவருடைய A Sand County Almanac நூலின் புதிய பதிப்பினைக் கொணர்ந்தபோது அது முதலில் வெளியிடப்பட்டபோது விற்றதைக் காட்டிலும் ஐம்பது மடங்கு கூடுதல் எண்ணிக்கையிலான படிகள் விற்பனையாயின.

இயற்கைவாழ் உயிரினங்கள் குறித்த சிந்தனையின் முதல் அலை இரண்டாவது காலக்கட்டத்துடன் ஒருங்கிணைக்கப்பட்ட விதம்

ஆல்டோ லியோபோல்ட்டின் கருத்துகள் தற்கால இயற்கைவாழ் உயிரின ஆர்வலர்களுடன் ஆழ்ந்த ஒத்ததிர்வு கொள்வது குறித்த வரலாற்றாய்வு சார்ந்த புவியியலாளரின் விரிவான பகுப்பாய்வு:

லியோபோல்டின் நிலம் குறித்த நன்னெறி, தனித்தூய்மைக் கோட்பாட்டாளர்கள் மத்தியில் பெருவாரியான செல்வாக்குப் பெற்றது. ஏனெனில், அது நான்கு இடர்ப்பாடுகளுக்கு வெற்றிகரமான தீர்வு கண்டது. முதலாவதாக, தனித்தூய்மைக் கோட்பாட்டாளர்கள் தம்மை மிக உயர்ந்த நாகரித்தின் அங்கமாகக் காண்பதற்கு ஊக்குவிக்கப்பட்டனர். ஏனெனில், சாதாரண இயற்கை விரும்பி என்பதைக் காட்டிலும் கூடுதல் மதிப்புள்ள சுயபிம்பத்தை அது நல்கியது. இரண்டாவதாக, இயற்கைவாழ் உயிரினங்கள் குறித்த நன்னெறிகளுக்கு லியோபோல்ட் கண்ணோட்டம் அடித்தளம் அமைத்தது. மூன்றாவதாக, லியோபோல்ட்டின் நிலம் குறித்த நெறிகளுடன் உயிரின வாழ்க்கைச் சூழலியல் அறிவியல் பார்வை இணைக்கப்பட்டமை தனித்தூய்மைக் கோட்பாட்டாளர்களுடைய நம்பிக்கைகளுக்கு அறிவியல் தளம் என்கிற பெருமிதத்தினை நல்கியது. நான்காவதாக, மிக முக்கியமான கூறு என்னவெனில், மண்ணைக் கடவுளாக மதித்துப் போற்றியவர்களின் புதிர்நிறைந்த அனுபவம் அறிவியல் உண்மைகளின் அடிப்படையிலான நன்னெறி வரைமுறைகள் வகுக்கப்பட்ட நிலையை அடைந்தது. தனித்தூய்மைக் கோட்பாட்டாளர்களின் தெய்வத்தன்மை சார்ந்த அனுபவத்தினை நியாயப் படுத்துவதற்கும் அத்தகைய அனுபவத்திற்கு பயனுள்ள முழுநிறைவான நன்னெறி விதிகள் என்கிற தகுதியளிப்பதற்கும் அறிவியல் பயன்படுத்தப்பட்டது.

ஆதாரம்: லிண்டா எச். கிராபர், Wilderness as Sacred Space (Washington D.C.: The Association of the American Geographers, 1976), p.50.

ஜான் முய்ர் குழுவினருடைய மறுகண்டுபிடிப்புடன் ஆர்னே நேஸ் வகுத்த மேம்போக்கான உயிரின வாழ்க்கைச் சூழலியலுக்கும் ஆழ்ந்த உயிரின வாழ்க்கைச் சூழலியலுக்கும் இடையிலான வேறுபாடு பெரிதும் பொருந்திப் போயிற்று. ஏற்கனவே இயற்கை வாழ் உயிரினங்களின்பால் பேரார்வம் கொண்டிருந்த மக்கள் மத்தியில் விரிவாகப் பரவியிருந்த மனிதயினத்தினுடைய இருப்பு ஏனைய உயிரினங்களுக்கு எப்பொழுதுமே மாறுபாடற்ற அச்சுறுத்தலாக நிலவியது என்கிற நம்பிக்கைக்கு உறுதியானதொரு தத்துவார்த்த அடிப்படையை அது நல்கியது. ஆழ்ந்த உயிரின வாழ்க்கைச் சூழலியல் அறிவாளிகள் மத்தியிலும் பற்றாளர்களைப் பெற்றது. அறிஞர்களின் நூல்களில் பரவலாக இடம்பெற்றிருந்த, மனிதயினம் மற்றெந்த உயிரினங்களைக் காட்டிலும் உயர்ந்ததல்ல, சமமாக வைத்துப் பார்க்கத்தக்கது என்கிற சிந்தனைக்கும் மனிதயினத்தை மையமாகக் கொண்டு ஏனைய உயிரினங்களின் தகைமையை ஆராய்வது என்கிற சிந்தனைக்கும் இடையிலான வேறுபாடு கூர்த்த விவாதங்களுக்கு உட்படுத்தப்பட்டது. Environmental Ethics என்கிற புதிய, செல்வாக்குமிக்க இதழ் இந்த விவாதத்தை தத்துவவியலின் அறிவுப்புலத்திற்கான மையக் கருத்தாகக் கொண்டு ஆய்வுரைகளை வெளியிட்டது. வாஷிங்டனில் அமர்ந்துகொண்டு மேம்போக்காக அரசியல் தலைவர்களுடன் உறவாடிக்கொண்டிருந்த தொழில்முறைவாதிகளின் நடவடிக்கைகளால் அலுத்துப் போன செயல்வீரர்களால் இக்கோட்பாடு பல்கலைக்கழகங்களுக்கு அப்பால் பேரார்வத்துடன் முன்னெடுத்துச் செல்லப்பட்டது. 'புவியே முதன்மையானது!' என்கிற தலைப்பிலிருந்தே அந்த அமைப்பினுடைய செல்வாக்கு புலப்படுகிறது. இயற்கையை பாதுகாப்பதற்கு துண்டு துக்காணியாக மேற்கொள்ளப்பட்ட செயல்முறைகளினால் ஏமாற்றமடைந்தோரை அந்த அமைப்பு சிக்கெனப் பற்றிக் கொண்டது. ஆழ்ந்த உயிரின வாழ்க்கைச் சூழலியல் கோட்பாடுகளால் வட அமெரிக்கக் காடுகளின் மூலை முடுக்குகளில் மேற்கொள்ளப்பட்ட இயற்கைவாழ் உயிரினப் பாதுகாப்பிற்கான போர்க்குணமிக்க முயற்சிகள் உந்துதல் பெற்றன. பிரிட்டன் ஆளுகைக்குட்பட்ட கொலம்பியாவின் கனடா நாட்டுப் பகுதி ஒன்றில் நிகழ்ந்தவற்றை கேதரின் கௌஃபீல்டு விவரித்துள்ளார்:

சாய்ந்த மரங்களையும், கனத்த விட்டங்களையும், தமது உடல்களையும் முட்டுக்கட்டைகளாகக் கொண்டு முனைப்புமிக்க செயல்வீரர்கள் சாலைகளைத் தடுத்தனர்; நிலச் சமன் பொறிகள் முன்னேறிச் சென்ற பாதைகளில் உடல்களைக் கழுத்துவரை புதைத்துக் கொண்டு தலைகளைக் காட்டியும் மரங்களிலிருந்து தொங்கியும் எதிர்த்து நின்றனர்; அவ்வாறாக, தரையிலிருந்து நூறு அடி உயரத்தில் நாட்கணக்கில் ஊசலாடினர். சதிச் செயல்களால் முறையற்ற செயல்களிலும் அவர்கள் அடிக்கடி ஈடுபட்டனர். தடுத்து நிறுத்தப்பட்ட சரக்கு வண்டிகளின் எரிபொருள் தொட்டிகளில் சர்க்கரையைக் கொட்டினர்; நிலச் சமன் பொறிகளை செயலிழக்கச் செய்தனர்; மரக்கட்டைகளை அறுப்பதற்குப் பயனற்றவையாகவும் ஆபத்து மிக்கவையாகவும் மாற்றும் விதத்தில் அவற்றுள் ஆறு அங்குல நீளமுள்ள இரும்பு ஆணிகளைச் செலுத்தினர்.

இத்தகைய நடவடிக்கைகள் மனிதயினத்தின் நலன்களைப் போலவே இயற்கையின் நலன்களையும் சம முக்கியத்துவம் வாய்ந்தவை என்பதால் சட்டமுறை உரிமை பெற்றவையாக்கப் பட்டவையாகின்றன. நிலச் சமன் பொறிகள் முன்னோக்கி நகருகின்ற பாதையின் குறுக்கே உங்களை நிறுத்திக் கொள்வதென்பது தத்துவார்த்த சிந்தனை மற்றும் சுற்றுச்சூழலியல் செயல்பாடுகளின் தீவிரவாத மரபுகளுக்கு உயிரூட்டுவதாகும். ஆழ்ந்த உயிரின வாழ்க்கைச் சூழலியலாளர்கள் அறிவாண்மைக் கழகத்திற்குள் இருப்பினும் வெளியில் இருப்பினும் தம்மை அமெரிக்க சுற்றுச்சூழலியலின் அறிவார்ந்த, ஆன்மீகம் சார்ந்த, அரசியல் வழிப்பட்ட வழிகாட்டிகளாகக் கண்டனர். ஆனால், இத்தகைய சுய வரையறைகள் எதிர்க்கப்படாமல் இல்லை. அக்கோட்பாட்டின் விமர்சகர்கள் அதனை மனிதயின வெறுப்பு கொண்டது என்றும் விந்தையானதொரு கண்மூடித்தனம் என்றும், இயற்கைச் சூழலுக்கு வெளியே ஊறுவிளைவித்துக் கொண்டிருக்கும் சுற்றுச்சூழல் சீர்கேட்டினையும் அதன் விளைவான மனிதயினத்தின் அல்லல்களையும் புறக்கணிக்கிறது என்றும் குற்றம் சாட்டினர். வட அமெரிக்க நாடுகளுக்கும் வடக்கு, தெற்கு அமெரிக்க நாடுகளுக்கிடையிலும் நிலவுகின்ற சமூகவியல் சமமின்மை தொடர்பான சிக்கல்களைப்

புறக்கணிப்பதாகவும் ஆழ்ந்த உயிரினச் சூழலியலாளர்கள் குற்றஞ் சாட்டப்பட்டனர். அமெரிக்க ஐக்கிய நாடுகளுக்குள்ளேயும் இயற்கைச் சூழலியல் இயக்கங்கள் நவீனமானவையும், ஆலைகள் சார்ந்தவையும், மனிதனால் ஆக்கப்பட்டனவும், அதனால் செயற்கையானவையுமான அனைத்திற்கும் ஆதாரமானவை என்பதால் நகரங்கள் மீது வசைமழை பொழிந்தனர். உண்மையிலேயே, சமூகவியலாளர் மிகேல் மேயெர்ஃபீல்டு பெல் சுட்டிக் காட்டியுள்ளதைப் போல, சமகாலத்திய சுற்றுச்சூழலியல் கருத்துகளின் பெரும்பகுதி நகர்ப்புறத்தைத் துறத்தல், நகரப்புறத்திலிருந்து தப்பித்துக் கொள்ளல் என்கிற கருத்தியலிலிருந்து பெறப்பட்டவை. அதன் விளைவாக நகர்ப்புறத்தின் உயிரின வாழ்க்கைச் சூழலியல் பிரச்சினைகள் முற்றாகப் புறக்கணிக்கப்படுகின்றன. ஆழ்ந்த உயிரின வாழ்க்கைச் சூழலியலை விமர்சிப்பவர்கள் கூடுதல் தீவிரவாதத் தன்மை கொண்ட மற்றொரு சுற்றுச்சூழலியல் சிந்தனைப் பிரிவான சுற்றுச்சூழல் நீதி இயக்கம் என்பதன்பால் கவனத்தை ஈர்க்கின்றனர்.

ஆழ்ந்த உயிரினச் சூழலியலின் உணர்வு மையங்கள் இயற்கைச் சூழலில் அமைந்திருந்ததைப் போலவே சுற்றுச்சூழலியல் நீதி இயக்கம் மனிதயினத்தின் வாழ்விடங்களின் பாதுகாப்பில் மையங்கொண்டிருந்தது. எங்கேயாவது, எப்படியாவது கழித்துக்கட்ட வேண்டிய நச்சுத் தன்மை கொண்ட கழிவுப் பொருட்களின் குவியல்களும், குப்பை கூளங்களும், ஆலைகள் வெளியேற்றிய கழிவுகளும் பேரச்சத்தை விளைவிப்பதாகக் கருதியது. ஹூக்கர் கெமிக்கல்ஸ் எனும் நிறுவனம் வெளியேற்றிய 43 மில்லியன் பவுண்ட் கழிவினை ஏற்ற, சற்றும் பொருத்தமில்லாமல் பெயரிடப்பட்ட காதலர் கால்வாய் (Love Canal) குறிப்பிடத்தக்க எடுத்துக்காட்டு.

காதலர் கால்வாய் வெள்ளையர் வாழுகின்ற பகுதி வழியாகச் செல்கிறது. ஆனால், ஏனைய நச்சுத்தன்மை கொண்ட கழிவுகளைப் பெருவாரியாகக் குவிக்கின்ற இடங்கள் சிறுபான்மை மக்கள் வாழுகின்ற பகுதிகளிலேயே அமைக்கப்பட்டுள்ளன. அமெரிக்கத் தாயக மக்களுடைய நிலங்களில் இரண்டு மில்லியன் டன்னுக்கும் கூடுதலான யுரேனியக் கழிவுகள் கொட்டப்படுகின்றன. அதனால், அங்கே

சில பகுதிகளில் தேசியச் சராசரியைக் காட்டிலும் இருபது மடங்கு கூடுதலாக மக்கள் புற்றுநோயால் தாக்கப்படுகின்றனர். அதைப் போலவே, அனைத்துப் பகுதி ஆப்பிரிக்க - அமெரிக்க மக்கள் தொகையில் ஏறத்தாழ அறுபது விழுக்காடு மக்கள் பெரும் தீங்குவிளைவிக்கக் கூடிய கழிவுப்பொருட்களும் குப்பை, கூளங்களும் குவித்து வைக்கப்பட்டுள்ள பகுதிகளில் வாழ்வதாக கறுப்பின மக்களுடைய மேம்பாட்டிற்கான தேசியக் கழகம் மேற்கொண்ட ஆய்வு ஒன்று மதிப்பிட்டுள்ளது. மொத்த மக்கள் தொகையில் ஐந்தில் நான்கு பங்கினராக கறுப்பின மக்கள் வாழுகின்ற எமெல்லே மாநிலத்தின் அலபாமா நகரத்தில் ஏனைய நாற்பத்தைந்து மாநிலங்களிலிருந்தும் கழிவுப் பொருட்களைக் கொண்டு வந்து கொட்டுகின்றனர்.

கழிவுகளைக் கையாளும் செயல்முறைகளில் காட்டப்பட்ட பாகுபாடுகளை எதிர்த்து முதலில் குரல் எழுப்பியவர்களுள் ஒருவர் சமூகவியலாளர் லாபர்ட் புல்லார்டு. கறுப்பின மக்களைக் காட்டிலும் வெள்ளையர் கூடுதல் எண்ணிக்கையில் வாழ்ந்த ஹூஸ்டன் நகரத்தில் கழிவுகளைக் கொட்டுவதற்கான நான்கு இடங்களில் மூன்று கறுப்பின மக்கள் வாழ்ந்த பகுதிகளில் அமைக்கப்பட்டிருந்தன. ஆண்டுக் கணக்கில் சுற்றுச்சூழல் பிரச்சினை குறித்து எவ்வித செயல்பாட்டிலும் ஈடுபடாத ஹூஸ்டன் நகர மக்களுள் ஒரு பகுதியினரான கறுப்பின மக்கள் மத்தியில் கழிவுகள் கொட்டுவது தொடர்பான பிரச்சினை கொழுந்துவிட்டு எரியத் தொடங்கியதாக புல்லார்டு கண்டார். உண்மையிலேயே, அமெரிக்காவில் எண்ணற்ற நகரங்களிலும் நாடுகளிலும் ஆபத்து விளைவிக்கக் கூடிய கழிவுகள் கொட்டப்படுவதை எதிர்த்து இயக்கங்கள் பரவலாகத் தோன்றத் தொடங்கியிருந்தன. காதலர் கால்வாயைத் தூய்மைப்படுத்துவதற்கான போராட்டத்தைத் தலைமை ஏற்று நடத்திய லூயிஸ் கிப்ஸ் 'தீங்கிழைக்கக்கூடிய கழிவுகளை அகற்றப் போரிடும் மக்கள் இயக்கம்' என்கிற நாடு தழுவிய கூட்டமைப்பினை நிறுவுவதற்கு துணை நின்றார். அக்கூட்டமைப்பில் 4000 அமைப்புகள் தம்மை இணைத்துக் கொண்டுள்ளன. போராட்டங்கள், ஊடகங்கள் வாயிலாக பரப்புரை இயக்கம், நீதிமன்றங்களில் வழக்குத் தொடுத்தல் போன்ற நடவடிக்கைகள் வாயிலாக புதிய கழிவுக்குவியல் இடங்கள் அமைக்கப்படாமல் தடுப்பதிலும், ஏற்கனவே

இருந்து வந்த கழிவுத்திடல்களால் ஏற்பட்ட பாதிப்புகளுக்கு ஆலைகளையும் அரசினையும் பொறுப்பேற்கச் செய்வதிலும் வெற்றி கண்டனர்.

இத்தகைய போராட்டங்கள் தற்போது சமூகவியலாளர்களால் காலமுறைப்படி தொகுக்கப்பட்டு வருகின்றன. ஆனால், போராட்டக் களங்களிலிருந்து பெறப்பட்ட தொடக்கக்கால அறிக்கைகள் ஒரு குறிப்பிட்ட அம்சத்தை வலியுறுத்துகின்றன: பெண்டிருடைய தலையாய பங்கேற்பு. சுற்றுச்சூழல் தூய்மைக்கேடு விளைவித்தோருக்கான எதிர்ப்பு பெரும்பாலும் சமூகக் கிளர்ச்சிகளில் முன்னெப்பொழுதும் பங்கேற்ற அனுபவமற்ற இல்லத்தரசிகளுடைய முயற்சியாலே நிகழ்ந்துள்ளன. கழிவுகள் குவிக்கப்பட்ட சமுதாயங்களுக்கிடையே, வேலை வாய்ப்பு, பணம் குறித்த மருட்சியால் ஆடவர்களால் சில சமயங்களில் பொறுத்துக் கொள்ள வேண்டிய நிலை ஏற்பட்டது; ஆனால், பெண்கள் தம்முடைய குழந்தைகளின் நலனைப் பேரம் பேசுவதற்குரியதாகப் பார்க்கவில்லை. தென் லாஸ் ஏஞ்செல்ஸ் பகுதியில் எரிதொட்டி எதிர்ப்புப் போராட்டத்தில் ஈடுபட்ட பெண்மணி ஒருவர் விளக்கினார்: "மக்களுடைய வேலைவாய்ப்பு அச்சுறுத்தப்படுகிறது; முன்னிற்பவர்கள் அச்சுறுத்தப்படுகின்றனர்; ஆனால், நான் ஒருபோதும் மிரட்டலுக்குப் பணியப் போவதில்லை என்று சொல்லிவிட்டேன். எனது குழந்தையின் நலனே முகாமையானது, வேலைவாய்ப்பினைக் காட்டிலும் அதுவே இன்றியமையாதது." அத்தகைய போராட்டங்கள் பாதுகாப்பு நடவடிக்கைகளுடன் நின்றுவிடவில்லை; லூயிஸ் கிப்ஸ் மற்றும் கூட்டமைப்பின் தலைமையில் போராட்ட இயக்கத்தினர் நச்சுப் பொருட்களின் உற்பத்தி மற்றும் கழிவுகளைக் கையாளுவதற்கான நான்கு மாற்று வழிமுறைகளை முன்வைத்தனர். அவையாவன: மறுசுழற்சி, பயன்பாட்டைக் குறைத்துக் கொள்ளுதல், மறுபயன்பாடு, மறுசீரமைத்தல். (Four 'R's, recycling, reduction, reuse, reclamation)

தீங்கு விளைவிக்கக் கூடிய கழிவுகளுக்கு எதிரான போராட்டங்கள் அமெரிக்கச் சுற்றுச்சூழலியல் இயக்கத்தை மாற்றியமைப்பதற்கான பங்காற்றியுள்ளன. நச்சு எதிர்ப்பு இயக்கமானது தனது வேர்களை மக்கள் சமுதாயம், குடும்ப வாழ்க்கை ஆகியவற்றின் நேரடி அனுபவங்களில் உறுதியாகவும்

ஆழமாகவும் ஊன்றியிருப்பதால், உடனடிச் செயல்பாட்டினைத் தூண்டுவதற்கான துரிதத்தையும் வலிமையையும் பெற்றுள்ளது என்று அரசியல் விஞ்ஞானி கென் கெய்சர் குறிப்பிட்டுள்ளார். அவர் மேலும் விளக்குகிறார்: 'இந்த இயக்கத்தில் பெருவாரியாக உழைக்கும் வர்க்கத்தினரும் ஏனைய குறைந்த வருவாய் கொண்ட மக்களும் இணைந்திருப்பதால், அடோபோன், சியோரா போன்ற மேல்தட்டு மக்களுடைய கூட்ட நடவடிக்கைகள் ஒத்துவராதவை.' இத்தகைய புதிய வகை சுற்றுச்சூழலியலாளர்களைப் பொறுத்த வரை, சுற்றுச்சூழல் பாதுகாப்பு என்பது புரிந்து கொள்ள முடியாத புதிரல்ல. அவர்களைப் பொறுத்தவரை, வாழ இயலாத நிலைக்குத் தள்ளியதும் சாவை விரைவுபடுத்திக் கொண்டிருப்பதுமான தீங்குகளுக்கு அவர்களை ஆட்படுத்தியுள்ள சூழ்நிலை. ஆப்பிரிக்க - அமெரிக்க செயல்வீரர் ஒருவர் எளிமையாகவும் கூர்மையாகவும் குறிப்பிட்டார்: "அமெரிக்காவில் சுற்றுச்சூழல் பாதுகாப்பு இயக்கத்தின் முக்கிய நடவடிக்கைகளில் கறுப்பின மக்களை ஈடுபடுத்துவதென்பது சமூக நீதியை மையமாகக் கொண்டதாக இருத்தல் வேண்டும். மனிதயினத்திற்கு அடிப்படைத் தேவைகளான நலவாழ்வு, உணவு, உறைவிடம் ஆகியவற்றை வழங்குகின்ற பொறுப்பினைத் தட்டிக்கழிப்பதற்கான வழிமுறையாக இயற்கை வாழ் உயிர்களிடம் அக்கறை கொள்ளும் முயற்சியைத் தவறாகப் பயன்படுத்தலாகாது."

ஜெர்மானியப் பசுமையாளர்கள்

அனைத்துப் பிரிவுகளையும் சேர்ந்த சோசலிசவாதிகள் ஒரு காலத்தில் 'செங்கொடியினர்' என்றழைக்கப்பட்டதைப் போலவே தற்பொழுது அனைத்து வகை சுற்றுச்சூழலியல் அமைப்புகளைச் சேர்ந்தவர்களையும் பசுமையாளர்கள் என்கிறோம். பசுமை இயற்கையையும் வாழ்க்கை வளத்தையும் குறிப்பிடுகிறது. சுற்றுச்சூழலியலுடன் நெருங்கிய தொடர்பு கொண்ட அத்தகைய சொல்லாடல் பெருவாரியாக மக்கள் மனத்தில் உறுதியாக வேர்பிடித்துவிட்டமையால் இந்நூலில் அச்சொல் என்னையறியாமலேயே எங்கும் நிறைந்திருக்கும் வண்ணம் ஆளப்பட்டுள்ளது. இருப்பினும் அதன் பயன்பாடு அண்மைக்காலத்தில்தான் தோற்றம் கண்டது. 1978 ஆம் ஆண்டு ஜெர்மனியில் உள்ளாட்சித் தேர்தல்களில் பங்கேற்ற

சுற்றுச்சூழலியலாளர்கள் சிலர் பசுமைப் பட்டியலின் கீழ் நிறுத்தப்பட்டனர். அத்தகையதோர் எளிமையான தொடக்கத்திலிருந்து எழுந்த தேசியக் கட்சி இத்தகையதொரு அடையாளத்தைத் தன்னுடன் ஒட்டிக் கொண்டது. அந்தக் கட்சியும் அதனுடைய பிற்காலத்திய உலகறிந்த வெற்றிகளும் சுற்றுச்சூழலியலாளர்கள் ஜெர்மனியிலும் உலகெங்கினும் பசுமை வண்ணத்துடன் அடையாளங் காணப்படுவதற்கு வழிகோலின.

1979 ஆம் ஆண்டில் உருவாக்கப்பட்ட பசுமைக் கட்சி 1983 ஆம் ஆண்டு நடைபெற்ற தேர்தலில் ஜெர்மானியக் குடியாட்சிக்குள் வியக்கத்தக்க வகையில் நுழைந்தது; அறுபது ஆண்டுகளில் ஜெர்மானியப் பாராளுமன்றத்தில் இடம்பிடித்த முதலாவது புதிய கட்சி என்கிற புகழ் பெற்றது. 1987 ஆம் ஆண்டுத் தேர்தலில் தனது நிலையை ஒன்றுதிரட்டிக் கொண்டது; ஜெர்மன் இணைப்பிற்குப் பிந்தைய 1990 ஆம் ஆண்டு தேர்தலில் குறைந்த எண்ணிக்கையிலான இடங்களைப் பிடித்த பின்னர், 1994 ஆம் ஆண்டுத் தேர்தலிலும் சிறந்து விளங்கியது. அதற்குள், மாநிலச் சட்டமன்றங்களிலும் இடம்பிடித்த அக்கட்சி சோசலிச மக்களாட்சிக் கட்சியுடன் கூட்டணி அமைத்து ஒன்றிரண்டு மாநிலங்களில் ஆட்சியிலும் பங்கேற்றது. ஜெர்மானிய பசுமையாளர்கள் ஏனைய ஐரோப்பிய நாடுகளைச் சேர்ந்த சுற்றுச்சூழலியலாளர்களுக்கும் வழிகாட்டியாகத் திகழ்ந்தனர். அவர்களும் தமக்கெனக் கட்சிகளை நிறுவத் தொடங்கினர். அது பின்பற்றுவதற்குக் கடினமான செயலாக இருந்தது. பெல்ஜியம், இத்தாலி, ஸ்வீடன் நாடுகளில் பசுமைக் கட்சி பாராளுமன்றங்களில் இடம்பிடித்தபோதிலும் அவர்கள் ஜெர்மானியரைப் போன்ற தாக்கத்தை ஏற்படுத்தவில்லை. நவ காலச் சுற்றுச்சூழலியல் வரலாற்றில், தம்முடைய அரசியல் வெற்றிகளிலும் கோலோச்சிய தொழில்மய நாகரிக நம்பிக்கைகளுக்கு நன்னெறி சார்ந்த சவாலாக எதிர்நின்றதிலும் ஜெர்மானியப் பசுமையாளர்கள் தலைசிறந்து விளங்குகின்றனர்.

பசுமையாளர்களின் தோற்றுவாயினை, வட அட்லாண்டிக் பகுதி முழுவதிலும் 1960-களில் சமூக இயக்கங்கள் பொங்கி யெழுந்த காலத்திலேயே கண்டுகொள்ள முடியும். இரண்டாம் உலகப்போருக்குப் பின்னர், ஆண்டுகொண்டிருந்த கிறித்தவ மக்களாட்சி ஒன்றியம் (Christian Democratic Union) கடந்த காலத்திய

கொடூர விளைவுகளை மறந்து, சிறந்த, வளமிக்க சமுதாயத்தை உருவாக்குவதற்கு மக்களனைவரும் ஒன்றிணைந்து பாடுபட வேண்டுமென வேண்டிக் கொண்டதற்கு இணங்க ஜெர்மானிய மக்கள் உள்நோக்கிய சிந்தனைக்கு ஆட்படுத்தப்பட்டனர். அதிபர்கள் கொனார்டு அடேனர், லூத்விக் எரால்டு போன்றோர் வளமிக்க சமுதாயத்தை உருவாக்குவதற்கு அரசியல் உறுதிநிலை இன்றியமையாதது என்கிற நாடுதழுவிய விழிப்புணர்வினை விதைத்திருந்தனர். இருப்பினும், *1960*-களில், போர்க்குணம் மிக்க மாணவர் இயக்கம் உதித்தது. அது வியட்னாம் போரைப் பயன்படுத்தி அதிகாரத்திற்கும் ஆட்சியாளர்களுக்கும் எதிராக போர்க்கொடி உயர்த்தியது. அதே சமயத்தில், மக்களுடைய போராட்டங்களும் தொடர்ச்சியாக வெடித்தன. அண்மைக்கால ஜெர்மானிய வரலாற்றில் முதன்முறையாக அரசியல்வாதிகள், அரசியல் கட்சிகள், அரசு ஆகியவற்றின் மீது நம்பிக்கையிழந்த நிலைமை வெளிப்படையாக உருவெடுத்தது.

அண்டை நாடுகளான பிரான்சு, இங்கிலாந்தில் நிகழ்ந்ததைப் போலவே, மாணவர்கள் எதிர்ப்பு முதலில் ஓர் ஆண்டு, ஒரே மனநிலை, ஓர் இயக்கம் என்பதைக் குறிப்பிட்ட *1968* என்கிற எண்ணில் பொறிக்கப்பட்டது. சிறிது காலத்தில் மாணவர் கிளர்ச்சி அடங்கிப் போயிற்று. ஆனால் மக்கள் எழுச்சி மேலும் நீடித்தது. நீண்ட காலம் ஜெர்மனியில் வசித்த இந்திய மேதை சராள் சர்க்கார் அந்நாட்டின் அரசியல் போக்குகளைக் கூர்மையாகக் கவனித்து, மக்கள் எழுச்சி காலமுறைப்படி முன்னும் பின்னுமாக நிகழ்ந்திருப்பினும் மூன்று தெளிவான கட்டங்களைக் கொண்டிருந்தது என்று குறிப்பிட்டுள்ளார். *1969* முதல் *1972* வரை அவர்கள் பெரும்பாலும் ஓர் இலக்கு நடவடிக்கைகளிலேயே ஈடுபட்டனர். தீங்கு விளைவித்த தொழிற்சாலைகளை மூடுவதற்கும், சீரழிக்கப்பட்ட பெண்டிருக்கும் போதை மருந்துப் பழக்கத்திற்கு அடிமையானோருக்கும் மறுவாழ்வு அளிப்பதற்கும், அரசு செய்யட்டும் என்று காத்திராமல் விளையாட்டுத் திடல்களையும் பள்ளிகளையும் அமைப்பதற்கும் அளவிடற்கரிய முயற்சிகளை மேற்கொண்டனர். அந்தக் காலக்கட்டத்தில் மக்கள் எழுச்சி இயக்கத்தினர் பரந்து விரிந்த ஆய்வுகளில் ஈடுபட்டு முடிவில் அவற்றின் மையக் கருத்து உயிரின வாழ்க்கைச் சூழலியலில் பொதிந்திருந்ததைக் கண்டு கொண்டனர். இத்தகைய கவனக்

கூர்மை 1972 ஆம் ஆண்டு ஃபிராங்ஃபர்ட்டில் மக்கள் எழுச்சி அமைப்புகளின் கூட்டமைப்பு ஒன்றை அமைத்ததால் மேலும் வலுப்பெற்றது.

அணுசக்தி மீதான மாறுபட்ட கருத்துகள் மக்களுடைய எழுச்சியின் பரவலான செயல்பாட்டு இணையத்தின் மறுவடிவமைப்பிற்கு மையமாக அமைந்ததைப் போலவே உயிரின வாழ்க்கைச் சூழலியல் இயக்கத்திற்கும் முக்கியத்துவம் அளித்தது. 1973 ஆம் ஆண்டில் ஏற்பட்ட பெட்ரோலியப் பொருட்களின் விலை ஏற்றத்தைத் தொடர்ந்து மேற்கு ஜெர்மனி, பேராசையானதும் பெருவாரியான மக்களால் கவனக்குறைவானது என்றும் கருதப்பட்ட அணுவியல் தொழில் விரிவாக்கத்தில் ஈடுபட்டது. சுற்றுச்சூழல் தூய்மைக் கேட்டிற்கு அவற்றின் பங்களிப்பையும், அணு ஆயுதங்கள் உற்பத்திப் பேரபாயத்தையும், அத்தொழிலைச் சூழ்ந்து கொள்ளும் இரகசிய இருளையும் கருத்திற் கொண்டு அணுஉலைகளைக் கண்டு மக்கள் அஞ்சினர். மக்களுடைய எதிர்காலத்தை விற்றுப் பெறப்பட்டதாகக் கருதப்பட்ட அணுசக்திக்கான எதிர்ப்பு, புதிய அணு உலைகளை நிறுவும் பொருட்டு தமது நிலங்களையும் வீடுகளையும் பறிகொடுக்க நேர்ந்த விவசாயிகளையும் நாட்டின் சமூக, பொருளாதார முன்னேற்றம் தவறான பாதையில் போய்விட்டதன் ஒட்டு மொத்த உருவமாகக் கருதப்பட்ட ஆபத்தானதும் பேரழிவிற்கான வல்லமை பொதிந்ததுமாக தொழில்நுட்பத்தை எதிர்த்த நகர்ப்புற கல்வியறிவு பெற்ற நடுத்தர வர்க்கத்தினரையும் ஒரே பதாகையின் கீழ் ஒன்றிணைத்தது. 1973 ஆம் ஆண்டு நவம்பர் மாதத்தில் ஹேம்பர்க் நிருபர் ஒருவர் எழுதினார்:

> *மக்களுடைய இன்றைய பேரச்சம் அணுஉலைகளால் ஏற்படக்கூடிய பேராபத்தை மட்டிலும் கருத்திற் கொண்டு எழுந்ததல்ல; பேரளவிலான எரிசக்தி உற்பத்திக்குக் காரணமான ஏராளமாகப் பெருகிப் போன தொழிற்சாலைகளையும் உள்ளடக்கியது. கட்டுப்படுத்தப்படாத தொழில் வளர்ச்சி நிறுத்தப் படவில்லை எனில் அடுத்த சில ஆண்டுகளில் முன்னெப்போதும் காணாத விதத்திலும் கற்பனை செய்து பார்க்கவியலாத வகையிலும் ஹேம்பர்க் பகுதி*

முழுவதும் நீராதாரங்களும் காற்று மண்டலமும் நச்சூட்டப்படுவதையும் உயிரின வாழ்க்கைச் சூழல் அழிவுறுவதையும் நாம் நேரடியாக அனுபவிப்போம். கவனக்குறைவாகத் தூக்கி எறியப்பட்ட வாழைப்பழத் தோலுக்காக எதிர்ப்புக் குரல் எழுப்புவது போன்ற சுற்றுச்சூழல் பாதுகாப்பு நடவடிக்கைகளெல்லாம் இனிமேலும் போதுமானவை அல்ல.

ஏனைய பகுதிகளில் நிகழ்ந்ததைப் போலவே, சுற்றுச்சூழல் தூய்மைக்கேட்டினை விளைவித்த தொழிற்சாலைகளை எதிர்த்து மக்கள் வீதிகளில் இறங்கிப் போராடத் தொடங்கினர். 1970-களில் ஜெர்மனியில் புதிய அணுஉலைகளையும் வேதிப் பொருட்கள் உற்பத்தி செய்யும் பழைய ஆலைகளையும் எதிர்த்து போராட்டங்களும் வேலைநிறுத்தங்களும் தொடர்ந்து நிகழ்ந்தன. அறிவுஜீவிகளின் எழுத்துகள் ஒத்துழையாமை இயக்க அணுகுமுறையின் அடிப்படையில் எழுச்சியூட்டின. அவர்கள் தமது காலத்தியதைக் காட்டிலும் கூடுதல் பசுமை உணர்வு கொண்ட சமுதாயத்தை உருவாக்கினர். ஏற்கனவே நிறுவப்பட்டிருந்த அரசியல் கட்சிகள் தம்மைத் தொலைவிலேயே நிறுத்திக் கொண்டதால் தாமே நேரடியாக அரசியலில் ஈடுபடுவதென முடிவெடுத்தனர். 1977 ஆம் ஆண்டு முதல் தமது வேட்பாளர்களை ஊராட்சி மற்றும் நகராட்சித் தேர்தல்களில் நிறுத்தினர். இத்தகைய உள்ளாட்சித் தேர்தல் முயற்சிகள் மாற்று அரசியல் கூட்டணியாக உருவெடுப்பதற்கு வழிவகுத்தது. அதன் விளைவாகவே நாம் தற்போது காணுகின்ற பசுமைக் கட்சி தோன்றியது. ஜெர்மனி - அமெரிக்கப் பெற்றோர்களுக்குப் பிறந்த இளமைத் துடிப்பும் செயலூக்கமும் கொண்ட பெட்ரா கெல்லி எனும் பெண்மணி இத்தகைய புதிய வடிவமைப்பில் தொடக்கத்திலிருந்தே பங்கேற்று வந்தார். கெல்லியைப் பொறுத்தவரை அக்கட்சி சட்டமன்றத்தில் ஆதரவற்றவர்களுக்கு ஆதரவளிக்கும் சக்தியாகத் திகழும் என்று மட்டுமே எதிர்பார்த்தார். பசுமைக் கட்சியின் பாராளுமன்ற உறுப்பினரான ஹெல்மட் லிப்பெல்ட் கூறுகிறார்:

சுற்றுச்சூழல் பாதுகாப்புக் குறித்த அக்கறை கொண்ட பழமை பேணும் கட்சியினரையும், ஆண்டவர் படைப்புலகம் அழிக்கப்படுவதைக் கண்டு கவலையுற்ற

கிறித்தவர்களையும், உலகம் தழுவிய உயிரின வாழ்க்கைச் சூழலியல் பற்றி அறிந்து கொண்ட கல்வியறிவு பெற்ற தாராளவாதக் கட்சியினரையும், உயர்ந்த அளவில் ஆபத்து நிறைந்த தொழில்நுணுக்கங்களை அறிந்த தொழில்நுட்பக் கலைஞர்களையும், முதலாளித்துவத்தின் தகராறுகளை வெறுத்த சோசலிசவாதிகளையும், புதிய மார்க்சிய - லெனினியக் கட்சியைச் சேர்ந்தோரையும் எமது கட்சி பெரிதும் ஈர்த்தது.

வெர்னெர் ஹூல்ஸ்பெர்க் எனும் இதழியலாளர் மேற் சொல்லப்பட்டதற்கு முற்றிலும் பொருத்தமானதொரு பட்டியலை நல்கியுள்ளார். அக்கட்சி தனது ஆளுகைக்குள் 'இவ்வுலக வாழ்க்கையே அச்சுறுத்தலுக்கு உட்படுத்தப்பட்ட விவசாயிகளையும், தீவிர மக்களாட்சிப் பற்றுக் கொண்ட மருத்துவர்களையும், இடது தாராளவாத பள்ளி ஆசிரியர்களையும், கடுமையான தொழிற்சங்கத் தலைவர்களையும், சலிப்புத் தட்டிய அலுவலகப் பணியாளர்களையும், எதிர்காலமே இருண்டு போன இளைஞர்களையும், தீவிரவாதச் சிந்தனைக்குத் தள்ளப்பட்ட பெண்டிரையும், இயற்கையைப் பெரிதும் நேசிப்போரையும், தான்தோன்றியாகத் திரிந்த ஹிப்பிகளையும், விலங்கின உரிமை கோரும் போர்க்குணமிக்கோரையும், ஆரோக்கியமான உணவுப் பழக்கத்திற்கு அடிமையாகிப் போன ஒட்டுமொத்தக் கூட்டத்தினரையும் கொண்டிருந்தது...' என்று எழுதினார்.

வானவில்லின் அனைத்து வண்ணங்களையும் அரவணைத்துக் கொண்ட தாயான அக்கட்சி 1983 ஆம் ஆண்டு எதிர்பார்க்கப்பட்ட ஒட்டு மொத்த வாக்குகளில் ஐந்து விழுக்காட்டிற்கும் கூடுதலான வாக்குகளைப் பெற்றமையால் ஜெர்மானியப் பாராளுமன்றத்தில் தன் உறுப்பினர்களில் சிலரை அனுப்பி வைப்பதற்கான தகுதியைப் பெற்றது. விடாப்பிடியாக ஒரே மாதிரியான மனப்போக்குக் கொண்டோரை உறுப்பினர்களாகக் கொண்ட கட்சிகளுக்கு மத்தியில் பல்வகைமை கொண்ட இக்கட்சி பாராளுமன்றத்தில் தனித்துவத்துடன் பெருமிதத்துடன் மிளிர்ந்தது. பசுமைக்கட்சி பாராளுமன்ற உறுப்பினர்களிலேயே மிகவும் கவர்ச்சிகரமான பெட்ரா கெல்லி அதுவே அவர்களுடைய வலிமை என்றெண்ணினார். அவர் குறிப்பிட்டார்: "பலதரப்பட்ட சிந்தனையோட்டங்கள் நமது கட்சியை வளப்படுத்துகின்றன.

கம்யூனிஸ்ட் கட்சியினரையும் பழமைவாதக் கட்சியினரையும் நான் ஒதுக்கிவிட விரும்பவில்லை. அதற்குத் தேவையுமில்லை. ஒரு சிந்தனையோட்டம் மற்றொன்றிலிருந்து கற்றுக் கொள்கின்றது. ஒன்றை மற்றொன்று அழித்துவிடவில்லை; ஆனால், சிந்தனைக் குவிப்பு நிகழ்கிறது. நமது கட்சியைப் பற்றிய புதுமையே அதுதான்."

இத்தகைய எதிர்ப்பார்ப்புகளெல்லாம் பிறழ் உணர்வுகளாகிப் போயின. ஏனெனில், எந்தவொரு சமூக இயக்கத்தைக் காட்டிலும் அரசியல் கட்சியானது பெரிதும் ஒற்றைச் சிந்தனை கொண்டதாக இருத்தல் அவசியம். பசுமைக்கட்சி ஏற்கனவே நன்கு நிலைநிறுத்தப் பெற்ற சோசலிச மக்களாட்சிக் கட்சியுடன் கூட்டணி அமைத்து மாநிலங்களில் ஆட்சியமைக்கும் வாய்ப்பினை எதிர்கொண்டபோது, ஆட்சி அதிகாரம் தீவிரவாதிகளுக்கும் யதார்த்தவாதிகளுக்கும் இடையே இணக்கம் காணவொண்ணா எதிர்ப்புகளை முன்னிலைப் படுத்தியது. பசுமைக் கட்சி அரசு அதிகாரத்தில் பங்கேற்பதென்பது நிர்வாகத் தரப்பிற்குத் தங்களை ஒட்டு மொத்தமாக விற்பதற்கொப்பானது என்று தீவிரவாதிகள் கருத்துத் தெரிவித்தனர்; ஆட்சியதிகாரத்தில் பசுமைக் கோட்பாடுகளை பொறுப்புடன் இணைப்பதென்பது தம்மைத் தேர்ந்தெடுத்த வாக்காளர்களுக்குத் தாம் செலுத்துகின்ற நன்றிக்கடன் என்று யதார்த்தவாதிகள் நம்பினர். தீவிரவாதிகள் பாராளுமன்றப் பணிகளைப் பற்றிய சிந்தனையற்றவர்களாக இருந்தனர்; உள்ளூர் அமைப்புகள் மத்தியிலும் பரவலாக குடிமக்களிடமும் தமது கருத்துகளை வற்புறுத்திப் பரப்புரை மேற்கொள்வதையே விரும்பினர். மாறாக, பாராளுமன்றத்தில் புதுமையாகவும் தனித்துவத்துடனும் ஒலிக்கப் போகின்ற அவர்களுடைய குரல் ஊடகங்களின் கவனத்தை ஈர்க்கக்கூடிய வாய்ப்பினை வரவேற்றதுடன் அவ்வாறாக, தொலைக்காட்சியாக்கப்படும் அவர்களுடைய உரைகளும், ஆட்சிக்குழுக்களின் உள்ளரங்கப் பணிகளும் முக்கியத்துவம் வாய்ந்தவை எனக் கருதினர். அரசியல் யுக்திகளில் ஏற்பட்ட இத்தகைய வேறுபாடுகள் ஆழ்ந்த கொள்கையியல் பிரிவினைகளுக்கும் வித்திட்டன. பேராசைக்கும் பண வெறிக்கும் ஊற்றுக் கண்களான சந்தைப் பொருளாதாரத்தை தீவிரவாதிகள் முற்றாக வெறுத்தனர். சந்தைப் பொருளாதாரத்தை வயப்படுத்தி கட்டுக்குள் கொண்டு வருவதே சாலச் சிறந்தது

என்றும் அதனை வெறுத்து முகத்தைத் திருப்பிக் கொள்ளலாகாது என்றும் யதார்த்தவாதிகள் வாதிட்டனர்.

தீவிரவாதிகள் தமக்குள் இருவகைப்பட்டவர்களாக இருந்தனர். ஒவ்வொரு பிரிவினரும் வளமான வரலாறு சார்ந்த மரபினை வகுத்தனர். ஒரு புறம் சிவப்பு - பச்சை வண்ணத்தினர் என்று சொல்லத்தக்க விதத்தில் உயிரின வாழ்க்கைச் சூழலியலாளர்களாக மாற்றமடைந்த சோசலிசவாதிகளாக இருந்தனர்; ரோசா லக்ஸெம்பர்க், கார்ல் லீப்னெட்ச் போன்றோருடன் ஒரு காலத்தில் தொடர்புறுத்தப்பட்ட ஜெர்மானிய வடிவப் புரட்சிகர கம்யூனிசத்தின் தூண்கள்; இத்தகைய உயிரின வாழ்க்கைச் சூழல் சார்ந்த சோசலிசவாதிகள் தொழில்முறை மூலதனத்தை வெறுத்தனர். ஆனால், எதிர்கால சோசலிச சமுதாயம் சுற்றுச்சூழல் மீது பெரிதும் அக்கறை கொள்ளக்கூடும் என்கிற நம்பிக்கையை வளர்த்துக் கொண்டனர். மறுபுறம், நிலவுடைமைச் சிந்தனை சார்ந்த கட்டற்ற புனைவியலாளர்கள், ஆழ்ந்த பசுமைச் சிந்தனை கொண்டவர்கள், பல நூற்றாண்டுகளாக எண்ணற்ற ஜெர்மானியக் கவிஞர்கள் கனவு கண்ட பரவலாக்கப்பட்ட கிராமியக் கற்பனை உலகைத் தொழிலியல் சமுதாயத்திற்கு மாற்றாக முன்வைத்தனர். ஆனால், தத்துவவியலாளர் ருடால்ஃப் பாரோ சொன்னதைப் போல இரு தரப்பினரும் முதலாளித்துவத் தொழிலியல் அமைப்புமுறையை முற்றிலுமாகப் புரட்டிப்போடுவதில் முனைப்பாக இருந்தனர். அத்தகைய பார்வையில் பசுமையாளர்கள் அரசில் பங்கேற்பதென்பது டிராகனுக்குப் பல்துலக்கி அதன் வாய் நாற்றத்தைப் போக்குவது போன்றதெனக் கருதப்பட்டது.

உயிரின வாழ்க்கைச் சூழலியல் நெருக்கடியைத் தீர்ப்பதற்கான சில முன்நிபந்தனைகள்

1979 ஆம் ஆண்டு ஃபிரெய்பெர்க்கில் ஆற்றிய உரையில், முற்காலத்திய கிழக்கு ஜெர்மனியிலிருந்து வெளியேறி மேற்கு ஜெர்மனியின் பசுமைக் கட்சியைச் சேர்ந்த தீவிரவாதப் பிரிவின் முன்னோடியாகத் திகழ்ந்த தத்துவஞானி ருடால்ஃப் பாரோ உயிரின வாழ்க்கைச் சூழலியல் சிக்கல்களுக்கு ஒரு சில புரட்சிகரமான தீர்வுகளை முன்வைத்தார்.

அவர் வகுத்தளித்த பட்டியல் ஏற்கனவே மேற்கோள் காட்டப்பட்ட ஆர்கே நேஸால் விளக்கப்பட்ட கோட்பாடுகளுடன் ஆவலைக் கிளறும் வகையிலான முரண்பாடுகளைக் கொண்டுள்ளது. நன்னெறி சார்ந்த சமூக விழுமங்களின் மாற்றத்திற்கு நேஸ் அழுத்தம் கொடுக்கின்ற வேளையில் பரோவும் பொதுவாக ஜெர்மானிய பசுமைக்கட்சியினரும் நடைமுறையிலுள்ள உற்பத்தி, துய்த்தல், பங்கீடு தொடர்பான முறைகளில் மாற்றம் வேண்டும் என்பதில் முனைப்பாகச் செயல்படுகின்றனர்.

- ஒரே சமயத்தில் இராணுவ முட்டுக்கட்டைகளின் எதிர்ப்பையும் வெற்றி கொள்வதற்குப் பாடுபட்டாலன்றி உயிரின வாழ்க்கைச் சூழலியல் நெருக்கடிக்குத் தீர்வு காண இயலாது. பிற நாடுகளை அடிமைப்படுத்துகின்ற அனைத்து நிபந்தனைகளையும் துறக்கும் வகையிலான நாடுகளிடையே மனக் கசப்பினை நீக்கி முடிவமைதியை ஏற்படுத்தும் விதத்திலும் படைக்கலன்களைக் குறைக்கும் வகையிலும் தீர்மானகரமான கொள்கை முடிவுகளை மேற்கொண்டாலன்றி இதற்குத் தீர்வு காண இயலாது.

- வடக்கு - தெற்கு அச்சில் புதியதொரு உலக ஒழுங்கமைப்பினை உருவாக்கினாலன்றி உயிரின வாழ்க்கைச் சூழல் நெருக்கடிக்குத் தீர்வு காண இயலாது. வடபகுதியிலுள்ள நம்முடைய வாழ்க்கைத்தரம் முழுவதுமாக ஏனைய மனிதயினம் மொத்தத்தையும் அடக்கி ஒடுக்கி ஒட்டச் சுரண்டுவதையே சார்ந்துள்ளது என்பதை நாம் உணர வேண்டும்.

- நமது நாட்டிற்குள் தடைகளைத் தகர்த்து சமூக நீதிக்கான வழிகளை ஏற்படுத்தினாலன்றி, மேற்கு ஐரோப்பியா முழுவதிலும் சமூக வேறுபாடுகளை விரைந்து சமனப்படுத்தினாலன்றி உயிரின வாழ்க்கைச் சூழல் நெருக்கடிக்குத் தீர்வு காண இயலாது.

- முதலாளித்துவம் நிலவுகின்ற இந்தத் தருணத்திலேயே உடனே மனிதயினத்தை மீட்டமைப்பதில் முன்னேற்றம் கண்டாலன்றி உயிரின வாழ்க்கைச் சூழல்

நெருக்கடிக்குத் தீர்வு காண இயலாது. எண்ணற்ற தனிநபர்கள் தம்முடைய உடனடி அடிப்படைத் தேவைகள் நிறைவு செய்யப்படுவதற்கும் மேலாக வாழ்க்கைத் தரத்தில் உயர்ந்தாலன்றி இந்நெருக்கடிக்குத் தீர்வு காண இயலாது.

- இவை அனைத்தையும் பொதுவானதொரு உடன்பாட்டிற்குள் கொண்டு வருவோமானால் கீழ்க்கண்டவாறு முடிவுகள் அமைவன. முதலாளித்துவ அமைப்பின் கீழ் உயிரின வாழ்க்கைச் சூழலியல் நெருக்கடிகளுக்கு தீர்வு காண இயலாது. முதலாளித்துவ அடிப்படையில் பொருளாதாரத்தை ஒழுங்குபடுத்துவதிலிருந்து விடுபட வேண்டும். முதலாளித்துவப் பாதையில் முன்னேறுகின்ற பொறியமைப்பினை முற்றாகக் கைவிட வேண்டும்; தொடக்கக் கட்டமாக, குறைந்தது கட்டுப்படுத்த வேண்டும். வேறு விதமாகச் சொன்னால், மேலாதிக்கம் செலுத்துகின்ற பொருளாதாரக் கட்டமைப்பிற்கு எதிராக அமைதியான மக்களாட்சிக் கோட்பாடு சார்ந்த புரட்சிக்கு, அனைத்து முதலாளித்துவ எதிர்ப்பாளர்களையும் சோசலிச மனப்போக்குகளையும் ஒன்றிணைத்தாலன்றி உயிரின வாழ்க்கைச் சூழல் நெருக்கடிக்குத் தீர்வு காண இயலாது.

ஆதாரம்: ருடோல்ஃப் பரோ, Socialism and Survival (London: Merlin Books, 1982), pp.41-43.

தொடக்கக் காலத்தில் தீவிரவாதப் போக்கினர் பசுமைக் கட்சிக்கு ஆற்றல்மிக்க உந்துசக்தியாக விளங்கினர். ஆனால், காலப்போக்கில் கட்சியின் பொதுநலச் செயல்வீரர்கள் மத்தியில் கருத்து வேறுபாடுகள் பெருகின. சுற்றுச்சூழல் தூய்மைக்கேட்டினைக் கட்டுப்படுத்துவதற்கும் எரிசக்தி பயன்பாட்டினை மட்டுப்படுத்துவதற்குமான சட்டங்களை இயற்றுவதில் சோசலிச மக்களாட்சிக் கோட்பாட்டுக் கட்சியுடன் இணைந்து அரசாட்சியில் பங்கேற்பதை பசுமைக்கட்சிக்கு வாக்களித்தோரில் எண்பது விழுக்காடு மக்கள் விரும்பினர். 1985 ஆம் ஆண்டிற்கும் 1987 ஆம் ஆண்டிற்கும் இடைப்பட்ட காலத்தில் ஹெஸ்ஸே மாநிலத்தின் சுற்றுச்சூழலுக்கான

பசுமை அமைச்சரான ஜோச்கா ஃபிஷ்ஷெர் பசுமைக்கட்சியின் யதார்த்தவாதிகளுக்குத் திறம்பட்ட தலைவராகத் திகழ்ந்தார். 'தரமான வளர்ச்சி' எனும் கொள்கையின் பற்றார்வலரான அவர் தொழில்மயமாக்கப்பட்டிருந்த சமுதாயத்தைச் செழுமைப்படுத்தி பசுமைப் பாதையில் வழிநடத்துவதற்குப் பாடுபட்டார். 1985 ஆம் ஆண்டில் ஃபிஷ்ஸெர் குறிப்பிட்டார்: "கற்பனை உலகப் போக்கில் நான் இனிமேலும் ஆர்வம் கொள்ளப் போவதில்லை. ஆனால், யதார்த்தத்தில் நிலவுகின்ற நிலைமைகள் என்னை உந்துகின்றன. உயிரின வாழ்க்கைச் சூழல் தொடர்பான நெருக்கடி, படைக்கலன்களின் பெருக்கம், குற்ற நிகழ்வுகளின் பெருக்கம் ஆகிய இவையே என்னைச் செயலூக்கத்துடன் பணியாற்றச் செய்வதற்குப் போதுமானவை. நாளையே புத்துலகம் பிறந்துவிடும் என்பதற்கு நானொன்றும் இயல் கடந்த ஆற்றல் பெற்றவனல்ல. சரியான திசையில் ஓர் அடி எடுத்து வைப்போமானால், அதள பாதாளத்திலிருந்து விலகி ஓர் எட்டு வைப்போமானால் அதுவே நமது கட்சி ஆட்சியில் இருப்பதற்குப் போதுமான நியாயமாக அமைந்துவிடும்." தன்னை அறிந்தோ, அறியாமலோ மகாத்மா காந்தியை நினைவுறுத்தும் சொற்களை உதிர்த்துவிட்டார்; கற்பனை உலகப் பார்வையை நடைமுறை சாத்தியமான செயல் நயத்துடன் விளைவுகளுடன் இணைத்த அரசியல் தலைவர்; நல்லிணக்கத்தின் அழகையும் ஒரு சமயத்தில் ஓர் எட்டு எடுத்து வைத்தல் குறித்தும் பேசுவதில் ஆவல் கொண்டவர்.

புகழ்பெற்ற, செல்வாக்கு மிகுந்த ஜெர்மானிய அரசியல் தலைவர்களுள் ஒருவராக விளங்கிய ஃபிஷ்ஷெரின் வழிகாட்டலுடன் யதார்த்தவாதிகள் வெற்றிகரமாகக் கோலோச்சினர். பழமைவாதக் கோட்பாட்டாளர்களான கிறித்தவ மக்களாட்சி ஒன்றியத்தின் இருபதாண்டு கால ஆட்சிக்கு முற்றுப்புள்ளி வைத்து 1998 ஆம் ஆண்டில் சோசலிச மக்களாட்சிக் கட்சி பசுமைக்கட்சியுடன் கூட்டணி அமைத்து ஆட்சியைப் பிடிக்கும் என்று அறிவுத்திறன் மிக்க அறிவியல் ஆய்வாளர்கள் முன்கூட்டியே அறிவித்தனர். பசுமைக்கட்சியினர் மூவர் அமைச்சரவையில் இடம்பெற்றனர். ஐரோப்பாவின் மக்கள்தொகை மிகுந்ததும், வளமிக்கதும், செல்வாக்குமிக்கதுமான நாட்டின் அயலுறவு அமைச்சராக ஜோச்கா ஃபிஷ்ஷெர் நியமிக்கப்பட்டார். சற்றுச்சூழலியலின்

உலகளாவிய வரலாற்றில் ஏற்கனவே தனித்துவத்துடன் விளங்கிய பயணத்தின் உச்சக்கட்டத்தை அது உணர்த்தியது என்பது உறுதி. ஆனால், இத்தகைய மதிப்பாய்வினை ஒரு கேள்வியுடன் நிறைவு செய்ய வேண்டியது அவசியமாகிறது: முதலாவதாக, வேறெங்கிலும் இல்லாத அளவில் ஜெர்மனியில் மட்டிலும் பசுமையாளர்கள் தலைசிறந்த இடத்தை அடைந்ததன் காரணம் என்ன? இரண்டாவதாக, ஜெர்மானியப் பசுமையாளர்களுடைய கருத்தியல்களில் யதார்த்தமானதும் நீடிக்கக்கூடியதுமான சிறப்பியல்புகள் யாவை?

அமெரிக்க வாசகர் ஒருவர் கேட்கக் கூடும், "எனது நாட்டில் ஏன் பசுமைக் கட்சி இல்லை?" என்று. உண்மையில், 1984 ஆம் ஆண்டு மினேயாபோலிசில் தோற்றுவிக்கப்பட்ட கட்சி ஒன்று இருந்தது. ஆனால், இத்தனை ஆண்டுகளாக சொல்லிக் கொள்ளும் விதத்தில் நடவடிக்கை எதுவும் மேற்கொள்ளப்படவில்லை. அங்கே ஏற்கனவே சுற்றுச்சூழலியல் பற்றாளர்களை ஈர்த்துக் கொள்ளும் விதத்தில் அரசியல் சார்பற்ற சியேரா குழுமம், இயற்கைச் சூழல் பாதுகாப்புக் கழகம் போன்ற அமெரிக்க அமைப்புகள் செயல் துடிப்புடன் இயங்கி வருவதால் பசுமைக்கட்சி என்று ஒன்று அங்கு தனியே வளருவதற்குத் தடையாக உள்ளது. வலிமையடைந்துள்ள இரு கட்சி அரசியல் தளம் மிகச் சிறந்த வசதி வாய்ப்புகளைக் கொண்டவையான நார்மன் தாமசின் சோசலிசக் கட்சி, ஹென்றி வேலேஸ் தலைமையிலான முற்போக்குக் கட்சி, ஜார்ஜ் வேலேஸ் தலைமையிலான குடிப்பொதுமைக் கட்சி, மிக அண்மையில் தோன்றிய ரோஸ் பெரோட்டின் சீர்திருத்தவாதக் கட்சி போன்றவை வேரூன்றாமல் போனது மற்றொரு காரணம். ஜெர்மானியக் குடியாட்சிக் கூட்டமைப்பில் (Federal Republic of Germany) கிறித்தவ மக்களாட்சிக் கட்சி, சோசலிச மக்களாட்சிக் கட்சி என இரண்டு கட்சிமுறையே உள்ளது. என்றபோதிலும், தேர்தலில் ஐந்து விழுக்காடு வாக்குகளுக்கு மேல் பெறக்கூடிய சிறிய கட்சிகள் விகிதாச்சார அடிப்படையிலான பிரதிநிதித்துவம் என்கிற முறையில் பாராளுமன்றத்தில் இடம்பெறுவதற்கான வழிவகைகள் செய்யப்பட்டுள்ளன. அமெரிக்க ஐக்கிய நாடுகள், பிரிட்டன் போன்ற தொகுதி அடிப்படையிலான தேர்தல் முறையைக் கொண்ட நாடுகளில் அனுமதிக்கப்படாத விகிதாச்சார அடிப்படையிலான பிரதிநிதித்துவ முறை

சுற்றுச்சூழலியலாளர்கள் ஜெர்மானியப் பாராளுமன்றத்தில் பங்கேற்பதற்கு இடமளித்தது.

இத்தகைய அரசியல் வேறுபாட்டிற்கு புவியமைப்பியல் வேறுபாடு ஒன்றையும் சேர்த்துக் கொள்ளலாம். அதாவது, மேற்கு ஜெர்மனி பனிப்போரில் முன்னோடி நாடாக விளங்கியது. இரும்புத்திரையின் ஊடே சோவியத் யூனியனின் திரட்சிமிக்க வலிமையை எதிர்த்து நின்றது. வட அட்லாண்டிக் உடன்படிக்கை அமைப்பின் ஆயிரக்கணக்கான படைவீரர்களுக்கும் அவர்தம் அணுஆயுதங்களுக்கும் விருப்பமில்லாத தாயகமாக விளங்கியது. ஆகவே, ஜெர்மானியர்களால் தொழில்மய சமுதாயத்தின் அழிவு ஆற்றலை, தனிமைப்படுத்தப்பட்ட கனடா நாட்டினருடன் அல்லது கலிபோர்னியா நாட்டின் பாதுகாக்கப்பட்ட குடிமக்களுடன் ஒப்பிட்டுத் தெளிவாகப் புரிந்து கொள்ள இயலும். அதன் விளைவாக, இந்த மண்ணின் மீது அக்கறை கொள்ளும் மனப்பான்மையையும் மிக எளிதாகப் பெற முடியும். சாதாரண மக்களிலிருந்து கற்றறிந்தோர் வரை அனைத்து ஜெர்மானியராலும் கடந்தகால நாஜிகள் விதைத்துவிட்டுச் சென்ற ஒதுக்கிவிடவொண்ணா குற்ற மனப்பான்மையால் முந்தைய தலைமுறையினரின் குற்றங்களுக்கு கழுவாய் காணும் ஆவல் மீதூர்ந்தது. அத்தகைய சிந்தனை பிற பண்பாட்டியல்கள் மீதும் எதிர்கால சந்ததியினர் மீதும் பொறுப்புணர்வினைப் பெரிதும் வளர்த்தது. ‘வளர்ச்சிக்கான வரம்புகள்’ நூலை எடுத்துக் கொண்டால், அவர்கள் தேடல் விளக்கினை உள்நோக்கித் திருப்பி தமது சமுதாயம் உலகின் ஏனைய நாட்டு மக்களுக்கு தகாததோர் எடுத்துக்காட்டாக அமைந்ததை வெளிச்சமிட்டுக் காட்டியுள்ளனர் என்றே கூறலாம். ஹெல்மட் லிப்பெல்ட் எழுதுகிறார்: “உலகம் தழுவிய நிலைபெறத்தக்க முன்னேற்றத்திற்கான திறவுகோல் மேற்கு ஐரோப்பிய நாடுகள் உண்மையிலேயே உயிரின வாழ்க்கைச் சூழலியல் சார்ந்ததும் சமூகம் சார்ந்ததுமான உற்பத்தி மற்றும் துய்த்தல் முறைகளுக்கு வழிவகுக்கும் வகையில் தொழிலியல் அமைப்புமுறைகளை மறுகட்டமைப்பு செய்யக் கூடுமா என்பதில் அடங்கியுள்ளது.” லிப்பெல்ட் அமெரிக்க ஐக்கிய நாடுகளையோ ஜப்பானையோ சேர்த்துக் கொள்ளவில்லை என்பது குறிப்பிடத்தக்கது. அப்பழிச்சுமையைத் தாமே ஏற்றுக் கொள்ள வேண்டும் என்கிற அவருடையதும் அவர் சார்ந்த இயக்கத்தினுடையதுமான விருப்பத்தின் வெளிப்பாடாகவே

அக்கூற்று அமைந்துள்ளது. மேற்கு ஐரோப்பிய நாடுகளின் மக்கள் தம்முடைய உயர்ந்த அளவு உற்பத்தியையும் அதே அளவில் துய்க்கின்ற பழக்கத்தையும் கிழக்கு ஐரோப்பிய மற்றும் மூன்றாம் உலக மக்களுக்கும் கைமாற்றி அவர்களையும் அழிவுப் பாதையில் இட்டுச் செல்வதைக் காட்டிலும் தம்மைச் சீர்திருத்திக் கொள்வதே சாலச் சிறந்தது.

ஜெர்மானிய பசுமையாளர்களைப் பொறுத்தவரை, மேற்கு ஐரோப்பாவிலும் வட அமெரிக்க நாடுகளிலும் ஏற்பட்டுள்ள பொருளாதார வளர்ச்சி மூன்றாம் உலக நாடுகளின் உயிரின வாழ்க்கைச் சூழல் சார்ந்தும் பொருளாதாரம் சார்ந்தும் ஒட்டச் சுரண்டியதால் மட்டிலுமே சாத்தியமாயிற்று. ருடோல்ஃப் பாரோ அடித்துக் கூறுகிறார்: “தொழிலியல் முறையில் முன்னேறிய பெரும்பாலான நாடுகளில் மக்களுடைய தற்போதைய வாழ்க்கைமுறை மனிதயின வாழ்க்கையின் இயற்கையான சூழமைவுக்கு உலகம் தழுவிய விதத்திலும் முற்றிலும் எதிரான முறையிலும் முரண்பட்டு நிற்கிறது. ஏனைய நாட்டு மக்களும் எதிர்காலச் சந்ததியினரும் வாழ்வதற்கு இன்றியமையாதவற்றை நாம் கபளீகரம் செய்து கொண்டிருக்கிறோம்.” இத்தகைய பரந்த பார்வையிலிருந்து வெளிப்பட்ட கருத்துரை:

> *வட ஐரோப்பிய நாடுகளிலுள்ள உழைக்கும் வர்க்கத்தினர் உலகிலேயே மிகுந்த வளமிக்க தாழ்ந்த வகுப்பினராவர். ஒட்டு மொத்த மனிதயினத்தினுடைய கண்ணோட்டத்தில் இந்தச் சிக்கலை நோக்கும்போது, ஐரோப்பாவின் அப்பகுதியில் மட்டுமின்றி வரலாற்றிலேயே மாநகரங்களின் உழைக்கும் மக்கள் மிகக்கடுமையாகச் சுரண்டும் வர்க்கத்தினராகக் காணப்படுகின்றனர். பதினெட்டாம் பத்தொன்பதாம் நூற்றாண்டுகளில் வறுமையைத் தாங்கிக் கொண்டதற்கு எதிர்காலத்தில் உலகின் ஒதுக்குப் புறங்களில் உள்ள நாடுகளைச் சுரண்டுவதன் வாயிலாகத் தப்பித்துக் கொள்ளலாம் என்பதால்தானோ என்கிற எண்ணம் தோன்றுகிறது. ஆனால் இந்நிலை நெடுங்காலத்திற்குச் சாத்தியமாகக் கூடியதல்ல; மூன்றாம் உலக நாடுகளில் தொழில்மயமாக்கலைத் தொடர்ந்து நீட்டிக்கச் செய்வதென்பது ஒட்டுமொத்த எதிர்காலத்*

தலைமுறைகளின் வறுமைக்கும் லட்சோப லட்ச மக்களின் பட்டினிக்கும் வழிவகுத்தல் என்று பொருள்படும்.

உலகம் தழுவிய அளவில் தொழிலியல் சமுதாயம் நிலைபெறத்தக்கதல்ல எனும் கருத்தினை மிகக்குறைந்த அறிவுத்திறன் கொண்ட யதார்த்தவாதிகூட ஏற்றுக் கொள்வார். ஜோச்கா ஃபிஷ்ஷெர் தனது முதுமைக் காலத்தைக் கழிப்பதற்காக ஃபிராங்ஃபர்ட்டில் வசித்தபோது நிருபர் ஒருவர் அவரிடம் கேட்டபோது அவர் கூறினார்: "நாம் நமது உடல்களில் சுமந்து திரிகின்ற கனத்த உலோகப் பொருட்களாலும் வேதிப் பொருட்களாலும் ஃபிராங்ஃபர்ட் இடுகாட்டில் கூட நச்சுத்தன்மையை உண்டாக்கி சுற்றுச்சூழல் தூய்மைக் கேட்டினை ஏற்படுத்திவிடுவோம்." கட்சி ஆவணம் ஒன்று உண்மை நிலையினை மேலும் கூடுதலாக வலியுறுத்துகிறது: "தொழிலியல் பொருளாதாரக் கொள்கைகளின் உலகளாவிய பரவல் புவிக்கோளத்தின் உயிரின வாழ்க்கைச் சூழலியல் நலத்தை அது மீண்டும் வளமை பெறும் காலத்தைக் காட்டிலும் கூடுதல் வேகத்தில் அரித்துவிடுகிறது." இத்தகைய உலகப் பார்வை பொறுப்பேற்றுக் கொள்கின்ற மனப்பான்மையுடன் இணைந்து, வளம்படைத்த நாடுகள் தமது சுய கட்டுப்பாட்டினை மிகவும் பரவலான விதத்தில் தன்னார்வத்துடன் ஏற்றுக் கொள்ள முன்வர வேண்டும் என்று அறைகூவல் விடுக்கிறது. தொழில்மயமாக்கப்பட்ட நாடுகள் உலகின் எரிசக்தியையும் வள ஆதாரங்களையும் நான்கில் மூன்று பங்கு அளவில் உட்கொள்கின்றன; பருவநிலையை அச்சுறுத்துகின்ற வாயுக்களை மிகப்பெரிய அளவில் வெளியிடுகின்றன. அத்தகைய நாடுகள் தம்முடைய வெறிகொண்ட தீராப்பசியைக் கட்டுப்படுத்திக் கொள்வதுடன் தெற்கத்திய நாடுகள் தமது வறுமையினின்று விடுபடுவதற்கான வளர்ச்சியை அடைவதற்கும் அனுமதிக்க வேண்டும். உலக நாடுகளுக்கு இடையிலான கடன்கள் அனைத்தையும் தள்ளுபடி செய்ய வேண்டுமென்றும், உயிரின வாழ்க்கைச் சூழமைவிற்குத் தீங்கு விளைவிக்கின்ற பொருட்களின் உற்பத்தியைத் தடை செய்ய வேண்டுமென்றும், ஏழ்மை தாண்டவமாடும் நாடுகளிலிருந்து வளம்படைத்த நாடுகளுக்கு மக்கள் புலம்பெயருவதை அனுமதிக்க வேண்டுமென்றும் பசுமையியலாளர்கள் வேண்டுகோள் விடுக்கின்றனர்.

பிற நாட்டினருடைய, எதிர்காலச் சந்ததியினருடைய உரிமைகளைக் கவனத்திற் கொண்ட பசுமையியலாளர்கள் தமது சமுதாயங்களில் பெரிதும் பாதிக்கப்பட்ட பிரிவினரான பெண்டிருடைய தேவைகளையும் கருத்திற் கொண்டனர். கட்சியினுடைய விதிகளின்படி அனைத்துப் பிரிவு அலுவலர்கள், பாராளுமன்ற உறுப்பினர்களுள் ஐம்பது விழுக்காடு பெண்களாக இருத்தல் வேண்டும். கூட்டங்களின்போதும் பாராளுமன்ற நடவடிக்கைகளின்போதும் ஆடவரும் பெண்டிரும் மாற்றி மாற்றி உரையாற்றும் வகையில் ஏற்பாடு செய்தனர்; பொதுவாக உக்கிரத்துடனும் உரத்த குரலிலும் பேசக் கூடிய ஆண்களால் மட்டுமே நிகழ்வுகள் அமைவதை விலக்கினர். இத்தகைய அரசியல் யுக்தி உடனடிப் பலன்களை நல்கியது. 1980 ஆம் ஆண்டிற்கும் 1987 ஆம் ஆண்டிற்கும் இடைப்பட்ட காலத்தில் கட்சிக்காக வாக்களித்த பெண்டிரின் எண்ணிக்கை ஆறு மடங்கு உயர்ந்தது. ஆனால், பசுமையாளர்கள் கைக்கொண்ட பெண்ணியம் பொதுத் தளத்துடன் மட்டிலுமே நின்றுவிட வில்லை. கட்சியிடம் முன் வைக்கப்பட்ட 'தாய்மார்கள் அறிக்கை' ஏறத்தாழ சமுதாய உழைப்பு அனைத்திலும் பாதி அளவு பங்களிக்கின்ற இல்லத்தரசிகளுக்கு முறையாக இழப்பீடு வழங்கும் வகையில் சம உழைப்பிற்கு சம ஊதியம் என்கிற மரபுரிமை விரிவுபடுத்தப்பட வேண்டும் என வலியுறுத்தியது. மேலும், இத்தகைய தாய்மார்கள் தாம் உயிரின வாழ்க்கைச் சூழமைவு சார்ந்த குடும்பங்களை அமைப்பதில் தலைமை ஏற்கின்றனர்.

அவர்களுடைய பெண்ணியம் கொள்கை அளவிலும் நடைமுறையிலும் நமது காலத்திய மிகவும் துணிச்சலான அரசியல் சோதனை முயற்சியாகப் பசுமையாளர்களைத் தனிச்சிறப்பு மிக்கவர்களாகத் திகழச் செய்கிறது. பத்தாண்டுகள் அல்லது அதற்கும் முந்தைய காலத்தில் பெண்கள் ஜெர்மானியப் பொதுமேடைகளில் தோன்றியபோது, நாடறிந்த பழமைவாதத் தலைமை அமைச்சர்களான பவேரியா, ஃபிரேன்ஸ் - ஜோசப் ஸ்ட்ராஸ் சோவியத் படையின் டிரோஜோன் குதிரை என அவர்களை மறுதலித்தார். ஆனால், தற்பொழுது, ஷ்ட்ராஷின் கிறித்தவ மக்களாட்சி ஒன்றியம் பசுமையியலாளர்களின் கருத்துகளைக் கடனாகப் பெற்றுள்ளார். அஃது பசுமைக் கட்சி தனது எதிரி விடாப்பிடியாக எதிர்த்துக் கொண்டிருந்த போக்கின்

மீது ஏற்படுத்திய தாக்கத்திற்குச் சான்றாகும். அரசியல் விஞ்ஞானி மார்கிட் மேயர் இந்நிலையைக் கீழ்க்கண்டவாறு விவரிக்கிறார்:

> அவர்களுடைய பல்வேறு குறைபாடுகளையும் இடர்ப்பாடுகளையும் பொறுத்தவரை, பசுமைக் கட்சி ஜெர்மனியினுடைய அரசியல் தளத்தையே மாற்றியமைத்துவிட்டது. 1970-களில் மரபற்றவை என்றும் அற்பமானவை என்றும் கற்பனை உலகு சார்ந்தவை என்றும் கருதப்பட்ட பசுமையியலாளர்களுடைய கோரிக்கைகளான அணுசக்தி உற்பத்திக்கு முடிவு கட்டுதல், ஒரே திசையிலான பொருளாதார வளர்ச்சிக்கு முடிவு கட்டுதல், ஒருதலைச் சார்பாகவே படைக்கலன்களைக் குறைத்தல், அனைத்துத் தளங்களிலும் விகிதாச்சாரப்படியாக பெண்களின் பங்கேற்பினைக் கொண்டு வருதல் போன்றவை தற்பொழுது விவாதிக்கப்படுவதுடன் அரசியல் களத்திலுள்ள ஏனைய கட்சியினராலும் கோரப்படுகின்றன.

மேயர் ஜெர்மனியில் கட்சி ஏற்படுத்திய தாக்கத்தை மட்டிலுமே எழுதியுள்ளார். ஆனால், உலகெங்கிலும் அத்தகைய தாக்கம் பரவியுள்ளது. சுற்றுச்சூழலியல் இரண்டாம் அலையின் மிகச் சிறந்த வெற்றியாக இதனை மதிக்க வேண்டும். சமகாலத்தில் தோன்றிய அனைத்து வகைப்பட்ட பசுமையியலாளர்களிலிருந்தும் ஜெர்மானியப் பசுமைக் கட்சி தனித்துவத்துடன் சிறந்து விளங்குகின்றது.

6

தெற்கத்திய நாடுகளின் சவால்

சுற்றுச்சூழலியல் என்பது வட பகுதிகளிலுள்ள வளமிக்க நாடுகளின் தனிப்பட்டதொரு நிகழ்வு, வட அமெரிக்க, மேற்கு ஐரோப்பிய நாடுகளில் வாழும் மக்கள் மத்தியில் பொருளியல் ஆக்கங்களுக்குப் பிந்தைய காலத்திய மதிப்பீடுகளை நோக்கிய நகர்வின் விளைவு எனும் நம்பிக்கை பரவலாகப் பரவியுள்ளது. கடந்த இருபது ஆண்டுகளாக நூல்களையும் கட்டுரைகளையும் வரிசையாக வெளியிட்டு வருகின்ற அரசியல் விஞ்ஞானி ரொனால்ட் இங்கிள்ஹார்ட் ‘உடலுடன் உயிர் நீடித்திருப்பதற்கும் பாதுகாப்பிற்கும் முகாமையான முன்னுரிமை அளிப்பதிலிருந்து பொருள் உடைமைக்கும் புறப்பகட்டிற்கும் வாழ்க்கைத் தரத்திற்கும் பளுவான அழுத்தம் கொடுப்பதை நோக்கிய சிந்தனை மாற்றத்தின் நடுவே சுற்றுச்சூழலியல் இடம்பெற்றுள்ளது என்று வாதிடுகிறார். இத்தகைய ஆய்வு முடிவின் துணைக் கோட்பாடு என்னவெனில் ஏழ்மையான நாடுகள் தமக்கெனத் தனியே சுற்றுச்சூழலியல் இயக்கங்ளை உருவாக்கிக் கொள்ள இயலாது. ஆழ்ந்த சிந்தனையாளர்களான மூன்று மூத்த மேதையருடைய கூற்றுகளை கவனத்திற் கொள்வோம்:

> *சுற்றுச்சூழலியலில் ஆர்வம் கொண்ட நாடுகளையும், ஒவ்வொரு நாட்டிலும் சுற்றுச்சூழலியலை ஆதரிக்கின்ற தனிநபர்களையும் பார்ப்போமானால் சுற்றுச்சூழலியல் உயர் நடுத்தர வர்க்கத்தினருடைய நலன்களுக்கானதாக மாறிப் போன நிலைமை கண்டு திக்கித்துப் போக நேரிடும். ஏழ்மையான நாடுகளிலும் ஏழ்மையில் வதையும்*

மக்கள் மத்தியிலும் ஆர்வம் கொள்ளவில்லை. (லெஸ்ட்டர் தொரூ, The Zero-Sum Society, ***1980).***

பணக்கார நாடுகளிலிருந்தும் (தூய்மைக்கேடு விளைவிக்கும் நடவடிக்கைகளால் பணம் பண்ணுகின்ற வணிகர்களைத் தவிர) வசதி படைத்த பணக்கார, நடுத்தர வர்க்க மக்களிடமிருந்தும் மட்டிலுமே உயிரின வாழ்க்கைச் சூழலியல் கொள்கைகளுக்கான ஆதரவு பெறப்படுகிறது என்பது எதிர்பாராத நிகழ்வல்ல. பல்கிப் பெருகி வருகின்ற, போதிய வேலைவாய்ப்பற்ற ஏழை எளிய மக்கள் 'வளர்ச்சி' அதிகரிப்பதையே விரும்புகின்றனர்; குறைக்கப்படுவதை அல்ல. (எரிக் கோப்ஸ்பான், The Age of Extremes. ***1994).***

பெருந் தீங்கிற்கு இலக்காகிப் போன மேற்கத்திய உலகத்திடம் மட்டிலுமே சுற்றுச்சூழலை நிலைபெயராமற் காப்பதற்கான பணமும் மனவலிமையும் உள்ளது. புவிக்கோளத்தின் வடபகுதியின் வெள்ளைப் பேரரசினுடைய கடைசிச் சுமையாகவும், ஒருவேளை, கடைசி அறப்போராகவும்கூட அது விளங்குகிறது. (அன்னா பிரேம்வெல், The Fading of the Green, ***1994).***

இத்தகைய கருத்தோட்டத்திலிருந்து நோக்கும்போது, சுற்றுச்சூழலியல் குறித்த அறிகுறி முன்பு தென்படாத நாடுகளில் தற்போதைய அதன் வெளிப்பாடு காணப்படுவது, அந்த நாடுகளும் நவீனத்துவத்தின், வள ஆக்கச் செயல்பாடுகளின் நுழைவாயிலை அடைந்துவிட்டதன் அடையாளமாகவே புலப்படுகிறது. **1991** ஆம் ஆண்டில் சியோலுக்கு அண்மையில் சுற்றுச்சூழல் தூய்மைக்கேட்டினை எதிர்த்த போராட்டங்கள் வெடித்தபோது, மதிப்பிற்குரிய பிரிட்டானிய வார இதழ் 'New Scientist' தென்கொரியாவில் ஒருவழியாக சுற்றுச்சூழல் குறித்த விழிப்புணர்வு ஏற்பட்டுவிட்டது என அறிவித்தது. அதேபோல, தைவானில் சுற்றுச்சூழலியல் பாதுகாப்பிற்கான சிந்தனை வட்டத்தின் சீரான வளர்ச்சி, தீவு நாட்டின் மரபுகளை நவீனத்துவம் வென்றுவிட்டதன் விளைவுகளையே தெளிவாக உணர்த்தியது. ஸ்டீவன் ஹேரெல் எழுதுகிறார்:

நகரம் தூய்மைக்கேடு மிகுந்ததும் இரைச்சல் மிகுந்ததுமாகிப் போனமையால் தைவானிய மக்கள் இயற்கையை மதிப்பதை நாடுகின்றனர். ஏனெனில், இயற்கைச்சூழலை அணுகுவதற்கான வாய்ப்பு முன்பைக் காட்டிலும் கூடுதலாகிவிட்டது. தொழில்மயமாக்கப்பட்ட நாட்டின் மக்கள் என்கிற முறையில் அவர்களுடைய நேரம் ஒழுங்கமைக்கப்பட்டு விட்டதால், அவர்கள் வார இறுதி நாட்களில் இன்ப உலா செல்கின்றனர். இது போன்ற எவையும் சீன நாட்டில் குறிப்பாக இல்லை; அங்கே குறிப்பாக மேற்கத்திய நிகழ்வுப் போக்கோ, மேற்கத்திய பண்பு கொண்டவையோ ஏதுமில்லை. அங்கே குறிப்பிட்டுச் சொல்லத்தக்க நவீனத்துவம் ஏதோவொரு வகையில் நிலவுகிறது, சமூக அமைப்பு குறித்த சுயவிமர்சனம் இத்தகைய ஓய்வையும் ஆடம்பரங்களையும் அனுமதித்துள்ளது.

சுற்றுச்சூழலியலை செல்வவளத்துடன் மட்டிலுமே சமன்படுத்திப் பார்ப்பதன்மூலம் அறிஞர்கள் ஒருவிதமான பரிணாம வளர்ச்சி வரிசைமுறையை மெய்யெனக் கருதுவதாகவே தோன்றுகிறது. அதாவது, தமக்கு மத்தியில் பசுமையியல் இயக்கங்கள் தோன்றுவதற்கு முன்னர் ஏழ்மையான நாடுகள் வளம் பெற்றவையாக மாறுதல் வேண்டும். ஆனால், ஸ்டீவன் பிரெச்சின், வில்லெர்ட் கெப்ரோன் ஆகிய இருவரும் குறிப்பிடுகின்றனர்: "வளரும் நாடுகளின் மக்கள் சுற்றுச்சூழலியல் குறித்த கவலை கொள்வதில்லை, கவலை கொள்ளவும் இயலாது என்கிற வழக்கமான கூற்று மேற்கத்திய பொதுமக்களாலும் வினைத்திறம் படைத்த சமுதாயத்தாலும் பொருளியல் ஆக்கங்களுக்குப் பிந்தைய காலத்திய ஆய்வு முடிவின் கொள்கையில் ஆதரவுடன் அத்தகைய வளரும் நாடுகளிலிருந்து பெறப்பட்ட தரவுகள் ஏதும் இல்லாமலேயே ஏற்றுக் கொள்ளப்பட்டன."

'வெறிச்சோடிய இளவேனில்' எனும் நூலின் வாயிலாகத்தான் நவீன சுற்றுச்சூழலியல் தோன்றியது என்கிற அனைவராலும் ஏற்றுக்கொள்ளப்பட்ட வாதம் இருந்துவிட்டுப் போகட்டும். ஆனால், மூன்றாம் உலக நாடுகள் பசுமையியல் பாதையை மேற்கொள்ள இயலாத அளவிற்கு ஏழ்மையானவை என்கிற கூற்று

விவாதிக்கப்பட வேண்டும். அத்தகைய வளரும் நாடுகளிலிருந்து பெறப்பட்ட தரவுகளைக் கொண்டு பிரேசில், இந்தியா, தாய்லாந்து போன்ற நாடுகளில் மிகுந்த செயல் துடிப்புடன் வளர்ந்து வருகின்ற சுற்றுச்சூழலியல் மக்கள்திரள் நிலவுகின்றது என்பதை இந்த இயலில் நிலைநாட்ட முற்படுவோம். அந்நாடுகள் வெகு தொலைவில் சிதறிக்கிடந்தபோதிலும் தமக்குள் பலதரப்பட்ட வேற்றுமைகளைக் கொண்டிருந்தபோதிலும் தமது மக்களுள் பெரும்பாலானோர் வறுமையில் வாடுவதன் அடிப்படையில் ஒன்றிணைந்து உள்ளன.

ஏழ்மை நாடுகளில் சுற்றுச்சூழலியல்

உலகில் அறிந்து கொள்ளத்தக்க விதத்தில் ஏழ்மையில் வதைகின்ற ஐந்து நாடுகளிலிருந்து பெறப்பட்ட ஏழை மக்கள் சுற்றுச்சூழலியல் தொடர்பான ஐந்து எடுத்துக்காட்டுகளை இப்போது ஆராய்வோம்.

1. மலேசிய நாட்டின் வனப்பகுதியில் வாழ்கின்ற பெனான் என்கிற மிகச் சிறிய சமுதாயம் வேட்டைக்காரர்களையும் விவசாயிகளையும் கொண்டது. ஏழாயிரத்திற்கும் குறைவான எண்ணிக்கையில் மக்கள்தொகையைக் கொண்ட அச்சமுதாயத்தினர் பொதுவாக அனைவராலும் அறியப்படுவதை விரும்புவதில்லை. இருப்பினும், 1980 ஆம் ஆண்டுகளில், முகாமையானதொரு பிரச்சினையில் முதன்மையான பங்கு வகித்தனர். ஏனெனில் அவர்களுடைய வாழ்விடம் மர வணிகர்களால் படிப்படியாக ஆக்கிரமிக்கப்பட்டு வந்தது. அவர்கள் மேற்கொண்ட மரம் வெட்டும் செயல்பாடுகளால் அவர்களுடைய நதிகள் நாற்றமடித்தன; மண்வளம் அரிக்கப்பட்டது; அவர்கள் தமது உணவுகளை அறுவடை செய்து வாழ்ந்த பயிர், பச்சைகளும் விலங்கினங்களும் அழிக்கப்பட்டன. பொருளியல் இழப்புகளுக்கும் அப்பால் அவர்களுடைய வாழ்க்கையின் ஆழமான சிறப்பியல்பும் அழிக்கப்பட்டது. பெனான் மக்கள் தமது நதியுடனும் வன நில அமைப்புடனும் வலியதொரு பண்பாட்டியல் பிணைப்புக் கொண்டிருந்தனர். அப்போது அவர்களுடன் வாழ்ந்து வந்த ஸ்வீடன் நாட்டு ஓவியர் புருனோ மேன்சர் உதவியுடன் அறுவை எந்திரங்களையும் அவற்றை இயக்குவோரையும் புறப்பட்ட இடத்திற்கே

திரும்பிச் செல்லுமாறு வற்புறுத்தும் வகையில் மறியல் போராட்டங்களில் ஈடுபட்டனர். பெனான் மக்கள் போராட்டம் மதிப்பிற்குரிய சகாபத் அலாம் மலேசியா (Sahabat Alam Malaysia) அமைப்பினராலும், பசுமை அமைதி (Green peace).' மழைக்காடுகள் பாதுகாப்புச் செயற்குழு (Rain Forest Action Committee) போன்ற பன்னாட்டு அமைப்பினராலும் ஆதரவளிக்கப்பட்டு உலகறியச் செய்யப்பட்டது.

2. மத்திய இந்தியாவில் நர்மதா நதியின் குறுக்கே இந்தியப் பொருளாதார வளர்ச்சியின் காட்சிப் பொருளாக விளங்க விருந்த சர்தார் சரோவர் அணை கட்டப்பட்டு வந்தது. கட்டி முடிக்கப்படும்போது நானூற்றி அறுபது அடி உயரம் கொள்ளும் அந்த அணை பெரிதும் தேவையான பாசன வசதியும் மின் உற்பத்தியும் நல்கக் கூடியது. ஆனால், வரலாற்றுப் புகழ் வாய்ந்த தொன்மை ஆலயங்களையும், வளமிக்க அடர்ந்த காடுகளையும், குறைந்தது 250 கிராமங்களையும் மூழ்கடித்துவிடும். அங்கிருந்து வெளியேற்றப்படக்கூடிய சாத்தியக் கூறு உள்ள மக்கள் நர்மதா பள்ளத்தாக்கு பாதுகாப்பு இயக்கம் (Narmada Bachao Andolan) என்கிற அமைப்பின் கீழ் ஒன்று திரண்டனர். அவ்வமைப்பிற்கு நாற்பது வயது பெண்மணி மேதா பட்கர் தலைமையேற்றார். அணை கட்டப்படுவதைத் தடுக்கும் முயற்சியாக அவர்கள் மாநிலங்களின் சட்டமன்றங்களுக்கு வெளியிலும் உண்ணா நோன்புப் போராட்டம் நடத்தினர்; புது தில்லியில் இந்தியத் தலைமை அமைச்சருடைய இல்லத்திற்கு வெளியே முகாமிட்டனர். அகற்றப்பட இருந்த கிராம மக்களிடையே அவர்களுக்கு ஏற்படக்கூடிய துயரநிலை குறித்த விழிப்புணர்வு ஏற்படுத்துவதற்காக நர்மதா பள்ளத்தாக்கு முழுவதிலும் நடைப்பயணம் மேற்கொண்டனர்.

3. 1970 ஆம் ஆண்டுகளில், அந்நியச் செலவாணியை ஈட்டியாக வேண்டிய கட்டாயத்திற்குத் தள்ளப்பட்ட தாய்லாந்து அரசின் வனத்துறை இயற்கை வனங்களின் பெரும் பரப்பினை ஒற்றைப் பண்பாட்டியல் தோட்டங்களாக மாற்றி யூகலிப்டஸ் மரங்களை நடுவதற்கான முயற்சிகளில் ஈடுபட்டது. 2020 ஆம் ஆண்டிற்குள் 60,000 சதுர கிலோமீட்டர் பரப்பளவில் யூகலிப்டஸ் மரங்களை வளர்த்து பெரும்பாலும் ஜப்பானிய

நிறுவனங்களுக்குச் சொந்தமான காகித ஆலைகளுக்கு மரத்துண்டுகளை விற்பதென திட்டமிட்டிருந்தது. பாங்காக்கில் அதிகார வர்க்கத்தினர் நாட்டிற்குக் கிடைக்கக்கூடிய யென்களைப் பற்றி எண்ணிக்கொண்டிருந்த வேளையில் வனப்பகுதிகளைச் சேர்ந்த விவசாயிகள் தோட்டங்கள் ஏற்படுத்துவதை எதிர்க்கத் தொடங்கினர். நீர்வளத்தை ஒட்ட உறிஞ்சக்கூடியதும் மண்வளத்தைக் குன்றச் செய்யக் கூடியதுமான ஆஸ்திரேலிய நாட்டு மரங்களின் அண்மையால் தமது நெல் வயல்கள் பாதிக்கப்படக்கூடும் என அஞ்சினர்; கால்நடைகளுக்குத் தீவனங்களையும், எரிபொருட்களையும், கனிவகைகளையும், மருத்துவ மூலிகைகளையும் அறுவடை செய்த பல்வகையான பசுமைவளங்களைப் பெற்றிருந்த வனங்களின் இழப்பிற்காகவும் புலம்பினர். விவசாயப் போராளிகளைத் திரட்டிய புத்த சமயத் துறவியர் அரசு அலுவலகங்களுக்குப் பிரதிநிதிகளை அனுப்பியும் சமயச் சடங்குகளை நடத்தியும் இயற்கை வனங்கள் செயற்கையானவையாக மாற்றப்படுவதைத் தடுப்பதற்கு முற்பட்டனர்.

4. 1995 ஆம் ஆண்டு நவம்பர் மாதம் 10 ஆம் நாள், நைஜீரிய நாட்டின் இராணுவ சர்வாதிகார ஆட்சி ஒன்பது அரசு எதிர்ப்பாளர்களைத் தூக்கிலிட்டது. அவர்களுள் கவிஞரும் நாடக ஆசிரியருமான கென் சரோ-விவா தலையாயவர். ராயல் ஷெல் எனும் ஆங்கிலேய - டச்சு கூட்டு நிறுவனம் ஓகோனி மலைப்பகுதிகளில் எண்ணெய்க் கிணறுகளைத் தோண்டியதால் ஓகோனி பழங்குடியினருக்கு ஏற்பட்ட பாதிப்பின்பால் அரசின் கவனத்தை ஈர்ப்பதற்கு முயற்சித்ததே அவர்கள் இழைத்த குற்றமாகும். ஓகோனி வனப்பகுதிகளில் ஷெல் நிறுவனம் நாள்தோறும் 25,000 பீப்பாய்கள் எண்ணெயை உறிஞ்சி எடுத்தது. எண்ணெய் எடுக்கப்பட்டதால் நைஜீரிய நாட்டின் அரசிற்கு வருவாய் கொழித்தது. ஆனால், ஓகோனி மலைவாழ் மக்கள் பெருமளவிலான இழப்பிற்கு உட்படுத்தப்பட்டனர். அவர்கள் பள்ளிகளோ, மருத்துவமனைகளோ இல்லாமல் தவித்தனர். முப்பத்தைந்து ஆண்டுகள் எண்ணெய்ச் சுரண்டல் சாவையும் பேரழிவையும் மட்டிலுமே அவர்களுக்கு விட்டு வைத்தது. வனப்பகுதி அழிக்கப்பட்டு விட்டது; கரியமில வாயுக்களும்,

கரிமப் பொருட்களும் நிறைந்த வளிமண்டலம்; வன உயிரினங்கள் அற்றுப்போய்விட்ட வெற்று நிலம்; தூய்மைக் கேட்டிற்கு இலக்காகிப் போன நீரோடைகளும் சுனைகளும்; இவ்வாறாக, அந்நிலப்பகுதி உயிரின வாழ்க்கைச் சூழல் அழிவிற்கான அத்தனை அம்சங்களையும் பெற்றிருந்தது. 1991 ஆம் ஆண்டு சரோ-விவா நிறுவிய ஓகோனி மக்கள் வாழ்க்கைப் பாதுகாப்பு இயக்கம் ஷெல் நிறுவனத்திற்கும் அதனுடைய இராணுவ ஆதரவாளர்களுக்கும் பொதுமக்கள் எதிர்ப்பினை வலிமைப்படுத்தியது. அச்சுறுத்தலாகவும், மிரட்டல்களாகவும், சிறைப்பிடித்தும் எதிர் நடவடிக்கை மேற்கொண்ட லாகோஸ் இராணுவத் தளபதிகள் இறுதியில் சாரோ-விவாவையும் அவருடைய சகாக்களையும் நீதியின் பேரில் கொலை செய்தனர்.

5. நிறைவாக, எதிர்ப்பு என்பதைக் காட்டிலும் சுற்றுச்சூழல் மறுகட்டமைப்பு என்கிற வகையிலான எடுத்துக்காட்டு ஒன்றைக் காண்போம். கான்சாஸ் பல்கலைக்கழகத்தில் பயின்று தனது நாட்டின் முதல் பெண் பேராசிரியராகத் திகழ்ந்த உடல் உறுப்பியல் ஆராய்ச்சியாளர் வாங்கரி மத்தாய் ‘கென்ய நாட்டு பசுமைப் பரப்பு இயக்கம்’ எனும் அமைப்பினை நிறுவினார். 1997 ஆம் ஆண்டு தனது பல்கலைக்கழகப் பதவியைத் துறந்துவிட்டு ஏனைய எளிய குறைந்த தகுதிநிலையில் வாழ்ந்த பெண்டிரை தமது சுற்றுச்சூழலைப் பாதுகாப்பதற்கும் மேம்படுத்துவதற்கும் ஊக்குவித்தார். 1977 ஆம் ஆண்டு ஜூன் 5, உலகச் சுற்றுச்சூழல் தினத்தன்று ஏழே மரக்கன்றுகளை நடுவதில் தொடங்கிய அந்த இயக்கம் 1992 ஆம் ஆண்டிற்குள் 70,00,000 மரக்கன்றுகளை வழங்கி, கென்ய நாட்டின் இருபத்தி இரண்டு மாவட்டங்களில் பரவலாக கிராமப் பெண்டிர் குழுக்களைக் கொண்டு நட்டு, பேணி வளர்த்தது. இதழியலாளர் கிரெட் பியர்ஸ் பசுமைப் பரப்பு இயக்கம் குறித்து எழுதுகிறார்: “அவ்வியக்கம், உலகளாவிய சட்டாம்பிள்ளை இயக்கமான ‘அமெரிக்க ஐக்கிய நாடுகளின் சுற்றுச்சூழல் செயல்திட்டம்’ நைரோபியில் தலைமையகம் அமைத்து பாலைவனமாக்கப்படுவதற்கு எதிரான திட்டங்களை மிகப் படாடோபமாக மேற்கொண்டு தோல்வியுற்ற நிலையில், பாலைவன விரிவாக்கத்தையும்

மண்வள அழிப்பினையும் தடுத்து நிறுத்தும் வகையில் செயல்பட்டது."

மேலே எடுத்துக்காட்டப்பட்டுள்ள நேர்வுகள் அனைத்தும் சுற்றுச்சூழலியல் சமுதாயத்தினரால் நன்கு அறியப்பட்டவை. மேதா பட்கர் கலிபோர்னியாவின் பெருங்கொடையாளர்களால் வழங்கப்பட்ட பெருமதிப்புமிக்க தங்கமாந்தன் விருது பெற்றார். பெனான் மக்களுடைய நிலைமை குறித்த திரைப்படங்கள் பிரிட்டானிய, ஜெர்மானிய தொலைக்காட்சிகளில் ஒளிபரப்பப்பட்டன. சாரா - விவாவின் மரணம் New Yorks Times இதழின் முன்பக்கத்தில் வெளியிடப்பட்டது. ஏழை மக்கள் சுற்றுச்சூழலியல் தொடர்பான மேலும் சிறந்த நேர்வுகளை தெரிவு செய்திருக்கலாம். அத்தகைய இரண்டு, இன்னும் சொல்லப்போனால், அனைத்திலும் மிகச் சிறந்த நேர்வுகள் இந்த இயலின் பிற்பகுதியில் ஆய்வு செய்யப்படுகின்றன. ஆனால், நான் பெரிதும் அறியப்படாத நேர்வுகளைத் தெரிவு செய்திருக்க வேண்டும். அவை தென் பகுதி நாடுகளில் நூற்றுக் கணக்கில் உள்ளன. வணிகமுறையில் மரங்கள் வெட்டப்படுவதையும் தொழிலியலாக ஒற்றைச் சாகுபடி முறைகளைக் கைக்கொள்வதையும் எதிர்த்தும் மரபுவழிப்பட்ட சமுதாயங்களின் உரிமைகளையும் இயற்கை வனங்களையும் பாதுகாப்பதற்கும் போரிட்ட ஏனைய இயக்கங்கள், விரிவானவையும் அழிவினை விளைவிக்கக் கூடியவையுமான மாபெரும் அணைத்திட்டங்களில் இடம்பெயர நேர்ந்த மக்களுடைய போராட்டங்களும், சுண்ணாம்புக்கல், கிரானைட் சுரங்கங்களால் தமது விளைநிலங்களும் மேய்ச்சல் நிலங்களும் அழிக்கப்படுவதை எதிர்த்த விவசாயிகள் இயக்கங்களும், தமது வாழ்வாதாரங்களை மட்டுமின்றி மீனினங்களையே அழித்துவிடக்கூடிய விசைப்படகுப் பெருமுதலாளிகளை எதிர்த்த கைவலை மீனவர்களின் இயக்கங்களும், ஆற்றின் அழகையும் குடிநீர் ஆதாரங்களையும் அழிக்கவல்ல வேதியல் கழிவுகளை வெளியேற்றுகின்ற காகித ஆலைகளை எதிர்த்த ஆற்றுப்படுகைப் பகுதிகளில் வாழ்கின்ற மக்களுடைய போராட்டங்களும் அவற்றுள் அடங்குவன. சுற்றுச்சூழல் சீரழிவினை எதிர்த்த இத்தகைய போராட்டங்களுடன் சுற்றுச்சூழல் மறுசீரமைப்பிற்கான போராட்டங்களையும் சேர்த்துக் கொள்ளலாம். ஆசிய, ஆப்பிரிக்க நாடுகளில் கிராமிய

சமுதாயத்தினரிடையே வனங்களைச் சிறந்த முறையில் மேலாண்மை செய்யக் கோரியும், மண்வளத்தைப் பேணிப் பாதுகாப்பது குறித்தும், மழைநீரைச் சேமிப்பது பற்றியும், எரிசக்தி சேமிப்புக் கருவிகளான மேம்படுத்தப்பட்ட அடுப்புகள் உயிரி எரிசக்திக்கலன்கள் ஆகியவற்றைப் பயன்படுத்துவது தொடர்பாகவும் எண்ணற்ற விதங்களில் முயற்சிகள் பெருகிவருகின்றன.

இத்தகைய பலதரப்பட்ட சமூகச் செயல்பாட்டை குறிப்பிடுவதற்கு மிகவும் வசதியாகவும் பாதுகாப்பாகவும் 'ஏழை மக்கள் சுற்றுச்சூழலியல்' எனும் சொற்றொடர் பயன்படுத்தப்படுகிறது. இந்த வகையிலான சுற்றுச்சூழலை அதன் வடபகுதி நாடுகளின் இணையான நன்கு அறியப்பட்டவையும் மிகவும் அணுக்கமாக ஆய்வு செய்யப்பட்டனவுமான செயல்பாடுகளிலிருந்து பெருவிய நாட்டு செயல்வீரர் ஹுகோ பிளாங்கோ பாகுபடுத்தியுள்ளார். பிளாங்கோ எழுதுகிறார்:

> *முதல் பார்வையில், சுற்றுச்சூழலியலாளர்கள் அல்லது நிலைபெயராமல் பாதுகாக்கும் கோட்பாட்டாளர்கள் நல்லவர்களாகவும், நீலத் திமிங்கிலங்களையும் பனிக்கரடிகளையும் அழிந்துவிடாமல் காப்பதற்காகவே தமது வாழ்க்கையை அர்ப்பணித்துக் கொண்ட சற்றே பித்துப் பிடித்தவர்கள் போலவும் தோன்றுவர். எளிய மக்கள் அன்றாட உணவைப் பெறுதல் போன்ற பெரிதும் முக்கியத்துவம் வாய்ந்தவை குறித்த சிந்தனையில் ஆழ்ந்திருப்பர். சில சமயங்களில், அவர்களில் சிலரைப் பித்துப்பிடித்தவர்கள் என்று சொல்ல முடியாது; வேண்டுமானால் சூழ்ச்சிக்காரர்களாக இருப்பர். ஆபத்திற்கு இலக்கான விலங்குகளைக் காப்பாற்றுவதாகச் சொல்லிக்கொண்டு கனிசமான அளவில் அயல்நாடுகளிலிருந்து டாலர்களைப் பெறும் பொருட்டு அரசு சாரா நிறுவனங்களைத் துவக்கினர். அத்தகைய கண்ணோட்டமும் சில வேளைகளில் உண்மையே. இருப்பினும், பெரு நாட்டில் சுற்றுச்சூழலியலாளர்கள் பெரும் எண்ணிக்கையில் உள்ளனர். ஆனபோதிலும், அத்தகையோரிடம் 'நீங்கள் சுற்றுச்சூழலியலாளர்' என்று கூறினால் அவர்கள் வெறுப்புடன் சொற்களை*

உதிர்ப்பர். இருப்பினும், நமது ஆய்வைத் தொடருவோம். சுரங்கத் தொழிலினால் தமது குடிநீர் மாசடைவதை எதிர்த்து மீண்டும் மீண்டும் கடுமையாகப் போரிட்ட பாம்பாமராக்கா கிராமத்தினர் உண்மையிலேயே சுற்றுச்சூழலியலாளர்கள் அல்லவா? பெரு தாமிரப் பொருட்கள் உற்பத்திக் கழகத்தால் சுற்றுச்சூழல் மாசடைந்ததை எதிர்த்த இலோ நகரம் மற்றும் அதன் சுற்றுப்புறக் கிராமங்களைச் சேர்ந்த மக்கள் சுற்றுச் சூழலியலாளர்கள் இல்லையா? பியுராவின் தம்போ கிராண்டே கிராம மக்கள் தமது பள்ளத்தாக்கில் சுரங்கம் வெட்டப்பட்டதை எதிர்த்துக் கிளர்ந்தெழுந்து தமது உயிரை இழக்கத் துணிந்தனரே, அவர்கள் சுற்றுச்சூழலியலாளர்கள் அல்லவா? லா ஒரோயோ உலோகம் பிரித்தெடுக்கும் உருக்கு உலைகளிலிருந்து வெளிப்பட்ட ஆவியால் இறந்து போன மறிகளுக்காகப் போராடிய மாந்தரோ பள்ளத்தாக்கு மக்களும்கூடச் சுற்றுச்சூழலியலாளர்கள்தாம். தமது வனங்கள் அழிக்கப்படுவதை எதிர்த்து அவற்றைப் பாதுகாப்பதற்காக தமது உயிரை ஈந்த அமேஷோனியா மக்களும் சுற்றுச்சூழலியலாளர்களே! கடற்கரை நீர் மாசடைவதை எதிர்த்து முறையிடுகின்ற லிமா ஏழை மக்களும் சுற்றுச்சூழலியலாளர்கள்தாம்.

(ஸ்பானிய மொழியிலிருந்து ஜுவான் மார்டினெஸ் ஆலியெரால் ஆங்கிலத்தில் மொழிபெயர்க்கப்பட்டது.)

ஏழை மக்கள் சுற்றுச்சூழலியலில் ஆறு விதமான தனித்துவமிக்க பான்மைகளைக் காணலாம். முதலாவதானதும் முகாமையானதுமாக, அது சுற்றுச்சூழலியல் அக்கறையுடன் சமூக நீதிக்கான அக்கறையையும் இணைத்துக் கொள்கிறது. டேவிட் மிகத் தெளிவாக எழுதுகிறார்: “மூன்றாம் உலக நாடுகளில் சமூக, சுற்றுச்சூழலியல் இடர்ப்பாடுகள் ஒன்றிலிருந்து மற்றொன்றைப் பிரிக்கவியலாதவண்ணம் பின்னிப் பிணைக்கப்பட்டு உள்ளன. வணிகவியல் முறையில் வனங்களை அழித்தல், எண்ணெய்க் கிணறுகள் தோண்டுதல், மாபெரும் அணைகளைக் கட்டுதல் ஆகிய அனைத்தும் சுற்றுச்சூழலைச் சீரழிக்கின்றன. அத்துடன் நில்லாமல், வேதனை அளிக்கும் விதத்தில் கிராமிய மக்களுடைய வாழ்வாதாரங்களையே பறித்துக் கொள்கின்றன. பழங்குடி

மக்கள் விறகு திரட்டுவதிலிருந்தும் சிறு விலங்குகளை வேட்டையாடுவதிலிருந்தும் துரத்தியடிக்கப்படுகின்றனர்; விவசாயிகளுடைய சாகுபடிகள் சேதமடைகின்றன; அனைத்திலும் கொடுமையானதாக அப்பகுதிகளில் வாழ்ந்த மக்கள் தமது நிலங்களையும் வீடுகளையும் பறிகொடுத்து விட்டு புலம்பெயர வேண்டிய அகதிகளாகிப் போகின்றனர். இத்தகைய முட்டுக்கட்டைகளுக்கு எதிரான போராட்டங்களை, வாழ்க்கைக்காகப் போராடுவது போன்ற சுற்றுச்சூழலியல் இயக்கம் என்பது குறுகிய கண்ணோட்டத்தின் வெளிப்பாடாகும். பால்சா நதிக்குக் குறுக்கே சேன் ஜுவான் அணை கட்டுவதற்கு இடமளிக்கும் பொருட்டு அப்பகுதியை விட்டு வெளியேறுமாறு கேட்டுக் கொள்ளப்பட்ட நேஹுதால் பழங்குடி மக்கள் மெக்சிக்கோ அதிபரிடம் அளித்த மனு, சமூக, சுற்றுச்சூழலியல் அக்கறைகள் பிரித்துப் பார்க்கவொண்ணாத விதத்தில் பிணைக்கப்பட்டுள்ளன என்பதற்கு அழகியதோர் எடுத்துக்காட்டாக விளங்குகிறது.

மேதகு அதிபர் அவர்களே,

நாங்கள் ஒன்று திரண்டு வெளிப்படையாக சேன் ஜுவான் டெலிசிங்கோ அணை கட்டப்படுவதற்கு எதிர்ப்புத் தெரிவிக்கிறோம். ஏனெனில், எங்களுடைய பொருளாதாரத்தையும், வரலாற்றியல் மற்றும் பண்பாட்டியல் சார்ந்த மரபுவழி ஆக்கங்களையும், எங்களுடைய வாழ்வாதாரமான இயற்கை வளங்களையும் இத்திட்டம் அழிப்பதற்கு எங்களால் அனுமதிக்க இயலாது... எங்களுடைய கிராமங்களையும் நிலங்களையும் மூழ்கடிக்கின்ற இத்திட்டம் ஒவ்வொரு வழியிலும் எமக்குப் பெருத்த இழப்புகளையும் இன்னல்களையும் ஏற்படுத்தக் கூடியது; நாங்கள் எங்களுடைய வீடுகளையும், தேவாலயங்களையும், நகர மண்டபங்களையும், சாலைகளையும், பாசன அமைப்புகளையும், நாங்கள் பல ஆண்டுகள் மாபெரும் தியாகங்களைப் புரிந்து உருவாக்கிய ஏனைய கூட்டுப் பணிகள் அனைத்தையும் இழந்திடுவோம். எங்களுக்கு வாழ்க்கையின் ஆதாரமான பண்ணை நிலங்கள் பறிபோய்விடுவன; எங்களுடைய கால்நடைகளுக்கு உணவளிக்கின்ற மேய்ச்சல் நிலங்களை இழப்போம்;

எங்களுடைய பழத்தோட்டங்களையும் கனி மரங்களையும் இழப்போம்; கைவினைப் பொருட்கள் உற்பத்திக்கான களிமண் நிலங்களையும் ஏனைய மூலப் பொருட்களையும் இழந்திடுவோம்; இறந்து போன எங்களுடைய மூதாதையர் புதைக்கப்பட்ட கல்லறைகளையும் தேவாலயங்களையும், குகைகளையும், நீரூற்றுகளையும், எங்களுடைய காணிக்கைகளைச் செலுத்துகின்ற ஏனைய புனித இடங்களையும் இழந்து தவிப்போம். ஏனையவற்றுடன், மிகவும் இன்றியமையாததும் தனித்துவம் வாய்ந்ததுமான தொன்மைக் களஞ்சியம் தியோபான்டேகுயானிட்லான் இழந்திடுவோம்; எங்களுடைய மூதாதையர் எங்களுக்குக் கற்பித்த முறைப்படி எங்களுடைய வாழ்க்கைக்காக நாங்கள் பயன்படுத்தி வந்த இயற்கை வளங்கள் அனைத்தையும் இழந்து போவோம்; இந்த மனு முடிவடையாது போய்விடும் என்பதால் இங்கே எங்களால் வெளிப்படுத்த இயலாத எண்ணற்ற வளங்களை இழந்திடுவோம்.

(ஸ்பானிய மொழியிலிருந்து பேதரின் குட் என்பவரால் ஆங்கிலத்தில் மொழிபெயர்க்கப்பட்டது.)

சுற்றுச்சூழல் சீரழிவு பெரும்பாலும் பொருளாதார இடர்ப்பாடுகளை ஏற்படுத்தும் என்கிற உண்மை இத்தகைய எதிர்ப்பு இயக்கங்களின் விரைவான செயல்பாடுகளை விளக்குகின்றது. மாந்தவியலாளர் பீட்டர் புரோசியஸ் பெனான் போராட்டத்தில் ஒரு தரப்பினருடைய வழக்கில் மெய்மையின் தெள்ளத் தெளிவான வாக்குமூலத்தைக் காண்கிறார்; ஆனால், அத்தகைய மெய்மை யூகலிப்டஸ் தோட்டங்களையும், மாசுபடுத்துகின்ற ஆலைகளையும், மண்வளத்தை குன்றச் செய்கின்ற சுரங்கங்களையும் எதிர்த்து நின்ற கிராமிய சமுதாயத்தினரிடம் நிறைந்திருக்கக் காண்கிறார். நிலவளம், நீர்வளம், வனவளம், மீன்வளம் என அவர்களுடைய நீண்டகால கோரிக்கைகளை, அரசுடன் ஒன்றிணைந்து செயல்படுகின்ற ஆதாயம் தேடுவோர் காலில் போட்டு மிதித்தனர். அதே அரசு தான் வெளியாருக்கு எண்ணெய் தோண்டி எடுப்பதற்கும், சுரங்கங்கள் வெட்டுவதற்கும், மரங்களை வெட்டுவதற்கும் உரிமை வழங்கியது. இங்கே ஒருவித ஏமாற்றும் போக்கினைக் காண முடிகிறது. அவர்களுடைய அரசு பணக்காரர்களுடன்

கைகோர்த்துக்கொண்டு ஏழை மக்களுக்குத் தீங்கு இழைக்கின்ற நிலையைக் காண்கிறோம். ஏனெனில், பெனான் மக்களைப் பொறுத்தவரை அரசு அலுவலர்கள் இரக்கம் என்பதே இன்னதென்று அறியாதவர்களாகச் செயல்பட்டனர். அத்தகைய இன்னல்களை விளைவிப்பது குறித்த உணர்வற்றவர்களாகவும் அவர்களுடைய நலன்கள் பற்றிய அக்கறை அற்றவர்களாகவும் நடந்து கொண்டனர் என்கிறார் புரோசியஸ்.

இருப்பினும், முதலில் அரசு தனது தவறான வழிகளை உணர்ந்து உதவிக்கு வரும் என்கிற எண்ணமே நிலவுகிறது. இத்தகைய போராட்டங்கள் முதலில் தொடர்புடைய அதிகாரிகளுக்கு, குறைகளைத் தீர்ப்பதற்கான நிலையில் உள்ளவர்களுக்குக் கடிதங்களையும் மனுக்களையும் அனுப்புவதில் தான் தொடங்குகின்றன. கோரிக்கைகளுக்குச் செவிமடுக்காத போதுதான் நேரடி எதிர்த்தாக்குதலைத் தொடுக்கின்றனர். ஆதரவு திரட்டுதற்காக மின்னியல் ஊடகங்களையும் நேரடி அஞ்சல்களையும் பயன்படுத்துகின்ற வட பகுதி நாட்டினரைப் போலன்றி, தென் பகுதி மக்களுடைய தகவல் தொடர்புக் கால்வாய்கள் கிராமம், பழங்குடி, குலமரபு, இனம் போன்ற மரபுவழிப்பட்ட தொடர்புமுறைகளையே பெரும்பாலும் சார்ந்திருக்க வேண்டியுள்ளன. ஒத்த அதிர்வு கொண்ட மக்கள் போதிய எண்ணிக்கையில் திரட்டப்பட்டவுடன் ஒன்றிணைந்த போராட்டத்திற்கான வலிமை மலர்ச்சியுறுகிறது. இந்தியாவில் பரவலாகக் காணப்படுகின்ற சுற்றுச்சூழலியலை ஆய்வு செய்த போது, ஏழு விதமான போராட்டமுறைகள் கையாளப்படுவதைக் காண முடிந்தது. அவையாவன: தர்ணா, ஒன்று திரண்டு அமைதியாக அமர்ந்திருந்து கோரிக்கைகளை வலியுறுத்துகின்ற வடிவம்; ஊர்வலமாகச் சென்று கோரிக்கைளை முழக்கமிடுதல்; பொது கடையடைப்பு; சாலை மறியல்; உண்ணா நோன்புப் போராட்டம்; முற்றுகைப் போராட்டம்; சிறை நிரப்புப் போராட்டம் போன்றவை.

ஆங்கிலேய ஆதிக்க ஆட்சியை எதிர்த்த காந்திஜியால் இவற்றுள் பெரும்பாலான போராட்ட முறைகள் மேலும் செழுமைப்படுத்தப்பட்டன. அவற்றிற்கு இணையான போராட்ட வடிவங்களை விவசாயிகள் மத்தியிலும் காண முடிந்தது. தாய்லாந்து மலைக்கிராமத்தில் யூகலிப்டஸ் தோட்டங்கள்

நிறுவுவதை எதிர்த்ததைப் பற்றி எழுதிய லேரி லோாங்மேன் கீழ்க்கண்டவாறு குறிப்பிடுகிறார்:

> *சிறு விவசாயிகள் அதிகார வர்க்கத்தினரின் வெறுப்பினைப் பொறுத்து நின்றும், மாவட்ட அலுவலர்களுக்கும் அமைச்சர்களுக்கும் மனு அனுப்பியும், கொலை மிரட்டல்களுக்கு அஞ்சாமல் எதிர்த்தும் ஏனைய பகுதி கிராமத்தினர் மத்தியில் போராட்ட யுக்தி கூட்டங்களை நடத்தினர். அவர்கள் ஊர்வலங்களை நடத்தினர்; கருத்தரங்குகளில் முழங்கினர்; சாலைகளை மறித்தனர்; அரசு அலுவலகங்களை நோக்கி அணிவகுத்துச் சென்றனர்; எழுச்சிப் பாடல்களை இசைத்தனர். ஏனைய வழிமுறைகள் தோற்றுப் போய், அவர்கள் போதிய அளவு சிறப்பாக ஒழுங்கமைக்கப் பெற்றிருப்பின், மறைவாகவோ, பெருந்திரளாகத் திரண்டு வெளிப்படையாகவோ யூகலிப்டஸ் கன்றுகளைப் பறித்து எறிந்தனர்; யூகலிப்டஸ் மரங்களை வெட்டி வீழ்த்தினர்; நிலச் சமன் செய் பொறிகளை மறித்து நிறுத்தினர்; நாற்றங்கால்களையும் எந்திரங்களையும் எரித்தனர். அதே சமயத்தில், சுற்றுச்சூழலியலாளருக்கு உரிய பொறுப்புகளை நன்கு உணர்ந்தவர்களாக, யூகலிப்டஸ் மரங்களை அகற்றிவிட்டு கனி, இரப்பர், தாயக இயற்கை வன மரங்களை கிராமத்தினர் பலர் நட்டு வளர்த்தனர்; தாயக வனப்பகுதிகளை தலைமுறைகளுக்கும் பேணிக்காக்கும் வகையில் அவர்கள் மேற்கொண்ட செயல்முறைகளை நல்லெண்ணம் கொண்ட இதழியலாளர்களுக்கு விளக்கிக் கூறினர்.*

தனியராகவும் மக்களை ஒன்று திரட்டியும் நடத்தப்பட்ட இத்தகைய போராட்டங்கள் சில சமயங்களில் சமூக நீதி எனும் தாயகக் கோட்பாட்டினால் குறைத்து மதிப்பிடப்பட்டது. எடுத்துக்காட்டாக, காந்திஜி தொழில்மயமாக்கப்பட்டதால் நலிவடைந்த கிராமியப் பொருளாதாரத்தின் பொருட்டு போராடிய இந்திய சுற்றுச்சூழலியலாளருக்கு உகந்த போராட்ட நுட்பங்களையும் நன்னெறி சார்ந்த சொல்வளத்தையும் கற்றுக் கொடுத்தார். அதே போல தாய்லாந்து நாட்டு விவசாயிகள் பௌத்த சமயத்தை வெளிப்படையாகப் போதித்த தமது

ஆட்சியாளர்களுக்கு அவர்களுடைய கொள்கைகள் நீதிக்கும் இயற்கையோடு இயைந்த வாழ்க்கையின்பால் அவர்கள் கொண்ட கடப்பாட்டிற்கும் புறம்பானவை என்பதை நினைவூட்டுவதற்கு புத்தரையும் பௌத்த சமயத்தையும் நாடினர். யூகலிப்டஸ் தோட்டங்களுக்கு எதிரான போராட்டம் உயிரின வாழ்க்கைச் சூழலியல் துறவிகள் எனப்பட்ட பௌத்தத் துறவியரால் வழிநடத்தப்பட்டது என்பது குறிப்பிடத்தக்கது. லத்தீன் அமெரிக்காவில், கத்தோலிக்க சமயம் மற்றும் அதனின்று வேறுபட்ட தாராளவாத சமய நெறிகள் கையாளப்பட்டு அவர்களுடைய வலிமை அனைத்தையும் ஏழை, எளிய மக்களுடைய நலன்களைப் பாதுகாப்பதற்குப் பயன்படுத்துமாறு கோரப்பட்டது. அவ்வாறாக, சேன் ஜுவான் அணை கட்டப்பட்டதை எதிர்த்துப் போராடியவர்கள் இரவு நேரத் தொழுகைகளை நடத்துமாறு கிறித்தவப் பாதிரியார்களை வேண்டினர்; கிராமப் புரவலர்களான துறவியருடைய படங்களுடன் அணை கட்டப்படவிருந்த இடத்தை நோக்கி ஊர்வலம் நடத்தினர்; கௌடாலூப் கன்னி மாதாவைப் போற்றி மெக்சிகோ நகர தேவாலயத்தை நோக்கி அணிவகுத்துச் சென்றனர்.

ஏழை மக்களுடைய சுற்றுச்சூழலின் குறிப்பிடத்தக்க பான்மை என்னவெனில் மகளிரினுடைய சிறப்பியல்பானதும் சில சமயங்களில் தீர்மானகரமானதுமான பங்கேற்பு. மேதா பட்கர், வாங்கரி மத்தாய் போன்ற பெண்கள் மிகச்சிறப்பாகத் தலைமைப் பொறுப்பேற்று வழிநடத்தியுள்ளனர். அணிவகுப்புகளிலும், போராட்ட நிகழ்வுகளிலும், வேலைநிறுத்தங்களிலும், உண்ணா நோன்புகளிலும் பெண்கள் பெரும் எண்ணிக்கையில் கலந்து கொண்டனர். மானக்கேடாக நடத்துதல், தடியடி மேற்கொள்ளுதல், சிறைப்படுத்துதல் போன்ற கொடுமையான அரசியல் எதிர்நடவடிக்கைகளைக் கண்டு அவர்கள் ஒருபோதும் அஞ்சியதில்லை. வெனிசுலா நாட்டு பெண்ணிய எழுத்தாளர் ஒருவர், ‘இன்றைக்கு மகளிர் குழுக்களில் உள்ள அனைவரும் அவர்களுக்கு சுற்றுச்சூழலியல் என்றால் என்னவென்று தெரியுமோ தெரியாதோ சுற்றுச்சூழலியலாளர்களே! அவர்களால் இந்தியா, மலேசியா, பிரேசில், கென்யா, மெக்சிகோவில் போராடும் பெண்களுக்காகக்கூட வாதிடமுடியும்’ என்று எழுதியுள்ளார்.

நாட்டுப்புற மகளிர் மத்தியில் தூய்மையானதும் செழிப்பு மிக்கதுமான சுற்றுச்சூழலின்பால் மனிதயினத்தினுடைய சார்புத்தன்மை குறித்த ஆழ்ந்த விழிப்புணர்வு பெரும்பாலும் நிலவுகிறது. மத்திய இந்தியாவின் பாஸ்டர் மாவட்டத்தைச் சேர்ந்த வனப் பாதுகாப்புப் போராட்டங்களில் செயல்வீராங்கனையாகத் திகழ்கின்ற பழங்குடியினப் பெண்மணி ஒருவர் கூறுகிறார்: "வனங்கள் இல்லாமற் போனால் என்னவாகும்? பகவான் மகாபிரபுவும் பூமித் தாயும் நமது பக்கம் இருக்க மாட்டார்கள்; நம்மை விட்டுப் போய்விடுவர்; நாம் செத்துப் போவோம். பூமித் தாய் இருப்பதால் தாம் நாம் இங்கே உட்கார்ந்து பேசிக்கொண்டிருக்கிறோம்." அத்தகைய குறிப்புரைகளால் உணர்வூட்டப்பட்ட சில பெண்ணிய அறிஞர்கள் மகளிருக்கும் இயற்கைக்கும் இடையிலான புரியாத பிணைப்பினையும், ஆடவருக்கு மறுக்கப்பட்ட உள்ளார்ந்த உடல் இயக்கக்கூறியல் சார்ந்த பேற்றினையும் மெய்யென ஏற்றுக் கொள்கின்றனர். இயற்கையைப் பயன்படுத்துவதில் மகளிருக்கு மிக நெருக்கமாகவும் நாள்தோறும் உள்ள ஈடுபாடும் சமுதாயத்தின் பிணைப்பிலும் ஒற்றுமையிலும் அவர்கள் கொண்டுள்ள விழிப்புணர்வும் மதிப்பும் சுற்றுச்சூழலியல் இயக்கங்களில் அவர்கள் பெரும்பான்மையாகப் பங்கேற்பதற்கான காரணிகள் என ஏனைய பெண்ணியலாளர்கள் மிகத் தெளிவான வாதத்தை முன்வைக்கின்றனர். விவசாய, பழங்குடியின, மேய்ப்பர் குடும்பங்களில் பெரும்பாலும் நிலவுகின்ற பணிப்பங்கீட்டு முறைப்படி, விறகு திரட்டுவதும், குடிநீர் கொணர்வதும், கீரை, கிழங்கு வகைகளைப் பறிப்பதும் மகளிருக்கும் சிறார்களுக்குமான பணிகள். அவ்வாறாக, நீரூற்றுகள் வறண்டு போவதையும் வனங்கள் மறைந்து போவதையும் மிக எளிதாக அவர்களால் உணர்ந்து கொள்ளவும் மிக விரைவாக எதிர்வினை ஆற்றவும் முடிகிறது. அத்துடன், ஆண்களைக் காட்டிலும் பெண்கள் தொலைநோக்குப் பார்வை கொண்டவர்களாகவும் உள்ளுணர்வாகப் புரிந்து கொள்ளக்கூடியவர்களாகவும் இருக்கின்றனர். எடுத்துக்காட்டாக, யூகலிப்டஸ் தோட்டங்களால் இன்றைக்கு வேண்டுமானால் ஜப்பானிய யென்கள் வந்து குவியலாம்; எதிர்காலப் பொருளாதார வாழ்க்கை இருண்டு போகும் என்பதை அவர்களால் முன்கூட்டியே உணர முடிந்தது.

உயிரி வாழ்க்கைச் சூழல் சார்ந்த பெண்ணியத்தின் ஆணிவேர்கள்

அலுவலர்களின் யூகலிப்டஸ் பயிரிடுவதற்கான திட்டத்திற்கு ஆண்டிய மலைக்கிராமப் பெண்டிரின் எதிர் நடவடிக்கை

மேனே வனப்பகுதிகளில் நடப்பட்ட யூகலிப்டஸ் மரக்கன்றுகளை உடனே அகற்ற வேண்டும் என்று தாபே சமுதாயப் பெண்கள் தமது மொழியில் வன்மையாகக் கூறினர். பகுதிவாரியான சாகுபடி முறைப்படி மேனேப் பகுதி இடைப்பட்ட காலத்தில் கிழங்குவகைகளைப் பயிரிடுவதற்கென்று ஒதுக்கப்பட்டுள்ளது. மேனேப் பகுதி அச்சமுதாயத்தைச் சேர்ந்த தனிநபர்களின் ஒன்றிணைந்த கட்டுப்பாட்டில் உள்ளது. ஆகவே, சமுதாயத்திற்காக வாதிட்ட பெண்டிர் அந்நிலப்பகுதிகள் தமது மூதாதையரால் கிழங்கு வகைகளைப் பயிரிடுவதற்காக மரபுரிமையாகப் பெறப்பட்டவை என்றும் யூகலிப்டஸ் இலைகளைக் கொண்டு தமது குழந்தைகளுக்கு உணவளிக்க இயலாது என்றும் வலியுறுத்தினர். மேலும், யூகலிப்டஸ் பயிரிட்டால் மண்வளம் குன்றிப்போகும் என்றும் அந்நிலத்தில் வெங்காயம்கூட விளையாது என்றும் அடித்துக் கூறினர்.

ஆதாரம்: என்ரிக் மேயர், சீசர் ஃபோன்சிகா, Comunidad y Producion en el Peru (Lima 1988), p.127. (ஜுவான் மார்டினெஸ் ஆலியரால் ஆங்கிலத்தில் மொழிபெயர்க்கப்பட்டது)

இந்தியா - பிரேசில் ஒப்பீடு

தற்பொழுது மூன்றாம் உலக நாடுகளுள், மிகப்பெரியனவும், சிக்கலார்ந்தனவும், மையமான பண்புகளில் முக்கியத்துவம் வாய்ந்தனவுமான இரு நாடுகளின் சுற்றுச்சூழலியல் இயக்கங்களை ஒப்பீடு செய்வோம். பிரேசிலும் இந்தியாவும் ஏராளமான பான்மைகளில் பொதுமை கொண்டவை; நில அமைப்பியல், பிறப்பு - நோய் போன்ற சமுதாயப் புள்ளிவிவர ஆய்வியல் அடிப்படையில் அவற்றின் வடிவ அளவைப் பொறுத்தும், தமது சமுதாயப் பண்பாட்டியல்களின் பல்வகைமை அடிப்படையிலும், பணம்படைத்தோருக்கும் ஏழ்மையில் உழல்வோருக்கும்

இடையிலான பாகுபாட்டின் ஆழத்தைப் பொறுத்தும், அரசின் ஆதரவுடன் கூடிய முனைப்பான தொழில்மயமாக்கல் திட்டங்களைப் பொறுத்தும், இறுதியாக, முன்னேற்றம் என்று கருதப்பட்ட முயற்சிகளின் விளைவாக ஏற்பட்ட கேடுகளின் விழிப்புணர்வால் தோன்றிய சுற்றுச்சூழலியல் இயக்கங்களின் செயல்பாடுகளைப் பொறுத்தும் அவ்விரு நாடுகளும் ஒப்புமை கொண்டுள்ளன. இரண்டாம் உலகப்போருக்குப் பின்னர், செல்வ வளம் படைத்த மேற்கத்திய நாடுகள் நூற்றுக்கணக்கான ஆண்டுக் காலத்தில் அடைந்தவற்றை ஒரே தலைமுறைக்குள் நிறைவேற்றிவிட எத்தனித்த அவ்விரு நாட்டு அரசியல் தலைவர்களும் உலக நாடுகளுக்கு வழிகாட்டிகளாக விளங்கினர். அறிவுஜீவிகளான விஞ்ஞானியரும், தொழில்நுட்ப வல்லுநர்களும், பொதுப் பணியாளர்களும், சட்ட மன்ற பாராளுமன்ற உறுப்பினர்களும் சுய முக்கியத்துவ உணர்வினை அளவுக்கு அதிகமாகவே தமக்குள் ஏற்படுத்திக்கொண்டும் நாட்டிற்கு வழிகாட்டும் ஒளிவிளக்குகளாகக் கருதிக்கொண்டும் மக்களை இருட்டிலிருந்து வெளிச்சத்திற்கும், நோய் பீடித்த வறுமையிலிருந்து செழுமையை நோக்கியும் வழிநடத்த முற்பட்டனர். எஃகு ஆலைகள், மாபெரும் அணைகள், அணு உலைகள் என மீப்பெரு அளவிலான, கம்பீரமான திட்டங்களுக்கு பெருமிதம்மிக்க இடமளித்து, அவற்றின் வாயிலாக பரவலான மக்கள் மத்தியில் பெருமையும், உயர்ந்த தகுதிநிலையும் கூடிய உணர்வினை ஏற்படுத்த விழைந்தனர். அத்தகைய திட்டங்கள் அவற்றிற்குரிய காவுகளைப் பெற்றுக் கொண்டன; பல்லாயிரக்கணக்கான மக்கள் தாம் வாழ்ந்த இடங்களை விட்டுப் புலம் பெயர்ந்தனர், லட்சக் கணக்கான ஹெக்டேர் பரப்புள்ள வனங்களில் மரங்கள் வெட்டப்பட்டன, ஆறுகள் அனைத்தும் நாற்றமெடுத்துப் பாழாயின. ஆனால், அவற்றின் மூலம் திளைத்த நன்மதிப்பாலும், அவை அளிப்பதாகக் கருதப்பட்ட எதிர்கால நம்பிக்கையாலும், அனைத்திற்கும் மேலாக, மக்களின் பேராதரவைப் பெற்றிருந்த அரசால் அவை மேற்கொள்ளப்பட்டன என்பதாலும் அத்தகைய பெருந் தீங்குகள் மக்களின் கண்டனங்களிலிருந்து தப்பித்து வந்தன. தேசத்திற்கான தியாகம் என்கிற கருத்தியலின் அடிப்படையில் அத்தகைய திட்டங்களுக்கு நியாயம் கற்பிக்கப்பட்டது. ஒரு காகித ஆலைக்காக தமது வனப்பகுதிகளைப் பறிகொடுத்த பழங்குடி

மக்களும், தமது நிலங்களை மூழ்கடித்துவிட்டு உயர்ந்து நின்ற நீர்ப்பெருக்குக் கொண்ட அணைகள் தமது கிராமங்களையும் விழுங்கி நிற்க அஞ்சியோடிய எண்ணற்ற விவசாய மக்களும் நாட்டினுடைய பெருவாரியான நன்மைக்காக, இன்னும் துல்லியமாகச் சொல்ல வேண்டுமானால் நாட்டின் ஒட்டு மொத்த உற்பத்தியின் குறியீட்டை உயர்த்துவதற்காக தமது வாழ்க்கையையே விருப்பத்திற்கு மாறாகத் தியாகம் புரிவதாக ஆறுதல் அளிக்கப்பட்டனர்.

பிரேசில், இந்தியா ஆகிய இருநாடுகளின் முன்னேற்ற வகை மாதிரிகளில், பொதுத்துறையின் கட்டுப்பாட்டில் பொருளாதாரத்தின் உச்ச பட்ச ஆணையதிகாரம் இருப்பதாகவும், தனியார் துறை செல்வம் திரட்டுவதில் சில முக்கியமான துணைநிலைப் பங்கு வகிப்பதாகவும் வரையறுக்கப்பட்டது. இருப்பினும், பொதுத்துறை, தனியார் துறை இரண்டுமே இயற்கையையும் இயற்கை வளங்களையும் பயன்படுத்துவதற்குத் தங்கு தடையற்ற அனுமதி வழங்கப்பட்டது; சந்தை விலையைக் காட்டிலும் மிகக் குறைந்த வீதத்தில் மரங்களும், நீர், கனிமங்கள், மின்சாரம் போன்ற அனைத்தையும் அரசு அவர்களுக்கு வழங்கியது. சுருங்கக் கூறின், நீராதாரங்களையும் காற்று மண்டலத்தையும் மாசடையச் செய்வதற்கான முழு உரிமையும் வழங்கப்பட்டது.

பிரேசிலில் தொழில்மயமாக்கப்பட்ட செயல்முறை இந்தியாவைக் காட்டிலும் கூடுதல் அழிவுகளை விளைவிக்கக் கூடியதாக அமைந்தது. ஒரு வகையில், தேசியப் பண்பாட்டின் இளமைத் துடிப்பும், நாட்டின் எல்லைப் பகுதிகளில் விரிந்து கிடந்த அமேசான் படுகைகளின் வள மிகுதியும் முன்னேற்றத்திற்கான பெருத்த நம்பிக்கை உணர்வையும் இயல்புக்கு மீறிய வேகத்தில் பணிகளைத் துரிதப்படுத்துவதற்கான உந்து சக்தியையும் வழங்கியது. மற்றொரு காரணம், காந்தியம் போன்ற மறுப்பதற்கான மரபு அந்நாட்டில் நிலவவில்லை. இந்தியாவில், பொறுமையிழந்த வேகத்தில் திட்டமிடுவோரையும், முன்னேற்ற முனைவோரையும் கட்டுப்படுத்தும் விதத்தில் எச்சரிக்கை குரல் எழுப்புவதற்கும், வேகத்தைக் குறைத்து பலியிடக் கூடிய மனித உயிர்களைக் கணக்கிலெடுத்துக் கொள்வதற்கான விவேகத்தைப் புகட்டுவதற்கும் வழிவகை இருந்தது. செயல்

துடிப்புமிக்க பல கட்சி அரசியல் அமைப்புமுறையும், பன்மொழி ஊடகங்களும் இந்தியாவில் பலவிதமான எதிர்ப்புக் குரல்களை எழுப்பின. பிரேசிலில், அதற்கு மாறாக, ஏற்கனவே நலிவுற்றிருந்த அரசியல் களம் 1964 ஆம் ஆண்டு இராணுவத் தன்னதிகாரத்தினரால் கைப்பற்றப்பட்டது. அவர்கள் தாம் அமைத்த நெடுஞ்சாலைகளுக்கோ, தொழில் நிறுவனங்களுக்கு மிகுந்த தாராள அடிப்படையில் வழங்கப்பட்ட உரிமங்களுக்கோ எதிர்ப்புத் தெரிவிப்போரைச் சகித்துக் கொள்ள மாட்டனர்.

இருப்பினும், 1960-களின் பிற்பகுதியில் இருநாடுகளிலும் அரசின் ஆதரவுடன் மேற்கொள்ளப்பட்ட தொழில்மயமாக்கலின் தோல்விகள் வெட்ட வெளிச்சமாயின. வறுமை ஒழிந்த பாடில்லை; செல்வவளமாக்கலின் பலன்கள் நகர்ப்புற முதலாளிகளும் கிராமப்புற பண்ணையார்களுமான சிறுபான்மை மக்களிடம் குவிந்தன. பலனடைந்தோர் மேற்கத்திய நாட்டு மக்களைப் போலவே மகிழ்வுந்துகளில் பயணித்தனர்; தொலைக்காட்சி நிகழ்ச்சிகளைக் கண்டுகளித்தனர்; குளிர்பதன பெட்டிகளைப் பயன்படுத்தினர். அதே வேளையில், பெரும்பாலான நகர்ப்புற மக்களும் நாட்டுப்புற மக்களும் குடிசைகளிலும், நெருக்கடி மிகுந்த சேரிகளிலும் வாழ்ந்தனர்; விறகுகளையும் மண்ணெண்ணையையும் பயன்படுத்திக் காய்ச்சிய கூழையோ, கஞ்சியையோ குடித்தனர்; பயணத்திற்கு தமது இரு பாதங்களையே நம்பியிருந்தனர். அதே சமயத்தில் இயற்கை அளவுகடந்த தாக்குதலுக்கு உட்படுத்தப்பட்டது; சுற்றச்சூழல் சீரழிந்து படுபயங்கரமாகக் காட்சியளித்தது. பிரேசிலின் நிலைமையை விளக்கக்கூடியதும் அதே சமயத்தில் இந்தியாவிற்கு முற்றிலும் பொருந்தக்கூடியதுமான சமூக, உயிரின வாழ்க்கைச் சூழலியல் பாதிப்புகளைப் பற்றிய இரண்டு மேற்கோள்கள் கீழே கொடுக்கப்பட்டுள்ளன. முதலாவதாக, சமூகவியலாளர் பீட்டர் பெர்கெர் 1974 ஆம் ஆண்டு எழுதிய Pyramids of Sacrifice எனும் நூலிலிருந்து சில குறிப்புரைகளைக் காண்போம்:

ஒன்று ஒப்பீட்டு முறையில் வளமிக்கதும் மற்றொன்று பல்வேறு நிலைகளில் ஏழ்மையில் வதைவதுமான இரு நாடுகளின் ஒட்டு மொத்தமான நிலைமைகளைக் காட்சிப்படுத்த முயலுவோம். மூன்றாம் உலகின் பல

நாடுகளில் இத்தகைய நிலைமைகளே நிலவுகின்றன. இருப்பினும் விரிந்து பரந்த நிலப்பரப்பினைக் கொண்ட அளவில் மிகப் பெரியதும் பத்துக் கோடிக்கும் மேற்பட்ட மக்கள் தொகையைக் கொண்டதுமான பிரேசில் ஆய்விற்குரிய சிறப்பினைப் பெறுகிறது. பாகுபடுத்துவதற்கு உரிய அறிவு சார்ந்த அளவுகோலைக் கொண்டு பார்க்கும் போது நாட்டின் மக்கள் தொகையில் ஒன்றரைக் கோடிப் பேர் செல்வத்தில் திளைப்பவர்களாகவும் எட்டரைக் கோடி மக்கள் வறுமையில் வாடுவோராகவும் உள்ளனர். இத்தகைய எண்ணிக்கையின் பொருளாதார உட்பொருளை நோக்கும்போது, ஒன்றரைக் கோடி என்பது மிகப் பெரிய எண்ணிக்கை என்பதைக் கவனத்தில் கொள்ள வேண்டும், உண்மையில், முன்னேறிய தொழிலியல் பொருளாதார நாடுகள் சிலவற்றின் மக்கள்தொகையே அவ்வளவுதான். திறனாய்வாளர் ஒருவர் குறிப்பிட்டதைப் போல, ஸ்வீடன் நாட்டினை இந்தோனேசிய நாட்டின் மீது மேற்பதிவு செய்ததைப் போல பிரேசில் உள்ளது. அவ்வகையில், பிரேசிலினுடைய மிகப்பெரிய நிலப்பரப்பும் இயற்கை வள மிகுதியும் ஒருமுகப்படுத்தப்பட்டமைக்கான கூடுதல் பரிணாமத்தை வழங்குகின்றன. அத்துடன், அந்நிலைமை ஆட்சியாளர்களுடைய உண்மையென்று நம்பத்தக்க தோற்றமளிக்கின்ற வெற்றாரவாரத்திற்கும் இடமளிக்கிறது. சற்றே நற்பேறு கிடைக்குமானால், ஒரு பயணி நாடு முழுவதையும் சுற்றி வந்து, ஸ்வீடன் நாட்டினரை மட்டிலுமே காணக் கூடும்; வேண்டுமானால், அவர்களுடன் அவர்களால் இணைத்துக் கொள்ளப்பட்ட அல்லது அவர்களுக்கு வண்ணமயமான பின்னணியாகப் பணியாற்றுகின்ற இந்தோனேசிய மக்களைக் காணலாம்.

பொருளாதாரம் குறித்த வறண்ட விவரணை இது தான். இதற்குப் பின்னால் மனிதயினத்தின் வலியும் வேதனையும் உழல்கிறது. மக்கள்தொகையில் மிகப் பெரும்பான்மையானோருக்கு உடலுடன் உயிரை ஒட்டவைத்துக் கொள்வதே கடும் போராட்டமாக நீடிக்கிறது. லட்சக்கணக்கான மக்கள் ஊட்டச்சத்துக் குறைபாட்டினால் செத்துக்கொண்டிருக்கின்றனர். ஊட்டச்சத்துக் குறைபாட்டினாலும் அடிப்படைச்

சுகாதார வசதியின்மையாலும் மேலும் லட்சக்கணக்கான பிரேசில் மக்கள் நோயினால் பீடிக்கப்பட்டுள்ளனர். இத்தகைய யதார்த்த நிலைமைகளின் அடிப்படையில்தான் வேலையில்லாத் திண்டாட்டம், வருவாய்ப் பங்கீடு போன்ற பொருளாதாரத் தரவுகளை ஆய்வு செய்தல் வேண்டும். அப்பட்டமான உண்மை என்னவெனில், மனிதயினத்தைக் கொல்கின்ற புறநிலை யதார்த்தங்கள் இவை.

மேலே கொடுக்கப்பட்டுள்ளவை பெர்கெர், சுற்றுச்சூழலியல் விழிப்புணர்வு சமூகவியல் புலத்தின் முக்கியக் கூறாகக் கருதப்படாத காலத்தில் எழுதியவை. அதனால், தன்னளவில் துல்லியமான அவருடைய ஆய்வு முடிவு உயிரின வாழ்க்கைச் சூழலியலாளர் எடுவார்டோ வையோலோவின் பிற்காலத்திய கருத்துரைகளால் செழுமைப்படுத்தப் படுகிறது.

வனப்பகுதிகளில் கட்டுப்பாடற்ற சுரண்டலாலும், அறிவுக்கு ஒவ்வாத ஒற்றைப் பயிர் சாகுபடி முறைகளாலும் தெற்கு, தென்கிழக்கு, மையக் கிழக்கு, அமேசான் சார்ந்த பகுதிகள் பாலைவனங்களாக மாற்றப்படுகின்றன. தொழிற்சாலை உற்பத்திக் கழிவுகளும், விவசாயத்திற்குப் பயன்படுத்தப்பட்ட நச்சுப் பொருட்களின் எச்சங்களும், நதிகளில் நேரடியாகக் குவிக்கப்படுகின்ற கழிவுகளாலும் நீராதாரங்கள் கடுமையாகப் பாதிக்கப்பட்டுள்ளன. பிரேசிலில் மிகப் பெரும் பகுதிகளில் பொதுமக்களுக்கு வழங்கப்படுகின்ற நீரின் தன்மை உலக அளவில் ஏற்றுக் கொள்ளப்பட்டுள்ள தரத்துடன் ஒப்பிடும்போது மிகக் கொடிய விளைவுகளை ஏற்படுத்தக் கூடியதாக உள்ளது. தொழிற்சாலைகளிலிருந்து வெளியேற்றப்படுகின்ற வாயுக்கள் பிரேசில் நாட்டு தொழில் நகரங்களைச் சூழ்ந்துள்ள வளிமண்டலத்தை உயிர்மூச்சு தொடர்பான நோய்களைப் பெருக்கும் விதத்திலும் தோற்றுவிக்கும் வகையிலும் மாற்றிக் கொண்டிருக்கின்றன. பிரேசில் நாட்டில் உற்பத்தி செய்யப்படுகின்ற மகிழ்வுந்துகள், வெளிநாட்டிற்கு ஏற்றுமதி செய்யப்படுபவை தவிர, மாசுக்கட்டுப்பாட்டுக் கருவிகள் இல்லாமல் உருவாக்கப்படுகின்றன. இதற்கும் மேலாக, பொதுவாகக்

கழிவுநீர்க் கால்வாய்கள் இல்லாமையும், கழிவுகளைச் சுத்திகரிப்பதற்கான ஏதுக்கள் போதாமையாலும் நகரங்கள் குப்பைமேடுகளாக மாறிக் கொண்டிருக்கின்றன. பொதுமக்களில் பொறுப்பற்ற பகுதியினர் கழிவுகளைக் கண்ட இடங்களில் எறிவதனாலும், அவற்றை முறையாக அப்புறப்படுத்துவதற்கும் முறைப்படுத்துவதற்கும் போதிய வழிவகைகளை பொதுத்துறைகள் மேற்கொள்ளாமையாலும் அத்தகைய நிலை மென்மேலும் ஆக்கமும் ஊக்கமும் பெறுகிறது. இறுதியாக, பிரேசில் நாடு போர்க்கலன்களை உற்பத்தி செய்வதில் தன்னுடைய தொழில்நுட்பம், அறிவியல் நுட்பம் ஆகியவற்றில் பெரும்பகுதியைச் செலவிட்டு அத்துறையில் உலக வரிசையில் ஐந்தாவது இடம் பிடித்துள்ளமை சமூக, சுற்றுச்சூழலியல் சீரழிவிற்கு முகாமையான காரணமாகும்.

சமூக, சுற்றுச்சூழலியல் சீரழிவு என்கிற அருவருக்கத்தக்க சொல் ஆளுமை இயற்கை வளங்கள் தீய முறைகளில் பயன்படுத்தப்படுகின்றன எனும் பல்லவியை மீண்டும் வலியுறுத்துவதாகும். அது இந்தியச் சுற்றுச்சூழலியலாளர்களின் வழித்தடத்திலிருந்து நேரடியாக வரப்பெற்றிருக்க வேண்டும். மனிதயினத்திற்கு ஏற்பட்டதைப் போலவே உயிரின வாழ்க்கைச் சூழலுக்கும் பேரழிவினை உண்டாக்கியுள்ளது. வனங்களின் மரங்களை வெட்டுவதென்பது மண்வளத்தையும் உயிரினப் பல்வகைமையையும் அழித்துவிடுகிறது. அத்துடன், வனவிளை பொருட்களைத் திரட்டுவோரையும் சாகுபடி செய்வோரையும் வேலைவாய்ப்பினை இழக்கச் செய்கிறது. நச்சுப் பொருட்கள் மீனினங்களைக் கொன்று தண்ணீருடைய கனிமச் சத்தினையும் வெகுவாக மாற்றிவிடுகிறது. அதே சமயத்தில், ஒட்டுமொத்த நீராதாரத்திற்குத் தூய்மைக்கேட்டினை ஏற்படுத்துவதால் உடல்நலத் தீங்குகளையும் விளைவிக்கிறது. ஊர்திகளிலிருந்து வெளியேற்றப்படுகின்ற புகைமண்டலம் சாவோ பௌலோ, புது தில்லி நகரங்களை உலகின் மிகவும் தூய்மைக்கேடான பத்து நாடுகள் வரிசையில் இடம்பெறச் செய்ததுடன் ஏற்கனவே ஊட்டச்சத்துக் குறைபாடுடைய மக்களை மேலும் வலுவிழக்கச் செய்கிறது. இருப்பினும் இத்தகைய செயல்முறை சமூக வர்க்கங்களிடையே வெவ்வேறுவிதமாகச் செயலாற்றுகிறது. எவ்வாறெனில், பணக்காரர்கள் தாம் உருவாக்கிய சுற்றுச்சூழல்

சீரழிவிலிருந்து மிகச் சிறந்த பாதுகாப்புப் பெறும் வசதி படைத்தவர்களாக உள்ளனர்; தூய காற்றும் தெள்ளிய நீரும் கிடைக்கும் இடங்களை நாடி மிக எளிதாகப் பெற்றுக் கொள்கின்றனர்; தூய்மைக்கேடான இடத்தை விட்டுச் செல்கின்றனர், அல்லது தாங்கும் சக்தியைப் பெற்றுள்ளனர்.

1972 ஆம் ஆண்டு ஸ்டாக்ஹோமில் நடைபெற்ற முதலாவது அமெரிக்கச் சுற்றுச்சூழல் பாதுகாப்பு மாநாட்டில், இந்திய, பிரேசில் அரசுகள் சுற்றுச்சூழல் பாதுகாப்பைக் காட்டிலும் தமது நாட்டின் வளர்ச்சிக்காகவே குரல் எழுப்பினர். இந்தியாவின் தலைமை அமைச்சராகப் பொறுப்பு வகித்த திருமதி. இந்திரா காந்தி முன்னேற்றத்திற்காகத் தூய்மைக்கேட்டினைத்தான் ஏற்க வேண்டும் என்றால் எமது மக்கள் அதனைத் தாராளமாக ஏற்பர் என்று உணர்ச்சி கொப்பளிக்க முழங்கினார். அதே வீச்சுடன் முழங்கிய பிரேசில் நாட்டுப் பிரதிநிதிகள் வளரும் நாடுகள் மேலும் வளர்ச்சியடைவதைத் தடுப்பதற்கான சதித்திட்டமே அந்த மாநாடு என்று குற்றம் சாட்டினர். அத்தகைய அலுவலர்கள் தமது மக்களுடைய குரலைத்தான் ஒலித்தார்களா என்பது வாதத்திற்குரிய கேள்வி. ஸ்டாக்ஹோம் மாநாட்டிற்கு ஓராண்டிற்கு முன்னர், மதிப்பிற்குரிய கிராமப் பொருளாதார ஆய்வாளரான லுட்ஜென்பெர்கெர் தலைமையிலான வல்லுநர் குழுவினர் இயற்கைச் சூழல் பாதுகாப்பிற்கான கௌச்சோ (Goucho or AGAPAN) கழகத்தை நிறுவினர். இது பொதுவாக பிரேசிலில் முதன்முதலாகத் தொடங்கப்பட்ட முக்கியமான சுற்றுச்சூழலியல் அமைப்பு எனப்பட்டது. இதற்கு இணையாக இந்தியாவில், அமெரிக்க மாநாடு நடத்தப்பட்ட ஓராண்டிற்குப் பின்னர், சிப்கோ (Chipko) அல்லது மரங்களைக் கட்டி அணைத்துக் கொள்வோம் இயக்கம் துவக்கப்பட்டது.

AGAPAN மற்றும் Chipco நிறுவப்பட்டதை அடுத்த பதிற்றாண்டுகளில் இரு நாடுகளிலும் சுற்றுச்சூழலியல் நாடு தழுவிய விதத்தில் பலவிதமான உயிரின வாழ்க்கைச் சூழலியல் மற்றும் சமூகவியல் சார்ந்த பிரச்சினைகளை தீர்ப்பதற்கான உண்மையான மக்கள் இயக்கமாக மலர்ச்சியுற்றது. இந்தியாவிலும் பிரேசிலிலும் சுற்றுச்சூழலியல் போராட்டங்கள் இரு நாடுகளுக்கும் பொதுவானவையான வனவளங்களைப் பாதுகாத்தல், மாபெரும் அணைகள் கட்டும் திட்டங்களை

எதிர்த்தல், சுற்றுச்சூழல் தூய்மைக் கேட்டினை எதிர்த்தல், உயிரினப் பல்வகைமையைப் பாதுகாத்தல் போன்ற பிரச்சினைகளைச் சுற்றியே கிளர்ச்சியுற்றன. இஃது மேல்தட்டு வர்க்கத்தினருடைய இயக்கமல்ல; சமுதாயத்தின் அடித்தட்டு மக்களைத் தனது அரவணைப்பில் கொண்டிருந்தது.

பிரேசிலில் ஏழை மக்களுக்கான சுற்றுச்சூழலியல் நகர்ப்புறப் பொது இடங்களில் குடியிருக்கும் மக்கள், பழங்குடி மக்கள் மத்தியிலிருந்து சுற்றுச்சூழல் தூய்மைக்கேடு காடுகள் அழிக்கப்படுதல் போன்றவை விரைவாகவும் கண்கூடாகவும் நிகழ்ந்த சீரழிவினை எதிர்த்துத் தோற்றம் கண்டது. அதே வேளையில், இந்தியாவில், விவசாயிகள், மீனவர்கள், மேய்ப்பர்கள், வனங்களில் மரங்களையும் செடி கொடிகளையும் வெட்டியும் எரித்தும் அகற்றிவிட்டு சாகுபடி செய்வோர் போன்ற கிராமிய சமூதாயத்தினரின் நீண்டகாலக் காவலனாக அவர்கள் சார்ந்திருந்த பொது நிலங்களை அரசும் தனியாரும் அவர்களிடமிருந்து பறித்துக் கொண்டதை எதிர்த்துச் சுற்றுச்சூழலியல் இயக்கம் உருவானது. இரு நாடுகளின் எதிர்ப்பாளர்களும் போர்க்குணமிக்க நடவடிக்கைகளையே கைக்கொண்டனர்; அரசு அலுவலர்களிடம் மனு அளிப்பதையும் நீதிமன்றங்களை அணுகுவதையும் காட்டிலும் நேரடி நடடிக்கைகளிலேயே ஈடுபட்டனர். பிரேசில், இந்தியா இரு நாடுகளிலும் ஊடகங்கள் போராளிகளுக்குப் பெரும் ஆதரவளித்தன. சுற்றுச்சூழல் சீரழிவில் மக்கள்தொகைப் பெருக்கம் பெரும் பங்கு வகித்தது என்பதைப் புறக்கணிப்பதிலும் கூட இரு நாட்டு இயக்கங்களும் ஒன்றிணைந்திருந்தன. பிரேசில் நாட்டு கத்தோலிக்கர்கள் குடும்பக் கட்டுப்பாடு பற்றிப் பேசுவதற்கு விருப்பமில்லாத மனப்பான்மையுடன் செயல்பட்டனர்; காந்தியக் கொள்கையாளர்கள் மக்கள்தொகைப் பெருக்கத்தைப் பற்றிப் பேசுவது நவீன மக்கள் தொகை எதிர்ப்புக் கோட்பாடு (Neo-Malthusianism) என்று மறுதலித்தனர். ஆகவே இரு நாட்டு அமைப்புகளும் சுற்றுச்சூழல் சீரழிவிற்குச் சமூக ஏற்றத்தாழ்வுகளே மையமான காரணம் எனக் கருதி அதனைப் போக்குவதற்காகவே தமது போராட்டங்களை கூர்மைப்படுத்தினர்.

நிலங்களைப் புதுப்பித்தல், மக்களையும் கூட

1985 ஆம் ஆண்டில், அறிஞர்களும், இதழியலாளர்களும், சமூகப் பணியாளர்களுமாக அறுபது பேர் வெளியிட்ட 'இந்தியச் சுற்றுச்சூழல் பிரச்சினைகள் குறித்த கூட்டு அறிக்கை'யின் பகுதி.

ஆங்கிலேய ஆதிக்க ஆட்சியில் தொடங்கிய இந்தியாவைத் தரிசு நிலமாக மாற்றுகின்ற முயற்சி விடுதலைக்குப் பின் அமைந்த அரசுகளாலும் தொடரப்படுகின்றது. நாட்டின் பொதுச்சொத்துகளான வள ஆதாரங்கள், மேய்ச்சல் நிலங்கள், வனங்கள், நதிகள், குளங்கள், ஏரிகள், கடற்கரைப் பகுதிகள், மிகவும் கூடுதலாக வளிமண்டலம் ஆகியவற்றின் மீது கடுமையான தாக்குதல்கள் தொடுக்கப்படுகின்றன. இத்தகைய பொதுச் சொத்துகளான இயற்கை வளங்களின் மீது வரம்புமீறிய பயன்பாடு அரசினாலேயே அனுமதிக்கப்பட்டு ஊக்குவிக்கப்படுவதால் அவற்றின் கட்டுக்கடங்காத சீரழிவிற்கும் பேரழிவிற்கும் வழிவகுக்கப்பட்டுவிட்டது. இயற்கை வளங்கள் மேலாண்மையில் அவற்றிற்கு அண்மையில் வாழுகின்ற மக்கள் ஈடுபடுத்தப்பட வில்லையெனில் அஃது மேலாண்மையாகவே இராது. முற்காலத்தில் பொதுவான இயற்கை வளங்கள் பலதரப்பட்டவையும் பரவலாக்கப்பட்டவையுமான சமூகக் கட்டுப்பாடுகளால் ஒழுங்கமைக்கப்பட்டு வந்தன. ஆனால், பொதுமக்களுடைய வள ஆதாரச் சொத்துகளை அரசின் வள ஆதாரச் சொத்துகளாக மாற்றியமைத்த அரசின் கொள்கை அவற்றை அதிகார வர்க்கத்தினரின் மையப்படுத்தப்பட்ட கட்டுப்பாட்டிற்குள் கொணர்ந்து அவர்கள் அவற்றை வல்லாதிக்கம் படைத்தவர்களுக்கு உரியதாக மாற்றிவிட்டனர். இன்றைக்கு இயற்கை வளங்களைப் பேணிக் காப்பதில் பொதுமக்களுடைய பங்கு அற்றுப் போய்விட்டதால், ஏழை எளிய மக்கள் தமது இயற்கைச்சூழலிலிருந்து ஓரங்கட்டப்பட்டு அந்நியப்படுத்தப்பட்டு விட்டனர். அதன் விளைவாக, எஞ்சியுள்ள மிச்ச மீதிகளையும் வந்த விலைக்கு விற்றுவிடும் நிலைமை ஏற்பட்டுவிட்டது.

இந்திய கிராம மக்களுடைய மரபுவழிப்பட்ட வாழ்க்கைமுறை உழவுத் தொழிலையும் வனவிளை பொருட்களையும் மேய்ச்சல் நிலங்களையும் குளங்கள், கிணறுகள், ஏரிகள் போன்ற நீராதாரங்களையும் சார்ந்து ஒன்றிணைக்கப்பட்டதாக இருந்தது. அரசின் திட்டங்கள் அத்தகைய ஒன்றிணைப்பினைப் பிய்த்தெறிந்துவிட்டன.

அந்நிய ஆதிக்கக் காலத்தில் தொடங்கப்பட்ட இயற்கை வளங்கள் மீது அரசு கட்டுப்பாடு செலுத்தும் முறை திரும்பப் பெறப்படல் வேண்டும். தொடக்ககால சமுதாயக் கட்டுப்பாட்டு முறை நீதிநெறிக்கேற்ப மாற்றியமைக்கப்பட வேண்டும். மாற்றமடைந்துள்ள சமூக, பொருளாதார சூழ்நிலையையும் இயற்கை வள ஆதாரங்களின் பாதுகாப்பிற்குப் பெருமளவிலான வலியுறுத்தல் அளிக்க வேண்டியதன் அவசியத்தையும் கருத்திற்கொண்டு, மிகவும் உயர்ந்த வகையில் ஒருங்கிணைப்புக் கொண்டதாகவும், அறிவியல் நுட்பங்களுடனும், சமஉரிமை அளிக்கும் விதத்திலும் நீடித்து நிலைக்கக் கூடியதாகவும் புதிய சமுதாயக் கட்டுப்பாட்டு அமைப்புமுறையை நிறுவ வேண்டும். இந்திய அரசியல் அமைப்பின் முன்னே நிற்கின்ற மிகப்பெரிய சவால் இதுவே; அரசியல் தலைவர்களும் அவர்களுடைய கட்சிகளும் மட்டுமன்றி குடிமக்களும் சமூக ஆர்வலர்களும் பங்கேற்க வேண்டும். சமஉரிமை அளிக்கும் விதத்திலும் உயிரின வாழ்க்கைச்சூழல் சார்ந்தும் வலிமைமிக்க வழிகளில் இயற்கை வள ஆதார அடித்தளத்தைக் கையாளக் கற்றுக் கொண்டால் மட்டிலுமே இந்நாட்டில் வறுமை, வேலையின்மை, அடிமைத்தனம், ஒடுக்குமுறை அனைத்துப் பிரச்சினைகளுக்கும் தீர்வு காண இயலும்.

ஆதாரம்: India: The State of the Environment 1984 - 85: The Second Citizen's Report (New Delhi: Centre for Science and Environment, 1985), pp. 394-397.

இந்தியாவிலிருந்து பிரேசில் குறைந்தது மூன்று முதன்மையான வழிகளில் வேறுபடுகிறது. அவை அனைத்தும் அந்நாடுகளின் சுற்றுச்சூழலியல் இயக்கங்கள் கைக்கொள்ளுகின்ற ஒருவாறு ஒன்றுக்கொன்று விலகிச் செல்கின்ற நடைமுறைகளையே

குறிக்கின்றன. முதலாவதாக, மக்கள்தொகையில் மிக அதிகமான அளவு நகர்ப்புறங்களிலேயே குவிக்கப்பட்டுள்ளனர். அங்கே வீட்டுவசதி, குடிநீர் வசதி, சுற்றுப்புறத் தூய்மை போன்ற வாழ்க்கை நிலைமைகள் இடத்துக்கு இடம் பெருமளவில் வேறுபடுகின்றன. சாவோ பௌலோ, ரியோ போன்ற சேரிகள் மிகுந்த நகரங்களின் மேம்பட்ட சூழ்நிலைகளுக்காகப் போராடுவதே பிரேசில் நாட்டுச் சுற்றுச்சூழலியல் இயக்கங்களின் முகாமையான பான்மையாக இருக்கிறது. ஆனால், இந்தியா பிறப்பு-நோய் போன்ற சமுதாயநிலை சார்ந்த புள்ளிவிவரங்கள், பண்பாட்டியல் அடிப்படையில் பெரிதும் கிராமங்களை மையமாகக் கொண்டதாக இயங்குகிறது. ‘இந்தியா தனது கிராமங்களில் வாழ்கிறது’ என்பது மகாத்மா காந்தியின் புகழ்வாய்ந்த பொன்மொழி. ஆகவே, அவருடைய தொண்டர்கள் நகரங்களைக் கண்டுகொள்ளாமல் விட்டுவிடுவதால், நகரத்தின் தூய்மைக்கேடு, வீட்டுவசதி போன்ற பிரச்சினைகள் சுற்றுச்சூழலியல் இயக்கங்களின் செயல் திட்டங்களில் இடம்பெறுவதில்லை. மண்வளம் குன்றியதால் பாதிக்கப்பட்ட விவசாயிகளுடனும், தமது மரபுவழிப்பட்ட வனங்களிலிருந்து துரத்தியடிக்கப்பட்ட பழங்குடியினருடனும் பணியாற்றுவதையே இந்தியச் சுற்றுச்சூழலியலாளர்கள் பெரிதும் விரும்புகின்றனர்.

பிரேசிலில் இந்தியாவைக் காட்டிலும் கல்வியறிவு பெற்ற மக்களின் எண்ணிக்கை கூடுதலாக இருப்பது இரண்டாவது வேறுபாட்டிற்கான காரணமாக அமைகிறது. 1970-களின் தொடக்கத்திலேயே, இராணுவ ஆட்சி அதிகாரத்தில் இருந்த போதே, விஞ்ஞானியர், வழக்குரைஞர்கள், இதழியலாளர்கள் போன்ற நடுத்தர வர்க்கத்தினர் எச்சரிக்கையுடன் சுற்றுச்சூழலியல் செயல்திட்டத்தை முன்னெடுத்துச் செல்லத் தொடங்கினர். முதலில், சுற்றுச்சூழல் தூய்மைக்கேடு, பசுமைப் பகுதிகளைப் பாதுகாத்தல் போன்ற ஒப்பீட்டு வகையில் கருத்து வேறுபாடுகளுக்கு உட்படுத்த இயலாத பிரச்சினைகளைக் கைக்கொண்டனர். AGAPAN எனும் இயக்கம் முன்னணியில் நின்றது; 1980 ஆம் ஆண்டுகளின் பிற்பகுதியில் இராணுவ ஆட்சி விலக்கிக் கொள்ளப்பட்டதற்குப் பின்னர், பசுமையியலாளர்கள் சமூக அமைப்புமுறையை எதிர்த்து நிற்கத் தொடங்கினர். மாறாக, இந்தியாவில், சற்றுச்சூழலியல் இயக்கங்கள் விவசாயப் போராட்ட மரபுகளிலிருந்தே ஏராளமானவற்றைப் பெற்றுக்

கொண்டனர். உண்மையில், இத்தகைய போராட்டங்கள் தாம் அறிவுஜீவிகளின் கவனத்தை வனவள இழப்பு, மண்அரிப்பு, நீராதாரங்களின் வளம் குன்றுதல் போன்ற பிரச்சினைகளின்பால் ஈர்த்தன. இந்தியாவில் தொழில்திறம் படைத்த மத்திய வர்க்கத்தினர் சுணக்கம் காட்டினர் என்று கூடச் சொல்லலாம்; மெதுவாக, சமயங்களில் விருப்பமின்றி விவசாயிகள், பழங்குடியினர் சுற்றுச்சூழலியல் இயக்கத்திற்கு ஆதரவளித்தனர். மாறாக, பிரேசிலில், மத்தியவர்க்கத்தினர் முன்னணி வகித்தனர்; நகர்வாழ் ஏழை, எளிய மக்களுடைய, வன வாழ் பழங்குடியினருடைய, அணைகளால் வெளியேற்றப்பட்ட மக்களுடைய போராட்டங்களுக்கு ஒத்துழைப்பு நல்கி பொதுமக்களைத் திரட்டினர்.

இறுதியாக, வட பகுதி நாட்டினருடைய சுற்றுச்சூழல் குறித்த விவாதங்களால் பிரேசிலிய சுற்றுச்சூழலியல் பெரிதும் ஆழ்ந்த தாக்கம் பெற்றிருந்தது எனத் தோன்றுகிறது. ‘வெறிச்சோடிய இளவேனில்’ நூல் ஆங்கிலத்தில் அச்சிடப்பட்ட அதே ஆண்டில் அந்நூல் போர்த்துக்கீசிய மொழியிலும் வெளியிடப்பட்டது. பன்னாட்டு அமைப்புகளான இயற்கை, இயற்கை வளங்களை நிலைபெயராமல் காப்பதற்கான பன்னாட்டு ஒன்றியம்கூட பிரேசிலிய இயக்கம் மீது செயலூக்கமும் செல்வாக்கும் மிக்க பங்கு வகித்தது. அமெரிக்கச் சுற்றுச்சூழலியலாளர்களும், பொதுவாக அமெரிக்க மக்களும் பிரேசிலிய நடவடிக்கைகளை உன்னிப்பாகக் கவனித்து, சில சமயங்களில் அவற்றின் தாக்கத்தைப் பெற்றனர். உயிரின வாழ்க்கைச் சூழலியலின் நோக்கில், குடியேறியோரின் பண்ணைகளாலும், சுரங்கத் தொழில்முறையாலும் அமேசான் மழைக்காடுகளில் ஏற்பட்ட பேரழிவு, உயிரினப் பல்வகைமையின் இழப்பாலும் கரிமவாயுவை உள்ளீர்த்ததால் வளிமண்டலத்தில் உருவாக்கிய மாற்றத்தாலும் வடபகுதி மக்களுடைய வாழ்க்கையை நேரடியாகப் பாதித்தது. சமூகவியல் புலத்தில், பழங்குடி மக்களுடைய அவல நிலையைக் கண்டு, நெடுங்காலத்திற்கு முன்னர் தம்முடைய மூதாதையர் வடஅமெரிக்காவில் தாயகப் பழங்குடியினருக்கு விளைவித்த பெருங்கொடுமைகளை எண்ணியதால் வழித்தோன்றல்களுக்கு ஏற்பட்ட மனஉளைச்சல் பெரும் பங்கு ஆற்றியது. அவ்வாறாக, பிரேசிலியச் சுற்றுச்சூழலியல் சிக்கல்கள் பெருமளவில் பன்னாட்டுப்

பார்வையைப் பெற்றன. மேலும், அந்நாட்டினுடைய பண்பாட்டியல், அரசியல், புவிஅமைப்பியல் அணுக்கங்களால் அமெரிக்க ஐக்கிய நாடுகளின் ஊக்குவிப்பைப் பெற்றன.

மாறாக, இந்தியாவில், புவியின் வட பகுதி நாடுகளுடைய சுற்றுச்சூழலியல் நூல்களோ, இயக்கங்களோ எவ்விதத்திலும் இடம் பெறவில்லை. மேலும், சுற்றுச்சூழல் சீரழிவினுடைய விளைவுகள் கடுமையானவையாக இருந்தபோதிலும் பெரும்பாலும் இந்தியாவிற்குள்ளேயே நிகழ்ந்தன. இந்திய அரசுத்துறையினரும் தனியார் துறை முதலாளிகளுமே சீரழிவிற்கான காரணகர்த்தாக்களாகக் கோலோச்சினர். பிரேசிலில், அழிவு வழி ஏற்பட்ட ஆக்கங்களுக்கு அந்நிய நிறுவனங்களும் உலக வங்கி போன்ற அந்நிய நிதியுதவி முகமைகளும் தீர்மானகரமான செல்வாக்குச் செலுத்தினர்.

இத்தகைய வேறுபாடுகள் கருத்திற் கொள்ளப்பட வேண்டியவை என்றபோதிலும் இறுதிக் கணக்கெடுப்பில் இரு நாடுகளின் சுற்றுச்சூழலியலுக்கும் பொதுவான கூறுகள் முக்கியத்துவம் பெறுகின்றன. இரு நாடுகளிலும் சுற்றுச்சூழலியல் இயக்கங்கள் முடிவெடுப்பதில் பெரிதும் வெளிப்படைத் தன்மையை நோக்கிய தமது செயல்பாடுகளாலும் முடிவெடுக்கும் அதிகாரம் படைத்தோருக்குப் பெருமளவிலான பொறுப்புகளைச் சுமத்தியும் மக்களாட்சிக் கோட்பாடு ஆழமாக வேறூன்றுவதற்கு மாபெரும் பங்காற்றியுள்ளன. 1978 ஆம் ஆண்டில், ஜோஸ் லுட்ஜென்பெர்கெர், 'குடிமக்கள் அரசியலில் பங்கேற்க வேண்டியதன் தேவையை உணர்ந்து கொண்டனர். ஏனெனில், இல்லாவிடில், அதிகாரவர்க்கத்தினர் (அரசியல்வாதிகளையும் சேர்த்துக் கொள்ளலாம்) அவர்களை மிதித்துச் சென்றிடுவர். என்ன நடக்கிறது என்பதையும், எதை எதிர்த்துப் போரிட வேண்டும் என்பதையும் அறிந்துகொள்வதற்கு, அது பயனற்றுப் போனாலும், அவர்களுடைய பங்கேற்பு இன்றியமையாதது' என்றார். இரு நாடுகளிலும் சுற்றுச்சூழலியல் இயக்கம் வாழ்க்கைத் தரம் குறித்த பிரச்சினைகளுக்கும் அப்பால் 'நலவாழ்வு', 'வளமை' என்பவை குறித்த அரசின் கருத்துருக்களை நேரடியாக எதிர்க்கும் வகையில் போரிடத் தொடங்கினர். இருப்பினும், அரசியல்வாதிகள் 'முன்னேற்ற'த்தின் பொருட்டு தியாகங்களை ஏற்க வேண்டுமெனக் குரல் எழுப்புகின்றனர். அத்தகைய

கோரிக்கைகளின் உள்நோக்கங்களை பசுமையாளர்கள், அவை சமூகவியல் வாழ்க்கைப் போராட்டத்தைக் கடுமையாக்குகின்றன என்றும் உயிரின வாழ்க்கைச் சூழலை மேலும் சீரழிக்கின்றன என்றும் தோலுரித்துக் காட்டுகின்றனர். பிரேசில் நாட்டுப் பசுமையியலாளர்கள் தமது நாட்டில் ஏற்படுத்தப்பட்டுள்ள முன்னேற்றத்தினை 'உயிர்க்கொல்லி முன்னேற்றம்' என்கின்றனர். இந்தியாவில் 'உயிர்க் கொல்லி' என்கிற சொல்லுக்குப் பதிலாக 'அழிக்கக் கூடியவை' எனும் சொல்லை ஆளுகின்றனர். ஆனால், இரண்டுமே ஒரே பொருளைக் குறிக்கின்றன.

CHIPKO/ CHICO ஒப்புமை

1973 ஆம் ஆண்டு மார்ச்சு 27 ஆம் நாள், மேல் கங்கை பள்ளத்தாக்குப் பகுதியின் இமாலய மலைக் கிராமம் ஒன்றில் மரம் வெட்டுவதற்காகச் சென்ற சிலரை விவசாயிகள் குழு ஒன்று தடுத்து நிறுத்தியது. அரசின் வனத்துறைக்குச் சொந்தமான காட்டிலிருந்த மரங்கள் விளையாட்டுச் சாதனங்கள் உற்பத்தி செய்கின்ற அலகாபாத் நிறுவனம் ஒன்றிற்கு பொது ஏலம் மூலமாக விற்பனை செய்யப்பட்டு அவர்கள் சார்பாகவே மரம் வெட்டிகள் அங்கு சென்றனர். வனப்பகுதிக்கு அண்மையிலிருந்த மண்டல் கிராமத்து விவசாயிகள் மரங்களை (Chipko) அணைத்துக் காப்போம் என்கிற முழக்கத்துடன் அவர்களை வெட்டவிடாமல் தடுத்தனர். மண்டல் நிகழ்வினைத் தொடர்ந்து 1970-களில் வெளிச் சந்தைகளுக்காக மரங்களை வெட்டவந்த ஒப்பந்தக்காரர்களை தடுத்து நிறுத்திய நிகழ்வுகள் பல நடந்தேறின. இத்தகைய நிகழ்வுகள் அனைத்திற்கும் திரளாக சிப்கோ இயக்கம் எனப் பெயர் சூட்டப்பட்டது. நமது காலத்திய மிகப்பெரிய சுற்றுச்சூழலியல் முயற்சிகள் எனப் புகழ்பெற்றது. 1970-களிலும், 1980-களிலும் இந்தியாவின் பல்வேறு பகுதிகளிலும், வனவளங்களைப் பயன்படுத்திக் கொள்வதற்கும், மீன்பிடிப்பதற்கும், மேய்ச்சல்நிலங்களின் மீது உரிமை கோரியும், தொழிற்சாலைகளாலும் சுரங்கத் தொழில்களாலும் விளைந்த சுற்றுச்சூழல் தூய்மைக்கேட்டை எதிர்த்தும் சுற்றுச்சூழலியல், மாபெரும் அணைத்திட்டங்களுக்கான இடங்களைக் கபளீகரம் செய்வதற்கு எதிராகவும் கிளர்ந்தெழுந்த போராட்டங்களுக்கு சிப்கோ இயக்கமே முன்மாதிரியாகத் திகழ்ந்தது. இத்தகைய போராட்டங்கள் ஒவ்வொன்றும் வரிசைமுறையாக சீரழிவு

- பற்றாக்குறை - எதிர்ப்பு - உள்ளூர் கருத்து முரண் - தேசியக் கருத்து முரண் ஆகியவற்றின் செயல்முறையாக மலர்ச்சியுற்றதைக் காணலாம். சிப்கோ போராட்டத்தை எடுத்துக் கொண்டால், வனப்பகுதிகளில் காடுகளை அழிப்பது என்பது ஒருபுறம், உள்ளூர் சமுதாயத்திற்கு விறகு, கால்நடைத் தீவனம், சிறிய வகை மரங்களைப் பயன்படுத்துதல் ஆகிய வழிகளில் பற்றாக்குறையையும், மறுபுறம் இந்தியாவிலேயே கூடுதல் விலை பெற்றுத்தரக் கூடிய மென்மரங்களுக்கான ஒரே ஆதாரமான இமாலயப் பகுதியைச் சார்ந்திருந்த மரம் சார்ந்த தொழில் நிறுவனங்களுக்குப் பற்றாக்குறையையும் ஏற்படுத்தியது. அத்துடன், இத்தகைய பிரச்சினையின் ஒரு தரப்பினரான தொழில் சார்ந்தோருக்கு அரசு சலுகை காட்டியபோது மறுதரப்பினரான விவசாயிகள் ஒன்று திரண்டு போர்க்கொடி உயர்த்துகின்றனர். உலகிலேயே மிகவும் நுட்பமாகச் செய்திகளைப் பரவச் செய்கின்ற ஊடகத்தினர் தலையிடும்போது, போராட்டம் பல பரிமாணங்களுக்கு வழிவகுத்து விடுகிறது. இமாலய வனங்களைக் கையாளுவது எப்படி என்கிற விவாதம் தொடங்கிவிடுகிறது. பழங்குடி சமுதாயங்களா, அரசுத்துறையா, தனியார் நிறுவனங்களா? யாருக்கு முன்னுரிமை? பாதுகாக்கப்பட வேண்டிய மர இனங்கள் எவை? வனவளத்தைப் பொறுத்து முக்கியத்துவம் அளிக்கப்பட வேண்டிய அம்சம் எது? மரத்தொழிற்சாலைகளா? மலைக்கிராம மக்களுடைய தேவைகளா? அல்லது, பரவலாக மனிதயினத்திற்கு இன்றியமையாதனவான தூய காற்று, தூய்மையான குடிநீர், மண்வளம் போன்றவற்றைப் பாதுகாப்பதா? இவ்வாறாக, ஒரு குறிப்பிட்ட உள்ளூர்ப் பகுதியை மையமாகக் கொண்டு உருவெடுத்த விவாதம் நாடு மொத்தத்திற்குமான வனவியல் கொள்கைகளை வகுப்பதன் மூலம் தேசியப் பிரச்சினையாக பரிணமித்துவிடுகிறது.

சொல்லப் போனால், இந்தியா வெங்கணும் எண்ணற்ற சிறு, சிறு சிப்கோ அமைப்புகள் உள்ளன. ஆனால், சிப்கோவை உலகளாவிய அகன்ற கண்ணோட்டத்தில், ஃபிரான்சிஸ்கோ 'சிகோ' மென்டெஸ் என்பவருடைய பெயருடன் தொடர்புடைய பிரேசிலிய அமேசான் போராட்டத்தினுடன் ஒப்பிடலாம். ஃபிரான்சிஸ்கோ மென்டெஸ் ஒரு தொழிலாளர் அமைப்பாளர். அவர் கண்மூடித்தனமான பொருளாதாரச் சுரண்டலால்

பேரழிவுக்கு ஆளான பகுதியில் உயிரின வாழ்க்கைச் சூழல் நீதியை நிலைநாட்டியமையால் உலகளாவிய பெரும்புகழ் பெற்றவர். அமேசான் காடுகளுக்குள் மிகப் பெரிய அளவில் சாலைகள் விரிவாக்கம் செய்யப்பட்டன; 1960 ஆம் ஆண்டிற்கும் 1984 ஆம் ஆண்டிற்கும் இடைப்பட்ட காலத்தில் 8000 மைல் நீளமுள்ள சாலைகள் அமைக்கப்பட்டு தெற்கிலிருந்து குடியேறியவர்களுக்கு மிக விரைவில் செல்வத்தைத் திரட்டிக் கொள்வதற்கான வழிவகைகள் ஏற்படுத்தித் தரப்பட்டது. சாலைகள் குடியேற்றக்காரர்களைக் கொண்டு வந்து தேவதாரு, கருங்காலி போன்ற மதிப்புமிக்க மரங்களைக் கொள்ளையடித்துக் கொள்வதற்கு வழிவகுத்தது. முப்பது ஆண்டுகளில் பத்து விழுக்காடு வனங்கள், அதாவது, பிரான்சு நாட்டின் நிலப்பரப்பிற்குச் சமமான ஆறு கோடி ஹெக்டேர் வனப்பகுதியில் மரங்கள் வெட்டப்பட்டு அப்பகுதி தீக்கிரையாக்கப்பட்டது. அதில் 85 விழுக்காடு கால்நடைகளுக்கான மேய்ச்சல் நிலங்களாக்கப்பட்டது; வளங்குன்றிய நிலப்பகுதி ஒவ்வாத விதத்தில் பயன்படுத்தப்பட்டது; அடுத்துப் பொழியக் கூடிய மழையால் அப்பகுதி மேலும் வளம் குன்றிப் போகும். மொத்தத்தில், அது உயிரின வாழ்க்கைச் சூழலுக்கு ஏற்படுத்தப்பட்ட பேரழிவாக அமைந்தது. 'அமேசான் காடுகள் தீக்கிரையாகப்பட்டமை உலக வரலாற்றிலேயே வனவாழ் உயிரினங்களுக்கு இழைக்கப்பட்ட மாபெரும் அழிவாகும்' என்றார் பிரேசில் நாட்டு மேதை ஒருவர்.

இத்தகைய பேரழிவினால் இரப்பர், கொட்டை வகைகள், பனை வகைப் பொருட்கள் போன்ற வனவிளை பண்டங்களைத் திரட்டி வாழ்ந்த சமுதாயத்தினர் பெருமளவில் பாதிக்கப்பட்டனர். கெட்ட காலமாக, அங்கு வாழ்ந்த மக்களிடம் அவ்வனங்களின் பால் உரிமை கோருவதற்கான ஆவணங்கள் ஏதுமில்லை. அதே சமயத்தில், காடுகளை அழித்துவிட்டு விரைவாக 'முன்னேற்றம்' காணத் துணிந்த அரசின் ஆதரவு அவற்றை அழிப்பதற்கான முயற்சிகளுக்கு நிறையவே இருந்தது. காடுகள் வனத்துறை அலுவலர்களால் துப்பாக்கி முனைகளில் தம்மிடமிருந்து பறிக்கப்பட்டபோது அம்மக்கள் தமது நிலப்பகுதியை மட்டிலும் இழக்கவில்லை; தமது வாழ்க்கையையே இழந்து தவித்தனர். 1970 ஆம் ஆண்டிற்கும் 1975 ஆம் ஆண்டிற்கும் இடைப்பட்ட காலத்தில் இரப்பர் தோட்டத் தொழிலாளர்கள் பத்தாயிரம்

பேரை வெளியேற்றிவிட்டு 60 லட்சம் ஹெக்டேர் நிலப்பகுதி கைப்பற்றப்பட்டது. மென்டெஸ் போன்றோருடைய உதவியுடன் இரப்பர் தோட்டத் தொழிலாளர் தமது புதிய போராட்ட வடிவத்தைக் கைக்கொண்டனர். மனிதச் சங்கிலி போராட்ட வடிவத்தை போன்று ஆண்கள், பெண்டிர், குழந்தைகள் அனைவரும் கைகோர்த்துக்கொண்டு அறுவை எந்திரங்களுடன் சென்ற மரவெட்டிகளை அவர்களுடைய பணியைத் தொடர விடாமல் எதிர்த்துத் துணிந்து நின்றனர். 1976 ஆம் ஆண்டு மார்ச்சு 10 ஆம் நாள் சிப்கோ போராட்டத்திற்கு மூன்றாண்டுகளுக்குப் பின்னர், முதலாவது மனிதச் சங்கிலி போராட்டம் நிகழ்ந்தது. அடுத்த பதிற்றாண்டில், தொடர்ச்சியாக நடந்த மனிதச் சங்கிலி போராட்டங்களால் இருபது லட்சம் ஏக்கர் வனப்பகுதி மேய்ச்சல் நிலங்களாக மாற்றப்படுவதிலிருந்து காப்பாற்றப்பட்டது.

1970 ஆம் ஆண்டுகளின் மையப் பகுதியில், இரப்பர் தோட்டத் தொழிலாளர்கள் தமக்கென வலிமைமிக்கதொரு அமைப்பினைக் கட்டமைத்தனர். 1987 ஆம் ஆண்டு, அமேசான் காடுகளில் வாழ்ந்த பழங்குடி மக்களுடன் இணைந்து 'வனவாழ் மக்கள் கூட்டணி'யை (Forest Peoples Alliance) உருவாக்கினர். இந்தக் கூட்டணி வனவாழ் மக்களுடைய வனவள உரிமையையும் நில உரிமையையும் பாதுகாப்பதென உறுதிபூண்டது. கூடவே, 'அறுவடை செய்வதற்கான காப்பு வனப்பகுதிகளை உருவாக்குவதற்குப் பாடுபட்டது. அதாவது, மரவெட்டிகளிடமிருந்து வனப்பகுதிகளைக் காப்பாற்றி அப்பகுதிகளில் மறுஉற்பத்திக்கான திறனைப் பாதித்து விடாமல் அறுவடை மேற்கொள்வதென முடிவெடுத்தது. ஆனால், இரப்பர் தோட்டத் தொழிலாளர்களும் வனவாழ் மக்களும் ஒன்றிணைந்ததைப் போலவே வனங்களைக் குத்தகைக்கு அரசிடமிருந்து பெற்றவர்களும் ஒன்றிணைந்து செயல்படத் தொடங்கினர். அதனால், ஏற்கனவே வன்முறை மலிந்திருந்த அமேசான் வனப்பகுதியில் மென்மேலும் பெருகத் தொடங்கியது. வனக்குத்தகைதாரர்களும் அவர்களுடைய கையாட்களும் 1980 ஆம் ஆண்டில் தலைசிறந்த தொழிலாளர் சங்க அமைப்பாளரான வில்சன் பினேரியோவைக் கொன்றனர். எட்டு ஆண்டுகளுக்குப் பிறகு, 1988 ஆம் ஆண்டு திசம்பர் 22 ஆம் நாள் சிகோ மென்டெஸ் தனது வீட்டைவிட்டு வெளியில் வந்தபோது கொல்லப்பட்டார்.

அமேசான் வனவாழ் மக்கள் சூளுரை

1989 ஆம் ஆண்டு நிகழ்ந்த இரண்டாவது தேசிய மாநாட்டில் பிரேசில் நாட்டு இரப்பர் தோட்டத் தொழிலாளர்கள் பேரவை தமது வனப்பகுதிகளின் பண்பாட்டினை நிலைநாட்டுவதற்கான கொள்கைகளுக்காகத் தமது இன்னுயிரை ஈந்த அனைவருக்கும் இறுதி அஞ்சலி செலுத்தியது. குறிப்பாக, தம்முடைய உயிர்த் தோழரான புகழ்பெற்ற சிகோ மென்டெஸிற்கு நினைவஞ்சலி செலுத்தியது. பின்னர். பேரவை கீழ்க்கண்ட செயல் திட்டங்களுக்காகப் போராடுவதெனத் தீர்மானித்தது.

வனவாழ் மக்கள் மேம்பாட்டிற்கான கொள்கைகள்

1. *இயற்கைக்கு அழிவு நேராமல் வனவாழ் மக்களுடைய வாழ்க்கை முறையையும், பண்பாட்டையும், மரபுகளையும் மதிக்கத்தக்க வகையில் வாழ்க்கைத் தரத்தினை மேம்படுத்துவதற்கான முன்னேற்றத் திட்டங்களை வகுத்தல்.*

2. *பழங்குடி மக்கள், இரப்பர் தோட்டத் தொழிலாளர்கள், வனவிளை பொருட்களைச் சார்ந்து வாழ்கின்ற ஏனைய மக்கள் ஆகியோர் வாழ்கின்ற வனப்பகுதிகள் குறித்த அரசின் திட்டங்கள் தொடர்பான அனைத்துப் பொது விவாதங்களிலும் இத்தகைய தொழிலாளர்களுடைய நலன்களுக்காகப் போராடுகின்ற அமைப்புகள் வாயிலாகப் பங்கெடுக்கும் உரிமை கோருதல்.*

3. *அமேசான் வனப்பகுதிளில் செயல்படுத்துவதற்காக ஏற்கனவே வகுக்கப்பட்டுள்ள திட்டங்கள் ஏற்படுத்தக் கூடிய அழிவு குறித்து கூர்ந்தாய்வு செய்து தடுப்பதற்கும் சுற்றுச்சூழலையும் அமேசான் வனவாழ் மக்களுக்கும் பாதிப்பு ஏற்படுத்தும் திட்டங்களை உடனடியாக நிறுத்துவதற்கும் அரசிடம் வெளிப்படையாக உறுதிப்பாட்டினைப் பெறுதல்.*

4. *அமேசான் வனப்பகுதிகளுக்கான கொள்கைகள், திட்டங்கள் பற்றியும் பாராளுமன்றத்தில் விவாதத்திற்குரிய பெருந் திட்டங்கள் பற்றியும் தகவல் பெறுவதற்கும் அத்தகைய திட்டங்களால்*

பாதிக்கப்படக்கூடிய நலன்களுக்காகப் போராடுகின்ற அமைப்புகளுடன் கலந்துரையாடுவதற்கும் உரிமை கோருதல்.

மேற்கண்ட கொள்கைகள் அடிப்படையில், கிராமியப் பொருளாதாரச் சீர்திருத்தம், கல்வி மற்றும் மக்கள் நலம், கடன்வசதி மற்றும் சந்தை வசதி, மனித உரிமைகளுக்கான பாதுகாப்பு போன்ற குறிப்பான திட்டங்களையும் பேரவை வகுத்தது.

ஆதாரம்: Sumana Hetch and Alexander Cockburn: The Fate of the Forest: Developers, Destroyersand Defenders of Amazon(London: Penguin, 1990), Appendix E.

சிப்கோ இயக்கத்திற்கும் சிகோ மென்டஸ் மற்றும் அவருடைய கூட்டாளிகளுடைய போராட்டத்திற்கும் இடையே ஆழமான ஒற்றுமைகள் காணப்படுகின்றன. இரண்டுமே விவசாயிகள் அரசிற்கும் அந்நியர்களுக்கும் எதிராகத் தொடுத்த எதிர்ப்புகளின் நீண்ட வரலாற்றைத் தொகுக்கின்றன. இமாலய நேர்வில் வரலாறு நூறு ஆண்டுகளுக்கும் மேலாக பின்னோக்கி நீளுகிறது. மரங்கள் வெட்டப்பட்டதைத் தடுப்பதற்கு இரு அமைப்புகளுமே புதுமையானவையும் வன்முறை சாராதவையுமான போராட்ட வடிவங்களைக் கைக்கொண்டன; மரவெட்டிகளை தடுப்பதில் மிகச் சிறப்பாகப் பயன்பட்ட வினைத்திறமிக்க நடவடிக்கையாக பெண்டிரை முன்னணிப் பாதுகாப்புப் படையாக அமைக்கப்பட்ட போராட்ட வடிவம். இரு நேர்வுகளிலும், நகரத்தில் வளர்க்கப்பட்ட, கல்வியறிவு மிக்க ஆர்வலர்களால் அல்ல, வனவாழ் சமுதாயத்தினரிடையே உதித்த உயிரியல் பண்பு சார்ந்த அறிஞர்கள் தலைமைப் பொறுப்பினை ஏற்றனர். மரவெட்டிகளைத் திரும்பிச் செல்லுமாறு கேட்டுக் கொண்டதுடன் அவ்விரு போராட்டங்களுமே நிறைவடைந்துவிடவில்லை; வனவாழ் மக்கள் கூட்டணி நிலைபெறத்தக்க காப்புவனங்களை உருவாக்கத் திட்டமிட்டது; சிப்கோ ஊழியர்கள் கிராம வனங்களைப் பாதுகாப்பதற்கும் மீண்டும் செழுமைப்படுத்துவதற்கும் விவசாயப் பெண்டிரை வெற்றிகரமாகத் திரட்டினர். தமது சமுதாயங்களில் ஏற்றுக் கொள்ளத்தக்க கொள்கைகளையே இரு இயக்கங்களும் கைக்கொண்டன. சிப்கோ தலைவர்களான சண்டிப் பிரசாத் பட், சுந்தர் லால் பகுகுணா இருவருமே வாழ்நாள் முழுவதும்

காந்தியக் கொள்கைப் பற்றாளர்களாகத் திகழ்ந்தனர். அதே போல, கத்தோலிக்க பாதிரியார்கள் இரப்பர் தோட்டத் தொழிலாளர்களை ஆதரித்தனர்; மனிதச் சங்கிலி போராட்டம் ஒன்றின்போது கைது செய்யப்பட்ட போராளிகள் சிறைச்சாலை வரை கிறித்தவ துதிப்பாடல்களைப் பாடியவாறு அணிவகுத்துச் சென்றனர் என்று சிகோ மென்டிஸ் குறிப்பிட்டுள்ளார்.

சிப்கோ இயக்கமும் சிகோ மென்டிஸ் போராட்டங்களும் ஒருவாறு ஒப்புமை கொண்டவைதானே தவிர ஒரே மாதிரியானவை என்று சொல்லிவிட முடியாது. இமாலய வன அழிப்பு மண்அரிப்பு, வெள்ளப்பெருக்கு போன்றவற்றிற்கான வாய்ப்புகளை அதிகரித்து உயிரின வாழ்க்கைச் சூழலுக்கு ஊறு விளைவித்தது. ஆனால், அமேசான் காடுகளை அப்புறப்படுத்திய போது உயிரினப் பல்வகைமையினை இழத்தல் போன்ற மேலும் கூடுதல் கடுமையான விளைவுகள் ஏற்படுத்தப்பட்டன. அதாவது, பூச்சியினங்கள், பயிரினங்கள், பறவையினங்கள், விலங்கினங்கள் போன்ற நூற்றுக்கணக்கான உயிரினங்கள் அழிக்கப்பட்டன. சிப்கோ இயக்கத்தைக் காட்டிலும் கூடுதலாக பெருமளவில், தொடர்ச்சியாக பன்னாட்டு மக்களுடைய கவனத்தை பிரேசில் நாட்டு இயக்கம் கவர்ந்தமைக்கு இது ஒரு காரணம். சமூகவியல் நோக்கில், அமேசான் வனப்போராட்டங்கள் மிகவும் உயர்ந்த அளவு வன்முறைப் பண்புகளைக் கொண்டிருந்தன. மக்களாட்சி மரபுகள் இந்தியாவைக் காட்டிலும் பிரேசிலில் குறைந்த வலிமையைப் பெற்றிருந்தன; எதிர்ப்பும் மாற்றுக் கருத்தும் வெளிப்பட்டபோதெல்லாம் வன்முறையே எதிர்வினையாக நிகழ்ந்தது. சிப்கோ இயக்கம் அதன் வன்முறையற்ற எதிர்ப்பு யுக்திக்காக மதிக்கப்பட்டபோது, சிகோ போராட்டங்கள் அதன் தலைவர்கள் கொடூரமாகக் கொல்லப்பட்டமைக்காக பிரேசிலுக்கு வெளியிலேனும் நினைவுகூரப்படுகின்றன என்பது குறிப்பிடத்தக்கது.

இறுதியாக, பன்னாட்டு ஊடகங்களால் இரு இயக்கங்களுமே பெருவாரியாகத் தவறாக பரப்புரை செய்யப்பட்டன என்பதும் குறிப்பிடத்தக்க ஒன்று. அழிவுக்காரர்களிடமிருந்து அமேசானைக் காக்கும் முயற்சியில் உயிர் நீத்த பசுமைத் தியாகி என்று சிகோ மென்டெஸ் குறிப்பிடப்பட்டதால் அமேசான் போராட்டமே அவருடைய உருவம் என்கிற

முறையில் சிறுமைப்படுத்தப்பட்டது. அதே போல, மிகவும் பரவலான சிப்கோவின் புகழ் மரங்களைக் கட்டித் தழுவிக் காப்பதாகக் கூறிய எழுத்தறிவில்லாப் பெண்தான் இமாலயத்தைக் காப்பாற்றினாள் என்பதாக குறைத்து மதிப்பிடப்பட்டது. சுற்றுச்சூழலியல் பாதுகாப்பென்பது சமூக நீதியிலிருந்து பிரிக்க வொண்ணாதது என்கிற பேருண்மையை நிறுவிய சிப்கோ, சிகோ போராட்டங்கள் அவற்றின் ஆழமானதும் உண்மையானதுமான பொருளை மறைக்கும்வண்ணம் அவற்றைச் சுற்றி பகை மேகங்கள் சூழ்ந்துள்ளன.

முன்னேற்றம் - மறுவரையறை

காந்தியம், பௌத்தம், கத்தோலிக்க சமயம் போன்ற உள்நாட்டு நீதிநெறிக் கொள்கைகளால் உரமூட்டப்பட்டதும், உயிரின வாழ்க்கைச் சூழலியல் சார்ந்த பெண்ணியம் போன்ற கூடுதல் பொதுமை வாய்ந்த உறுதிப்பாடுகளால் துணிச்சல் பெற்றதுமான ஏழை எளிய மக்களுக்கான சுற்றுச்சூழலியல், முன்னேற்றம் எனும் கருத்தியலையே ஆழமான மறு சிந்தனைக்கு உட்படுத்தும் வகையில் பங்காற்றியுள்ளது. இத்தகைய இயக்கங்களுக்கு ஆதரவு நல்குகின்ற அறிஞர்கள் அரசின் கொள்கைகள் தொழிலியலும், நகரமயப்படுத்துதலிலும் ஒருதலைச் சார்பு கொண்டவையாக செயல்படுத்தப்படுவதாகக் குற்றம் சாட்டி, பரவலாக்கப்பட்டதும், சமுதாய விழிப்புணர்வு கொண்டதும், சுற்றுச்சூழலியலின் பால் தோழமை கொண்டதும், மொத்தத்தில் பெரிதும் மென்மைத் தன்மை கொண்டதுமான முன்னேற்ற வடிவத்திற்கு வழிவகுக்க வேண்டும் என்று வலியுறுத்தி வருகின்றனர். இத்தகைய முயற்சிகள் முன்னர் இரண்டாம் இயலில் விவாதிக்கப்பட்ட சுற்றுச்சூழலியல் கருத்தியல்களிலிருந்து ஒருவாறு வெளிப்படையாகவே பெறப்பட்டுள்ளன. ஆனால், அவை மிகச் சமகாலத்திய உயிரின வாழ்க்கைச்சூழலியல், சமூக அறிவியல் புலங்களில் மேற்கொள்ளப்பட்ட ஆய்வுகளால் செழுமைப்படுத்தப்பட்டுள்ளன. மரபுவழிப்பட்ட புரிதலையும், நடைமுறைகளையும் சார்ந்த 'முன்னேற்றம்' தத்துவார்த்தத் தளத்தில் தாக்குதலுக்குள்ளானது; ஆனால், திறனாய்வாளர்கள் யதார்த்தமானவையும் துறைச் சிறப்பு சார்ந்தவையுமான தீர்வுகளை முன்வைக்கின்றனர். நீராதார மேலாண்மையைப் பொறுத்த வரை, அவர்கள் சிறிய அணைகளுக்கும் மரபுவழிப்பட்ட பாசன

முறைகளான குளங்கள், ஏரிகள், கிணறுகள் போன்றவற்றை சீரமைப்பதற்கும் மாற்றாக மிகப்பெரிய அணைகளைக் கட்டும் ஆலோசனையை வழங்கினர். வனத்துறையைப் பொறுத்த வரை, தொழிலியல் பண்ணைகளுக்குப் பொது நிலங்களை மொத்தமாகத் தாரை வார்ப்பதைக் காட்டிலும் வனவளங்களின் கட்டுப்பாட்டினை வனவாழ் சமுதாயத்தினரிடம் ஒப்படைப்பது பெரிதும் நேர்மையானதும் கூடுதல் நிலைபேறுடையதும் அல்லவா என்கிற கேள்வியை எழுப்பினர். மீன்வளத்தைப் பொறுத்தவரை, நாட்டுப் படகுக்காரர்களுக்குப் பாதிப்பு ஏற்படும் வகையில் விசைப்படகு முதலைகளுக்குக் காட்டப்பட்ட சலுகைகள் குறித்து வருத்தம் தெரிவித்து, கடல்நீருக்கு மிகக் கவனமாக எல்லை கட்டி, விசைப்படகுகள் மீன்பிடிக்க வேண்டிய பகுதியை வரையறுத்துவிட்டால், மரபுவழிப்பட்ட முறைகளில் மீன்பிடிப்போர் மேலும் கூடுதலான உரிமையுடன் தொழிலில் ஈடுபடுவதுடன் மீன்வளமும் பாதுகாக்கப்படும் என்று கூறினர்.

புவிக்கோளத்தின் வட பகுதி நாடுகளில் முன்னர் நிகழ்ந்ததைப் போலவே, தென்பகுதி நாடுகளிலும் சுற்றுச்சூழலியல் குறித்தும் சுற்றுச்சூழலியல் இயக்கங்கள் குறித்தும் விவாதங்கள் முனைப்பாக நடைபெற்று வருகின்றன. துல்லியமாகக் கூற வேண்டுமானால், ஒரு சில சிறப்பியல்பு வாய்ந்த வேறுபாடுகள் நிலவுவதைக் கவனத்தில் கொள்ள வேண்டும். வட பகுதி நாடுகளின் சுற்றுச்சூழலியல் சமூக மதிப்பீடுகளில் மாற்றத்தை முகாமைப்படுத்துகிறது; அதாவது, பொருளியல் முன்னேற்றக் காலத்திற்குப் பிந்தைய சிந்தனை. ஆனால், தென் பகுதி நாடுகள் பொருளாதார நீதிக்கான கோரல்களுடன் பொருளியல் சச்சரவுகளிலேயே கடுமையாகச் சிக்கிக்கொண்டு தவிக்கின்றன. அதாவது, அவர்களுடைய சுற்றுச்சூழலியல் இயக்கங்களின் செயல் திட்டங்களுடன் இயற்கை வளங்களின்பால் பழங்குடி மக்களுக்கான உரிமைகளையும் இணைத்துக் கொள்ள வேண்டிய தேவை உள்ளது. அதனால்தான் இத்தகைய இயக்கங்கள் சமூகவியல் மதிப்பீடுகளின் மாற்றத்துடன், சில சமயங்களில் நேரடியாகவே, உற்பத்திமுறை மாற்றத்திற்காகப் பாடுபட வேண்டியுள்ளது. தென் பகுதி நாடுகளின் அமைப்புகளுக்கு, அழிவை ஏற்படுத்தக் கூடியவை, அநீதியானவை என்று கருதப்படும் சட்டங்களையும்

கொள்கைகளையும் எதிர்ப்பதால் தமது அரசுகளுக்கு எதிரிகளாக வேண்டிய நிலைமை உருவாகிவிடுகிறது. ஆனால், வட பகுதி நாடுகளின் அமைப்புகளுக்கு, தீங்கிழைக்கக்கூடிய சட்டங்களையும் கொள்கைகளையும் சீரமைப்பதற்கு அரசுடன் இணைந்து செயல்பட்டு ஆக்கப்பூர்வமான செயல்திட்டங்களை மேற்கொள்வதற்கான வாய்ப்புகள் உள்ளன.

சுற்றுச்சூழலியலும் மக்களாட்சிமுறை ஆழமாக வலுப்பெறுதலும்

'இயற்கையான சூழமைவில்தான் உலகின் பாதுகாப்பு அடங்கியுள்ளது' என்று ஒருமுறை ஹென்றி டேவிட் தொரூ குறிப்பிட்டார். அண்மைக் காலத்தில் வெளியிடப்பட்ட நூல் ஒன்றிலிருந்து பெறப்பட்ட கீழ்க்கண்ட பகுதிகள் விவரிப்பதைப் போல, நவீன பிரேசில் நாட்டின் அனுபவம் 'மக்களாட்சிமுறையில்தான் சுற்றுச்சூழலின் பாதுகாப்புப் பொதிந்துள்ளது' என்கிற பிற்சேர்க்கையைக் கோருகிறது:

> *சுற்றுச்சூழலியல் சீரழிவிற்கு எதிரான போராட்டம் குடிமக்கள் உரிமைக்கான புதியதொரு மாதிரியை கட்டியமைக்கின்ற மக்களாட்சிமுறைக்கான போராட்டத்தின் அங்கமாகப் புரிந்து கொள்ளப்பட்டு வருகிறது. சுற்றுச்சூழலியலை மேம்படுத்துவதற்கான உரிமைகளைக் கோரும் முயற்சிகள், சமூக இயக்கத்தின் பல்வேறு பிரிவுகளை ஒன்றிணைத்துக் கொண்டே வந்துள்ளன. அவர்கள் நீர், காற்று போன்ற மக்களுக்கு இன்றியமையாத தேவைகள் போதிய அளவிலும் பண்பார்ந்த வாழ்க்கைத் தரத்திற்கு ஏற்புடைய விதத்திலும் கிடைப்பதை உறுதிப்படுத்துவதற்கு முற்படுகின்றனர்; இரப்பர் தோட்டத் தொழிலாளர்கள், வனவிளை பொருட்களைத் திரட்டுவோர், மீனவர், பழங்குடி மக்கள் போன்ற குறிப்பிட்ட சமூக - பண்பாட்டியல் தொகுதியினர் சமுதாய மறுஉற்பத்திக்குத் தேவையான ஒன்று திரட்டப்பட்ட பொருட்களைப் பயன்படுத்துவதற்கும் பாடுபடுகின்றனர்; பசுமைப்பகுதிகள், நீர்வழிகள், நீர்நிலைகள், உயிரின வாழ்க்கைச் சூழல் அமைப்புமுறை இயற்கைவளங்கள் பயன்படுத்தப்படுவதற்கான உறுதிப்பாட்டினைக் கோருகின்றனர்; ஏனெனில், அவை*

சமுதாயத்தின் ஒட்டு மொத்தமான தேவைகளுக்கு ஒவ்வாத வகையில் தனிநபர்களின் பேராசைகளால் சீரழிக்கப்படுகின்றன.

பிரேசில் நாட்டின் சமூக-சுற்றுச்சூழலியல் நெருக்கடி, உயிரின வாழ்க்கைச் சூழல் சீரழிவு மற்றும் சமுதாய ஏற்றத்தாழ்வு ஆகிய இரு கிளைளும் ஒரே வேரிலிருந்து முளைத்தவை. அதாவது, விவசாயிகளை அவர்களுடைய நிலங்களிலிருந்து வெளியேற்றியும், பெரும்பண்ணைத் தொழில்களின் எல்லைகளை விரிவுபடுத்தியும், நில அபகரிப்பையும் வன அழிப்பையும் ஊக்குவித்தும், நிலங்களைத் தரிசாக்கி நதிகளை வற்றச் செய்தும், மரபுவழிப்பட்ட மீன்பிடிக்கும் தொழிலையும் வனவிளை பொருட்களைத் திரட்டி வாழ்வதையும் சாத்தியமற்றதாக்கியும், சுற்றுச்சூழலுக்குத் தீங்கிழைக்கக் கூடிய தொழிலியல் நடைமுறைகளைப் பின்பற்றியும், நகரங்களை அளவுக்கதிகமான பளுவைச் சுமக்கச் செய்தும், செல்வவளத்தைக் ஒருசிலரிடம் மட்டுமே குவித்தும், பெரும்பான்மை மக்களுடைய நலன்களைப் புறக்கணித்தும் பிரேசில் நாட்டு முதலாளித்துவம் ‘முன்னேற்றம்’ அடைந்துள்ளது.

இயற்கை வளங்களை உற்பத்தி இடுபொருள்களைப் போலக் கருதி வழங்கப்பட்டதற்கான விலையைக் கொடுக்கின்ற அளவில் மலினப்படுத்திவிடாத முன்னேற்ற வகையைக் கண்டறிய வேண்டியது அவசியமாகிறது. உற்பத்திமுறைகளைத் தொழில்நுட்ப அளவில் மாற்றியமைத்தும், இயற்கை வளங்களின் பயன்பாட்டில் முதலாளித்துவம் சார்ந்த காரணி ஒன்றைப் பயன்படுத்தியும் மிக எளிதாக நிலைபெறத்தக்க ஒன்றைப் போல பாசாங்கு காட்டும் முன்னேற்ற விதத்தில் பிரேசில் நாட்டு மக்களில் பெரும்பாலானோர் ஆர்வங் கொள்வதில்லை. முன்னேற்றம் குறித்து முடிவு செய்ய உதவுகின்ற வாதப் போக்கினை மாற்றியமைப்பதற்கும், சுற்றுச்சூழலியலை மக்களுடைய வாழ்க்கை மற்றும் பணி நிலைமைகளின் ஒரு கூறாக ஒன்றிணைப்பதற்கும் முயல வேண்டும். இத்தகைய மாற்றம் தொழில்நுட்ப முன்னேற்றத்திற்கான

சாத்தியக் கூறுகளின்பால் இரண்டாம் தரமாகவே சார்ந்துள்ளது. உண்மையில், அஃது முகாமையாக அரசியல் செயல்முறைகளை, குடியாட்சிமுறைப்படுத்துவதையே சார்ந்துள்ளது. இயற்கை வளங்கள் மீதான கட்டுப்பாட்டினை குடியாட்சிமுறைப்படுத்துவதற்கும் சமுதாயத்திற்கும் நாட்டிற்கும் பொதுவான சுற்றுச்சூழலை தனியார்மயமாக்கப்படுவதை தடுப்பதற்கும், சுற்றுச்சூழலியல் நிர்வாகத்தில் குடியாட்சிமுறையை அறிமுகப்படுத்துவதற்கும் பொதுவான மரபுவழிச் சொத்தான இயற்கை வளங்களுக்குப் பொதுமைப் பண்பினை உறுதிப்படுத்துவதற்கும் பாடுபடுவதே சுற்றுச்சூழலியல் இயக்கத்தின் செயல் திட்டமாகும்...

ஆதாரம்: Henry Acselrad, editor. Environment and Democracy (Botafogo: IBASE, 1992), Preface.

இரு சூழமைவுகளிலும் தற்பொழுது, நேரடி நடவடிக்கைகளுக்கு இணையாக சிந்தனை ஆற்றல் மிக்க நூல்கள் ஏராளமாகக் குவிந்துள்ளன. இருப்பினும், ஏழ்மை நாடுகளில் அறிவாற்றல் மிக்க சிந்தனையுடன் மக்கள் செல்வாக்குப் பெற்ற போராட்டங்கள் தொடருகின்றன. இந்நிலை வட பகுதி நாடுகளின் போக்கிற்கு முரணானது. அங்கே 'வெறிச்சோடிய இளவேனில்' போன்ற நூல்கள் சுற்றுச்சூழல் இயக்கத்திற்குத் தூண்டுகோலாக இருந்ததாகச் சொல்லப்படுகிறது. இறுதியாக, வட பகுதி நாடுகளின் பசுமையியலாளர்கள் பலியாக்கப்பட்டவையும் ஆபத்திற்கு இலக்கானவையுமான விலங்கினங்களையும் பயிர் வகைகளையும் காப்பாற்றுவதில் கவனத்தைச் செலுத்திய வேளையில், தென்பகுதி மக்கள் பொதுவாக பெரிதும் இன்னலுக்கு உட்படுத்தப்பட்ட தமது இனத்தைச் சேர்ந்தோருடைய நலன்களுக்காகவே போரிட்டனர்.

இருந்தபோதிலும், இரு சூழமைவுகளிலும் தோன்றிய சுற்றுச் சூழலியலாளர்களை, சுற்றுச்சூழலியலுக்கு எதிரானவர்களை எதிர்கொள்கின்ற நோக்கம் ஒன்றிணைத்தது. அமெரிக்க ஐக்கிய நாடுகள் போன்ற நாடுகளில் தொழிலதிபர்களும், பெரும் வணிகர்களும் பசுமையாளர்களுக்கு வெறுப்புணர்ச்சியை உமிழ்கின்ற எதிர்ப்பாளர்களாகச் செயல்பட்டனர். இந்தியாவிலும் மலேசியாவிலும் அவர்களுடன் அரசு

அலுவலர்களும் தொழில்நுட்ப வல்லுநர்களும் இணைந்து கொண்டனர். ‘முன்னேற்றத்தை’ முன்னெடுத்துச் செல்வதற்கு முற்பட்ட தனியார், பொதுத்துறைகளைச் சார்ந்தவர்கள் சுற்றுச்சூழலியலாளர்களை, அந்நிய சக்திகளால் ஏவிவிடப்பட்டவர்கள் என்றும், சட்ட, ஒழுங்குப் பிரச்சினைகளை உருவாக்குபவர்கள் என்றும், பழங்குடியின மக்களையும் கிராமப்புற மக்களையும் பின்தங்கிய நிலையிலேயே வைத்திருக்க விரும்புகின்றனர் என்றும் அவர்களைப் பலரும் கண்டு மருட்சியடையும் வகையில் அருங்காட்சியகத்தில் வைத்துள்ளனர் என்றும் வசைமாரி பொழிந்தனர். அவர்களுள் ஒருவர் மிகவும் புகழ்பெற்றவரும் வல்லமைமிக்கவருமான மலேசிய நாட்டின் தலைமை அமைச்சர் மகாத்திர் பின் முகமது. 1990 ஆம் ஆண்டு அவர் அறிவித்தார்:

> *மனிதயினத்தினர் விலங்கியல் பூங்காவின் வகை மாதிரியான உயிரினங்களாக சுற்றுலாப் பயணியர் மருட்சியுடன் நோக்கப்படக் கூடியவராக மாற்றப்படுவதையும் உலகத்தின் ஏனைய மக்கள் முன்னேற்றப் பாதையில் அவர்களைக் கடந்து வெகு தூரம் சென்று கொண்டிருக்கின்ற வேளையில், அவர்கள் மாந்தவியல் வல்லுநர்களின் ஆய்வுக்குரியவர்களாகப் பயன்படுத்தப்படுவதையும் நானும் எனது அரசும் விரும்பவில்லை. வனவாழ் மக்கள் அனைவரையும் முடிவில் தேசிய நீரோட்டத்துடன் இணையச் செய்வதே அரசின் நோக்கமாகும். உதவுவாரற்ற, அரைப்பட்டினியில் வதைகின்ற, நோய் பீடித்த இம்மக்களிடம் வியப்பார்வந் தூண்டுகின்ற பண்பு ஏதுமில்லை.*

இரண்டு ஆண்டுகளுக்குப் பின்னர், உலக உச்சி மாநாட்டிற்காகத் தயாரிக்கப்பட்ட ஆவணத்தில் மகாத்திர் அரசு கீழ்க்கண்ட கருத்தினை வலியுறுத்தியது:

> *குகைகளிலும் வனங்களிலும் வாழ்ந்த மக்கள் கிராம, நகர வாழ்க்கை முறைக்கு மாற்றம் பெறுகின்ற நிகழ்வு நினைவுக்கு எட்டாத காலந்தொட்டு மனித சமுதாயங்களின் குறிப்பிடத்தக்க மாற்றமாக இருந்து வந்துள்ளது. மாற்றத்திற்கும் மனிதயினத்தின் முன்னேற்றத்திற்குமான*

இத்தகைய செயல்முறையைப் பொறுத்த வரை, பெனான் மக்களின் வழியில் குறுக்கிடுவதற்கு சுற்றுச்சூழலியல் ஆர்வலர்களுக்கு எவ்வித உரிமையும் இல்லை.

பெனான் மக்களைப் பொறுத்து மட்டுமல்ல; மலேசியாவில் மட்டுமல்ல; அதிகார வர்க்கத்திடம் உண்மை நிலையை வெளிப்படுத்துவதும், அரசியல் தலைவர்களிடமும் ஏனைய ஆளும் வர்க்கத்தினரிடமும், "முன்னேற்றம், எதை விலை கொடுத்து?", "மேம்பாடு, யாருடைய செலவில்?" என்பது போன்ற திணறடிக்கின்ற கேள்விகளை எழுப்புவதும் சுற்றுச்சூழலியலின் சிறப்புமிக்க பங்களிப்பாகத் திகழ்கிறது.

7
சோசலிசமும் சுற்றுச்சூழலியலும் அல்லது அதன் பின்னடைவும்

தொடக்கக்காலத்திய சோவியத் சுற்றுச்சூழலியல்

ஐரோப்பிய மற்றும் வட அமெரிக்கக் கண்டங்களின் செல்வ வளமிக்க நாடுகள், அவற்றுடன் ஜப்பான், ஆஸ்திரேலியா, நியூசிலாந்து ஆகிய நாடுகள் அனைத்தும் ஒருசேர முதலாம் உலக நாடுகள் எனப்பட்டன. புவிக்கோளத்தின் தென் பகுதியில் உள்ள ஏழ்மையில் உழலும் நாடுகளான ஆப்பிரிக்க, ஆசிய, லத்தீன் அமெரிக்க நாடுகள் மூன்றாம் உலக நாடுகள் எனும் பெயர் பெற்றன. இந்நூல் முதலாம், மூன்றாம் உலக நாடுகளைச் சேர்ந்த சுற்றுச்சூழலியல் இயக்கங்களையும் சிந்தனையாளர்களையும் பற்றி மட்டுமே இதுவரை ஆராய்ந்துள்ளது; இடைப்பட்ட நாடுகளைப் பற்றி எதுவும் குறிப்பிடவில்லை. தற்பொழுது இரண்டாம் உலக நாடுகளை எடுத்துக் கொள்வோம். அவை இரும்புத்திரைக்குப் பின்னால் உள்ளவை; செல்வவளம் படைத்தவை என்றோ ஏழ்மையானவை என்றோ பாகுபடுத்தவொண்ணாதவை; 1989 ஆம் ஆண்டில் பெர்லின் சுவர் தகர்க்கப்பட்டவரை அந்நாடுகளின் அரசுகள் சோசலிசக் கொள்கையின்பால் கொண்டிருந்த கடப்பாட்டின் காரணமாகத் தனித்துவம் பெற்று விளங்கியவை. ஒரு காலத்தில் வல்லரசாகவும் இரண்டாம் உலக நாடுகளின் பாதுகாவலனாகவும் திகழ்ந்த சோவியத் யூனியன்பால் கவனத்தைக் குவிப்போம்.

முந்தைய இயலில், செல்வவளம் மிகுந்த நாடுகளை எட்டிப்பிடித்து விட எத்தனித்த இந்திய, பிரேசிலிய அரசியல் தலைவர்களின் பேரார்வத்தைப் பற்றிப் பார்த்தோம். இத்தகைய

பேரார்வம் சோவியத் நாட்டுத் தலைவர்களை இரண்டாம் உலகப் போருக்குப் பின்னரல்ல, முதலாம் உலகப் போர் முடிவடைந்ததிலிருந்தே பற்றிக் கொண்டது. 1917 ஆம் ஆண்டு நவம்பர் மாத கம்யூனிசப் புரட்சியின் தலைவர்கள் இராணுவ மற்றும் பொருளாதாரப் புலங்களில் ஏனைய நாடுகளுக்குப் பின்தங்கிவிடக் கூடாது என்பதில் கவனமாக இருந்தனர். ஏனெனில், தொழில்துறையில் அபரிமிதமான முன்னேற்றத்தை அடைந்தால் மட்டிலுமே தனிமைப்படுத்தப்பட்ட தமது சோசலிச நாட்டினை முதலாளித்துவ வல்லாதிக்கங்கள் வெற்றி கொள்வதிலிருந்து காப்பாற்றிக் கொள்ள இயலும் என்று அவர்கள் நம்பிக்கை கொண்டனர். "ஐம்பதிலிருந்து நூறாண்டு காலம் வரை நாம் மிகவும் முன்னேற்றமடைந்திருந்த நாடுகளிலிருந்து பின்தங்கி இருந்தோம். அடுத்த பத்தாண்டு காலத்திற்குள் இத்தகைய இடைவெளியை இட்டு நிரப்பிவிட வேண்டும். நாம் அதைச் செய்தாக வேண்டும். அன்றேல், அவர்கள் நம்மைத் துடைத்தழித்துவிடுவர்" என்று ஜோசப் ஸ்டாலின் ஒருமுறை குறிப்பிட்டார். தொழில்நுட்பப் போற்றுதலும், சமூக ஏற்றத்தாழ்வுகளுக்குத் தீர்வு காண்பதற்கு ஆலை உற்பத்திமுறை ஒன்றே வழிவகை என்கிற நம்பிக்கையும், இயற்கை வளங்களைப் பயன்படுத்துவதில் கட்டுப்பாடுகளைப் புறக்கணித்தமையும் சோவியத் யூனியனின் கம்யூனிசக் கொள்கைக்கும் அமெரிக்க ஐக்கிய நாடுகளின் முதலாளித்துவ வெறிக்கும் இடையிலான வேறுபாட்டினை மறைப்பதற்கு உதவின. ஒன்றுக்கொன்று எதிரும் புதிருமான அரசியல் அமைப்புமுறைகளை இணைக்கவல்லது எது என்பதை ஆல்டோ லியோபோல்ட் 1933 ஆம் ஆண்டிலேயே முன்உணர்ந்து கூறினார்:

என்னால் இயன்றவரை உன்னிப்பாகக் காண முடிந்தவரை, புதிதாகத் தோன்றியுள்ள சோசலிசம், கம்யூனிசம், பாசிசம் போன்ற இசங்கள் அனைத்தும் அவை தமது கவனத்தை முழுமையாகக் குவிக்கப் போகின்ற ஒன்றைப் பொறுத்தவரை அமெரிக்காவின் முதலாளித்துவத்தையே விஞ்சிவிடுவன; அதுதான் எந்திர உற்பத்திப் பொருட்களை அதிக எண்ணிக்கையிலான மக்களுக்கு ஏராளமாக வழங்குதல்! அவர்கள் ஒருவரை ஒருவர் வெறுத்தபோதிலும் ஒரே ஒரு கோட்பாட்டை போட்டி

போட்டுப் போதிக்கும் இறைத்தூதர்கள்: தீர்வுக்கான ஒரே வழி எந்திரங்களே!

சோவியத் நாட்டின் தொழிலியல் மறுகட்டமைப்பு செயல்திட்டங்கள் மார்க்சியத்தின் ஆதரவைப் பெற்றன. மார்க்சியம் இயற்கையை வயப்படுத்துவதற்கும் வெற்றி கொள்வதற்கும் நவீன தொழில்நுட்பத்தின் வல்லமையின் பால் அசைக்க முடியாத நம்பிக்கை கொண்ட தத்துவம். மார்க்சிய சிந்தனையாளர்கள் தனியுடைமையை ஒழித்துவிட்டால் சுற்றுச்சூழல் தூய்மைக்கேடு தானாகவே குறைந்துவிடும் என்று நம்பினர். ஏனெனில், கம்யூனிசம் வெற்றியடையும்போது, தமது ஆதாயத்திற்காக சுத்திகரிக்கப்படாத ஆலைக்கழிவுகளை ஆற்றில் கலக்கச் செய்வதைப் போல எதை வேண்டுமானாலும் செய்யத் துணிகிற முதலாளி வர்க்கம் அகற்றப்பட்டுவிடும். இத்தகைய கண்ணோட்டத்தில், எஞ்சியுள்ள சுற்றுச்சூழல் மாசுப் பொருட்களை கழிவுகளை அனைத்தையும் காணக்கூடியதும், அனைத்தையும் அறியவல்லதுமான மையப்படுத்தப்பட்ட திட்டமிடுதல் கவனித்துக் கொள்ளும்.

தத்துவவியலையும், செயல்முறையையும் பொறுத்தவரை, அக்காலத்திய சோவியத் நாட்டின் மார்க்சியம் இயற்கையின் பாலும், இயற்கை வரம்புகளின்பாலும் ஆழமான அலட்சிய மனப்பான்மை கொள்வதைத் தனது பண்பியல்பாகப் பெற்றிருந்தது. "இயற்கையின்பால் தொழில்நுட்ப வல்லமையால் ஆதிக்கம் செலுத்துவதும் திட்டமிடுதல் மூலம் தொழில்நுட்பத்தைக் கட்டுப்படுத்துவதும் கம்யூனிசத்தின் முறையான இலக்காகும். அதன் வாயிலாக, மனிதயினத்திற்குத் தேவையான அனைத்திற்கும் அதற்குக் கூடுதலாகவும் இயற்கை மூலப்பொருட்கள் கிடைப்பன" என்று 1920 ஆம் ஆண்டுகளிலேயே லியோன் ட்ராட்ஸ்கி குறிப்பிட்டார். பத்து ஆண்டுகளுக்குப் பின்னர் சோவியத் விஞ்ஞானி ஒருவர் உறுதிபடக் கூறினார்: "மனிதயினத்தின் வரலாறு என்பது இயற்கையின் மூலாதார சக்திகளுக்கு அடிமைப்பட்டுக் கிடப்பதிலிருந்து அதனை எதிர்த்துப் போரிட்டு வெற்றி கொள்வதற்கான பாதையாகவே இருந்தது. சோசலிசச் சூழலில், பொருளாதாரத்திற்கான இயற்கை வள அடித்தளம் சுருங்கிப்

போகவில்லை, ஆனால், வரம்பற்ற முன்னேற்றத்திற்கான அனைத்து உட்கூறுகளையும் பெற்றுள்ளது"

லியோன் ட்ராட்ஸ்கி இயற்கையை வென்ற சோசலிஸ்ட்

ருஷ்யப் புரட்சியைக் கட்டியெழுப்பியவர்களுள் ஒருவர் இயற்கையின் மீது சோசலிச மனிதன் தனது ஆதிக்கத்தைச் செலுத்துவது குறித்த தனது பார்வையை விவரிக்கிறார்.

மலைகளும் ஆறுகளும், வயல்வெளிகளும், மேய்ச்சல் பகுதிகளும், சதுப்பு நிலப் பகுதிகளும், வனங்களும், கடற்கரைப் பகுதிகளும் புவிக்கோளத்தின் மீது தற்பொழுது பங்கிடப்பட்டுள்ள நிலைமையே இறுதியானதல்ல. இயற்கையின் வரைபடத்தில் மனிதன் ஏற்கனவே ஏற்படுத்தியுள்ள மாற்றங்கள் எண்ணிக்கையில் குறைந்தவையோ சிறப்பியல்பற்றவையோ அல்ல. ஆனால், நிகழ இருப்பவற்றுடன் ஒப்பிடும்போது அவை மாணவனொருவன் பயிற்சிக் காலத்தில் ஏற்படுத்தியதற்கு ஒப்பானவை மட்டிலுமே. மலைகளை நகர்த்துவதாக வாக்குறுதிகளை மட்டுமே நம்பிக்கை அளிக்கிறது. ஆனால், நம்பிக்கைகளை நம்பாத தொழில்நுட்பம் மலைகளை வெட்டியெடுத்து நகர்த்திவிடுகிறது. இதுவரை தொழிலியல் நோக்கங்களுக்காகவும் (சுரங்கங்கள்), தொடர்வண்டித் தடங்கள் அமைப்பதற்காகவும் (குகைப் பாதைகள்) மட்டிலுமே அத்தகைய நடவடிக்கை மேற்கொள்ளப்பட்டு வருகின்றன. எதிர்காலத்தில், பொதுவானதொரு தொழிலியல் கலையியல் திட்டத்திற்கேற்ப அளவிடற்கரிய பேரளவில் மேற்கொள்ளப்பட உள்ளன. மலைகளையும் நதிகளையும் இடம் மாற்றி அமைக்கின்ற பணியில் மனிதன் தன்னை ஈடுபடுத்திக் கொள்ளப் போகிறான்; இயற்கையமைப்பில் விரைவாகவும் தேவைக்கேற்ப மீண்டும் மீண்டும் மேம்பாடுகளை மேற்கொள்வான். முடிவில், தனது கற்பனைக்கு ஏற்ப என்றில்லாவிட்டாலும் தனது தேவைக்கேற்ப இந்தப்பூமியை மறுகட்டமைப்பு செய்வான். அத்தகையதொரு நிலைமை மோசமாக அமைந்துவிடும் என்கிற அச்சம் கிஞ்சித்தும் இல்லை.

இயற்கையை ஒட்டுமொத்தமாகவே சோசலிச சமுதாய மனிதன் தனது எந்திரங்களின் உதவியால் ஆளுமை செலுத்துவான். மலைகளுக்கும் கணவாய்களுக்கும் உரிய இடத்தை அவன் சுட்டிக் காட்டுவான். ஆற்றின் போக்கினை அவன் மாற்றுவான்; பெருங்கடல்களுக்கும் விதிகளை வகுப்பான். என்றபோதிலும், கருத்துமுதல்வாத மடையர்கள் இவை அலுப்புத்தட்டக் கூடியவை என்பர். சொல்லப் போனால், அதனால்தான் அவர்கள் மடையர்களாகவே இருக்கின்றனர்.

ஆதாரம்: Leon Trosky, quoted in C. Wright Mills, The Marxists (Harmondsworth: Penguin Books, 1963), pp. 278-279.

அறிகுறிகள் நல்லிணக்கமற்றவை; ஆனால், கம்யூனிச ஆட்சியின் பத்து ஆண்டுகளில் சில சுற்றுச்சூழல் இயக்கங்கள் நம்பிக்கை அளிக்கும் விதத்தில் நடைபயிலத் தொடங்கின. புரட்சிக்கு முந்தைய காலத்திலிருந்தே இயற்கைச் சூழல் வரலாற்று மரபுகளும் உயிரினங்களின் இயற்கையான வாழ்விடங்களைப் பாதுகாப்பதற்கான சங்கங்களும் நிலவி வந்தன. 1917 ஆம் ஆண்டு நவம்பர் மாதம் முதல் வாரத்தில் கம்யூனிசக் கட்சி ஆட்சிப் பொறுப்பேற்ற அதே வேளையில் பெட்ரோகிரேடில் நிகழ்ந்த இயற்கைப் பாதுகாப்புக் கருத்தரங்கு அமெரிக்க தேசியப் பூங்காக்கள் போன்ற பாதுகாப்புப் பகுதிகளை நிறுவுவதற்குத் தேவையான இடங்களைத் தெரிவு செய்வது குறித்து விவாதித்தது. உண்மையில் பாதுகாக்கப்பட வேண்டிய பகுதிகள் குறித்த ருஷ்யர்களுடைய புரிதல் அமெரிக்கர்களுடைதைக் காட்டிலும் பெரிதும் நுட்பமானதாக இருந்தது. அமெரிக்காவில் பண்பாட்டியல் மற்றும் தேசியக் காரணங்களுக்காக தேசியப் பூங்காக்கள் நிறுவப்பட்டன. ஆனால், சோவியத் விஞ்ஞானியர் உயிரின வாழ்க்கைச் சூழலியல் தரப்பாடுகள் அடிப்படையிலான கன்னிமை மாறா இயற்கைப் பகுதிகளைக் கோரினர். மனித இனம் தலையிடுவதற்கான பாதுகாப்பற்ற வனப்பகுதிகளை அதனடிப்படையிலேயே பாகுபடுத்தினர்.

உண்மையில் சோவியத் ஆட்சியின் தொடக்கக் காலத்தில் அறிவியல் ஆராய்ச்சியும் பல்கலைக்கழகக் கல்விமுறையும் செழுமையுற்றது. வரலாற்றாய்வாளர் டக்லஸ் வெய்னெர்

1920 ஆம் ஆண்டுகள் ருஷ்யாவில் உயிரியல் கற்பிப்பதற்கான பொற்காலமாகத் திகழ்ந்ததாகப் புகழ்ந்துரைக்கிறார்: அறிவுத்தெளிவற்ற ரோமனோவ் தணிக்கையாளர்களின் விலங்குகளுக்குக் கட்டுப்படாமல் பள்ளி அறைகளில் உயிரியலின் முன்னேறிய கருத்துகளைக்கூட உரிமையுடன் கற்பிக்க முடிந்தது. உலகின் தலைசிறந்த மரபியலாளர்கள், உயிரின வாழ்க்கைச் சூழலியலாளர்கள், செயல்முறை ஆய்வியல் சார்ந்த உயிரியலாளர்கள் ஆகியோரின் ஒட்டு மொத்த தலைமுறைகளே உருவெடுத்தது.

ஒரு சிலருடைய பெயர்களை இங்கே குறிப்பிடலாம். பயிர்வகைகளைப் பற்றிய ஆய்வு மாணவரும் அவற்றைத் திரட்டி வகைப்படுத்தியவருமான என்.ஐ. வாவிலோவ், 'உயிரின வாழ்க்கைச் சூழலியலுக்கான தனியிடம்' என்கிற கருத்தோட்டத்தின் முன்னோடியான சி.எஃப். காஸ் ஆகியோர் உலகப் புகழ்பெற்ற உயிரியலாளர்களாவர். 'உயிரியற்கோளம்', 'புவிக்கோளம்' எனும் சொல்லாடல்களைப் புகுத்திய மேதையான வி.ஐ. வெர்னாட்ஸ்கீ குறிப்பிடத்தக்கவர்; இயற்கை உற்பத்தி சக்திகளுக்கு வரம்பு உண்டு என்பது மெய்யானது என்றும், அத்தகைய கருத்தியல் கற்பனையானதோ கொள்கையியல் சார்ந்ததோ இல்லை என்றும் அவ்வுண்மையை அறிவியல் முறைப்படியான ஆய்வினால் உறுதிப்படுத்தலாம் என்றும் அதுவே நமது உற்பத்தித் திறன் இயற்கையினுடையதை விஞ்சாமல் இருப்பதற்கு வழிகாட்டியாக அமையும் என்றும் ரோம் குழுமத்தின் அறிக்கையான வளர்ச்சிக்கான வரம்புகள் எனும் நூல் வெளியிடப்பட்டதற்கு அறுபது ஆண்டுகளுக்கு முன்பே சுட்டிக் காட்டியவர். ஆய்வகக் கண்டுபிடிப்புகளை இயற்கையின்பால் கொள்ளும் புனைவியல் சார்ந்த பெருவிருப்புடன் இணைத்துக் கூறிய பூச்சியியல் வல்லுநரான ஏ.பி. செமெனோசியான் சாட்ஸ்கீ நான்காவதாகக் குறிப்பிடத்தக்க உயிரியலாளராவார். அவர் மாஸ்கோவிலுள்ள விலங்கியல் அருங்காட்சியகத்திற்கு ஏழு லட்சம் பூச்சி வகைகளை அளித்தார். அவற்றுள் அவரால் கண்டுபிடிக்கப்பட்டு முதன்முதலாக விவரிக்கப்பட்ட தொள்ளாயிரம் உயிரினங்களும் அடங்குவன. இயற்கையானது அனைத்து வகை உயிரினங்களுக்கும் விளக்கமளிக்கின்ற மாபெரும் நூல் என்றும், நம்முடைய அறிவாக்கமும் மூளைத்திறனும் மென்மேலும் மேன்மையடையச் செய்வதற்கான

அருங்காட்சியகம் என்றும் அத்தகைய அருங்காட்சியகத்திற்கு அழிவு நேரிடின் மனிதனால் மீளக் கட்டியமைக்க வொண்ணாதது என்றும் அவர் சிந்தித்ததில் வியப்பொன்றுமில்லை. 'சமுதாயத்திற்கு இயற்கையின்பால் நன்னெறி சார்ந்த மாபெரும் கடப்பாடு உள்ளது என்றும் ஆனாலும், ஆய கலைகள் அனைத்திற்கும் உணர்வெழுச்சி ஊட்டுகின்ற கவின்மிகு களஞ்சியத்திற்கு அழிவு ஏற்படுத்துவதென்று உறுதிபூண்டவனாக, தொழிலியல் போதை தலைக்கேறிய மனிதன் இயற்கையின் இயைபுக்கு ஊறுவிளைக்கின்ற, இப்புவியில் பெருஞ்செல்வம் படைத்திருந்தும் அற்பனாகத் தன்னைக் காட்டிக் கொள்ள முற்படுகிறான்' என்று அவர் நொந்தார்.

இத்தகைய அறிவியல் ஆய்வுடன் கற்றுச்சூழல் பாதுகாப்புக் கழகங்களின் உருவாக்கமும் ஒருங்கிணைப்பும் நிகழ்ந்தது. இயற்கைவளங்கள், பண்பாட்டியல் தொடர்பான மரபுவழிச் சின்னங்களைப் பாதுகாப்பதற்குப் பாடுபட்ட, தாயக இயற்கைச் சூழல் ஆய்வுக்கான மையப்படுத்தப்பட்ட பெருமன்றம் (Central Breau for Study of Local Lore - TsBK), மாநில அமைப்பான விலங்கினங்கள் பயிரினங்களின் பாதுகாப்பிற்கான அனைத்து உக்ரேனியக் கழகம் (All Ukranian Society for Defence of Animals and Plants - ZhIVRAS), இயற்கைவளப் பாதுகாப்பிற்கான அனைத்து ருஷ்யக் கழகம் (All Russian Society of Nature Protection - VOOP) போன்ற அமைப்புகள் புகழ்பெற்ற விஞ்ஞானியரையும் தமது உறுப்பினர்களாகப் பெற்றிருந்தன. 1920 ஆம் ஆண்டுகளின் பிற்பகுதியில் TsBK இரண்டாயிரம் கிளைகளையும் அறுபதாயிரம் உறுப்பினர்களையும் பெற்றிருந்ததாகப் பெருமைப்பட்டது. உக்ரேனியக் கழகம் ஒன்பதாயிரம் உறுப்பினர்களைக் கொண்டு செயல்பட்டது. VOOP 1400 சந்தாதாரர்களைக் கொண்டிருந்தது. ஆனால், மிகவும் செல்வாக்குப் பெற்ற Ohkana Prirody எனும் மூவாயிரம் சந்தாதாரர்களைக் கொண்ட இருவார இதழ் ஒன்றினை நடத்தியது.

விஞ்ஞானியரையும் கழகங்களையும் சோவியத் அதிபர் விலாடிமிர் இலீச் லெனின் பெரிமுத் ஊக்குவித்தார். அவர் உயிரியலாளர் ஒருவரின் சகோதரரும், மலைஏற்றப் பயிற்சியில் ஈடுபடுபவரும், இயற்கை விரும்பியுமாகத் திகழ்ந்தார். 1921 ஆம் ஆண்டு செப்டம்பர் மாதத்தில் இயற்கையான

நினைவகங்களையும், தோட்டங்களையும், பூங்காக்களையும் பாதுகாப்பதற்கான சட்டத்தில் கையொப்பமிட்டார். அதன்படி, ஏற்கனவே பேணப்பட்டு வந்த உயிரினப் பாதுகாப்பிடங்களிலும் எதிர்காலத்தில் உருவாக்கப்பட இருந்த காப்பிடங்களிலும் வேட்டையாடுவதும் மீன்பிடிப்பதும் தடைசெய்யப்பட்டது. அவர் புதிய காப்பிடங்கள் உருவாக்கப்படுவதை ஊக்குவித்தார். 1929 ஆம் ஆண்டிற்குள் சோவியத் யூனியனில் 61 இடங்களில் இயற்கைவாழ் உயிரினக் காப்பிடங்கள் நாற்பது லட்சம் ஹெக்டேர் பரப்பளவில் உருவாக்கப்பட்டன. காப்பிடங்கள் பாதுகாப்புச் சட்டத்தில் இடம்பெறாத வனங்களைப் பேணுவதற்கு வனப் பாதுகாப்புச் சட்டம் 1923 ஆம் ஆண்டு இயற்றப்பட்டது. அதன்படி, வனவளங்கள் நிலைபெறத்தக்க வகையில் மரங்களை வெட்டுவதும் காடுகளை வளர்ப்பதும் உறுதிசெய்யப்பட்டன; மொத்தப் பரப்பில் எட்டு விழுக்காட்டிற்கும் குறைவான வனப்பரப்புக் கொண்ட பகுதிகளில் வனங்களை அழித்துவிட்டு நிலம் சமைப்பதற்குத் தடைவிதிக்கப்பட்டது.

சோவியத் அறிவியல் வளர்ச்சிக்கும் சோவியத் சுற்றுச்சூழலியல் மேம்பாட்டிற்கும் 1920 ஆம் ஆண்டுகள் பொற்காலம் எனும்படி அமைந்தன. 'சோவியத் ஆட்சியில் உயிரின வாழ்க்கைச் சூழலியல் இயக்கம் குறைந்த வாழ்நாளைக் கொண்டிருந்தது' என்று துயரார்ந்த தொனியில் குறிப்பிட்டுள்ளார் வெய்னெர். காந்தியம் இந்தியாவில் பின்னடைவைச் சந்திக்க நேர்ந்தமைக்கும் சோவியத் யூனியனில் சுற்றுச்சூழலியல் பின்னோக்கி நகர்ந்தமைக்கும் பெருத்த ஒப்புமைகள் இருப்பதாகத் தோன்றுகிறது. இரு போக்குகளும் துவக்கத்தில் உறுதியளிக்கும் விதமான முன்னேற்றத்தைக் காட்டியபோதிலும் தொழில்மயமாக்குவதில் முனைப்பும் இயற்கைவளப் பயன்பாட்டுக் கட்டுப்பாடுகளுக்கு புறக்கணிப்பும் காட்டிய தேசியக் கொள்கைகளால் வலுவிழக்கத் தொடங்கின. காந்தியத் தொண்டர்களாவது ஆசிரமங்களில் அடைக்கலம் புகுந்து கொண்டனர். ருஷ்ய சுற்றுச்சூழலியலாளர்களுக்குக் கெட்டகாலமாக அமைந்தது. எடுத்துக்காட்டாக, வெர்னாட்ஸ்கீ நாடு கடத்தப்பட்டார்; காஸ் புதிய செயல்முறை ஆய்வு மேற்கொள்வதற்குத் தடைவிதிக்கப்பட்டது; ஸ்டாலினுக்கு மிகவும் பிடித்தமான ஏமாற்றுப் பேர்வழி உயிரியலாளர்

ட்ரோஃபின் லிசென்கோவுடன் எதிர்வாதம் புரிந்தமைக்காக சிறைச்சாலையில் உயிரிழந்தார்.

சோவியத் யூனியனில் சுற்றுச்சூழலியலின் வீழ்ச்சி 1929 - 1934 ஆம் ஆண்டுகளுக்கான முதல் ஐந்தாண்டுத் திட்டத்தில் வெளிப்பட்டது. அத்திட்டத்தின்படி வேளாண்துறையிலும் தொழில்துறைகளிலும் உற்பத்தி முறைகள் தீவிர மாற்றத்திற்கு உட்பட்டன. மர உற்பத்தியில் மட்டும் 178 லிருந்து 280 மில்லியன் கனஅடியாக உற்பத்தி அளவினை உயர்த்துவதென்று இலக்கு நிர்ணயிக்கப்பட்டது. ஏனைய பொருட்களின் உற்பத்தியிலும் இலக்குகள் பெருவாரியாக உயர்த்தப்பட்டன. தற்பொழுது உயிரின வாழ்க்கைச் சூழலியலாளர்கள் பொருளாதாரச் சுரண்டலுக்கு ஏற்ப இயற்கை வளங்களைப் பற்றிய ஆய்வுகளில் ஈடுபட்டு 'பலன்களை' ஈட்டித்தருமாறு வற்புறுத்தப்பட்டனர். கூட்டுப்பண்ணை விவசாயமுறை, பாதுகாக்கப்பட்டு வந்த சதுப்பு நிலக் காடுகளையெல்லாம் அழித்தது; உயிரின வாழ்க்கைக்கு ஏற்ற பகுதிகளெல்லாம் விளைநிலங்களாக மாற்றப்பட்டன. ஏனைய வனப்பகுதிகளில் சுரங்கத் தொழில்களும் மர வணிகமும் அனுமதிக்கப்பட்டன. 1950 ஆம் ஆண்டுகளில் 12.5 மில்லியன் ஹெக்டேர் பரப்பளவில் பேணப்பட்ட வனஉயிரினக் காப்பிடங்கள் வெறுமனே 1.5 மில்லியன் பரப்பாகச் சுருங்கிப் போயின.

உயிரின வாழ்க்கைச் சூழலியலாளர்களும் சுற்றுச் சூழலியலாளர்களும் தொழில்முறையாகவும் தனிப்பட்ட உளவியல் முறையிலும் தம்மைக் காப்பாற்றிக் கொள்ள வேண்டிய நிலைமைக்குத் தள்ளப்பட்டனர். அவர்கள் மீதும் அவர்களுடைய பணிகளின் மீதும் தொடுக்கப்பட்ட தாக்குதல்கள் சொல்லி மாளாதவை. இயற்கையின்பால் 'வெல்லம் பூசிய' அணுகுமுறைக்கு இனிமேலும் இடமளிக்கலாகாது என்று அரசு அலுவலர்களும் கம்யூனிஸ்டுகளும் முழங்கினர். ஏனெனில், அவர்களைப் பொறுத்தவரை, சோசலிசத்தின் அடுத்தடுத்த வளர்ச்சிக் கட்டங்களுக்கு 'நிலைபெயராமல் காத்தல் என்கிற வெற்றுக் கூச்சல்' தடையாக இருந்தது. TsBK பழம் பஞ்சாங்கங்களைப் பாதுகாக்கின்ற கழகம்', 'புரட்சியில் பங்கேற்காமல் தப்பித்துக் கொள்வோருக்கான பாதுகாப்புக் கழகம்' என்று தூற்றப்பட்டது. பத்திரமாகப்

பாதுகாக்கப்பட்ட பேராசிரியர்கள் உலவுகின்ற காப்புவனங்கள் என்று அறிவியல் கழகங்கள் ஏசப்பட்டன. ஐந்தாண்டுத் திட்டங்களை நிறைவேற்றுவதற்குப் பயன்படுத்த விடாமல் இயற்கை வளங்களைப் பாதுகாப்பதே அத்தகைய கழகங்களின் நோக்கம் என்று வசைமாரி பொழியப்பட்டது. இயற்கை வளங்களை நிலைபெயராமல் காப்பதற்கான ஆய்வுகளில் ஈடுபட்ட மதிப்பிற்குரிய அறிஞர்களெல்லாம் மார்க்சியத்திற்கு எதிரானவர்கள் என்றும் எதிர்ப்புரட்சிக்காரர்கள் என்றும் அந்நிய நாட்டு முதலாளிகளின் கைக்கூலிகள் என்றும் ஒதுக்கப்பட்டனர்.

சோவியத் சுற்றுச்சூழல் பாதுகாப்பு இயக்கத்தின் முதலாவதும் பெரிதும் பயனளித்ததுமான காலக்கட்டம் மூன்று வெவ்வேறு விதமான சுற்றுச்சூழலியல் போக்குகளைக் கொண்டிருந்தது. மனிதனால் ஊறுவிளைவிக்கப்படாமல் கன்னிமை மாறாதிருந்த இயற்கைச் சூழலைப் பாதுகாக்கப் பாடுபட்ட உயிரின வாழ்க்கைச் சூழலியலாளர்களுக்கானது ஒருவகை. மற்றொன்று, நாட்டுப்புற இயற்கை வியப்பார்வத்துடன் அறிவியலையும் இணைத்து பாதுகாக்க முற்பட்டோருக்கானது. மூன்றாவது வகை, நிலைபெறத்தக்க விளைச்சலைப் பேணிக்காக்கின்ற கொள்கையாளருக்கு உரியது. 1930 ஆம் ஆண்டுகளின் பிற்பகுதியில் முதல் இரண்டு வகை அணுகுமுறை சற்றேறக்குறைய அழிந்து விட்டது என்றே சொல்லலாம். மூன்றாவது வகை ஆய்வறிவு சார்ந்த நிலைபெயராமையின் வாழ்வு அரசின் திட்டமான தொழில்மயமாக்கல் எனும் போக்கின் வலிய கரங்களில் ஊசலாடிக் கொண்டிருக்கிறது. தன்னை வெற்றியாளனாகக் கருதிக் கொண்ட விஞ்ஞானி ஒருவருடைய பதிவு:

> *சோசலிசத்தை நிலைநாட்டுவதற்கு முற்பட்டுவிட்ட நமது மண்ணில் நமது பொருளாதார, அறிவியல் நலன்களுக்கு நேர் எதிரான நிலைப்பாடு கொண்ட, இயற்கைக்குத் தெய்வீகத் தன்மையளிக்கின்ற தொன்மைச் சடங்குமுறைகள் எனும் முடைநாற்றத்தைப் பரப்புவதற்கு எத்தனிக்கின்ற இயற்கை இயற்கைக்காகவே எனும் பழமைவாதக் கோட்பாட்டிற்கு இடமே இல்லை. என்ன நேர்ந்தாலும் நேர்ந்துவிட்டுப் போகட்டும்! இயற்கையை இன்றுள்ள நிலையில் அப்படியே பாதுகாத்து வைப்பதல்ல, இயற்கையின் உற்பத்தி சக்தியில் அறிவார்ந்த*

விதத்தில் தலையிட்டு, ஆய்வு செய்து, ஆளுமை கொண்டு, ஒழுங்குபடுத்துவதே நமது சமுதாயத்தின் பதாகைகளில் கொட்டை எழுத்துகளில் பளபளக்க வேண்டும்.

சோவியத் சுற்றுச்சூழலியலின் போக்கினை மதிப்பிடும் போது, அது வாழ்ந்தபோதும் வீழ்ந்தபோதும் நிலவிய அரசியல் சூழமைவினைக் கருத்திற் கொள்ளத் தவறக் கூடாது. ஏனெனில், 1930, 1940 ஆம் ஆண்டுகளில் ருஷ்ய நாடு பாட்டாளி வர்க்கச் சர்வாதிகார ஆட்சித் தத்துவத்தின் கீழ் ஆளப்பட்டு வந்தது. அங்கே அறிவுஜீவிகள் எனப்பட்டோரும் ஆட்சிக்கு எதிரானவர்களும் அனுமதிக்கப்படவில்லை. கட்சியின் கோட்பாடுகளுக்குப் புறம்பான கருத்துகளை, அவை எவ்வளவுதான் வலுவற்றவையாக இருந்தபோதிலும், முன்வைத்தமைக்காக வதை முகாம்களில் உயிரிழந்த பல லட்சம் அறிஞர்கள், எழுத்தாளர்கள், புரட்சிக்காரர்களுள் என்.ஐ. வாவிலோவும் ஒருவர். பொருளாதார முன்னேற்றம் குறித்த கடுமையான முயற்சிகள் ஒருபுறமிருக்க, சோவியத் நாட்டினால் ஏற்றுக்கொள்ளத்தக்கவை என்கிற எல்லைக்குப் புறத்தே சுற்றுச்சூழலியல் கருத்துகளை வெளிப்படுத்துவதற்கு அந்நாட்டில் கடுமையான கட்டுப்பாடுகள் இருந்தன.

மூன்று மலைப் பிளவுகள் திட்டம்: பயனற்ற எதிர்ப்பு

1956 ஆம் ஆண்டு அனைத்து வல்லமையும் பெற்றிருந்த சீனக் கம்யூனிஸ்ட் கட்சியின் தலைவர் மாபெரும் யாங்ட்சி நதியில் நீந்தினார். நதியினின்று வெளியெறியவர் உள்ளத்தில் இயற்கையை விஞ்சி மனித ஆற்றல் படைக்கக்கூடிய வியத்தகு ஆக்கங்கள் குறித்து உதித்த கவிதை:

நீச்சல்

– மா சே துங்

மாபெரும் திட்டங்கள் மாண்புறச் சமைப்போம்!
வடக்கையும் தெற்கையும் இணைக்கும் மேம்பாலம்,
வானவீதியில் மக்களின் கால்தடம்!
மேற்கே மீதுயர் நீர்ப்பெருக்கினை நிறுத்தி
உடுக்களுடன் மாமழையை உள்ளே அடக்கி
குறுகிய பிளவினுள் நீர்நிலை நிரப்பி
திமிர்ந் திடும் வியன்மிகு கல்லணை அமைப்போம்!

மலைவாழ் தேவதை இன்னமும் உளதோ ?
இருப்பாளேல், மலைப்பாள் !
மாறிடும் மாநிலம் மாண்புறக் கண்டு !

– ஆங்கில மொழியாக்கம்: ஜான் கிட்டிங்ஸ்

1920 ஆம் ஆண்டுகளிலேயே தேசியத் தலைவர் சன்யாட் சென் யாங்ட்சி நதியின் மேற்பகுதியில் முப்பெரும் பிளவுகளின் குறுக்கே மாபெரும் அணை எழுப்புவதற்கான ஆலோசனைகளை முன்வைத்தபோது பெரும் திட்டங்கள் தீட்டப்பட்டன. 1950 ஆம் ஆண்டு அத்தகைய கருத்தாக்கத்தினை மா சே துங் மறுஆய்வு செய்தார். அவர் தனது கவிதையில் கண்ட கனவு பொறியாளர்களின் வரைபடங்களில் இடம் பிடிப்பதற்கு அடுத்து ஓர் ஐம்பது ஆண்டுகளாயின. சீன நாட்டின் திட்ட வல்லுநர்கள் வகுத்தளித்தவாறு முப்பெரும் பிளவுகள் பேரணை 185 மீட்டர் (620 அடி) உயரம் கொண்டதாகவும், 17,000 மெகாவாட் மின்உற்பத்தி செய்யக் கூடியதாகவும் அமைக்க உத்தேசிக்கப்பட்டது. அத்திட்டம் நிறைவேற இருபது ஆண்டு காலம் பிடிக்கும் என்றும் அமெரிக்க டாலர்களில் ஐம்பது பில்லியன் செலவாகும் என்றும் மதிப்பிடப்பட்டது. அஃது மிகப் பெரியதொரு 'பொறியியல் பூதமாக' அமையக்கூடும் என்றும், சீனாவின் திட்டங்களில் அதுவே இறுதியான மாபெரும் திட்டமாக இருக்கலாம் என்றும் வரலாற்று நிகழ்வுகளுடன் ஒப்பிட வேண்டுமெனில் சீனப் பெருஞ்சுவருக்கு இணையானது என்றும் அத்திட்டம் பலவாறு வருணிக்கப்பட்டது.

அரசின் கொள்கைகளை எதிர்ப்பவர்களைக் கையாளுவதில் ருஷ்யாவின் நடைமுறைகளையே சீனா பின்பற்றியது. ஆனாலும், 1989 ஆம் ஆண்டு, இதழியலாளர்களும் அறிஞர்களும் ஒரு குழுவாக ஒன்றிணைந்து, முப்பெரும் பிளவுகள் திட்டத்தினை வன்மையாகக் கண்டிக்கும் பார்வையில் 'யாங்ட்சி, யாங்ட்சி!' என்றொரு நூலினை வெளியிட்டனர். பிப்ரவரி மாதத்தில் வெளியிடப்பட்ட அந்நூல் தொடக்கத்தில் ஊடகங்களில் பரவலான வரவேற்பினைப் பெற்றது. பீகிங் நகரத்தின் தியனன்மென் சதுக்கத்தை அமைதிப் போராட்டத்தின் மூலம் மாணவர்கள் கைப்பற்றியபோது உச்சநிலையை அடைந்த மக்களாட்சி முறைக்கு ஆதரவான பேரியக்கத்தின் ஓர் அங்கமாகவே அது அமைந்தது. ஜூன் மாதத்தில் இராணுவ

நடவடிக்கை மேற்கொண்டதன் பின்னர் இந்த இயக்கம் வீழ்ச்சியுற்றது. பேரணைக்கு எதிர்ப்புத் தெரிவித்தவர்கள் மீது அரசு கடுமையான நடவடிக்கை எடுக்க முனைந்தது. பலர் சிறையிடப்பட்டனர்; குருதி பெருக்கெடுத்தோடியது; அதன் பின்னர் 'யாங்ட்சி, யாங்ட்சி!' நூல் தடைசெய்யப்பட்டது; ஏற்கனவே அச்சிடப்பட்ட படிகள் விற்பனை நிலையங்களிலிருந்து பெறப்பட்டு காகிதக்கூழ் ஆக்கப்பட்டன.

சீன நாட்டின் மதிப்பிற்குரிய நீரியல் வல்லுநர்கள், இயற்பியலாளர்கள், உயிரின வாழ்க்கைச் சூழலியலாளர்கள், திட்ட வல்லுநர்கள் சிலர் 'யாங்ட்சி, யாங்ட்சி!' நூலின் பங்களிப்பாளர்களாக விளங்கினர். அவர்களுடைய திறனாய்வு அத்திட்டத்தின் தொழில்நுட்பம், பொருளாதாரம் சார்ந்த சாத்தியக்கூறு இன்மையை விளக்கியது. அவர்கள் மீப்பெரும் நிதியுதவியினைக் கடனாகப் பெறுவதென்பது ஏற்றுக் கொள்ள இயலாத அளவு பணவீக்கத்தை ஏற்படுத்திவிடும் என்று வாதிட்டனர். திட்டத்தின் ஆதரவாளர்கள் பலன்களை மிகைப்படுத்தியும் செலவுகளைக் குறைத்தும் மதிப்பிட்டிருந்ததாக விவரித்தனர். வெள்ளப்பெருக்கினை அந்த அணையால் கட்டுப்படுத்த முடியாது; தற்பொழுது பதினான்கு தொடர்வண்டித் தடங்களுக்கு இணையான பயணியர் போக்குவரத்தினை நடத்திக் கொண்டிருக்கின்ற கப்பல் போக்குவரத்து கடுமையாகப் பாதிக்கப்பட்டுவிடும்; முக்கியமான துறைமுகமான சோங்-கிங் சீர்கெடும் வகையில் திடக்கழிவுகள் திரண்டுவிடும்; பெரிதும் நடைமுறை சாத்தியமானவையும், அழிவு ஏற்படுத்தாதவையும், விரைந்து பலனளிக்கக் கூடியவையுமாக பல சிறுதொழில் திட்டங்களுக்கு நிதிப்பற்றாக்குறை நேர்ந்துவிடும் என்றெல்லாம் மன்றாடினர்.

இத்தகைய தொழில்நுணுக்கம் சார்ந்த ஆய்வுரைகளுடன் சமூக, சுற்றுச்சூழலியல், அழகியல் சார்ந்த விளக்கங்களும் முன்வைக்கப்பட்டன. அந்தப் பேரணை கட்டி முடிக்கப்படும் போது பதின்மூன்று லட்சம் மக்கள் வெளியேற்றப்படுவர். இருப்பினும், இத்தகைய பேரளவிலான மக்கள் வெளியேற்றத்திற்கு மாற்றாக அணையின் திட்ட வல்லுர்களுள் ஒருவர் முன்வைத்த மாற்றுக் குடியமைப்புத் திட்டம் கேலிக்கூத்தானது என்று அறிஞர் ஒருவர் சுட்டிக்காட்டினார்.

‘அப்பகுதி ஏற்கனவே அளவுக்கதிகமான மக்கள் தொகையால் பிதுங்கிக் கொண்டிருக்கிறது. உண்ண உணவும் பாடுபட நிலமும் பற்றாக்குறையாக உள்ளது. ஐரோப்பாவின் சிறிய நாடு ஒன்றிற்கு இணையான மக்கள்தொகையை அப்பகுதிக்குள் திணித்தால் அந்த மலைப்பகுதியின் சுற்றுச்சூழல் தாங்குதிறனை விஞ்சிய நிலை உருவாகிவிடும்’ என்று மற்றொரு அறிஞர் மதிப்பிட்டார். இவை அனைத்திற்கும் மேலாக திறமிக்க தாவரவியலாளர் ஹௌ யேயு புலம்பல் சொல்லாற்றலுடன் வலியுறுத்தினார்:

> *மண்வளம் மீட்டமைக்க இயலாதவாறு பாதிப்படைவதுடன் அப்பகுதியின் இயற்கை அழகும் மரபுவழிப்பட்ட பண்பாட்டியல் கூறுகளும் நிலைத்த அழிவுக்கு ஆட்படுத்தப்பட்டுவிடுவன. முப்பெரும் பிளவுகள் எனப்படுவது உலகின் அனைத்து மலைப் பிளவுகளிலும் பேரழகு மிளிர்கின்ற பகுதி! அதன் சுற்றுப்பகுதிகளில் ஐயாயிரம் ஆண்டுகளுக்கும் மேற்பட்ட தேசியக் கருவூலங்கள் பல நிறைந்துள்ளன. தொன்மைக்காலப் புகழ்பெற்ற டேக்ஸி பண்பாட்டின் எச்சங்களும் கிழக்கத்திய ஹேன் மற்றும் மிங், குயிங் அரச மரபுகளின் நினைவுச் சின்னங்களும் அவற்றுள் அடங்குவன. மேலும், ஆய்வுக்குரிய பருண்மையான முக்கியத் தரவுகளை நல்கவல்ல தனிவகைப்பட்ட புவியியல் சிறப்பியல்புகளையும் முப்பெரும் பிளவுகள் பகுதி கொண்டுள்ளது. பேரணை கட்டப்படுமானால் அவை அனைத்தும் நீரில் மூழ்கிப் போவன. சுற்றுலாத்துறையும் கணக்கிடவொண்ணா இழப்பிற்கு ஆளாகிவிடும்.*

உலகம் முழுவதும் மிகப்பெரிய அணைகள் கட்டும் திட்டங்கள் ‘ஆர்ப்பாட்டமற்ற காலக்கட்டத்திற்கு ஒவ்வாத நினைவுச் சின்னங்கள்’ எனவும், மனித ஆற்றலை ஓரிடத்தில் குவியச் செய்கின்ற, பெரும் மூலதனத்தை இழக்கச் செய்கின்ற, சுற்றுச்சூழல் உணர்வற்ற, ஏற்றுக்கொள்ள இயலாத முன்னேற்ற வடிவம் எனவும் கருதப்பட்டு மக்களால் எதிர்க்கப்படுகின்றன. சீன நாட்டுத் திறனாய்வாளர்கள் இத்தகைய உலகளாவிய இயக்கத்தைப் பற்றி அறிந்திருந்ததாலும் முப்பெரும் பிளவு அணைத்திட்டத்தின்பால் வெறுப்பு கொள்கின்றனர். உலகிலேயே

மிகப்பெரியதாகக் கருதப்பட்ட இடைப்பு புனல் மின் உற்பத்தித் திட்டம் போன்ற பல்வேறு திட்டங்களை மேற்கொண்டமையால் பிரேசில் நாட்டின் கடன்சுமை பெருவாரியாக அதிகரித்து அந்நாட்டின் பணவீக்கத்தை 365 விழுக்காடு உயர்த்தியதாக அவர்கள் மனவேதனையுடன் குறிப்பிடுகின்றனர். தென்னிந்தியாவில் அமைதிப் பள்ளத்தாக்கின் குறுக்கேயும், ஆஸ்திரேலியாவில் ஃபிரேங்க்ளின் நதியின் குறுக்காகவும் கட்டுவதற்காகத் திட்டமிடப்பட்ட பேரணைகள் மக்களுடைய எதிர்ப்பால் கைவிடப்பட்டதை நம்பிக்கையுடன் அவர்கள் கருத்திற் கொள்கின்றனர்.

சீனாவில் வெளிப்படையாகவும் வெகுமக்கள் திரட்சியுடனும் மேற்கொள்ளப்பட்ட எதிர்ப்பு முயற்சிகள் முறியடிக்கப்பட்டமை அவலமாகும். உலகெங்கிலும், எடுத்துக்காட்டாக, பிரேசில், இந்தியா போன்ற நாடுகளில், பேரணைகள் கட்டப்படுவதால் இடம்பெயர நேர்ந்த மக்கள் ஒன்று திரண்டு ஊர்வலம் சென்றனர்; அணைகட்டுவதற்காக நடப்பட்டிருந்த குறியீட்டுக் கம்பங்களைப் பறித்து எறிந்தனர்; மாநில, மைய அரசுகளின் தலைநகரங்களை நோக்கி அணிவகுத்துச் சென்றனர்; தீங்கிழைப்பதற்கு முன்நின்ற அரசியல் தலைவர்கள், தொழில்நுட்ப வல்லுநர்களின் உருவப் பொம்மைகளை எரித்தனர். இத்தகைய போராட்ட வடிவங்கள் அனைத்து நேர்வுகளிலும் அணைகள் கட்டப்படுவதை நிறுத்திவிட்டன என்று சொல்வதற்கில்லை. ஆனாலும், தமது உணர்வுகளை வெளிப்படுத்த முடிந்தது. மாறாக, சீனாவில், முப்பெரும் பிளவுகள் பேரணைத் திட்டத்தால் பலியாக்கப்பட்ட பத்து லட்சத்திற்கும் மேற்பட்ட மக்கள் அணை கட்டப்பட்டுக் கொண்டிருந்ததை உள்ளக்குமுறலுடன் செய்வதறியாமல் பார்த்துக் கொண்டிருக்க நேரிட்டது. நெஞ்சுரம் மிக்க அறிவியல் வல்லுநர்களால் எழுப்பப்பட்டு வந்த கண்டனங்களும் விரைவில் தாமாகவே அடங்கிப் போயின. 1992 ஆம் ஆண்டு ஏப்ரல் மாதத்தில், கம்யூனிஸ்ட் கட்சியின் தலைமைக்குழு அணை கட்டுவதைத் தொடங்குவதற்கான அனுமதி வழங்கியது. அடுத்த சனவரி மாதத்தில் கட்டுமானப் பணிகளைக் கண்காணிப்பதற்காக முப்பெரும் பிளவுப் பேரணைத் திட்ட மேம்பாட்டுக் கழகம் நிறுவப்பட்டது. நிப்பான், மெர்ரில் லின்ச் போன்ற பன்னாட்டு நிறுவனங்கள் ஒப்பந்தங்களைப் பெறுவதற்கான முயற்சியில் நிரல் கட்டி நின்றன.

ஒற்றைக் கட்சி ஆட்சிமுறையில் நீடித்துக்கொண்டே தாராள வாதத்தைக் கட்டவிழ்த்துவிட்ட சீன நாட்டில் மட்டிலுமே சுற்றுச்சூழலியல் பாதுகாப்பிற்கும் அதிகார வல்லமைமிக்க ஆட்சிக்கும் இடையே முரண்பாடுகள் கூர்மையடையக் கூடும். தொழிலியல் பெருக்கம் சுற்றுச்சூழல் தூய்மைக் கேட்டினைப் பெருவாரியாக ஏற்படுத்தியது. குடிமக்கள் மனக்குமுறலுடன் கையற்ற நிலையில் மறுகினர். 1993 ஆம் ஆண்டு, கான்சு மாநிலத்தில், வேதிப்பொருள் உற்பத்தித் தொழிற்சாலைக் கழிவுகளால் தமது நீராதாரம் மாசடைந்து மீனினங்களும், கால்நடைகளும் மடிந்து போனதையும் மக்களுடைய நுரையீரல்கள் பாழடைந்து மூச்சுக் கோளாறுகள் பெருகிப் போனதையும் பொறுக்க முடியாமல் எதிர்ப்புத் தெரிவித்தனர். கம்யூனிஸ்ட் கட்சியுடன் நெருக்கமான தொடர்பு கொண்ட ஆலை மேலாளர்கள் அவர்களுடைய முறையீடுகளைப் புறக்கணித்தபோது கிராம மக்கள் தெருவில் இறங்கிப் போராடத் தொடங்கினர். கலகங்களை அடக்குவதற்கான சிறப்புக் காவல் படை வரவழைக்கப்பட்டது. போராளிகள் இருவரைச் சுட்டுக் கொன்று, பலரையும் படுகாயப்படுத்தி அப்படை 'அமைதியை' நிலைநாட்டிற்று.

இயற்கை விரும்பிகள் அரசியல் சார்பற்ற அமைப்பாக ஒன்றிணைவதைக் கூட சீன அரசு அனுமதித்ததில்லை. புகழ்பெற்ற வரலாற்றாய்வாளரான லியாங் கொன்ஜீ 1993 ஆம் ஆண்டு சுற்றுச்சூழல் நிலைபெயராமல் பேணப்பட வேண்டியதன் இன்றியமையாமையை மக்களுக்கு விளக்கும் வகையில் 'இயற்கையின் தோழர்கள்' என்கிற பெயரில் ஓர் அமைப்பினைப் பதிவு செய்வதற்கு விண்ணப்பித்திருந்தார். விண்ணப்பம் ஏற்றுக் கொள்ளப்படவுமில்லை; மறுக்கப்படவும் இல்லை; தொடர்புடைய அலுவலர்களால் கண்டு கொள்ளாமலே புறக்கணிக்கப்பட்டது. "எனக்கு அரசியலில் விருப்பமில்லை; சுற்றுச்சூழல் பாதுகாப்பிற்கு உதவவே விழைகிறேன் என்று லியாங் கொன்ஜீ உறுதியளித்தபோதிலும் அரசு நம்பவில்லை" என்கிறார் 'யாங்ட்சி, யாங்ட்சி!' நூலின் பதிப்பாசிரியர் தாய் குயிங்.

மக்களாட்சி முறையும் சுற்றுச்சூழலியலும், அவற்றை இணைக்கின்ற பிணைப்புகளும்

சீன வங்கியியல் கழகத்தின் தலைவர் குயிவோ பெக்ஸின் 'முப்பெரும் பிளவுகள் பேரணைத் திட்ட விவாதத்தில் போதிய மக்களாட்சி அணுகுமுறை பின்பற்றப்படவில்லை; திட்டத்தினை ஏற்றுக் கொண்டோர் குரல்கள் மட்டுமே ஒலிப்பதற்கு அனுமதிக்கப்பட்டன, ஏனையோர் குரல்வளைகள் நெறிக்கப்பட்டன' என்று குறிப்பிட்டார். 'யாங்ட்சி, யாங்ட்சி' நூல் தடை செய்யப்பட்ட பின்பு அதன் பதிப்பாசிரியரான பெண் இதழியலாளர் அதைப்போலவே குறிப்பிட்டார்:

இன்றைக்கு சீன மற்றும் அயல்நாட்டு செய்தித்தாள்கள், இதழ்கள் பல என்னை சுற்றுச்சூழலியலாளர் என்று பெயர் சூட்டியுள்ளன. சுற்றுச்சூழலியல் இயக்கங்கள் மீது எனக்கு மிகுந்த மரியாதை உண்டு என்றபோதிலும் 'யாங்ட்சி, யாங்ட்சி!' நூலைத் தொகுத்து வெளியிட்டபோது நானும் எனது கூட்டாளிகளும் எம்மை சுற்றுச்சூழலியலாளராகக் கருதிக் கொண்டதில்லை. அரசின் கொள்கை முடிவுகள் குறித்த பிரச்சினைகளைப் பொறுத்து சீன நாட்டின் பேச்சுரிமையை சற்றேனும் முன்னோக்கித் தள்ள வேண்டும் என்பதே எமது இலக்கு.

சோசலிச அரசின் கோட்பாடு சுற்றுச்சூழலியலுக்கு எதிரானது என்பதற்குப் பல காரணங்கள் உள்ளன. தொழில்நுட்பம் போற்றிப் பரவப்படுகிறது; இயற்கையை வென்றுவிட வேண்டும் என்கிற வேட்கை செருக்கடைகிறது; உற்பத்தி இலக்கினை அடைந்து தீர வேண்டும் என்கிற முயற்சியில் சுற்றுச்சூழல் தூய்மைக் கேடு பற்றிய சிந்தனையற்ற மையப்படுத்தப்பட்ட திட்டமிடும் முறை ஆகியவற்றைக் குறிப்பிடலாம். இருப்பினும், அனைத்திற்கும் மேலாக, சோசலிச அரசு மக்களாட்சிமுறையின் குரல்வளையை நெறிப்பதன் வாயிலாகவும், மக்கள் ஒன்றாகத் திரளுவதற்கும், அமைப்பாக உருவெடுப்பதற்கும், தமது எண்ணங்களை வெளிப்படுத்துவதற்குமான அடிப்படை உரிமைகளை மறுப்பதன் வாயிலாகவும் சுற்றுச்சூழலியலை ஒடுக்குகிறது.

நம்பிக்கை கொள்வதற்குத் துணிவோம், துணிவதற்கு நம்பிக்கை கொள்வோம்

முப்பெரும் பிளவுகள் பேரணைக்கான மாபெரும் திட்டத்தினை எதிர்த்து வெளியிடப்பட்ட நூலின் முடிவில் எடுத்தாளப்பட்ட தலைப்பிடப்படாத கவிதை. பெய் தவோ என்பவரால் இயற்றப்பட்டது. ஜெரேம் பார்னே ஆங்கிலத்தில் மொழிபெயர்த்தார்.

நான் நம்பவில்லை,
சீன மக்கள் எப்போதுமே
தமக்குத் தாமே சிந்திக்க மறுப்பரென்று;

நான் நம்பவில்லை,
சீன மக்கள் எப்போதுமே
தமது எழுத்துகளால் பேச மாட்டார்களென்று;

நான் நம்பவில்லை,
ஒடுக்குமுறையின் முன்னே
நன்னெறியும், நீதிநெறியும் முற்றாக அற்றுப் போகுமென்று;

நான் நம்பவில்லை,
நாமெல்லாம் உலகுடன் ஒட்டி உறவாடுகின்ற இந்தக் காலத்தில்
பேச்சுரிமை வெற்றுப் பேச்சாகவே இருந்துவிடுமென்று!

ஆதாரம்: Dai Qing, editor, Yangtze! Yangtze! (English edition: London: Earthscan, 1994). P. 265.

சீன நாட்டில் 1988-1989 ஆம் ஆண்டுகளில் குறுகிய காலப் போராட்டமாக முப்பெரும் பிளவுகள் பேரணைத் திட்டத்திற்கு எதிரான கிளர்ச்சி அடங்கிப் போன வேளையில், ஏனைய கம்யூனிச நாடுகளில் சுற்றுச்சூழலியல் இயக்கங்கள் மக்களாட்சி முறைக்கான விரிந்து பரந்த போராட்டங்களின் ஓர் அங்கமாகவே திகழ்ந்தன. கம்யூனிச எதிர்ப்புப் போராட்டத்தை தொழிற்சங்கக் கூட்டமைப்பு வழிநடத்திய போலந்து நாட்டில், அதே கூட்டமைப்பு தனது உள்ளூர் கிளைகள் வாயிலாக சுற்றுச்சூழல் தூய்மைக் கேட்டிற்கு எதிரான செயல்பாடுகளை ஆய்வு செய்து பரப்பத் தொடங்கியது. 1980 ஆம் ஆண்டுகளில் கிழக்கு ஐரோப்பா முழுவதும் சர்வாதிபத்திய ஆட்சிமுறைக்கு எதிரான போராட்ட சக்தியாக ஒன்றுதிரண்டபோது, சுற்றுச்சூழலியல்

இயக்கங்கள் அரசினை இயற்கைக்கு எதிரான குற்றங்களுக்குப் பொறுப்பாளியாக்கிக் கூண்டில் நிறுத்தின. அத்தகைய குற்றங்கள் வெளிப்படையானவை: போலந்தில், 1970 ஆம் ஆண்டிற்கும் 1985 ஆம் ஆண்டிற்கும் இடைப்பட்ட காலத்தில் சுற்றுச்சூழல் தூய்மைக்கேடு மக்களுடைய வாழ்நாள் நீளத்தைக் குறைத்துவிட்டது; செக்கோஸ்லெவேகியாவில், அமில மழையால் ஐம்பது விழுக்காட்டிற்கும் மேற்பட்ட வனப்பகுதி நாசமடைந்தது; ருமேனியாவில், தனிப்பட்டதோர் ஆய்வு 625-க்கும் மேற்பட்ட பகுதிகளில் சுற்றுச்சூழல் தூய்மைக்கேடு உச்சத்தை அடைந்திருந்ததாகக் கண்டறிந்தது; ருஷ்ய நாட்டில் மாபெரும் பைகால் ஏரி நீர் பருகுவதற்கு ஒவ்வாததாக மாறியதால் அந்த ஏரியே மெல்ல மெல்ல மடிந்து போயிற்று.

இத்தகைய நிலைமைகளைப் பற்றி முன்பெல்லாம் வெளிப்படையாகப் பேசுவதற்கான வாய்ப்பு மிகவும் குறைவாக இருந்தது. 1985 ஆம் ஆண்டு மிகெய்ல் கோர்பசேவ் ஆட்சி அதிகாரத்தைப் பெற்றபோது அத்தகைய நிலைமைக்கு நிவாரணம் கிடைத்தது. கோர்பசேவினுடைய வெளிப்படையான கொள்கைகள் சோவியத் யூனியனிலிருந்து அதனுடைய தொலைதூரக் கட்டுப்பாட்டிலிருந்த அரசுகளுக்கும் விரைவாகப் பரவியது. மக்கள் உரிமைக் காற்றை முழுமையாக உள்ளிழுக்க அனுமதிக்கப்பட்டனர்; அத்துடன், தூய காற்றைக் கோரிப் பெறவும் முற்பட்டனர். புதிய சுற்றுச்சூழலியல் இயக்கத்திற்கான உந்துதல் பல்வேறு சக்திகளிடமிருந்து திரண்டு வந்தது; போலந்து நாட்டில் தொழிற்சங்கக் கூட்டமைப்பும் கதோலிக்க தேவாலயமும் ஆதரவளித்தன; கிழக்கு ஜெர்மனியில் ஆன்மீகப் பேரவை ஆதரவுக் கரம் நீட்டியது; ஹங்கேரியிலும் செக்கோஸ்லெவேகியாவிலும் அறிவியல் வல்லுநர்கள் அரவணைத்துக் கொண்டனர்; பல்கேரியாவிலும் ருமேனியாவிலும் பழமைவாத மக்களாட்சிக் கொள்கையாளர்கள் ஆதரவு காட்டினர். அந்த நாடுகளிலெல்லாம் ஒற்றைக்கட்சி ஆட்சிமுறையை ஓரங்கட்டுவதற்கான 1989 ஆம் ஆண்டுப் போராட்டத்தில் சுற்றுச்சூழலியலாளர்கள் ஆற்றிய பங்கு முக்கியமல்லாதது என்று சொல்வதற்கில்லை. ருமேனியா, பல்கேரியா, ஸ்லோவேனியா ஆகிய நாடுகளில் ஆட்சிமுறை மாற்றத்தைத் தொடர்ந்து நடைபெற்ற பாராளுமன்றத் தேர்தல்களில் பசுமையியல் கட்சிகள் பங்கேற்று வெற்றி பெற்றன.

செக்கோஸ்லெவேகியாவில் பசுமையியல் சிந்தனையாளரான நாடகாசிரியர் வாக்லேவ் ஹேவெல் வழிநடத்தி வெற்றி பெற்ற கட்சியான குடிமைப் பேரவையுடன் சுற்றுச்சூழலியலாளர்கள் கூட்டணி அமைத்தனர்.

கோர்பச்சேவ் தனது நாட்டில் வகுத்த செயல் திட்டங்களும் அவர் பொறுப்பேற்றதற்குப் பதிற்றாண்டுகளுக்கு முன்பிருந்தே வெளிப்படையாகச் செயல்படத் துடித்துக் கொண்டிருந்த சுற்றுச்சூழலியல் சிந்தனைகளுடன் மிகச் சிறப்பாகச் சேர்ந்திசைத்தன. சோவியத் யூனியன் சுற்றுச்சூழலியல் போக்கினில் நீண்ட கால எதேச்சதிகாரத்தினால் குறுக்கிடப்பட்ட இரு அலைகளைக் காணலாம். 1953 ஆம் ஆண்டிலேயே ஜோசப் ஸ்டாலின் மரணமடைந்து அதன் பின்னர் மூன்றாண்டுகளுக்குள் அவருடைய ஆளுமைத்திறன் போற்றப்பட்ட நிலைமை முற்றாக மறைந்தபோதிலும், சுற்றுச்சூழலியலாளர்களின் எழுத்துகள் செய்தித்தாள்களிலும் இலக்கிய இதழ்களிலும் இடம்பெறுவதற்கு மேலும் இருபது ஆண்டு காலம் காத்திருக்க வேண்டியிருந்தது. ஆனால், 1970 ஆம் ஆண்டுகளின் மையப் பகுதியிலிருந்தே கட்டுப்பாடற்ற தொழில்மயமாக்கலால் கழிவுகளின் முடைநாற்றம் குறித்த கண்டனங்கள் அறிவியல் வல்லுநர்களிடமிருந்து வெளிப்படத் தொடங்கிவிட்டன. கோர்பச்சேவ் பதவியேற்றதைத் தொடர்ந்தும், ஏறத்தாழ அதே சமயத்தில் செர்னோபில் அணு உலை வெடித்ததாலும் 1980 ஆம் ஆண்டுகளின் மையப் பகுதியிலிருந்தே சுற்றுச் சூழலியலாளர்களின் கண்டனங்கள் கடுமையுற்றன. அணு உலை விபத்து, அழிவுகளை உள்ளடக்கிய ‘திட்டமிட்ட முன்னேற்ற’த்தின் வரலாற்றில் மிகுபேரழிவாக உலுக்கியது. எண்ணற்ற குழுமங்களும் கழகங்களும் ஒன்றிணையத் தொடங்கின. உயிரின வாழ்க்கைச் சூழல் பாதுகாப்பு மற்றும் அமைதிக் கழகம் அத்தகைய ஒன்று. அதன் தலைவர் எஸ்.பி. ஸேலிஜின் ‘பொதுமக்களால் மட்டிலுமே இயற்கையைக் காப்பாற்ற முடியும்’ என்கிற முழக்கத்தை முன்வைத்தார். அழிவு விளைவிக்கத்தக்க அணைகளைக் கட்டுவோரின் கண்களை உறுத்திக் கொண்டிருந்த வோல்கா, டான் நதிகளையும், உலகிலேயே மிகப்பெரியதென்று பீற்றிக்கொள்ளப்பட்ட காகித ஆலையினின்று வெளியேற்றப்பட்ட கழிவுகளால் பாழடைந்த பைகால் ஏரி போன்ற மக்களுடைய பெருவிருப்பிற்கான

நீர்நிலைகளையும் காப்பாற்றுவதற்கு எழுச்சியுற்ற மக்கள் முற்பட்டனர். மாபெரும் நதிகளையும் ஏரிகளையும் காப்பாற்றியதுடன், மக்களுடைய எழுச்சிப் பேரலை கழிவுகளால் சுற்றுச்சூழல் தூய்மைக்கேட்டினை விளைவித்த பெரும் தொழிற்சாலைகளைத் தண்டக் கட்டணம் செலுத்துமாறும், கழிவுகளைச் சுத்திகரிப்பதற்கான செயல்முறைகளைக் கைக்கொள்ளுமாறும், சில நேர்வுகளில் ஆலைகளையே முற்றாக மூடிவிடவும் வற்புறுத்தியது. ருஷ்யாவுக்கு வெளியே அதன் கட்டுப்பாட்டிலிருந்த எஸ்டோனியா, அர்மேனியா, லேத்வியா போன்ற நாடுகளில் பேராபத்து விளைவிக்கக்கூடிய பெரும்பாலான ஆலைகள் தற்செயலாகவோ, திட்டமிட்டோ நிறுவப்பட்டன. இந்நிலையில், சுற்றுச்சூழலியலாளர்கள் தேசியவாதிகளுடன் கூட்டணி அமைத்து, ஊறுவிளைவித்த அத்தகைய தொழிற்சாலைகளை ருஷ்யாவின் மாபெரும் வன்கொடுமை (Greater Russian Chauvinism) எனப்பெயரிட்டு அவை ருஷ்யாவுக்கு வெளியே தூய்மைக்கேட்டினை ஏற்றுமதி செய்வதாகக் குற்றம் சாட்டினர்.

ஆனால், உயிரின வாழ்க்கைச்சூழலியலையும் தேசிய வரலாற்றையும் ஒன்றிணைத்தமை ருஷ்யாவின் பசுமையியல் இயக்கத்தின் பண்பாகும் என்று சுட்டிக் காட்டினார் ஜீவ் வோல்ஃப்சென். 1970 ஆம், 80 ஆம் ஆண்டுகளில் முதன்மை நிலை அடைந்திருந்த எஃகு ஆலைகளையும் கூட்டுப்பண்ணைகளையும் நாவலாசிரியர்கள் உயர்த்திப் பிடித்தபோது, ஒரு சில படைப்பாளர்களுடைய நேசப் பார்வை புரட்சிக்கு முந்தைய காலத்திய விவசாயிகளை நோக்கித் திரும்பியது. கிராமிய நாவலாசிரியர்களுள் மிகச் சிறந்து விளங்கிய வேலென்டின் ரஷ்புதின் புனல் மின் உற்பத்தித் திட்டம் ஒன்றிற்காகப் புலம்பெயர்ந்த கிராமியச் சமுதாயம் ஒன்றன் அவலக் கதையைச் சித்தரித்த புகழ்பெற்ற நாவலைப் படைத்தார். தனது தாயகமான சைபீரியாவின் இயற்கைக் காட்சியமைப்புகளும் தான் வாழ்ந்த இடத்தைத் தழுவி நின்ற பைகால் ஏரியும் பேராபத்திற்கு உட்பட்டதை உணர்ச்சி பொங்க தனது எழுத்துகளில் வடித்துக் காட்டினார். ரஸ்புதின், அவருடைய சமகாலத்தவரான வேசிலி பெலோவ் இருவரையும் பொறுத்தவரை, 'கிராமங்களே நன்னெறி, சமயச் சாரம், இயற்கையோடு இயைந்த வாழ்வு ஆகியவற்றின்

ஊற்றுக்கண்கள். அத்துடன், இத்தகைய விழுமங்களை எதிர்காலத் தலைமுறையினருக்கு அளிப்பதற்கான நம்பத்தகுந்த ஒரே ஊடகமும் அவையே!' யூரி போண்டரேவ் அக்கருத்தினை இவ்வாறு வலியுறுத்துகிறார்:

கட்டடக்கலை மிளிரும் நினைவுச் சின்னங்களைத் தகர்ப்பதை நிறுத்திக் கொள்ளாவிடில், இந்த மண் மீதும் அதில் தவழுகின்ற நதிகளின் மீதும் செலுத்துகின்ற வன்முறையை நிறுத்திக் கொள்ளாவிடில், அறிவியலிலும் ஆய்வுகளிலும் நன்னெறியின் துடிப்பு இடம்பெறாவிடில், திடீரென நமது இறுதி நாளையும் ஈமச்சடங்குகளையும் எதிர் கொள்ள நேரிடும். எதிர்காலத்தின்பால் எண்ணி மாளாத நம்பிக்கை கொண்ட நாம் விழித்துக்கொள்ளும் போது, மாபெரும் ருஷ்யாவின் தேசியப் பண்பாடு, அதன் சாரம், தாயகத்தின் பால் கொண்ட பேரன்பு, அதன் அழகு, மாபெரும் இலக்கியங்கள், ஓவியங்கள், தத்துவஞானம் அனைத்தும் மங்கிப் போனதையும், என்றென்றைக்குமாக மறைந்து போனதையும், கொல்லப்பட்டதையும், துடைத்தழிக்கப்பட்டதையும் உணருவோம்; ஏதுமற்ற ஏதிலிகளாக, வறுமை மிகுந்து, அவற்றின் சாம்பலின் மீது அமர்ந்திருப்போம்; நமது நெஞ்சுக்கு நெருக்கமான தாய்மொழியின் அகர வரிசையை நினைவுபடுத்திக் கொள்ள முயலுவோம்; நினைவுபடுத்திக் கொள்ள இயலாமற் போய்விடும்; ஏனெனில், சிந்தனை, உணர்வு, மகிழ்ச்சி, வரலாற்று நினைவு அனைத்துமே மறைந்து போயினவே! (ராபெர்ட் ஜி. டார்ஸ்ட் (இளவல்) ருஷ்ய மொழியிலிருந்து ஆங்கிலத்தில் மொழிபெயர்த்தார்.)

இக்கருத்து 1986 ஆம் ஆண்டு சோவியத் யூனியனில் நடைபெற்ற எழுத்தாளர்கள் ஒன்றியத்தின் ஆண்டுமுறை மாநாட்டில் விவாதிக்கப்பட்டது. கடந்த கால நிகழ்வுகளின், ஆக்கங்களின் பால் வெறுப்புணர்வும் நவ காலத்திய வல்லமைமிக்க சக்திகளுக்கு மதிப்பும் காட்டக்கூடிய கோட்பாடான கம்யூனிசப் பொருளாதாரக் கொள்கையை வெளிப்படையாக மறுதலிக்கின்ற அது போன்ற அமைப்பிற்கு 1946 அல்லது 1966 ஆம் ஆண்டுகளில் அனுமதி கிடைத்திராது. ஆனால், மக்களாட்சிமுறையின் குருதி ஓட்டமே மறுப்புத் தெரிவிப்பதற்கான உரிமையாகும்,

அரசியல் முறையில் ஏற்றுக்கொள்ளத்தக்கதாகக் கருதப்பட்ட வரம்புகளைச் சுற்றுச்சூழலியலாளர்கள் பின்னோக்கித் தள்ளுவதென்பது கம்யூனிச நாடுகளில் மட்டுமே நிகழ்ந்ததல்ல. அவ்வாறாகவே, இந்தோனேசியத் தீவு மாநிலமான பாலியில், போர்க்குணமிக்க எதிர்ப்பாளர்கள் குண்டுமழையை எதிர்கொள்ள நேர்ந்த வேளையில், அழிவு விளைவிக்கத்தக்க முன்னேற்றத் திட்டங்களை எதிர்த்த பசுமையியலாளர்கள் விண்ணப்பங்கள் அளிப்பதையும், கவிதைகள் வாசிப்பதையும், ஆலயங்களில் தொழுகைகள் நடத்துவதையும், செய்தித்தாள்களில் கேலிப்படங்கள் வெளியிடுவதையும் வினைத்திறத்துடன் மேற்கொண்டனர். மாந்தயியல் ஆய்வாளர் கரோல் வேரென் 'ஒற்றைக்கட்சி ஆட்சிமுறை நாடுகளில் பரந்துபட்ட மக்களுடைய சமூக, அரசியல் பிரச்சினைகள் குறித்து எதிர்ப்புத் தெரிவிப்பதற்கு சுற்றுச்சூழலியல் சிக்கல்கள் ஒரு வழிவகையாக அமைந்துவிட்டன' என்றார். 1990 ஆம் ஆண்டில் பல்கேரிய பசுமையியலாளர் அமைப்பு வெளியிட்ட கொள்கை விளக்க அறிக்கையில் சுற்றுச்சூழலியல் சீர்திருத்தத்திற்கும் அரசியல் சீர்திருத்தத்திற்கும் இடையிலான பிணைப்பு மிகத்தெளிவாக விளக்கம் பெற்றிருந்தது. 'அரசும் கட்சியும் ஒன்றே என்கிற நிலை நிலவுகின்ற நாடுகளில் வாய்ப்பு, வசதி மிக்க தலைவர்களையும் வாய்ப்பு, வசதிகளற்ற வாடிக்கையாளர்களையும் காண்கிறோம். பெருவாரியான விளைவுகளை ஏற்படுத்தக்கூடிய முடிவுகளை எடுப்பவர்களும் அத்தகைய விளைவுகளை எதிர் கொள்வோரும் ஒரே தகுதிநிலையில் இல்லை; சுற்றுச்சூழல் தூய்மைக் கேட்டினால் ஏற்படக்கூடிய துன்ப துயரங்களின் அளவும் அத்தகைய விளைவுகளை உருவாக்குகின்ற கொள்கை முடிவுகளை எடுப்பதில் அவற்றை அனுபவிக்கின்ற தனிநபரின் பங்கேற்பும் எதிர் விகிதத்தில் உள்ளன' என்று அந்த அறிக்கை விவரித்தது.

பல்கேரிய நாட்டின் அந்த அமைப்பிற்கு, சுற்றுச் சூழலியலுக்கும் மக்களாட்சி முறைக்கும் இடையிலான பிரிக்கவொண்ணாத பிணைப்பிற்கான சான்றாகத் திகழும் வகையில் Ecoglanost என்று பெயரிடப்பட்டது. ஏனெனில், அதிகாரத்துவத்தை முன்னிறுத்துகின்ற அரசுகளால் பசுமையியலாளர்களின் எழுச்சியை அனுமதிக்க இயலாது. மாறாக, பசுமையியல் இயக்கங்கள், 1970 ஆம் ஆண்டுகளில்

பிரேசிலிலும் 1980 ஆம் ஆண்டுகளில் கிழக்கு ஐரோப்பிய நாடுகளிலும் நிகழ்ந்ததைப் போல, கம்யூனிச, இராணுவ சர்வாதிகார ஆட்சிமுறைகளை பல கட்சி ஆட்சிமுறையை நோக்கியும், அதன்வழியாக வெளிப்படையாக பொதுநல இயக்கங்கள் செயல்படுவதற்கும் ஏற்ற திசையில் நகர்த்தக் கூடும். புவிக்கோளத்தின் தென்பகுதியில் சுற்றுச்சூழலியல் இயக்கம் மிகுந்த வலுவுடன் இந்தியாவில் செயல்படுவதென்பது ஏதோ எதிர்பாராத நிகழ்வாகக் கருதப்படுவதற்கில்லை; அதனுடைய முழு உரிமை பெற்ற குடியாட்சியின் அறுபத்தெட்டு ஆண்டுகளில் இரண்டு ஆண்டுகளைத் தவிர மக்களாட்சி முறையே கோலோச்சியது. அதே கருத்து, மனித வரலாற்றில் வேறு எந்த நாட்டிலும், வேறு எந்தவொரு காலகட்டத்திலும் இருந்ததைக் காட்டிலும் மிக ஆழமாக மக்களாட்சிமுறை வேரூன்றியுள்ள மிகுந்த செல்வாக்குப் பெற்ற அமெரிக்க ஐக்கிய நாடுகளிலும், மேற்கு ஐரோப்பிய நாடுகளிலும் பொருந்தக் கூடியதாகும்.

8
உலகம் ஒன்றா? இரண்டா?

1986 ஆம் ஆண்டு செப்டெம்பர் மாதம், உலகின் மிகப் பெரிய சுற்றுச்சூழல் அமைப்பான உலக வனவாழ் உயிரினங்கள் பாதுகாப்பு நிதியம், தனது இருபத்தைந்தாவது ஆண்டுவிழாவைப் புதுமையானதொரு விதத்தில் கொண்டாடியது. இத்தாலி நாட்டின் மிகச் சிறிய நகரமான அஸிஸியில் இந்து சமயம், கிறித்துவம், இஸ்லாம், பௌத்தம், யூத சமயம் ஆகிய உலகின் ஐம்பெரும் மதங்களின் தலைவர்களை ஒன்று திரட்டியது. புனித ஃபிரான்ஸிஸ் (1181-1226) பிறந்த புனிதத்தலம் அஸிஸி. அவர் ஏழ்மையில் வாழ்வதற்கு உறுதிபூண்ட செயல்வீரர்; ஏழை எளிய மக்களையும் இயற்கையையும் பெரிதும் நேசித்தவர்; காலத்தை விஞ்சிய அறிவாற்றல் கொண்ட தொடக்கக்காலச் சுற்றுச்சூழலியலாளரான அவர் 1979 ஆம் ஆண்டு கத்தோலிக்க சமய முறைப்படி உயிரின வாழ்க்கைச் சூழலியலின் 'துறவிப் புரவலர்' என அறிந்தேற்கப்பட்டவர். தற்பொழுது, அவருடைய இறப்பிற்கு 650 ஆண்டுகளுக்குப் பின்னர், இயற்கையின் மாண்பினையும் இயற்கை உலகத்துடன் நல்லிணக்கத்துடன் ஒவ்வொருவரும் வாழ்வதற்கான கடப்பாட்டினையும் கொண்டாடுவதற்கான இயற்கைக்கும் சமயத்திற்கும் இடையிலான உள்ளார்ந்த நம்பிக்கைப் பெருவிழாவில் கலந்துகொள்வதற்காக அவருடைய சமய மண்டபத்தில் ஆன்மீகத் தலைவர்களின் திருக்கூட்டம் திரண்டது. ஐம்பெரும் சமயத் தலைவர்களின் அருளுரையுடன் விழா தொடங்கியது. அவர்கள் தத்தமது சமய மரபுகள் சுற்றுச்சூழல் சீரழிவு இடர்ப்பாடுகளை எதிர்கொள்வதற்கான தேவையையும் சாத்தியக்கூறுகளையும் விளக்கினர். ஒவ்வொரு சமயத் தலைவரும் உரையாற்றிய பின்னர் அந்தந்த சமயத்தின் தொழுகை மரபு பின்பற்றப்பட்டது;

கிறித்தவ சமயத் தலைவருடைய உரைக்குப் பின் தொழுகைப் பாடல்கள் இசைக்கப்பட்டன; பௌத்த சமயத் தலைவருடைய உரைக்குப் பின் மந்திரங்கள் உச்சரிக்கப்பட்டன; இந்து சமயத் தலைவருடைய உரையை அடுத்து ஆலய நடனங்கள் நிகழ்த்தப்பட்டன. இயற்கைக்கு இழைக்கப்பட்ட தீங்குகளுக்காக மனம் வருந்தி பாவ மன்னிப்புக் கோருவதற்கும் நேரம் ஒதுக்கப்பட்டது.

அஸிஸி விழாப் பேச்சாளர்கள் தத்தமது சமயங்களின் படித்தரங்களில் உயரிய நிலையைப் பெற்றிருந்தனர். தலாய்லாமாவின் தனிப்பட்ட பிரதிநிதியாகச் செயல்பட்ட இந்தியாவின் வடகிழக்குப் பகுதி பௌத்தக் கோவிலின் தலைமைக் குரு, ஃபிரான்சிஸ்கன் பிரிவின் தலைமை அமைச்சர், உலக முஸ்லிம் லீக்கின் பொதுச் செயலாளர், உலக யூதப் பேரவையின் துணைத் தலைவர் ஆகியோர் உரை நிகழ்த்தியோருள் அடங்குவர். மதச்சார்பற்ற நாடுகளின் ஆற்றல்மிகு பெரியோர்களும் பங்கேற்றனர். அவர்களுள் இத்தாலி நாட்டுச் சுற்றுச்சூழலியல் அமைச்சர், இங்கிலாந்துப் பேரரசியின் கணவரும் நிதியத்தின் நீண்ட காலப் புரவலருமான ஃபிலிப் இளவரசர் ஆகியோர் குறிப்பிடத்தக்கவர்கள். நியூ யார்க்கர் செய்தித்தாளுக்காகச் செய்தி திரட்டிய லிஷ் ஹேரிஸ் 'செய்தித்தாள்கள் படிப்பதற்கோ, தொலைக்காட்சி ஒளிபரப்புகளைப் பார்ப்பதற்கோ, இதழ்களுக்கு சந்தா செலுத்துவதற்கோ வாய்ப்பில்லாத மக்களை அன்றாடம் சந்திக்கக் கூடிய பாதிரியார்கள், முல்லாக்கள், ராபிகள், லாமாக்கள், சுவாமிகள் வாயிலாக உலகம் முழுவதும் சுற்றுச்சூழல் பாதுகாப்பு குறித்த கருத்துகள் சென்றடையும் வகையில் விழா அமைப்பாளர்கள் ஏற்பாடு செய்திருந்தனர்' என்று குறிப்பிட்டார். அனைத்துத் தரப்பினரையும் உள்ளடக்கி அஸிஸியில் நடைபெற்ற நிகழ்வின் உட்கருத்து பலவாறாக விரிந்து பரந்துள்ள சக்தியையெல்லாம் ஒரேயொரு குறிக்கோளை நோக்கி மையங் கொள்ளச் செய்வதாகும். அதுதான் நாம் வாழுகின்ற ஒற்றை உலகினைப் பாதுகாத்தல்!

1970 ஆம் ஆண்டுகளுக்குள் சுற்றுச்சூழல் பாதுகாப்பு எனும் கருத்தாக்கம் அனைத்துக் கண்டங்களிலும் தனது கிளைகளைப் பரப்பி உலகம் தழுவிய இயக்கமாகப் பரிணமித்துவிட்டது.

ஒன்றன் பின் ஒன்றாக அனைத்து நாடுகளிலும் தனிநபர்களும் அமைப்புகளும் சுற்றுச்சூழல் பாதுகாக்கப்பட வேண்டியதுகுறித்த தத்தமது அக்கறையை கிராமங்களிலும், நகரங்களிலும், மாநிலங்களிலும் நாடு தழுவியும் வெளிப்படுத்துவதற்கு முனைப்புடன் செயல்பட்டனர். 1980 ஆம் ஆண்டுகளில், இத்தகைய உள்ளூர், மாநிலப் பிரச்சினைகளுடன் உலகளாவியவை என்று வருணிக்கத்தக்க புதிய வகைப் பிரச்சினைகளும் சேர்ந்து கொண்டன. அவற்றுள் பசுமைக்குடில் விளைவுகள் என்று சொல்லத்தக்க கார்பன்டை ஆக்சைடு மற்றும் ஏனைய நச்சு வாயுக்கள் வளிமண்டலத்தில் திணிவு பெற்றிருத்தல், குளோரோ ஃபுளுரோ கரிமங்களின் காரணமாக அண்டார்டிக்காப் பகுதியின் மேலே ஓசோன் படலத்தில் ஓட்டை விழுந்துள்ள நிலை, எண்ணற்ற பயிரின வகைகளும், பூச்சியினங்களும், விலங்கினங்களும் அழிந்து போனதாலும், சில சமயங்களில் அவற்றின் வாழ்விடங்களான இயற்கைச் சூழமைவுகளே காணாமற் போனதாலும் உயிரியல் பல்வகைமை குறைந்து போனமை போன்ற பிரச்சினைகள் அடங்குவன. இத்தகையவை அனைத்தும் உலகம் தழுவிய பிரச்சினைகள் எனக் கருதப்படுகின்றன. ஏனெனில், அவை நேர்ந்துள்ள இயற்கைச்சூழல் உலக மக்கள் அனைவருக்கும் சொந்தமானவை, அல்லது எவரும் தனியுரிமை கொள்ள முடியாதவை. எந்தவொரு நாடும் அத்தகைய பிரச்சினைகளினின்று தப்பித்துக் கொள்ள இயலாத நிலைமையின் காரணமாகவும் அவை உலகம் தழுவியவை ஆகிவிடுகின்றன. உலக அளவில் நிகழ்கின்ற பருவநிலை மாற்றத்தாலும், உயிரினப் பல்வகைமையின் குறைபாட்டாலும் எந்த நாடு முதலில் பாதிக்கப்படும் என்றோ எந்த நாடு மிகவும் கூடுதல் பாதிப்புக்கு உள்ளாகும் என்றோ கணிக்க முடியாத நிலையில் உள்ளோம்.

பங்கிட்டுக் கொள்வதற்கோ, இழப்பதற்கோ ஒரே ஓர் உலகம் தான் உள்ளது என்கிற உணர்வுக்கூர்மை விண்வெளியிலிருந்து வந்து கொண்டிருக்கும் புவிக்கோளத்தின் ஒளிப்படங்களால் மேலும் கூர்மையடைகின்றது. தரையிலிருந்து நோக்கும் போது புவியின் பரப்பு எல்லையற்று நீள்வது போலவும், எல்லையற்று பெருகுகின்ற மனிதயினத்தின் கோரப்பசியையும் தேவைகளையும் தாக்குப் பிடிக்கின்ற அளவுக்கு திறன் படைத்ததாகவுமே தோன்றுகின்றது. ஆனால், செயற்கைக்

கோள்களிலிருந்து பார்க்கும் போது வலுவிழந்து நலிவுற்ற நிலையில் காணப்படுகிறது. பேரியக்க மண்டலத்தின் மிகச் சிறிய பகுதி என்றாலும் அதன் மீது வாழ நேர்ந்தவர்களால் ஏற்படும் ஒத்ததிர்வலைகளால் தனிச்சிறப்புப் பெற்றுவிடுகிறது. விண்கலம் அப்போலோ-14 இல் பயணித்த எட்கர் மிட்ச்செல் 'இருண்டு புரிபடாத அடர்ந்த கடலில் சிறு முத்தினைப் போல் தோன்றிய புவிக்கோளத்தை நீலமும் வெள்ளையுமாக மின்னிய வைரமாக'க் கண்டார்.

1989 ஆம் ஆண்டின் முதல் வாரத்தில், 'டைம்' என்கிற மக்களால் பரவலாகப் படிக்கப்படுகின்ற செய்தி இதழ் உலகளாவிய சுற்றுச்சூழல் பாதுகாப்பு விழிப்புணர்வின் தோற்றத்தைப் பற்றி ஆதாரங்களுடன் கூடிய செய்திகளை வெளியிட்டது. அரசியல் தலைவர்களையும், அறிவியல் மேதைகளையும், விளையாட்டு வீரர்களையும், கேளிக்கை விருந்தளிக்கும் கலையியல் நட்சத்திரங்களையும் தேர்ந்தெடுத்து 'ஆண்டின் மாமனிதர்' (Man of the Year) என்று போற்றிப் புகழ்ந்து வந்த அந்த இதழ் இப்புவியினைத் தெரிவு செய்து 'ஆண்டின் கவனத்திற்குரிய கோள்' எனச் சுட்டிக் காட்டியது. அந்த இதழின் தலைப்புக் கட்டுரையை எழுதிய தாமஸ் ஏ. சேன்க்டன் முந்தைய ஆண்டில் நிகழ்ந்த சுற்றுச்சூழலியல் பேரழிவுகளைப் பட்டியலிட்டிருந்தார். தூசு மண்டலம், அனல் அலைகள், வெள்ளம், அழிந்து போன உயிரினவகைகள் ஆகியவற்றைக் குறிப்பிட்டு கீழ்க்கண்ட செய்தியை வழங்கினார்:

சுழன்று சுற்றிக் கொண்டிருந்த இப்புவிக் கோளம், நாமறிந்தவரை அனைத்து உயிரினங்களின் மதிப்பற்ற பெட்டகமாக விளங்கி வரும் புவிக்கோளம், பேராபத்திற்கு உட்பட்டுவிட்டதை திடுமென அனைவரும் உணர்ந்தோம். நம் அனைவருக்கும் பொதுப்படையான தாய்மடியாக விளங்குகின்ற வனங்கள் அடர்ந்த மலைகளையும், மண்வளத்தையும், நீராதாரங்களையும், காற்று மண்டலத்தையும் காட்டிலும் கூடுதலாக கற்பனைகளிலும் தலைப்புச் செய்திகளிலும் எந்தவொரு தனிமனிதனோ, தனியொரு நிகழ்வோ, இயக்கமோகூட இடம்பிடித்திருக்க இயலாது.

தனது கருத்திற்கு ஆதரவாக மதிப்பிற்குரிய அமெரிக்க அறிவியல் மேதைகள் பலரையும் சேன்க்டன் மேற்கோள் காட்டினார். ‘புவியை அச்சுறுத்துகின்ற சுற்றுச்சூழலியல் பிரச்சினைகள் உலகளாவியவை; அவை உலகளாவிய முயற்சிகளாலேயே தாக்கப்பட வேண்டும்’. பிறகு அவர் தனது நடையில் உணர்ச்சியூட்டுகின்ற மிரட்டலுடன் கட்டுரையை முடித்துள்ளார்:

புவிக்கோளத்தினுடைய வலுக்குன்றிய நிலையையும் அதனைப் பாதுகாக்க வேண்டியதன் அவசரத் தேவையையும் அதன் மீது வாழுகின்ற ஒவ்வொரு தனிமனிதனும் அறிந்திருக்க வேண்டும். கலிபோர்னிய இல்லத்தரசி, மெக்சிகோ விவசாயி, சோவியத் ஆலைத் தொழிலாளி, சீன நாட்டு உழவர் போன்ற எளிய மக்கள் உட்பட அனைத்துத் தரப்பினரும் தமது வாழ்க்கை முறையை தகுந்த விதத்தில் மாற்றியமைத்துக் கொள்ள வில்லையெனில் சுற்றச்சூழலைப் பாதுகாப்பதற்கான எந்தவொரு முயற்சியும் நீண்டகாலப் பலனைத் தராது. நமது வீணடிக்கின்ற கவனக்குறைவான போக்குகளெல்லாம் போயொழிந்தவையாக இருத்தல் வேண்டும். நாம் மிகக்கூடுதலாக மறுசுழற்சி முறைகளைக் கைக்கொள்ள வேண்டும்; இனப்பெருக்கத்தைக் குறைத்துக் கொள்ள வேண்டும்; எரிசக்தியை வீணாக்காமல் கருவிகளின் தேவையற்ற பயன்பாட்டினைத் தவிர்க்க வேண்டும்; ஒரே இடத்திற்குச் செல்வோர் ஒவ்வொருவரும் தனித்தனி ஊர்திகளைப் பயன்படுத்தாமல் கூட்டாகப் பயணிக்கும் முறையைக் கைக்கொள்ளுங்கள். இவ்வாறாக ஓராயிரம் வழிகளில் நமது அன்றாட வாழ்க்கைமுறையை மாற்றியமைத்துக் கொள்ளலாம். முன்னெப்பொழுதைக் காட்டிலும் தற்பொழுது தேசியவாதத்தாலோ, இராணுவ நடவடிக்கைகளாலோ இல்லாமல் உலகளாவிய முயற்சியாக புவியைப் பாதுகாப்பதற்கான கடப்பாட்டுணர்வினை மக்களுக்கு ஊட்டக்கூடிய தலைவர்களையே உலகம் நாடுகிறது.

II

அஸிஸியில் நடைபெற்ற மாநாடு, 'டைம்' இதழ் வெளியிட்ட கட்டுரை இரண்டுமே சுற்றுச்சூழல் சீர்கேட்டினை எதிர்த்துப் போராடுவதில் அனைத்து மக்களுடைய பங்கேற்பினையும் வலியுறுத்துகின்றன. செய்தி இதழ் மிசௌரி தாவரவியலாளர் பீட்டர் ரேவனுடைய கருத்துகளை ஏற்கத்தக்க வகையில் மேற்கோள் காட்டியுள்ளது: "தம்முடைய எதிர்காலத்தைப் பொறுத்தவரை அனைத்து நாடுகளும் ஒன்றாகப் பிணைக்கப்பட்டுள்ளன. நாமனைவரும் பொதுவானதொரு பிரச்சினையை எதிர்கொள்ள வேண்டியவர்களாக இருக்கிறோம். அதாவது, உலகம் என்கிற ஒற்றை வளஆதாரத்தைப் பலனளிக்கத்தக்கதாக எவ்வாறு பேணிக் காத்துக் கொள்ளப் போகிறோம்?" உலக வனஉயிரினப் பாதுகாப்பு நிதியம் நடத்திய கூட்டத்தில் திரண்டிருந்த பாதிரியார்களும் முல்லாக்களும் 'சமயங்கள்' என்கிற இடத்தில் 'நாடுகள்' என்கிற உணர்வினை அழுத்தமாகப் பெற வேண்டும் எனும் கூற்றினையே முழுமையாக ஏற்றுக் கொண்டனர்.

இலண்டனைச் சேர்ந்த பொருளியலாளர் பார்பரா வார்டு, நியூயார்க்கைச் சேர்ந்த நுண்ணுயிர் ஆய்வாளர் ரேனே டுபோஸ் இருவரும் பொதுவான உலகம் எனும் கருத்துருவை முதன்முதலாகப் பயன்படுத்தியவர்களாவர். 1972 ஆம் ஆண்டு ஸ்டாக்ஹோமில் நடைபெற்ற மனிதஇனச் சுற்றுச்சூழல் குறித்த அமெரிக்க ஐக்கிய நாடுகளின் மாநாட்டிற்காக அவர்கள் இருவரும் இணைந்து நூல் ஒன்றை எழுதினர். 'ஒரே ஓர் உலகம்: சிறியதொரு கோளத்தைப் பேணிப் பாதுகாத்தல்' (Only one Earth: Care and Maintenance of a Small Planet) எனும் அவர்தம் ஆய்வு நூலின் முன்னுரை இந்த வரியுடன் முடிவடைகிறது: 'மனிதயினத்தின் பரிணாம வளர்ச்சியில் உலகளாவிய நிலையை நாம் அடையும்போது, ஒவ்வொரு மனிதனும் தனது தாயகம் மற்றும் புவிக்கோளம் என இரு நாடுகளைப் பெற்றுள்ளான் என்கிற உண்மை தெளிவாகிறது.' சிறியதும் பங்கிட்டுக் கொள்ள வேண்டியதுமான பூமி என்கிற கருத்தியல் சுற்றுச்சூழலியல் புலத்தில் உலக நாடுகளின் ஒற்றுமையைக் கொணர வேண்டும் என்கிற அமெரிக்க ஐக்கிய நாடுகளின் தொடர்ந்த முயற்சிகளுக்கு உந்துசக்தியாக விளங்குகிறது. எடுத்துக்காட்டாக, 1987 ஆம் ஆண்டு நார்வே நாட்டின் தலைமை அமைச்சர் குரோ ஹேர்லெம்

புருத்லாண்ட் தலைமையிலான பன்னாட்டுக் குழு ஒன்று இயற்றிய 'நமது பொது எதிர்காலம்' (Our Common Future) எனும் நிலைபெறத்தக்க முன்னேற்றம் குறித்த அறிக்கையினை அமெரிக்கா வெளியிட்டது.

புருத்லாண்ட் அறிக்கையைத் தொடர்ந்து UNCED என்று சுருக்கமாக அழைக்கப்பட்ட சுற்றுச்சூழலும் முன்னேற்றமும் பற்றிய ஐக்கிய நாடுகளின் கருத்தரங்கு (United Nations Conference on Environment and Development) நடத்தப்பட்டது. 1992 ஆம் ஆண்டு ஜூன் மாதத்தில், ரியோ டி ஜெனேரோவில் இருபது ஆண்டுகளுக்கு முன் நிகழ்ந்த ஸ்டாக்ஹோம் மாநாட்டின் காலந்தாழ்த்திய தொடர் நடவடிக்கையாக UNCED மாநாடு நடத்தப்பட்டது. இந்த 'உலகப் பாதுகாப்பு உச்சி மாநாட்டில்' நூற்றெண்பது நாடுகள் கலந்து கொண்டன; பெரும்பாலும் நாட்டுத் தலைவர்களே பங்குபற்றினர். அதிகாரப்பூர்வமான மாநாட்டை ஒட்டியே அரசு சாராத அமைப்புகளின் கருத்தரங்கும் நடத்தப்பட்டது. உலக அளவில் சிறந்து விளங்கிய சுற்றுச்சூழலியல் ஆர்வலர்கள் கலந்து கொண்டு உரை நிகழ்த்தினர்; குழு விவாதங்கள் மேற்கொள்ளப்பட்டன. உலகப் பாதுகாப்பு உச்சி மாநாடு முன்னெப்பொழுதைக் காட்டிலும் மிகப்பெரிய அளவில் நடைபெற்ற உலகநாடுகளின் மாநாடாக அமைந்தது. அதே சமயத்தில், பெருவாரியான முரண்பட்ட கருத்துகளுக்கும் இடமளித்தது. அஸிஸியில் திரண்ட ஆன்மீகப் பெரியோர்களும் 'டைம்' செய்தி இதழ் முன்னிறுத்திய அறிவியல் மேதைகளும் 'பொதுவானதோர் எதிர்காலம்' என்கிற கருத்துரையை ஏற்றுக் கொண்டனர்; ரியோ மாநாடு உலகம் ஒன்றுதான் என்ற போதிலும் அது சமனற்ற விதத்தில் இரு பாதிகளாகப் பிளவுற்றுக் கிடக்கின்றனவே என்கிற உண்மையை வெளிப்படுத்தியது.

ரியோ மாநாட்டில் வனஅழிப்பு, பருவநிலை மாறாட்டம், உயிரினப் பல்வகைமை இழப்பு ஆகிய மூன்று தலையாய பிரச்சினைகள் குறித்த விவாதங்கள் நடைபெற்றன. அவை ஒவ்வொன்றிற்கும் தகுந்த முறையில் அரசுகளுக்கிடையிலான உடன்படிக்கைகளை ஏற்படுத்துவதன் வாயிலாக பங்குபற்றிய நாடுகளால் தீர்வு காண இயலும் என்று UNCED நம்பிக்கை கொண்டது. 1990, 1991 ஆம் ஆண்டுகளில் தொடர்ச்சியாக நடத்தப்பட்ட ஆயத்தக் கூட்டங்களில் உடன்படிக்கைகளின்

முன்முடிவுகள் சுற்றுக்கு விடப்பட்டு விவாதிக்கப்பட்டன. அத்தகைய ஆயத்தக் கூட்டங்களிலேயே விரிவாகவும் பொதுப்படையாகவும் ஒன்றுக்கொன்று எதிரும் புதிருமான இரு முகாம்கள் வெளிப்பட்டன. அவற்றின் கருத்தொற்றுமையின்மையே 1992 ஆம் ஆண்டு ஜூன் மாதத்திய மாநாட்டின் விவாதங்களாக இடம்பெற்றன. தொழில்மயமாக்கப்பட்டவையும் செல்வவளத்தில் செழித்துள்ளவையுமான புவிக் கோளத்தின் வடபகுதி நாடுகள் ஒருபுறமும் தொழில்மயமாக்கப்பட்டுக் கொண்டிருப்பவையும் பெரும்பாலும் இன்னமும் ஏழ்மையில் தத்தளிப்பவையுமான தென்பகுதி நாடுகள் மறுபுறமுமாக விவாதங்கள் தொடர்ந்தன.

பருவநிலை மாறாட்டம் குறித்த பிரச்சினை மற்றனைத்திலும் பெரிதும் ஏற்புடைய ஒன்றாக வெளிப்பட்டது. பசுமைக்குடில் வாயுக்கள் வளிமண்டலத்தில் திணிவுறாதவாறு கட்டுப்படுத்துவதற்காக ஒவ்வொரு நாடும் வரையறுக்கப்பட்ட காலத்திற்குள் அதாவது 2015 ஆம் ஆண்டிற்குள் தமது ஆலைகளிலிருந்து வெளியேற்றப்படும் கரிமப் பொருட்களை மட்டுப்படுத்தி கொள்வதற்கு ஒப்புக் கொள்ள வேண்டுமென்று பரிந்துரைக்கப்பட்டது. வாஷிங்டனை தலைமையகமாகக் கொண்ட உலக வளஆதாரங்கள் பாதுகாப்பு நிறுவனம் வரையறுக்கப்பட்ட காலத்தை முன்னோக்கிக் குறிப்பிட வேண்டும் என வலியுறுத்தியபோது தென்பகுதி நாடுகளைச் சேர்ந்த சுற்றுச்சூழலியலாளர்களால் அக்கருத்து வன்மையாக எதிர்க்கப்பட்டது. புது தில்லி, அறிவியல், சுற்றுச்சூழல் மையத்தைச் சேர்ந்த அனில் அகர்வாலும் சுனிதா நரெய்னும் ஏழ்மை நாடுகள் வாழ்வாதாரங்களுக்கான பொருள் உற்பத்திமுறையால் வெளியிடும் வாயுக்களுக்கும், பணக்கார நாடுகள் ஆடம்பர வாழ்க்கைக்கான உற்பத்திமுறையால் வெளியிடும் வாயுக்களுக்கும் அறிவார்ந்த வேறுபாட்டினை வகுத்துக் கூறினர். ஐரோப்பிய, வட அமெரிக்க நாடுகளில் தானியங்கி ஊர்திகள் போன்ற ஆடம்பரப் பொருட்களை உற்பத்தி செய்கின்ற ஆலைகளிலிருந்து உருவாகும் வாயுக்களால் திணிவுபெறும் கரிம வாயுக்களின் பங்களிப்பினையும், மேற்கு வங்கத்திலோ, தாய்லாந்திலோ உயிர்வாழ்வதற்கே போராடிக் கொண்டிருக்கும் உழவர்களுடைய கால்நடைகளிலிருந்தும் நெல் வயல்களிலிருந்தும் வெளிப்படுகின்ற மீத்தேன் வாயுவால்

உருவாகும் கரியமிலவாயுவையும் உலக வளஆதாரங்கள் பாதுகாப்பு நிறுவனம் சமமாகக் கருதியது எவ்விதம் என்கிற கேள்வியை அவர்கள் வியப்புடன் எழுப்பினர். பெருங்கடல்களையும் வனங்களையும் கரியமிலக் குப்பைத் தொட்டியாகக் கருதிக் கொட்டப்படுகின்ற கரிமப் பொருட்களை உள்ளீர்த்துக் கொள்ளுகின்ற அவற்றின் திறம் வரையறைக்குட்பட்டது என்பது அனைவரும் அறிந்ததே. உள்ளீர்த்துக் கொள்ள இயலாத அளவிற்கு கரிமப் பொருட்கள் திணிவுபெற்று விட்டன எனக்கருதி தீர்வு காண விழைந்தால் திருத்திக் கொள்வதற்கான நடவடிக்கைகள் முதலில் வடபகுதி நாடுகளிலிருந்தே வர வேண்டும். ஏனெனில், வளிமண்டலம் அனைத்து மக்களுடைய உயிர் வாழ்க்கைக்காகவும் சமமாகப் பயன்படுத்தப்பட வேண்டுமானால் வடபகுதி நாடுகள் ஏற்கனவே தமக்குரிய பங்கினை பயன்படுத்திக் கொண்டு விட்டன. அதே சமயத்தில் இந்தியா, சீனா போன்ற நாடுகளிலிருந்து வெளியேற்றப்படுகின்ற கரிமக்கழிவுகள் அவர்களுக்கு உரிமைப்பட்ட பங்கின் அளவிற்குள்ளேயே அடங்கியுள்ளன.

ரியோ மாநாட்டில் வனவள ஆதாரங்கள் மீது உலக அளவிலான கட்டுப்பாட்டினை வலுப்படுத்துவதற்கான வன உடன்படிக்கை சுற்றுக்கு விடப்பட்டது. வடபகுதி நாடுகளைச் சேர்ந்த சுற்றுச்சூழலியலாளர்கள், வளர்ந்துவரும் வனங்களை கூடுதல் கரிமக் குப்பைத் தொட்டியாகப் பயன்படுத்திக் கொள்வதற்கு ஏதுவாக வனங்களின் மீது உலகளாவிய மேலாண்மை முறையைக் கொண்டுவர வேண்டுமென்று வற்புறுத்தினர். தென்பகுதி நாடுகளைச் சேர்ந்த அவர்களுடைய சகாக்கள் தேசியக் கட்டுப்பாடு கூட உள்ளாட்சி அமைப்புகளின் கட்டுப்பாட்டிற்கு வழிவிட வேண்டுமென்று வலியுறுத்தினர். ஏனெனில், ஆசிய, ஆப்பிரிக்க, லத்தீன் அமெரிக்க நாடுகளில் லட்சக்கணக்கான மக்கள் வனவிளை பொருட்களையே வாழ்வாதாரமாகக் கொண்டுள்ளமையால் அவை சமுதாய வளங்களாகக் கருதப்படுகின்றன. பன்னிரெண்டு தென்பகுதி நாடுகளைச் சேர்ந்த ஆர்வலர்கள் வெளியிட்ட அறிக்கை கூர்மையானதொரு கேள்வியை எழுப்பியது. தென்பகுதி நாடுகளிலுள்ள வனங்களெல்லாம் உலகப் பொதுமையாக மாற்றப்பட வேண்டுமானால் அதே போல வடபகுதி நாடுகளில்

உருவாக்கப்பட்டுள்ள வளங்கள் அனைத்தையும் ஏன் உலகப் பொதுமையாக்கக் கூடாது? 'வன மேலாண்மை உலகளாவிய விளைவுக்கானது எனில், உலகின் எண்ணெய் வளமும் அது போன்றதுதானே? உலக எண்ணெய் வள ஆதாரங்களின் நிலைபேறுடைய உற்பத்திக்கும், மேலாண்மைக்கும், நிலைபெயராமல் பாதுகாப்பதற்கும் உலக அளவிலான எண்ணெய் வள உடன்படிக்கை ஏற்படுத்தப் போகிறோமா?' என்று கேட்டனர்.

உயிரினப் பல்வகைமை குறித்த உடன்படிக்கையும் ஆய்வுக்கு எடுத்துக் கொள்ளப்பட்டது. அந்த உடன்படிக்கையும் நியாயமற்ற முறையில் வடபகுதி நாடுகளின் உயிரித் தொழில்நுட்ப நிறுவனங்களுக்குச் சாதமாகவே வகுக்கப்பட்டிருந்ததாக தென்பகுதி சுற்றுச்சூழலியலாளர்கள் எண்ணினர். உள்ளூர் சமுதாயங்களுடைய மரபு வழிப்பட்ட அறிவாக்கங்களுக்கு உரிய இழப்பீட்டினை வழங்குவதற்கு உடன்படிக்கையில் அனுமதிக்கப்படவில்லை. புதிய, பெரும்பலன் அளிக்கக்கூடிய பயிர்களையும் மூலிகைகளையும் வளர்ப்பதற்கான அத்தகைய அறிவாக்கம் கடந்த காலங்களில் பணம் செலுத்தப்படாமலும் உரிய அறிந்தேற்புக் கூட அளிக்கப்படாமலும் பயன்படுத்தப்பட்டு வந்தன.

மலேசிய நாட்டின் சுற்றுச்சூழலியல் ஆர்வலர் மார்டின் கோர் கோக்-பென் UNCED இரு மையமான பிரச்சினைகளை எதிர்கொள்ள இயலாத நிலையில் உள்ளது போலவும் விரும்பாதது போலவும் நடந்து கொண்டதாகச் சுட்டிக் காட்டினார். அதாவது, ஏற்கனவே நேரிட்டுள்ள உயிரினப் பல்வகைமைச் சீர்கேட்டிற்கு நேர்மையான முறையில் பொறுப்பேற்பதற்கான வழிவகைகளையும் வகுக்கவில்லை; அமெரிக்க ஐக்கிய நாடுகளும் ஏனைய பன்னாட்டு அரங்குகளும் உலகின் அனைத்து நாடுகளுக்கு இப்பிரச்சினை குறித்து குரல் எழுப்புவதற்கான சம வாய்ப்பினை எந்த அளவிற்கு யதார்த்த நடைமுறையில் அனுமதித்துள்ளன என்பதையும் கருத்திற் கொள்ளவில்லை. தென் பகுதி நாடுகளைச் சேராத சுற்றுச்சூழலியலாளர்கள் பலரும் வடபகுதி நாட்டினர் வீணான முறைகளிலும் மிதமிஞ்சிய அளவுகளிலும் துய்த்ததன் காரணமாக மட்டிலுமே சுற்றுச்சூழல் நெருக்கடி உச்சத்தை எட்டியுள்ளதாகக் கிடைத்துள்ள

அனைத்துச் சான்றாவணங்களும் காட்டுவதாக வலியுறுத்தினர். உண்மையிலேயே, புவிக்கோளத்தின் வள ஆதாரங்களிலும் குப்பைத் தொட்டிகளிலும் எண்பது விழுக்காடு அளவினை வடஅமெரிக்காவிலும், ஐரோப்பிய நாடுகளிலும், ஓசியேனியாப் பகுதியிலும், ஜப்பானிலும் வாழுகின்ற உலக மக்கள் தொகையில் இருபது விழுக்காடு மட்டிலுமே என்று கணக்கிடப்பட்டுள்ள மக்கள் பயன்படுத்தி வருகின்றனர். மூன்றாம் உலக நாடுகளின் அளவுக்கு அதிகமான மக்கள்தொகைப் பெருக்கம் சுற்றுச்சூழல் சீரழிவிற்கு முகாமையான காரணம் என்று சில சமயங்களில் வாதிடப்படுவதுண்டு. ஆனால், பிரிட்டானிய எழுத்தாளர் ஃபிரைடு பியர்ஸ் கேட்கிறார்: “வட அமெரிக்காவிலும் ஐரோப்பாவிலும் புதிதாகப் பிறக்கக்கூடிய ஒவ்வொரு குழந்தையும் ஏனைய நாட்டினைக் காட்டிலும் பத்திலிருந்து நூறு மடங்கு கூடுதலாக உலக வள ஆதாரங்களைத் துய்த்தும் பல சமயங்களில் அதே வீதத்தில் சுற்றுச்சூழல் தூய்மைக் கேட்டிற்குப் பங்களித்தும் வருகின்ற காலக்கட்டத்தில் ஏழ்மை நாடுகளின் மக்கள்தொகைப் பெருக்கத்தைப் பற்றி மேற்கத்திய சுற்றுச்சூழலியலாளர்கள் தேவையற்ற அளவில் வீண்கவலை கொள்வது ஏன்? தருக்க முறையில் குறிப்பிடுவோமானால், மூன்றே குழந்தைகளைக் கொண்ட அமெரிக்கக் குடும்பம் எட்டுக் குழந்தைகளைக் கொண்ட (ஏன், எண்பது குழந்தைகளைக் கூட கொண்ட) ஆப்பிரிக்கக் குடும்பத்தைக் காட்டிலும் பற்பல மடங்கு கூடுதலாக இந்தப் புவிக்கோளத்திற்கு ஆபத்தானது.”

ரியோவில் நடைபெற்ற விவாதங்களை மேலும் தெளிவாகப் புரிந்து கொள்வதற்கு அத்தகைய துய்த்தல் அளவினைப் போலவே துய்க்கப்படுகின்ற பொருட்களின் தன்மையையும் உன்னிப்பாக ஆய்வு செய்ய வேண்டியது அவசியமாகிறது. குளோரோ ஃபுளோரோ கார்பன்களை அதிக அளவில் வெளியிடக்கூடிய சாதனம் குளிர்பதனப் பெட்டியாகும். தானியங்கிகளிலிருந்து வெளியேற்றப்படும் கழிவு பசுமைக்குடில் வாயு வகைகளைப் பெருமளவில் வளிமண்டலத்தில் சேர்க்கின்றன. ஒரு மகிழ்வுந்தையும் குளிர்பதனப் பெட்டியையும் பெற்றிருப்பது முன்னேற்றத்தின், வளத்தின், சில சமயங்களில் நாகரிகத்தின் அடையாளமாகக் கருதப்படுகிறது. ஆனால், இதன் உண்மைநிலை என்னவெனில், அமெரிக்க, ஜப்பானிய, நார்வேனிய, பெல்ஜிய நாட்டு மக்கள் அனைவரும் மகிழ்வுந்தையும் குளிர்பதனப்

பெட்டியையும் தவறாமல் பெற்றுள்ளனர்; ஆனால், இந்திய, கென்ய, கொலம்பிய நாட்டினர் இன்னமும் அவற்றைப் பெறவில்லை; விரைவிலேயே பெற்றுவிடத் துடிக்கின்றனர். எனவே, தென்பகுதி நாட்டினரை அவர்கள் வெளியிடக் கூடிய குளோரோ ஃபுளோரோ கார்பன்களைத் தடுத்துக் கொள்ள வேண்டுமென்று கேட்பது காலகாலத்திற்கும் அந்நாட்டினருக்கு அத்தகைய வசதிகள் கிடைப்பதை மறுப்பதாகும்.

இந்த வகையில் நோக்கின், கலிபோர்னியா இல்லத்தரசியும் மெக்சிகோ விவசாயியும் சமமாகப் பகிர்ந்து கொள்வதற்கான கடந்த காலமோ, நிகழ்காலமோ இல்லை என்பது உறுதியாகிறது. பின்னர், எதன் அடிப்படையில் பொதுவானதொரு எதிர்காலத்தை அவர்கள் பங்கிட்டுக் கொள்ள நேரிடுகிறது? அவர்களுடைய குரல்கள் சமமதிப்புடன் ஏற்றுக்கொள்ளப்படுகின்ற உலகினில், உலகளாவிய நிலையில் உண்மையான பங்கேற்பினை அனுமதிக்கின்ற மக்களாட்சிமுறை நிலைநாட்டப்படும் போது மட்டிலுமே அவர்களால் எதிர்காலத்தைச் சமமாகப் பங்கிட்டுக் கொள்ளக் கூடும். ஆனால், அறிவியலுக்கும் சுற்றுச்சூழல் பாதுகாப்பிற்குமான மையம் உலகப் பாதுகாப்பு உச்சி மாநாட்டினையொட்டி வெளியிட்ட 'உலகளாவிய மக்களாட்சி முறைக்கான அறிக்கை'யில் கீழ்க்கண்டவாறு புகார் எழுப்பியுள்ளது:

> தற்பொழுது உலகளாவிய சுற்றுச்சூழல் மேலாண்மையில் உலக மக்கள் அனைவரும் பங்கேற்பதற்கு அனுமதிப்பதற்கான அதிகார நிலையை உருவாக்கும் முயற்சி எதுவும் இல்லை. எடுத்துக்காட்டாக, இன்றைக்கு வடபகுதி அரசுகளும் நிறுவனங்களும் தமது பொருளாதார, அரசியல் அதிகாரத்தைப் பயன்படுத்தி வங்கதேசத்தின் முன்னேற்றத்தில் தலையிடலாம் என்பதும் அதே சமயத்தில், வடபகுதி நாட்டினர் வெளிப்படுத்துகின்ற நச்சுவாயுக்களால் ஏற்படுகின்ற புவிவெப்ப உயர்வினால் தம்முடைய நாட்டின் பாதியை இழக்க நேரிட்ட போதிலும் வடபகுதி நாட்டினருடைய பொருளாதார முன்னேற்றத்தில் வங்கதேசத்தினர் குறுக்கிட இயலாது என்கிற நிலைமையையுமே யதார்த்தத்தில் காண்கிறோம்.

III

உலகப் பாதுகாப்பு உச்சி மாநாட்டின் போதும் அதற்கு முன்னரும் நிலவிய பிரிவினை குறித்த சிந்தனைத் திறன்மிக்க தொகுப்பு ஒன்றினை பாகிஸ்தானிய சமூகவியலாளர் தாரிக் பனூரி வழங்கியுள்ளார். வடபகுதி நாடுகளுக்கும் தென்பகுதி நாடுகளுக்கும் இடையிலான வேறுபாடுகள் பொருளாதார நலன்களை அடிப்படையாகக் கொண்ட முரண்கள், அத்தகைய முரண்களின் பொருளாழம் குறித்த கருத்து மாறுபாடுகள் ஆகிய இரண்டையும் சார்ந்தவை என்கிற கருத்துரையை அவர் முன்வைக்கிறார். ஒரே அரங்கினுள் அமர்ந்திருந்த மக்கள் இரு வேறுபட்ட காட்சிகளைக் கண்டதைப் போலவே, ஒரே நிகழ்வு முற்றிலும் வேறுபட்ட இரு கண்ணோட்டங்களைக் கொண்டு நோக்கப்பட்டது என்கிற பனூரி கீழ்க்கண்டவாறு குறிப்பிட்டுள்ளார்:

UNCED மாநாட்டினை மனிதயினத்தினைக் காப்பாற்றுவதற்கான ஒன்றுதிரட்டப்பட்ட செயல்பாடு மலர்ச்சியுறுவதற்கான வாய்ப்பு என்று வடபகுதி நாட்டினர் பலர் நோக்கியபோது, வடபகுதியினர் பலரும், அரசு அலுவலர்களும், அரசுசாரா நிறுவனங்களும் பல்வேறு காரணங்களுக்காக அதனை புதிய மேலாதிக்கத்திற்கான, புதிய வரன்முறைகளை வரையறுப்பதற்கான, வறுமையையும் ஒடுக்குமுறையையும் ஒழிப்பதைக் குறுக்கிடும் புதிய தடைக்கற்களை ஏற்படுத்துவதற்கான வாய்ப்பாகக் கருதி அஞ்சினர். பிரளயத்திலிருந்து நம்மைக் காப்பதற்கு நோவா படகு கட்டுகின்ற படத்தினைக் காண்பதற்காக வடபகுதியினர் திரண்டிருந்தனர். ஆனால், தென்பகுதியினர் அந்தக் கதைக்கு உரியவர்களாகத் தோன்றவில்லை. அவர்கள் தொடர்வண்டித் தடங்களுக்கு மறுபுறம் உள்ள அரங்கினுள் மனிதயினத்தைக் காப்பாற்றுவதற்காக யேசுநாதர் சிலுவையில் அறையப்படுகின்ற, பணம்படைத்தோர் தமது வாழ்க்கை முறையில் திளைப்பதற்காக ஏழை எளியோர் வறுமையில் உழல்கின்ற கதையைக் காண்கின்றனர்.

இத்தகையதொரு பின்னணியில், 1986 ஆம் ஆண்டு நடைபெற்ற சமயத் தலைவர்களின் மாநாட்டிற்கும் ஆறு ஆண்டுகளுக்குப் பிறகு ரியோவில் நிகழ்த்தப்பட்ட உலக நாடுகளுக்கிடையிலான விவாதங்களுக்கும் உள்ள வேறுபாடு கவனிக்கத்தக்கது. முதலாவது மாநாடு பொருள் பொதிந்ததாகவும் அனைவரும் ஏற்றுக்கொள்ளத்தக்கதாகவும் விளங்கிய போதிலும் உணர்ச்சிப்பெருக்குமிக்கதாகவும் அடுத்து மேற்கொள்ளப்பட வேண்டிய செயல்முறைகளைப் பொறுத்த வரை தெளிவற்றதாகவும் அனைத்து சமய நம்பிக்கைகளாலும் கடைப்பிடிக்கப்பட வேண்டிய கூட்டுப் பொறுப்பினைப் பற்றி மேலோட்டமாக எடுத்துரைக்கும் விதத்திலும் அமைந்துவிட்டது. இரண்டாவது நிகழ்த்தப்பட்ட விவாத மேடையில் மாறுபட்ட கருத்துகள் மிகுந்த கண்டிப்புடன் அலசி ஆய்வு செய்யப்பட்டன. ஆனால், இயற்கைக்கு இழைக்கப்பட்ட குற்றங்களில் ஒவ்வொரு நாட்டிற்கும் உள்ள பங்களிப்பு அந்நாடுகளிலிருந்து வெளியேற்றப்படும் கழிவுகளின் அடிப்படையில் துல்லியமாகவும் உறுதிபடவும் மதிப்பிடப்பட்டதுடன் அதைப்போலவே உயிரியல் புவிக்கோளத்தில் அவற்றிற்குரிய பங்கினைப் பற்றியும் விவாதிக்கப்பட்டது.

இந்நூல் சுற்றுச்சூழலியலின் பல்வேறு வகைப்பாடுகளையும் காலங்காலமாக உலகம் முழுவதிலும் அவை ஆற்றியுள்ள செழுமைமிக்கதும் செயலூக்கம் கொண்டதுமான பணியினையும் அழுத்தமாக வெளிப்படுத்தியுள்ளது. கடந்த காலத்தில், தனித்துவம் வாய்ந்த தேசியப் பசுமையியல் மரபுகள் நிலவியதாக எடுத்துரைக்கப்பட்டது. ஆனால், அவை ஒன்றுக்கொன்று ஆக்கப்பூர்வமான முறையில் கருத்துகளைப் பரிமாறிக் கொண்டன. உலகப் பாதுகாப்பு உச்சி மாநாட்டில் நிகழ்ந்த சண்டப் பிரசண்டங்கள் ஒன்றுக்கொன்று பலனளித்துக் கொள்வதைக் காட்டிலும் அழிவினை ஏற்படுத்தக்கூடியதும் இணக்கம் காணவொண்ணாததுமானதொரு போக்கு சுற்றுச்சூழலியலாளர்கள் மத்தியில் நிலவுவதை வெளிச்சமிட்டுக் காட்டியது.

ரியோ மாநாட்டில் வெளிப்பட்ட கசடுகள் நமது மத்தியில் சிறிது காலம் நிலவலாம். ஆனால், அவர்களுடைய உண்மையானவையும் அடிப்படையானவையுமான

வேறுபாடுகளுக்கும் அப்பால் பலதரப்பட்ட சுற்றுச் சூழலியலாளர்களையும் ஒன்றிணைப்பதற்கான சக்தி ஒன்று உள்ளது. அமெரிக்காவின் ஜான் முய்ர்ரையும் இந்திய நாட்டின் மகாத்மா காந்தியையும், கென்யாவின் வாங்கரி மாத்தாயையும் ஜெர்மனியின் பெட்ரா கெல்லியையும் ஒன்றிணைத்ததைப் போல 'கட்டுப்பாடு' என்கிற கருத்தியல் உலகச் சுற்றுச்சூழலியலாளர்களையும் ஒன்றிணைக்கும் சக்தியாக விளங்கும் என எண்ணுகிறேன். வரலாறு முழுவதும் அதிகாரத்தைக் கைக்கொண்டிருந்தோரெல்லாம் சுற்றுச்சூழலைப் பொறுத்தும் ஏனைய மனிதயினத்தைப் பொறுத்தும் தமது நடவடிக்கைகளின் வரம்புகளை வெளிப்படையாகவே மதித்ததில்லை என்பது வெள்ளிடை மலை. முதலாளித்துவ முதலைகள் பாட்டாளிகளைச் சுரண்டினர்; சோசலிசவாதிகள் மக்களை அடக்கி ஒடுக்கினர். ஆனால், இருதரப்பினருமே இயற்கையை அது எதிர்த்துப் பேசாது என்கிற நம்பிக்கையில் தமது ஆதிக்க வெறிக்கு இலக்காக்கினர். பசுமையியலாளர் தம்முடைய நம்பிக்கையாலும் நடைமுறையாலும் தாம் கைக்கொண்ட கட்டுப்பாட்டு உணர்வுக்காகக் குறிப்பிடத்தக்கவர்கள். இத்தகைமை, இயற்கைச்சூழலைப் பற்றிய சிந்தனைமிக்கோர் அதனை மதிப்புடனும் வியப்புடனும் கையாளுவதிலிருந்தும், கிராமிய மிதமிஞ்சிய புனைவியலாளர் மலரினும் மெல்லிய செவ்வியுடன் நிலத்தை அரவணைத்துக் கொள்வதிலிருந்தும், இயற்கை வளத்தின் பெருக்கத்திற்கேற்ப மட்டிலுமே அதனைப் பயன்படுத்தி நிலைபெயராமல் பேணிக் காக்க வேண்டும் என்கிற நோக்கத்துடன் புள்ளிவிவரங்களுடன் ஆய்வு மேற்கொள்கின்ற அறிவியலாளருடைய பான்மையிலிருந்தும் தெற்றென வெளிப்படுகிறது.

அனைத்துத் தரப்பு பசுமையியலாளர்களையும் அனைத்து வகை சுற்றுச்சூழலியலாளர்களையும் ஒன்றிணைப்பதற்கான குறிப்பு, இந்திய நாட்டைச் சேர்ந்த, சீனமொழி வரலாறு, நாகரிகம் குறித்து ஆய்வு செய்கின்ற கிரி தேசிங்கருடைய கருத்துரைகளில் அடங்கியுள்ளது. நவீன நாகரிகம் நம்மைக் கடந்த காலத்திலிருந்தும் எதிர்காலத்திலிருந்தும் ஒதுக்கி வைத்து விட்டதாகவும், மரபு வழிப்பட்ட அறிவாக்கத்தையும் மரபுவழிப்பட்ட நிறுவன அமைப்புகளையும் குறைத்து மதிப்பிட்டதன் வாயிலாக நம்மை நம்முடைய பாட்டிமார்களிட

மிருந்தும் பாட்டனார்களிடமிருந்தும் பிணைப்பினை துண்டித்து விட்டதாகவும் ஆனால், இங்கே இத்தருணத்தில் தனிநபர் ஒருவருடைய வெற்றியில் மட்டிலுமே கவனம் செலுத்துவதாகவும் கிரி தேசிங்கர் குறிப்பிட்டுள்ளார். "காலப்போக்கில் நாமனைவரும் சவங்களாகிவிடுவோம்" என்கிற பிரிட்டானிய பொருளியலாளர் ஜான் மேனார்டு கெய்ன்ஸின் ஆணித்தரமான கூற்று இருபதாம் நூற்றாண்டின் கல்லெழுத்துகளாகத் திகழ்கிறது.

"காலப்போக்கில் நாமனைவரும் சவங்களாகிவிடுவோம்" என்கிற தத்துவம்தான் சோசலிச நாடுகளிலும் முதலாளித்துவ நாடுகளிலும் முதலாம் மற்றும் மூன்றாம் உலக நாடுகளிலும் பொருளாதார முன்னேற்றத்திற்கு வழிகாட்டியுள்ளது. அத்தகைய முன்னேற்றச் செயல்முறைகள் ஒரு சில பகுதிகளில் ஒரு சிலருக்கு மனித வாழ்க்கைக்கான நலன்களை உண்மையாகவும் குறிப்பிடத்தக்க வகையிலும் நல்கியுள்ளன. ஆனால், அங்கேயும்கூட சுற்றுச்சூழல் குறித்து கிஞ்சித்தும் அக்கறையில்லாமலும் எதிர்காலத் தலைமுறையினரைப் பற்றிய கவனமில்லாமலும் செயல்பட்டுள்ளன. மனித சமுதாயத்திற்குள், வசதிபடைத்த வர்க்கத்தினருக்கும் பாட்டாளி வர்க்கத்தினருக்கும் இடையே பிரிவினையை நிலைக்கச் செய்ததுடன் சில நேர்வுகளில் கூர்மைப்படுத்தியுள்ளன. அதே சமயத்தில் உலகளாவிய பசுமையியல் இயக்கத்தைப் பற்றி நாம் அறிந்து கொண்டவையெல்லாம் இவையே; மேற்சொல்லப்பட்ட முடக்குவாதக் கிட்டப்பார்வைக்கு அப்பால் மக்களுடையதும் அரசுகளுடையதுமான சிந்தனையை நகர்த்தப் பாடுபடுகிறது; சுந்தரவனக் காடுகளில் புலிகள் உலவுவதற்கும், ஆப்பிரிக்கச் சமவெளிகளின் ஊடே சிங்கங்கள் பீடுநடை போடுவதற்கும், இயற்கையின் விளைச்சல்கள் அனைத்தும் மனிதயினத்தினர் அனைவருக்கும் சமமாகப் பங்கிடப்படுவதற்கும், நமது குழந்தைகள் தெள்ளிய நீரை உரிமையுடன் பருகுவதற்கும் நகரங்கள் தூய காற்றைச் சுவாசிப்பதற்கும் கடுமையாக உழைக்கிறது. பொருளாழம் மிக்க இந்த உணர்வுடன் தான் சுற்றுச்சூழல் இயக்கம் நமக்கெல்லாம் பொதுவான எதிர்காலத்தையும் அதனை அடைவதற்கான பல்வேறு வழிகளையும் காட்டியுள்ளது.

குறிப்புகள்